சூத்திரர்கள் யார்?

அவர்கள் எவ்வாறு இந்தோ-ஆரிய சமுதாயத்தில் நான்காம் வருணத்தவர் ஆனார்கள்?

டாக்டர். அம்பேத்கர்

ரிதம்

ரிதம் வெளியீடு

சூத்திரர்கள் யார்?
டாக்டர். அம்பேத்கர் ©

Soothirargal Yaar?
Dr. Ambedhkar ©

1st Edition: April 2023
3rd Edition: Dec 2024
Pages: 352   Price: Rs. 350
ISBN: 978-93-93724-75-5

Published by:
Rhythm Veliyeedu
New No.58, Old No.26/1, 1st Floor,
Alandur Road, Saidapet,
Chennai - 600 015, Tamil Nadu, INDIA
Ph : (044) 2381 0888, 84285 12481
E-mail : senthil@rhythmbooks.in
Web : www.rhythmbooksonline.com

Book Layout & Cover Design
Visual Vinodh - 9500149822

முன்னுரை

இந்த விஷயம் குறித்து ஏற்கனவே எத்தனை எத்தனையோ விவரங்கள் தெரியவந்துள்ள இன்றைய கட்டத்தில், சூத்திரர்கள் பற்றிய ஒரு நூல் வெளிவருவது தேவையற்றது என்று கருதமுடியாது. ஒரு சாதாரண பிரச்சினையைக் கையாள்கிறோம் என்றும் கூறி விடமுடியாது. இந்தோ-ஆரியர்களின் சமூக அமைப்பு சதுர்வருண கோட்பாட்டை அடிப்படையாகக் கொண்டிருக்கிறது, சதுர்வருண ஏற்பாடு என்பது சமுதாயத்தைப் பிராமணர்கள் (புரோகிதர்கள்), சத்திரியர்கள் (படைவீரர்கள்), வைசியர்கள் (வணிகர்கள்), சூத்திரர்கள் (குற்றேவலர்கள்) என்று பிரிப்பதையே குறிக்கிறது என்ற ஒரு பொதுவான கருத்து நிலவுகிறது. ஆனால் இதனைக் கொண்டு சூத்திரர்கள் பிரச்சினையின் உண்மையான இயல்பையும், அப்பிரச்சினையின் பரிமாணத்தையும் புரிந்துகொள்வது சாத்தியமல்ல. சதுர்வருணம் என்பது சமுதாயத்தை நான்கு வகுப்பினர்களாகப் பிரிப்பதை மட்டுமே குறிப்பதாக இருப்பின் அது தீங்கற்ற, களங்கமற்ற கோட்பாடாக இருந்திருக்கும். ஆனால் துரதிருஷ்டவசமாக இந்த சதுர்வருணக் கோட்பாடு கொடிய நச்சை தன்னுள் கொண்டுள்ளது. இந்தக் கோட்பாடு சமுதாயத்தை நான்கு அமைப்புகளாகப் பிரிப்பதுடன் நிற்கவில்லை; அது மேலும் ஒருபடி மேலே சென்று, நான்கு வருணங்களுக்கிடையேயான கூட்டு வாழ்க்கையை நிர்ணயிப்பதற்கு வகை செய்யும் படித்தரநிலையில் அமைந்த ஓர் ஏற்றத் தாழ்வான கோட்பாடாகவும் உள்ளது. மேலும், படித்தர நிலையில் அமைந்த இந்த ஏற்றத்தாழ்வு ஏதோ வெறும் கோட்பாட்டளவில் அமைந்ததல்ல. மாறாக, அது சட்டப்பூர்வமானதாகவும், தண்டனைக்குரியதாகவும் அமைந்துள்ளது. சதுர்வருண அமைப்புமுறையின்படி சூத்திரன் இந்தப்படிநிலையின் கீழ்த்தட்டில் வைக்கப்படுவதுடன் எண்ணிறந்த இழிவுகளுக்கும் அவமதிப்புகளுக்கும் உள்ளாக்கப்படுகிறான். இதனால் சட்டம் அவனுக்கு நிர்ணயித்துள்ள படிநிலைக்கு மேல் அவன் உயர்ந்துவிடாதபடித் தடுக்கப்படுகிறான். உண்மையைக் கூறுவதானால் தீண்டப்படாதோர் எனும்

ஐந்தாவது வருணம் உருவாகும் வரை சூத்திரன் இந்துக்களின் பார்வையில் தாழ்ந்தவனினும் தாழ்ந்தவனாக, இழிந்தவனினும் இழிந்தவனாகக் கருதப்பட்டு வந்தான். சூத்திரர்கள் சம்பந்தப்பட்ட பிரச்சினையின் தன்மையை இதிலிருந்து புரிந்துகொள்ளலாம். இந்தப் பிரச்சினையின் பரிமாணத்தை மக்கள் அறியாதவர்களாக இருக்கிறார்கள் என்றால், சூத்திரர்களின் மக்கட்தொகை எவ்வளவு என்பதைத் தெரிந்துகொள்ள அவர்கள் கவலைப்படாததே இதற்குக் காரணம். துரதிருஷ்டவசமாக, குடிமதிப்புப் புள்ளிவிவரக்கணக்கு அவர்களது மக்கட்தொகையைத் தனியாகக் காட்டவில்லை. எனினும் தீண்டப்படாதோரை விலக்கிவிட்டுப் பார்த்தால் சூத்திரர்களின் மக்கட்தொகை இந்துக்களின் மக்கட்தொகையில் 75 முதல் 80 சதவிகிதம் இருக்கும் என்பதில் எள்ளளவும் ஐயமில்லை. இத்தகைய ஒரு பரந்த மக்கட்தொகையினரைப் பற்றி ஆராயும் ஓர் ஆய்வுக் கட்டுரையை ஓர் அற்பப் பிரச்சினையைப் பற்றி ஆராயும் கட்டுரையாக கருதமுடியாது என்பது தெள்ளத்தெளிவு.

இந்தோ-ஆரிய சமுதாயத்தைச் சேர்ந்த சூத்திரர்களைப் பற்றி இந்த நூல் ஆராய்கிறது. இந்தப் பிரச்சினைகளைக் குறித்து ஆராய்வது இப்போதைய நிலைமைக்கு அவசியமற்றது என்ற கருத்து நிலவுகிறது. இந்து குலமரபுக் குழுக்களும் சாதிகளும் (தொகுதி I, முன்னுரை, பக்கம் xxi.) என்ற தமது நூலில் திரு. ஷெர்ரிங் பின்வருமாறு கூறியிருப்பது இங்கு எடுத்துக் காட்டப்படுகிறது:

> “சூத்திரர்கள் ஆரியர்களா அல்லது இந்தியாவின் பூர்வீகக் குடிகளா அல்லது பரஸ்பர இனக்கலப்பில் பிறந்த குலமரபுக் குழுக்களா என்பது இங்கு நாம் எடுத்துக்கொண்ட ஆய்வுக்கு முக்கியமானதல்ல. ஆரம்ப காலத்தில் அவர்கள் ஒரு தனி வகுப்பினராக இருந்தனர், நான்காவது அல்லது கடைசிப்படி நிலையில் இருந்தனர், அதேசமயம் அவர்கள் மூன்று உயர் சாதியினரிடமிருந்து வெகுதூரம் ஒதுக்கியே வைக்கப்பட்டிருந்தனர். தொடக்கத்தில் அவர்கள் ஆரியர்கள் அல்ல என்ற வாதத்தை ஏற்றுக்கொள்வதாக இருந்தால்கூட ஏனைய மூன்று ஆரிய வகுப்பினருடன் அவர்கள் பரந்த அளவில் கலப்புத் திருமணங்கள் செய்துகொண்டு ஆரியமயமாகிவிட்டது மட்டுமன்றி, சில நிகழ்ச்சிகள் காட்டுவது போன்று, அவர்கள் தாங்கள் இழந்ததைவிடவும் அதிகம் பெற்றனர் என்பதில் சந்தேகமில்லை. அது

மட்டுமல்ல, சூத்திரர்கள் எனத் தற்போது வழங்கப்படும் சில குலமரபுக் குழுவினர் உண்மையில் பிராமணர்களும், சத்திரியர்களுமே ஆவர். சுருக்கமாகக் கூறினால், இங்கிலாந்தின் கெல்ட்டிய இனத்தவர் ஆங்கிலோ- சாக்ஸன் இனத்தவருடன் கலந்துவிட்டது போன்று இவர்களும் ஆரிய இனத்துடன் கலந்துவிட்டனர்; அவர்களுக்குத் தனித்தன்மை என்று ஏதேனும் இருந்திருக்குமானால் அதனை முற்றிலுமாக அவர்கள் இழந்துவிட்டனர் என்றே கூறவேண்டும்."

இந்தக் கருத்து இரண்டு தவறுகளை அடிப்படையாகக் கொண்டுள்ளது. முதலாவதாக, பல்வேறுபட்ட இனங்களிலிருந்து தோன்றிய சாதியினரின் ஒரு கதம்பமே தற்கால சூத்திரர்கள்; இந்தோ- ஆரிய சமுதாயத்தைச் சேர்ந்த ஆதிசூத்திரர்களிடமிருந்து இன ரீதியில் இவர்கள் வேறுபட்டவர்கள். இரண்டாவதாக, சூத்திரர்களைப் பொறுத்த வரையில், சூத்திரர்கள் ஒரு மக்களாக இருப்பது பிரச்சினையல்ல, மாறாக வேதனைகளையும் துன்பங்களையும் தண்டனைகளையும் அளிக்கும் சட்டத்திற்கு அவர்கள் உட்படுத்தப்பட்டிருப்பதே இதிலுள்ள பிரச்சினையாகும். இந்தோ-ஆரிய சமுதாயத்தைச் சேர்ந்த சூத்திரர்களை ஒடுக்குவதற்காகவே, ஒதுக்குவதற்காகவே இந்த சட்டம் ஆரம்பத்தில் இயற்றப்பட்டது என்பதில் சந்தேகமில்லை. பின்னர் சூத்திரர்கள் ஒரு தனியான, வேறுபட்ட சமூகத்தினர் என்ற நிலை மறைந்துவிட்டது. அப்படியிருந்தும் இதில் விந்தை என்னவென்றால், இவர்களைச் சமாளிப்பதற்கென்று உருவாக்கப்பட்ட சட்டம் இன்னமும் நடைமுறையிலிருந்துவருவது மட்டுமன்றி, ஆதி சூத்திரர்களுடன் எவ்வகையிலும் இனவகையில் சம்பந்தப்படாத எல்லாக் கீழ்ப்பட்ட இந்துக்கள் விஷயத்திலும் இது தற்போது செயல்படுத்தப்பட்டு வருவதே ஆகும். இது எவ்வாறு நிகழ்ந்தது என்பது பலருக்கு விசித்திரமானதாக இருக்கும். இந்தோ-ஆரிய சமுதாயத்தைச் சேர்ந்த சூத்திரர்கள் மிகக்கொடூரமான, குரூரமான பிராமணிய சட்டங்களின் விளைவாக மிகவும் கீழ்நிலைக்குத் தள்ளப்பட்டு, நாளடைவில் பொதுவாழ்வில் மிகவும் கீழான இடத்தைப் பெற்றிருக்கக்கூடும் என்பதே என் கருத்து. இதிலிருந்து இரண்டு விளைவுகள் தோன்றின. முதலாவது விளைவு சூத்திரன் என்ற சொல்லின் பொருளில் மாற்றம் ஏற்பட்டதாகும். சூத்திரன் என்பது ஒரு குறிப்பிட்ட வகுப்பினரின் பெயரைக் குறிக்கும் சொல்லாகவே ஆரம்பத்தில் பயன்படுத்தப்பட்டு வந்தது; இது

மாறி நாகரிகமோ, பண்பாடோ, நன்மதிப்போ, சமுதாயத்தில் ஒரு கௌரவமான நிலையையோ பெற்றிராத மிகவும் தாழ்ந்த வகுப்பு மக்களைக் குறிக்கும் ஒரு பொதுப்பெயராகிவிட்டது. இரண்டாவது விளைவு சூத்திரன் என்ற சொல்லின் பொருள் விரிவுபடுத்தப்பட்டபோது அதனைத் தொடர்ந்து சட்டத்தைப் பயன்படுத்தும் எல்லையும் விரிவடைந்தது என்பதாகும். இவ்வாறாக, இன்றைய சூத்திரர்கள் எனப்படுபவர்கள் இந்த சொல்லின் மூல அர்த்தத்தில் சூத்திரர்கள் அல்லாவிட்டாலும், இச்சட்டத்தின் கோரப்பிடியில் சிக்கிக் கொண்டுள்ளனர். இது எப்படியிருந்தபோதிலும் மூலக் குற்றவாளிகளின் பொருட்டு இயற்றப்பட்ட இந்தச் சட்டம் இப்போது எந்தப் பழிபாவமும் அறியாத நிரபராதிகள் விஷயத்திலும் பயன்படுத்தப்பட்டு வருகிறது. ஆதிசூத்திரர்கள் இன்றைய கீழ்ப்பட்ட வகுப்பு மக்களிடமிருந்து வேறுபட்டவர்கள் என்ற வரலாற்று உணர்வு இந்து சட்டகர்த்தாக்களுக்கு இருந்திருக்குமானால், இந்த அவல நிகழ்ச்சி, சோகநிகழ்ச்சி -நிரபராதிகளின் படுகொலை - தவிர்க்கப்பட்டிருக்கும். ஆதிசூத்திரர்கள் விஷயத்தில் நடைபெற்றது போன்று அதே கடுமையுடன், உக்கிரத்துடன் இச்சட்டம் இன்றைய சூத்திரர்கள் விஷயத்திலும் பயன்படுத்துப்படுவது மிகவும் துரதிருஷ்டவசமானதாகும். எனவே இத்தகைய சட்டம் எவ்வாறு தோன்றிற்று என்பது இன்றைய சூத்திரர்களுக்கு பழைமை சம்பந்தப்பட்ட ஏதோ வெறும் ஆய்வாக மட்டுமே இருக்கமுடியாது.

சூத்திரர்களின் தோற்றம் பற்றி ஆராய்வது வரவேற்கத்தக்கதே என்று ஒப்புக்கொள்ளப்பட்டாலும், இந்த விஷயத்தைக் கையாள்வதற்கு எனக்குள்ள தகுதி பற்றி சிலர் ஐயப்படக்கூடும். இந்திய அரசியல் பற்றிப் பேசுவதற்கு எனக்கு உரிமை இருந்த போதிலும், சமயமும் இந்தியாவின் சமய வரலாறும் எனது துறை அல்ல என்று ஏற்கனவே நான் எச்சரிக்கப்பட்டுள்ளேன். என்னுடைய விமர்சகர்கள் எனக்கு இத்தகைய எச்சரிக்கையைத் தருவது அவசியம் என்று ஏன் கருதினார்களோ தெரியவில்லை. ஒரு சிந்தனையாளர் அல்லது எழுத்தாளர் என்ற முறையில் நான் கொண்டாடும் எத்தகைய வரம்பு மீறிய உரிமைக்கும் இது ஒரு மாற்று மருந்து என்னும் பட்சத்தில், இது அவசியமில்லாததுதான். ஏனென்றால் இந்திய அரசியல் பற்றிப் பேசுவதற்குக்கூட நான் அருகதையற்றவன் என்பதை ஒப்புக்கொள்ள நான் தயாராக இருக்கிறேன். சமஸ்கிருத மொழியில் எனக்குத் தேர்ச்சித்திறம்

இல்லை என்பதற்காக இந்த எச்சரிக்கை விடுக்கப்படுமானால், இந்தக் குறைபாட்டை நான் ஒப்புக் கொள்கிறேன். ஆனால் இதைக் கொண்டு இத்துறையில் நான் செயல்படுவதற்கு முற்றிலும் தகுதியற்றவன் என்று ஏன் கூறவேண்டுமென எனக்குப் புரியவில்லை. ஆங்கிலத்தில் கிடைக்காத சமஸ்கிருத நூல்கள் மிகமிகக்குறைவு. எனவே, சமஸ்கிருதஞானம் இல்லாதிருப்பது இத்தகைய பொருளை நான் கையாள்வதற்கு எவ்விதத்திலும் தடையாக இருக்கவேண்டியதில்லை. சம்பந்தப்பட்ட சமஸ் கிருத நூல்களை அவற்றின் ஆங்கில மொழிபெயர்ப்புகளில் 15 வருடக்காலமாக ஆராய்ந்துவருவது என்னைப்போன்ற நடுத்தர அறிவுக்கூர்மை படைத்தவனுக்குக்கூட இத்தகைய பணியை மேற் கொள்வதற்கு போதிய தகுதியை அளிக்கும் என்பதை என்னால் துணிந்து கூறமுடியும். இந்த விஷயம் குறித்துப் பேசுவதற்கு எனக்கு எத்தகைய தகுதி இருக்கிறது என்பதற்கு இந்த நூலே மிகச் சிறந்த சான்றாகும். தேவதைகள்கூடச் செல்லுவதற்கு அஞ்சும் இடத்திற்கு முட்டாள் துணிந்து செல்லுவான் என்ற முதுமொழிக்கு எனது முயற்சியை சிலர் ஓர் உதாரணமாக எடுத்துக்கொள்ளக்கூடும்; ஆனால் தேவதை தூங்கச் சென்றுவிடும்போது அல்லது உண்மையைக் கூறு வதற்குத் தயாராக இல்லாதபோது ஒரு முட்டாளுக்குக்கூட அவன் செய்யவேண்டிய கடமை இருக்கிறது என்பதைச் சொல்லிக்கொள்ள விரும்புகிறேன். தடைசெய்யப்பட்ட துறையில் பிரவேசிப்பதற்கு இது நான் கூறும் சமாதானமாகும்.

இந்த நூலின் குறிப்பிடத்தக்க அம்சம் என்ன? நான் மேற்கொண்ட ஆராய்ச்சிகளின் விளைவாக நான் எய்தப்பெற்றிருக்கும் முடிவுகள் இந்நூலின் குறிப்பிடத்தக்க அம்சம் என்பதில் ஐயமில்லை. இந்த நூலில் பின்கண்ட இரண்டு கேள்விகள் எழுப்பப்பட்டிருக்கின்றன:

1. சூத்திரர்கள் யார்? 2. அவர்கள் இந்தோ-ஆரிய சமுதாயத்தின் நான்காவது வருணமாக எப்படி ஆனார்கள்? இந்தக்கேள்விகளுக்கான எனது பதில்களைப் பின்வருமாறு இரத்தினச் சுருக்கமாகக் கூறலாம்.

1. சூத்திரர்கள் என்பவர்கள் சூரிய வம்சத்தைச்சேர்ந்த ஆரிய இனங்களில் ஒரு பகுதியினர்.

2. பிராமணர்கள், சத்திரியர்கள், வைசியர்கள் ஆகிய மூன்று வருணங்களை மட்டுமே ஆரிய சமுதாயம் ஒரு காலத்தில் அங்கீகரித்திருந்தது.

3. அப்போது சூத்திரர்கள் தனி வருணமாக இல்லை. இந்தோ-ஆரிய சமுதாயத்தில் சத்திரிய வருணத்தின் ஒரு பகுதியின ராக அவர்கள் இருந்து வந்தனர்.

4. சூத்திர மன்னர்களுக்கும் பிராமணர்களுக்கும் இடையே ஓயாச்சண்டை சச்சரவு இருந்து வந்தது; இவற்றில் பிராமணர்கள் பல கொடுமைகளுக்கும் அவமதிப்புகளுக்கும் உள்ளாக்கப்பட்டனர்.

5. சூத்திரர்களின் அடக்குமுறைகள், ஒடுக்குமுறைகளின் விளைவாக அவர்கள்மீது மிகுந்த வெறுப்பும் பகைமையும் கொண்ட பிராமணர்கள் சூத்திரர்களுக்கு உபநயனம் செய்துவைக்க மறுத்துவிட்டனர்.

6. சத்திரியர்களாக இருந்த சூத்திரர்கள் இவ்வாறு உபநயனம் செய்துகொள்ளும் உரிமை மறுக்கப்பட்டதன் காரணமாக சமூக ரீதியில் இழிநிலைக்குத் தள்ளப்பட்டனர்; வைசியர்களின் படிநிலைக்கும் கீழே இறக்கப்பட்டனர்; இதனால் நான்காவது வருணத்தினராயினர்.

எனது இந்த முடிவுகள் குறித்து ஆராய்ச்சியாளர்களின் தீர்ப்பை எதிர்பார்ப்பதே நியாயம். ஏனென்றால் இந்தமுடிவுகள் தனித்தன்மையானவை மட்டுமல்ல; தற்போது நடைமுறையிலுள்ள கருத்துக்களுக்கு முற்றிலும் முரணானவையுமாகும் என்பது தெள்ளத் தெளிவு. இந்த முடிவுகள் ஏற்றுக்கொள்ளப்படுமா, இல்லையா என்பது இந்தப் பிரச்சினையில் தீர்வு கூற உரிமை பெற்றவர் எனக் கூறிக்கொள்பவரது மனோபாவத்தைப் பொறுத்தது. அவர் ஒரு குறிப்பிட்ட கோட்பாட்டின்பால் பற்றுதல் கொண்டவராக இருந்தால் இவற்றை நிராகரிப்பார் என்பதில் ஐயமில்லை. எனினும் அவரது தீர்ப்பைப் பற்றி நான் எவ்வகையிலும் கவலைப்படப் போவதில்லை; ஏனென்றால் அவர் எனக்குப் பகைவராக இருப்பதால் அவரிடமிருந்து எதிர்ப்பைத்தவிர வேறு எதையும் எதிர்பார்க்கமுடியாது. ஆனால் ஒருவர் நேர்மையான விமர்சகராக இருந்தால், அவர் என்ன தான் எச்சரிக்கையுள்ளவராக இருப்பினும், அவர் என்னதான் பழைமைப் பற்றாளராக, மாறுதல் விரும்பாதவராக இருப்பினும், அவர் திறந்த மனமுடையவராக, உண்மையை ஏற்றுக்கொள்வதற்குத் தயங்காதவராக இருக்கும்பட்சத்தில் அவரை என் கருத்துக்கு மாற்றுவதில் எவ்விதத்திலும் நம்பிக்கை இழக்கமாட்டேன். இந்த எதிர்பார்ப்பு மெய்யாகாது போகக்கூடும். இருப்பினும் ஒன்றுமட்டும் நிச்சயம்.

எனது நூல் நுண்ணறிவுத்திறமும் தொலைநோக்கும்கொண்டது என்பதை எனது விமர்சகர்கள் ஏற்றுக்கொண்டுதான் ஆகவேண்டும்.

ஆராய்ச்சி அறிஞர்கள் ஒருபுறமிருக்க, இந்து சமுதாய மக்கள் எத்தகைய பிரதிபலிப்புகளை வெளியிடுவர் என்பது ஒரு சுவையான ஊகமாக இருக்கக்கூடும். இன்றைய இந்துக்கள் திட்ட வட்டமான ஐந்து பிரிவினராக உள்ளனர். இந்துக்களில் ஒரு பிரிவினர் கடைந்தெடுத்த வைதீகர்களாக உள்ளனர்; இந்து சமூக அமைப்பில் தவறுஏதும் இருப்பதாக அவர்கள் ஏற்றுக்கொள்ள மாட்டார்கள்; அந்த அமைப்பை சீர்திருத்துவது பற்றிப் பேசுவதை தெய்வநிந்தனையாக, அடாப்பழியுரையாகவே அவர்கள் எடுத்துக் கொள்வார்கள். ஆரிய சமாஜிகள் எனத் தங்களை அழைத்துக் கொள்ளும் மற்றொருவகை இந்துப் பிரிவினர் இருக்கின்றனர். அவர்கள் வேதங்களைத் தவிர வேறு எதையும் நம்பாதவர்கள். வேதங்களில் இல்லாத எதையும் புறக்கணிப்பவர்கள் என்கிற வகையில் இவர்கள் வைதீகர்களிடமிருந்து வேறுபடுகின்றனர். வேதங்களுக்குத் திரும்பவேண்டும் என்பதே இவர்களது கோட்பாடு. இன்னொரு வகை இந்துப் பிரிவினர் இருக்கின்றனர். இந்து சமூக அமைப்பு தவறானது என்பதை அவர்கள் ஒப்புக்கொள்வர்; ஆனால் அதைத் தாக்கவேண்டிய அவசியம் இல்லை என்பது அவர்களது கருத்து. சட்டம் அந்த அமைப்பை அங்கீகரிக்காததால் அது செத்துப் போன அமைப்பு அல்லவென்றாலும், செத்துக்கொண்டிருக்கும் அமைப்பு என்பது அவர்கள் முன்வைக்கும் வாதம். அரசியல் உணர்வு கொண்ட ஓர் இந்துப்பிரிவினர் இருக்கின்றனர். இத்தகைய பிரச்சினைகளில் அவர்கள் அக்கறை காட்டாதவர்கள். சமூக சீர்திருத்தத்தைவிட சுயராஜ்யமே அவர்களுக்கு மிகமுக்கியமானது. இந்துக்களில் ஐந்தாவது வகைப்பிரிவினர் பகுத்தறிவுவாதிகள். சமூக சீர்திருத்தங்களை சுயராஜ்யத்தைவிடவும் கூடத் தலையாய முக்கியத்துவம் வாய்ந்தவையாக கருதுபவர்கள் இவர்கள்.

இந்துக்களில் இரண்டாவது வகைப்பிரிவினர் இந்த நூல் அவசியமற்றது என்று கருதக்கூடும்; ஆனால் இதை நான் ஏற்றுக் கொள்ளமுடியாது. இந்து சமுதாயத்தில் நிலவும் சாதி அமைப்பைப் பிரிட்டிஷ் இந்தியாவில் தற்போது கடைப்பிடிக்கப்பட்டுவரும் சட்டங்கள் ஏற்கவில்லை என்று அவர்கள் கூறுவது. ஒருவகையில் சரியானதே. ஓர் இந்து தான் ஒரு குறிப்பிட்ட வருணத்தைச் சேர்ந்தவன் என்று சி.பி.கோ. 11 ஆவது பிரிவின்படி உரிமை இயல் சட்டமன்றத்தில் சான்று இதழ் பெறமுடியாது. திருமணம்,

வாரிசுரிமை, சுவீகாரம் ஆகிய விஷயங்களில் மட்டும்தான் ஒருவர் ஒரு குறிப்பிட்ட வருணத்தைச் சேர்ந்தவரா என்ற பிரச்சினையை பிரிட்டிஷ் இந்தியாவிலுள்ள நீதிமன்றங்கள் பரிசீலிக்கமுடியும். இந்துக்களின் நான்கு வருண அமைப்பு முறையை பிரிட்டிஷ் இந்திய சட்டம் அங்கீகரிக்கவில்லை என்பது உண்மையே. எனினும் இதன் பொருள் என்ன என்பதைப் புரிந்துகொள்வதில் மிகவும் கவனமாக இருக்கவேண்டும். துல்லியமாகக் கூறுவதானால் 1. வருண அமைப்பு முறையைக் கைக்கொள்வது குற்றம் என்று இதற்குப் பொருள் அல்ல; 2. வருண அமைப்புமுறை மறைந்துவிட்டது என்றும் இதற்குப் பொருள் அல்ல; 3. சிவில் உரிமைகளைப் பெறுவதற்கு இதன் விதிகளைக் கடைப்பிடிப்பது அவசியப்படும் சந்தர்ப்பங்களில் வருண அமைப்பு முறை செயல்படுத்தப்படமாட்டாது என்றும் இதற்குப் பொருள் அல்ல; 4. வருண அமைப்புமுறைக்கு ஆதாரமாக உள்ள பொது சட்ட இசைவாணை திரும்பப் பெறப்பட்டுவிட்டது என்பதையே இது குறிக்கும். ஆனால் சட்டம் மட்டுமே சமூக நிறுவனங்களுக்கு ஆதார அடிப்படையாக இருக்கும் ஒரே இசைவாணை அல்ல. இதர இசை வாணைகளும் சமூக அமைப்புகளுக்கு ஆதாரத்தூண்களாக அமைந்துள்ளன. இவற்றில் சமய இசைவாணையும் சமூக இசைவாணையும் மிகமுக்கியமானவை. வருண அமைப்புமுறை சமய இசைவாணையைப் பெற்றுள்ளது. இவ்வாறு வருண அமைப்புமுறை சமய இசை வாணையைப் பெற்றிருப்பதன் காரணமாக இந்து சமுதாயத்திலிருந்து அதற்கு சமூக இசைவாணை முழு அளவுக்குக் கிட்டுகிறது. சட்டரீதியான தடைஏதும் இல்லாத நிலையில், வருண அமைப்புமுறை முழு மலர்ச்சியும் வளர்ச்சியுறுவதற்கு இந்த சமய இசைவாணையே போதுமானது. வருண அமைப்பு முறையைச் செயல்படுத்துவதற்கு சட்டம் ஏதும் இல்லாதபோதிலும் அது ஜீவத்துடிப்புடன் உயிரோடியிருக்கிறது என்பதை இந்து சமுதாயத்தில் சூத்திரர்கள், மற்றும் தீண்டப்படாதோரின் நிலை எத்தகைய மாற்றமும் அடையாமல் அப்படியே இருந்துவருவதிலிருந்து தெரிந்துகொள்ளலாம். எனவே, இத்தகைய விஷயத்தை ஆராய்வது அவசியமற்றது என்று கருத முடியாது.

அரசியல் மனோபாவம் படைத்த இந்துவைப் பொறுத்த வரையில், அவன் விஷயத்தை எவ்வகையிலும் ஆழமாகக் கணக்கிலெடுத்துக் கொள்ளவேண்டியதில்லை. அவனது

அணுகுமுறை நீண்டகால நோக்கங்களின் அடிப்படையிலன்றி குறுகியகாலக் கண்ணோட்டத்தின் அடிப்படையிலேயே அமைந்துள்ளது. எதிர்ப்பு அதிகமில்லாத கொள்கைவழியைப் பின்பற்றவே அவன் விரும்புகிறான். ஒரு விஷயம் எவ்வளவு அவசரமானதாக இருந்தாலும் அதனால் அவனது செல்வாக்கு சரியக்கூடுமாயின் அப்போது அதனை ஒத்திவைப்பதற்கு அணுவளவும் தயங்கமாட்டான். ஆகவே, அரசியல் மனோபாவம் கொண்ட இந்து இந்த நூலை ஒரு தொல்லையாக, தொந்தரவாகக் கருதுவது முற்றிலும் இயல்பே.

இந்த நூல் ஆரிய சமாஜிகளுக்குப் பெருமளவுக்கு எதிர்ப்பாக அமைந்துள்ளது. என்னுடைய முடிவுகள் இரண்டு மிக முக்கியமான விஷயங்களில் அவர்களுடைய சித்தாத்தத்துடன் கடுமையாக மோதுகின்றன. இந்தோ-ஆரிய சமுதாயத்தின் நான்கு வருண அமைப்பு முறை ஆரம்பம் முதலே இருந்து வந்திருக்கிறது என்று ஆரிய சமாஜிகள் உறுதியாகக் கருதுகின்றனர். ஒரு சமயத்தில் இந்தோ-ஆரிய சமுதாயத்தில் மூன்று வருணங்கள் மட்டுமே இருந்தன என்பதை இந்த நூல் அசைக்கமுடியாத ஆதாரத்தோடு நிலைநாட்டுகிறது. வேதங்கள் சாகாவரம் பெற்றவை, சாசுவதமானவை, மிகவும் புனிதமானவை என்று ஆரிய சமாஜிகள் நம்புகின்றனர். வேதங்களின் சில பகுதிகள், குறிப்பாக ஆரிய சமாஜிகளுக்கு மிக ஆதாரமாக விளங்கும் புருஷ சூக்தம் பிராமணர்கள் தமது சுயநல நோக்கங்களை நிறைவேற்றிக் கொள்வதற்காக புனைந்து உருவாக்கியவையேயன்றி வேறல்ல என்பதை இந்த நூல் நிலைநாட்டியுள்ளது. இந்த இரு முடிவுகளுமே ஆரிய சமாஜிகளின் சித்தாத்தங்களை அணுகுண்டுகள் போல் உடைத்துத் தூள்தூளாக்கும் என்பதில் ஐயமில்லை.

ஆரிய சமாஜிகளுடன் ஏற்பட்டுள்ள இந்த மோதலுக்காக நான் வருந்தவில்லை. வேதங்கள் நிலைபேறுடையவை, சாசுவதமானவை, ஆரம்பமோ அந்தமோ இல்லாதவை, பிழைபாடில்லாதவை, இதேபோன்று இந்த வேதங்களின் அடிப்படையில் அமைந்த இந்து சமூக அமைப்புக்களும் நிலைபேறுடையவை, ஆரம்பமோ அந்தமோ இல்லாதவை, பிழையாதவை என்று நச்சுப்பிரசாரம் செய்து, இந்து சமுதாயத்தை ஒரு தேக்கநிலை சமுதாயமாக ஆக்கும் மிகப்பெரும் தீங்கை ஆரிய சமாஜிகள் இழைத்துள்ளனர். இத்தகைய ஒரு பொய்யான நம்பிக்கையைப் பரப்புவதன் மூலம் ஒரு சமுதாயத்திற்குச் செய்யும் மிக மோசமான தீமை வேறு

எதுவும் இருக்க முடியாது. ஆரிய சமாஜிகளின் இந்த சித்தாந்தம் முற்றிலுமாக அழித் தொழிக்கப்பட்டாலொழிய இந்து சமுதாயம் தன்னைச் சீர்திருத்திக் கொள்ளும் அவசியத்தை ஏற்றுக்கொள்ளாது என்று நான் திடமாக நம்புகிறேன். வேறு எதைச் செய்யாவிட்டாலும் இந்த சேவையை இந்நூல் செய்துள்ளது.

இந்த நூலைப்பற்றி ஒரு வைதிக இந்து என்ன சொல்லுவான் என்பதை நான் மிக நன்கு அறிவேன்; ஏனென்றால் கடந்த பல ஆண்டுகளாக அவர்களுடன் போராடிக்கொண்டிருப்பவன் நான். எனக்குத் தெரியாத ஒரே ஒரு விஷயம் சாதுவானவர்களாக, அமரிக்கையானவர்களாகத் தோன்றும் இந்துக்கள் எவரேனும் தங்கள் புனித நூல்களைத் தாக்கும்போது எப்படி முரட்டுத்தனமும் உக்கிரமுமிக்கவர்களாக ஆகிவிடுகிறார்கள் என்பதுதான். இந்த விஷயம் குறித்து சென்னையில் நான் நிகழ்த்திய உரை பற்றி மிகவும் சினமுற்று பெரிதும் நிதானமிழந்து இந்துக்கள் எனக்கு ஏராளமான கடிதங்கள் எழுதியதிலிருந்து இதன் முன் என்றுமில்லாதபடி இதனைத் தெரிந்து கொண்டேன். இந்தக் கடிதங்கள் சொல்ல நாக்கூசும் வகையில் மிகவும் ஆபாசமான மொழியில் எழுதப்பட்டிருந்தன; என்னைக் கொலை செய்துவிடப் போவதாகவும் பல கடிதங்களில் அச்சுறுத்தப்பட்டிருந்தது. முதல் குற்றம் செய்தவனாகக் கருதி சென்றமுறை வெறும் பயமுறுத்தல்களுடன் என்னை விட்டுவிட்டார்கள். இந்தத் தடவை அவர்கள் என்ன செய்யப்போகிறார்களோ தெரியவில்லை. ஏனென்றால் எனது புத்தகத்தை வாசித்து அவர்கள் நிச்சயமாக மேலும் அதிக கோபமடைவார்கள்; புனிதநூல்கள் என்ற பெயரால் எத்தகைய மோசடிகள் நடைபெற்று வருகின்றன என்பதையும், அரசியல் நோக்கம் கொண்ட எத்தகைய குருட்டுத்தனமான கட்டு கதைகளும் ஏமாற்றுக் கதைகளும் சூழ்ச்சிகளும் அவற்றில் அடங்கியுள்ளன என்பதையும் அத்தியாயம் அத்தியாயமாக, சுலோகம் சுலோகமாக நான் எடுத்துக்காட்டியிருப்பது பழைய குற்றத்தை முன்னினும் கொடூரமான முறையில் செய்திருப்பதாகவே அவர்களது கண்களுக்குப்படும். அவர்களது வசவுகளையோ, நிந்தனைகளையோ, பயமுறுத்தல்களையோ நான் பெரிதாக எடுத்துக்கொள்ளப் போவதில்லை. ஏனென்றால் அவர்கள் தமது மதத்தைப் பாதுகாக்கப்போவதாகக் கூறிக்கொண்டு, அந்த மதத்தையே ஒரு வணிகப் பொருளாக்கிவிட்ட ஓர் இழிவான கும்பல் என்பதை நான் நன்கு அறிவேன். அவர்கள் இந்த உலகிலேயே

வேறு எங்கும் காணமுடியாத அப்பட்டமான சுயநலவாதிகள்; தங்கள் வர்க்கநலன்களைப் பாதுகாப்பதற்காக அவர்கள் தங்களது அறிவாற்றலையே அடகுவைத்து வருகிறார்கள். இந்துக்களின் புனித நூல்கள் எனப்படுபவற்றுக்கு எதிராக துணிச்சலாகக் குரல் எழுப்புபவன் மீது வைதிகத்தின் வெறிநாய்கள் ஏவி விடப்படும்போது, உயர்ந்த நிலையிலுள்ள இந்துக்கள், மெத்தப் படித்தவர்கள் என்று உரிமை கொண்டாடிக் கொள்பவர்கள், இந்த விஷயத்தில் திறந்த மனதுடையவர்களாக இருக்கவேண்டியவர்கள் குறுகிய நோக்குகொண்டு இந்த வட்டுக்கூச்சலில் சேர்ந்து கொண்டதில் வியப்பேதும் இல்லை. உயர்நீதிமன்ற இந்து நீதிபதிகளும், இந்திய சமஸ்தானங்களின் இந்து பிரதம மந்திரிகளும்கூட தமது இனத்துடன் சேரத் தயங்குவதில்லை. இன்னும் சொல்லப்போனால் அவர்கள் மேலும் ஒருபடி மேலே செல்லுகிறார்கள். அவனுக்கு எதிராக கூக்குரலிடுவது மட்டுமன்றி, அவனை வேட்டையாடுவதிலும் பங்கு கொள்கின்றனர். வாழ்க்கையில் தாங்கள் எய்தியுள்ள உன்னத நிலைகள் காரணமாக தங்கள் சொற்களுக்கு அளவிலா சக்தி இருக்கும், அவை பேரச்சத்தையும் திகிலையும் உண்டுபண்ணும், இதைக் கொண்டு வைதிகத்தின் எதிரிகளை அடக்கி ஒடுக்கி விடமுடியும் என்ற நம்பிக்கையில்தான் அவர்கள் இவ்வாறு செய்கிறார்கள் என்பதே இதிலுள்ள கொடுமையாகும், அக்கிரமாகும். தங்களது சாபங்களால், பழித்துரைகளால் என்னைத் தடுத்து நிறுத்திவிட முடியாது என்பதை இந்த நண்பர்களுக்குச் சொல்லிக்கொள்ள விரும்புகிறேன். இதே போன்றதொரு நிலைமை எதிர்ப்பட்டபோது, டாக்டர் ஜான்சன் எத்தகைய ஆழமான, கருத்துச்செறிவுமிக்க வார்த்தைகளைக் கூறினார் என்பதை இந்தக் கனவான்கள் அறியமாட்டார்கள் போலும்! அவர் கூறினார்: "ஒரு மூர்க்கனின் அச்சுறுத்தலுக்குப் பயந்து ஓர் ஏமாற்றுக்காரனைப் பிடிப்பதிலிருந்து நான் பின்வாங்கமாட்டேன்." மிகவும் உயர்ந்த நிலையிலுள்ள இந்த விமர்சகர்கள் விஷயத்தில் இவ்வளவு முரட்டுத்தனமாக நடந்து கொள்ள நான் விரும்பவில்லை; ஓர் ஏமாற்றுப்பேர்வழியைத் தப்பவிடுவதற்காக இவர்கள் முரடர்கள் போல் நடந்துகொள்கிறார்கள் என்றும் கூறமாட்டேன். ஆனால் இரண்டு விஷயங்களை அவர்களுக்குக் கூறிக்கொள்ள விரும்புகிறேன். புனிதநூல்கள் எனப்படுபவற்றின் சொரூபத்தை அம்பலப்படுத்தி உண்மையை வெளிக்கொணர்வதில் என்னநேரிடினும் டாக்டர் ஜான்சன் வழியைப் பின்பற்ற உறுதிபூண்டுள்ளேன். அப்போதுதான் இந்தப் புனித நூல்கள் எனப்படுபவற்றில் அடங்கியுள்ள

சித்தாந்தங்கள்தான் தங்களது நாட்டின், சமுதாயத்தின் சீரழிவுக்கும் வீழ்ச்சிக்கும் காரணம் என்பதை இந்துக்கள் தெரிந்து கொள்வார்கள்; இரண்டாவதாக நான் கூறுவதை இந்தத் தலைமுறையைச் சேர்ந்த இந்துக்கள் கவனத்திற்கொள்ளத் தவறிவிட்டாலும் அவர்களது எதிர்காலத்தலைமுறையினர் கருத்திற்கொள்வார்கள் என்று திடமாக நம்புகிறேன். இதில் என் வெற்றியைப் பற்றி நான் நம்பிக்கை இழக்கவில்லை. கவிஞர் பவபூதி கூறிய சொற்கள் இது விஷயத்தில் எனக்கு ஆறுதலும் உத்வேகமும் அளிக்கின்றன. அவர் பின்வருமாறு கூறினார்: "காலம் எல்லையற்றது, உலகம் பரந்து விரிந்தது. நான் கூறியதை உணர்ந்துபோற்றும் ஒருமனிதன் என்றேனும் ஒருநாள் பிறக்கவே செய்வான்." இது எவ்விதமிருந்தாலும் இந்த நூல் வைதிகத்துக்கு ஓர் அறைகூவலாக இருக்கும் என்பதில் ஐயமில்லை.

சமூக சீர்திருத்தம் மேற்கொள்வது அவசர அவசியம் என்று கருதும் இந்துப் பிரிவினர் அநேகமாக என் புத்தகத்தை வரவேற்கக்கூடும். இது தீர்வு காணுவதற்கு மிக நீண்டகாலம் பிடிக்கக்கூடிய ஒரு பிரச்சினை, பல வருங்கால தலைமுறைகளின் முயற்சி தேவைப்படுகின்ற ஒரு பிரச்சினை என்று இவர்கள் கருதலாம். எனினும் இதற்காக இந்தப் பிரச்சினையை ஆராய்வதைத் தள்ளிப்போடுவது நியாயமாகாது. இந்து சமூக அமைப்பில் உள்ளார்ந்து பொதிந்துள்ள வகுப்புவாத வெறியால் எழக்கூடிய பிரச்சினைகளை அரசியல் மனோபாவம் படைத்த இந்துக்கள் உதாசீனம் செய்யவோ அல்லது ஒத்திப்போடவோ என்னதான் விரும்பினாலும் அந்தப் பிரச்சினைகள் ஒவ்வொரு கட்டத்திலும் அதே அரசியல்வாதிகளுக்கு மிகுந்த தொல்லை கொடுக்கவே செய்யும். தீவிர இந்து அரசியல்வாதிகூட, அவன் நேர்மையானவனாக இருந்தால் இந்த உண்மையை ஒப்புக் கொள்ளவே செய்வான். இந்தப் பிரச்சினைகள் எப்போதோ ஒரு சமயம் தோன்றும் பிரச்சினைகள் அல்ல. இவை நமது நிரந்தரமான பிரச்சினைகள்; ஒவ்வொரு கணத்திலும் தோன்றும் பிரச்சினைகள். இந்த உண்மையை அறிந்தவர்கள் இந்துக்களில் ஒரு பிரிவினர் இருக்கவே செய்கின்றனர் என்பதை அறிந்து மகிழ்ச்சி அடைகிறேன். அவர்கள் சிறு எண்ணிக்கையிலிருந்தாலும் எனது முக்கியமான ஆதரவாளர்களாவர். அவர்களிடம்தான் என் வாதத்தை முன்வைக்கிறேன்.

எந்தப் புனிதநூல்களுக்கும் மதிப்பக்களிக்கப்படுவதுபோல் இந்துக்களின் புனித நூல்களுக்கு நான் மதிப்பளிக்கவில்லை என்று என்மீது குற்றம்சாட்டப்படுகிறது. இந்தக் குற்றச்சாட்டு உண்மையாக இருக்குமாயின், என் நிலையை நியாயப்படுத்துவதற்கு இரண்டு சூழ்நிலைமைகளை என்னால் கூறமுடியும். முதலாவதாக, எல்லா இலக்கியங்களையும் கீழானவையாகப் பாவித்து - மக்கள் சம்பந்தப்பட்டவை என்ற பொருளில் இச்சொல்லை இங்கு பயன்படுத்தி இருக்கிறேன் - புனிதமானவை, புனிதமற்றவை என்ற பாகுபாடின்றி, உண்மையைக் கண்டறியும் ஒரே நோக்கத்தோடு அவற்றை அங்கீகரிக்கப்பட்ட சான்றாதார விதிகளின் அடிப்படையில் ஆராயும் ஒரு வரலாற்றாசிரியனின் மிகச் சிறந்த பாரம்பரியத்தை எனது ஆராய்ச்சிப் பணிக்கு நான் வழிகாட்டியாகக் கொண்டிருக்கிறேன். இந்தப் பாரம்பரியத்தைப் பின்பற்றும்போது இந்துக்களின் புனிதநூல்கள் எனப்படுபவற்றை நான் மதிக்க இயலாத நிலைமை ஏற்படுமாயின் ஆராய்ச்சியாளன் என்ற முறையில் எனக்குள்ள கடமையின் அடிப்படையில் அதனை என்னால் நியாயப்படுத்தமுடியும். இரண்டாவதாக, எந்தப் புனிதநூல்களுக்கும் மதிப்பும் மரியாதையும் அளிக்க வேண்டும் என்பது அதிகாரத்தோடு கட்டளையிட்டு நடைபெறக் கூடியதல்ல. மாறாக, சமூக அம்சங்களின் விளைவாக தோன்றக் கூடியவை அவை; இந்த அம்சங்கள் சிலர் விஷயத்தில் இத்தகைய உணர்வுகளை இயல்பாகவே ஏற்படுத்துகின்றன; வேறுசிலர் விஷயத்தில் அவ்வாறு இயல்பாக ஏற்படுத்துவதில்லை. இந்துக்களின் புனிதநூல்களின்பால் மதிப்பும் மரியாதையும் காட்டுவது ஒரு பிராமண அறிஞனுக்கு இயல்பு. ஆனால் ஒரு பிராமணரல்லாத அறிஞனுக்கு இது இயல்புக்கு மாறானது. மற்றவர்களைப் போலன்றி ஒரு பிராமண அறிஞன் இந்தப்புனித நூல்களிடம் மிகுந்த பயபக்தியும், பெருமதிப்பும் கொள்வது முற்றிலும் இயற்கை. அப்படி இந்தப் புனிதநூல்கள் என்பவைதான் என்ன? இவை ஏறத்தாழ முற்றிலும் பிராமணர்களால் படைக்கப்பட்ட நூல்கள். இரண்டாவதாக, பிராமணரல்லாதோர்மீது பிராமணர்களுக்கு மேம்பாட்டையும் சலுகைகளையும் நிலைநாட்டுவதே இத்தகைய நூல்களின் முழுமுதல் குறிக்கோள். இத்தகைய நூல்களின் புனிதத்தை பிராமணர்கள் ஏன் போற்றிப் பேணக் கூடாது? பிராமணர்கள் அவற்றைத் தலைமீது தூக்கிவைத்துக் கொண்டாடுவதே பிராமணரல்லாதோரை அவற்றை வெறுக்கும்படிச் செய்கிறது. புனிதநூல்கள் எனப்படுபவற்றில் மிகவும் வெறுக்கத்தக்க சமூக சித்தாந்தம் அடங்கியிருக்கிறது

டாக்டர். அம்பேத்கர்

என்பதையும், இந்த சித்தாந்தமே சமூகத்தில் தான் மிகவும் கீழான நிலைக்குத் தள்ளப்பட்டிருப்பதற்குக் காரணம் என்பதையும் அறிந்துள்ள பிராமணனல்லாதவன் பிராமணன் செய்வதற்கு நேர் எதிரிடையானமுறையில் அந்த நூல்களை வெறுத்தொதுக்குகிறான். நான் ஒரு பிராமணனல்லாதவன், இன்னும் சொல்லப்போனால் பிராமணனல்லாதவன்கூட அல்ல, ஒரு தீண்டப்படாதவன் என்பதை மனத்தில் கொண்டால் இந்துக் களின் புனித நூல்கள் எனப்படுபவற்றின்பால் நான் மதிப்பும் மரியாதையும் கொண்டிராதது பற்றி யாரும் வியப்படையமாட்டார்கள். எனவே, இந்தப் புனித நூல்கள் எனப்படுபவற்றிடம் எனக்குள்ள வெறுப்பு அவற்றின்பால் பிராமணனல்லாதவன் கொண்டிருக்கும். வெறுப்புக்கு எவ்வகையிலும் குறைவாக இல்லாதது முற்றிலும் இயல்பே. பேராசிரியர் தோர்ன்டைக் கூறியது போல், சமூகவியல் உண்மையை உயிரியல் உண்மையாக மனிதன் நினைக்கிறான்.

புனித நூல்கள் எனப்படும் இவற்றின்பால் - இந்துக்களின் சமூகவரலாறு சம்பந்தப்பட்ட பிரச்சினைகளை ஆராய்வதற்கு இவை பிரதான ஆதார அடிப்படையாகும் - பிராமண அறிஞனும் பிராமண னல்லாத அறிஞனும் கொண்டிருக்கும் மனப்போக்கில் காணப்படும் இந்தவேறுபாடு, அதாவது முந்தியவன் இந்நூல்களைக் கண்ணை மூடிக்கொண்டு போற்றுவதும் பிந்தியவன் அவற்றை மிகக் கடுமையாக சாடுவதுமான இந்த மாறுபட்டநிலை வரலாற்று ஆய்வுக்கு மிகுந்த குந்தகம் விளைவிக்கும் என்பதை நான் அறிவேன். இவ்வகையில் பார்க்கும்போது வரலாற்று ஆராய்ச்சிக்கு பிராமணக் கற்றறிவாளர்கள் மிகப் பெரிய தீங்கு இழைத்துள்ளனர் என்பது கண்கூடு. இந்த நூல்களின் புனிதத்தன்மையை நிலைநாட்டுவதில் பிராமண அறிஞனுக்கு இரண்டுவித ஆதாயம் உள்ளது. முதலாவதாக, இந்நூல்கள் தனது மூதாதையர்களின் படைப்புகளாதலால் உண்மை யைப் பலிகொடுத்தாவது அவற்றைப் பாதுகாப்பது அவனது மரபுவழிக் கடமையாகிறது. இரண்டாவதாக, இந்நூல்கள் பிராமணர்களுக்கு குள்ள பிரத்தியேக சலுகைகளை உறுதியாக ஆதரித்து நிற்பதால், அவற்றின் அதிகாரத்தைப் பலவீனப்படுத்தும் எதையும் செய்துவிடக் கூடாது என்பதில் அவன் மிகவும் கவனமாக இருக்கிறான். தனக்கு ஆதாயம் அளிக்கக்கூடிய இந்த நூல்களை ஆதரித்துநிற்பதும், அவற்றின் கர்த்தாக்களான தனது மூதாதையர்களின் கௌரவத்தை நிலை நாட்டுவதும் பிராமண அறிஞனுக்கு அவசியமாகிறது; இது அவனது எண்ணத்தில்

என்றும் நிலைகொண்டிருக்கிறது; உண்மையை நாடாத படியும் அதனைப் போதிக்காதபடியும் இது அவனைத் தடுக்கிறது. எனவேதான் காலநிர்ணயம் செய்வது, குடிவழிமரபை அறிவது போன்ற ஒரு சில விஷயங்கள் தவிர மற்றபடி பிராமண ஆராய்ச்சி யாளர்கள் வரலாற்று ஆராய்ச்சித்துறையில் சுயமாக, உருப்படியாக, ஆக்கப்பூர்வமாக எதையும் சாதிக்காததைக் காண்கிறோம். ஆனால் அதேசமயம் பிராமணரல்லாத ஆராய்ச்சியாளர்கள் விஷயம் அப்படியல்ல; இத்தகைய தட்டுத்தடைகள், கட்டுப்பாடுகள் எவையும் அவர்களுக்கு இல்லை; எனவே, உண்மையைக் கண்டறிவதில் அவர்கள் தங்குதடையற்ற, சலியாத, சளைக்காத, உறுதியான முயற்சியில் ஈடுபட்டிருக்கின்றனர். இந்த இரு வகையான ஆராய்ச்சியாளர்கள் இடையே இத்தகைய ஒரு வேறுபாடு இருந்துவருகிறது என்பது வெறும் ஊகமல்ல. இந்த நூலே இதற்கு கண்கண்ட சான்றாகும். சூத்திரர்களுக்கு எதிராக நடைபெற்ற சதியின் உண்மையான இயல்பை இந்நூல் பச்சையாக, பட்டவர்த்தனமாக அம்பலப்படுத்தியுள்ளது; இவ்விதம் செய்வதற்கு எந்த ஒரு பிராமண ஆராய்ச்சியாளனுக்கும் துணிவு இருக்க முடியாது.

இங்கு ஒரு முக்கியமான விஷயத்தைச் சுட்டிக் காட்ட வேண்டும். பிராமண ஆராய்ச்சியாளனுக்குள்ள தட்டுத்தடைகள் ஏதும் பிராமணனல்லாத ஆராய்ச்சியாளனுக்கு இல்லை என்பது உண்மையாயினும், அவன் எதிர் கடைக்கோடிக்குச்சென்று, இந்த நூல்கள் அனைத்தும் ஆழமாக ஆராய்ச்சி செய்வதற்குத் தகுதியற்ற, குப்பைக்கூடையில் தூக்கியெறியவேண்டிய வெறும் கட்டுக் கதைகள், புனைந்துக் கட்டப்பட்ட கற்பனைக்கதைகள் என்று கூறு மளவுக்குச் செல்லும் சாத்தியக்கூறு உள்ளது. இது ஒரு வரலாற்று ஆசிரியருக்கு எவ்வகையிலும் பெருமை அளிக்கக்கூடியதன்று. ஒரு வரலாற்று ஆசிரியன் துல்லியமிக்கவனாக, விதிமுறை தவறாதவனாக, இம்மியும் பிசகாதவனாக, நேர்மையாளனாக, வாய்மையாளனாக, பாரபட்சமற்றவனாக இருக்க வேண்டும்; உணர்ச்சி தாபங்களிலிருந்தும், தன்னலம், அச்சம், சீற்றம், பாசம் முதலியவற்றிருந்தும் விடுபட்டவனாக இருக்க வேண்டும்; வரலாற்றின் அன்னையான உண்மையிடம், மெய்ம்மையிடம் மாறாத பற்றுடையவனாக இருக்கவேண்டும்; மகத்தான செயற்பாடுகளின் பாதுகாவலனாக, அலட்சியத்தின் பகைவனாக, கடந்தகாலத்தின் சான்றாளனாக, நிகழ்காலத்தின் வழிகாட்டியாகத் திகழ வேண்டும்.

சுருக்கமாகக் கூறினால், அவன் திறந்த மனதுடையவனாக இருக்க வேண்டும், ஆனால் அந்த மனம் சூன்யமானதாக இருக்கக்கூடாது. அனைத்துச் சான்றாதாரங்களையும் அவை போலியானவையாக இருந்தாலும் அவற்றை ஆழ்ந்து நுணுகி ஆராய்வதில் ஆர்வமும் விருப்பமும் கொண்டவனாக இருக்கவேண்டும். வரலாற்றாசிரியனின் இந்த ராஜபாட்டையில் நடைபோட்டுச் செல்லுவது பிராமண னல்லாத ஓர் ஆராய்ச்சியாளனுக்குக் கடினமானதாகத் தோன்றக்கூடும். நேர்மையற்றதாகத் தோன்றும் பண்டைய இலக்கியத்தின் மெய்ம்மையை அல்லது பொய்ம்மையை ஆராய்வதில் அவன் பிராமணனல்லாத அரசியல் உணர்வை அநேகமாகப் புகுத்தவும் கூடும். ஆனால் எனது ஆராய்ச்சிப்பணியில் இத்தகைய தவறான பாதையை நான் மேற்கொள்ளவில்லை என்பதை என்னால் நிச்சயமாகக் கூறமுடியும். சூத்திரர்களைப் பற்றி எழுதும்போது, கலப்பற்ற, தூய்மையான வரலாற்று நோக்கம் தவிர வேறு எந்தநோக்கத்துக்கும் என் மனதில் இடம் தரவில்லை. பிராமணரல்லாத இயக்கம் ஒன்று இந்த நாட்டில் இருந்து வருகிறது என்பதும், அது சூத்திரர்களின் ஓர் இயக்கம் என்பதும் அனைவருக்கும் தெரியும். அந்த இயக்கத்துடன் எனக்குத் தொடர்பு உண்டு என்பதும் எல்லோரும் அறிந்த விஷயம். ஆனால் பிராமணரல்லாதோரின் அரசியல் இயக்கத்துக்கு இந்தநூலை நான் ஒரு முன்னுரையாக்கிவிடவில்லை என்பதை வாசகர்கள் காண்பார்கள் என்பதில் எனக்கு எத்தகைய ஐயமும் இல்லை.

இந்த விஷயத்தை வாசகர் முன்வைப்பதில் அநேக தவறுகள் நேர்ந்திருக்கூடும் என்பதை நான் உணர்கிறேன். இந்த நூலில் ஏராளமான மேற்கோள்கள் இடம்பெற்றுள்ளன; அவை மிக நீளமாகவும் அதிக எண்ணிக்கையிலும் உள்ளன. இந்த நூல் எவ்வகையிலும் ஒரு கலைப்படைப்பு அல்ல; எனவே இந்நூலை படிக்கும் போது வாசகர்களுக்கு ஓரளவு சலிப்பு ஏற்படக்கூடும். ஆனால் இது முற்றிலும் என் தவறு என்று கூறிவிட முடியாது. என் விருப்பத்துக்கு விட்டிருந்தால் கத்தரிக்கோலைத் தாராளமாகப் பயன்படுத்தி இருப்பேன். ஆனால் இது அறியாமையில் மூழ்கிப்போயுள்ள, விவரம் தெரியாத சூத்திரர்களுக்காக எழுதப்பட்ட நூல். இன்றுள்ள அவலநிலைக்குத் தாங்கள் எப்படிப் பிடித்துத்தள்ளப்பட்டோம் என்பது அவர்களுக்குத் தெரியாது. இந்த நூல் மிகுந்த கலைநயத்தோடு எழுதப்பட்டிருக்கிறதா, இல்லையா என்பதைப் பற்றி அவர்களுக்குக் கவலை இல்லை.

தங்களைப் பற்றிய முழுவிவரங்களும் ஒன்றுவிடாமல் இந்த நூலில் இடம்பெறுவதையே அவர்கள் விரும்புகிறார்கள். இந்நூலின் கையெழுத்துப் பிரதியை அவர்களில் சிலரிடம் காண்பித்தேன். மேற்கோள்கள் அனைத்துமே நூலில் தவறாது இடம் பெறவேண்டும் என்று அவர்கள் விரும்பினார்கள். அதுமட்டுமல்ல, ஆங்கில மொழிபெயர்ப்புடன் கூட மூல சமஸ்கிருத வாசகங்கள் அப்படியே சமஸ்கிருதத்திலேயே நூலின் பின்இணைப்பில் இடம் பெற வேண்டும் என்று கோரும் அளவுக்கு அவர்களது ஆர்வம் எல்லையற்று அதிகரித்திருந்தது. அவர்களது இந்தக்கோரிக்கையை நிறைவேற்ற இயலாது என்று நான் மறுத்துவிட்டபோதிலும், அவற்றின் மொழி பெயர்ப்பை நூலில் இடம்பெறச் செய்வதற்குச் சம்மதித்தேன். தங்களை இந்த இழிநிலைக்குத் தள்ள பிரதான காரணமாக இருந்த கழார்ந்த சதுர்வருண அமைப்பை நிலைநிறுத்துவதற்குப் பெருமளவுக்குக் கருவியாக இருந்தவர்களே இந்த சூத்திரர்கள்தான். எனினும் அதேசமயம் சூத்திரர்களால்தான் சதுர்வருண அமைப்பை அழிதொழிக்கமுடியும். இதனை மனத்திற்கொண்டால், இந்நூலில் மேற்கோள்களைப் பயன்படுத்துவதைக் கைவிடுவது அல்லது சுருக்குவது போன்ற இதர எல்லா அம்சங்களையும் கணக்கிலெடுத்துக் கொள்ளாமல், சதுர்வருண அமைப்புமுறையை ஒழித்துக் கட்டுவது ஒன்றையே குறிக்கோளாகக் கொண்டு, இந்நூலின் மூலம் அப்புனித பணிக்குச் சூத்திரர்களை முழுஅளவுக்குத் தயாரிப்பது அவசியம் என்ற முடிவுக்கு ஏன் வந்தேன் என்பதை நீங்கள் எளிதில் புரிந்துகொள்ளலாம்.

நான் மூன்று பேர்களுக்கு நன்றி செலுத்தக் கடமைப்பட்டுள்ளேன். இவர்களில் முதலாவதாக குறிப்பிடப்பட வேண்டியவர் மகாபாரதம் சாந்திபருவம் LX அத்தியாயத்தை எழுதியவர். அவர் வியாசரா, வைசம்பாயனரா, சூதரா, லோமஹர்ஷனா அல்லது பிருகுவா என்பது தெரியவில்லை. ஆனால் அவர் யாராக இருந்தாலும் பைஜவனனைப் பற்றிய முழு விவரங்களைத் தந்து அவர் மகத்தான சேவை செய்திருக்கிறார். பைஜவனன் ஒரு சூத்திரன் என்று அவர் வருணிக்காதிருந்தால் சூத்திரர்களின் மரபு மூலம் பற்றிய புதிருக்கு விடைகாணமுடியாமலே போயிருக்கும். வருங்காலச் சந்ததியினருக்கு இவ்வளவு முக்கியமான தகவலை அளித்து சென்றமைக்காக அவருக்கு நான் நன்றி தெரிவித்துக்கொள்கிறேன். இவ்வளவு முக்கியமான தகவல் இல்லாமல் இந்த நூலை

எழுதியிருக்கவே முடியாது. இரண்டாவதாக, பம்பாய், ஆந்தேரி இஸ்மாயில் யூசுப் கல்லூரியின் பேராசிரியர் காங்ளேக்கு நான் நன்றிகூற கடமைப்பட்டுள்ளேன். அவர் என் உதவிக்குவந்து, இந்த நூலில் வரும் சமஸ்கிருத சுலோகங்களைச் சரிபார்த்துக் கொடுத்தார். நான் சமஸ்கிருதவித்தகன் இல்லை என்பதால், அவரது உதவி சமஸ்கிருதத்திலுள்ள விஷயங்களைக் கையாள்வதில் மோசமான முறையில் குளறுபடி எதுவும் செய்துவிடாதபடி என்னைப் பாதுகாத்தது. அவர் இவ்விதம் எனக்கு உதவினார் என்பதைக்கொண்டு என்னுடைய விமர்சகர்கள் இந்நூலில் காணும் தவறுகளுக்கும் பிழைகளுக்கும் அவர்தான் பொறுப்பு என்று எடுத்துக்கொள்ளக் கூடாது. அகர வரிசைத் தொகுப்பு அட்டவணையைத் தயாரிப்பதற்கு மனமுவந்து உதவிய பம்பாய் சித்தார்த்தர் கல்லூரியைச் சேர்ந்த பேராசிரியர் மனோகர் சிட்னிசுக்கும் எனது நன்றி உரித்தாகுக.

இந்த நூலின் பின்இணைப்பு II, III மற்றும் IVல் இடம் பெற்றுள்ள மூன்று தேசப்படங்களை மாபெரும் இனம் கடந்து சென்ற மார்க்கம் என்ற திரு. மாடிசன் கிராண்டின் நூலிலிருந்து எடுத்துப் பிரசுரிக்க அனுமதித்த நியூயார்க் சார்லஸ் ஸ்கிரிப்னர்ஸ் சன்ஸ் பப்ளிஷர்சுக்கும் என் நன்றியறிதலைத் தெரிவித்துக் கொள்கிறேன்.

பி.ஆர்.அம்பேத்கர்

10, அக்டோபர் 1946
"ராஜ்கிரிகம்" தாதர்
பம்பாய் - 14.

பொருளடக்கம்

1. சூத்திரர்களைப் பற்றிய புதிர் 23
2. சூத்திரர்களின் தோற்றம் பற்றிய பிராமணியக் கொள்கை 51
3. சூத்திரர்களின் நிலை பற்றிய பிராமணியக் கொள்கை 60
4. சூத்திரர்களுக்கு எதிராக ஆரியர்கள் 98
5. ஆரியர்களுக்கு எதிராக ஆரியர்கள் 134
6. சூத்திரர்களும் தாசர்களும் 164
7. சூத்திரர் என்போர் யார்? 185
8. வருணங்களின் எண்ணிக்கை மூன்றா, நான்கா? 217
9. பிராமணர்களுக்கு எதிராக சூத்திரர்கள் 228
10. சூத்திரர்கள் தாழ்நிலைக்குத் தள்ளப்படுதல் 260
11. சமரசத்தின் கதை 310
12. உரைகல்லில் சோதிக்கப்படும் கோட்பாடு 340

இயல் 1

சூத்திரர்களைப் பற்றிய புதிர்

இந்தோ-ஆரிய சமுதாயத்தில் சூத்திரர்கள் நான்காம் வருணத்தவர் என்பது யாவரும் அறிந்ததே. ஆயினும், இந்தச் சூத்திரர்கள் என்போர் யார், அவர்கள் எவ்வாறு நான்காம் வருணத்தவரானார்கள் என்பது பற்றித் துருவி அறிந்துகொள்ள விரும்புவோர் ஒரு சிலரேயாவர். அத்தகையதொரு ஆய்வு, முதல் தர முக்கியத்துவம் வாய்ந்த ஒன்று என்பது பற்றி இருவேறு கருத்துகளுக்கு இடமில்லை. அவர்கள் எவ்வாறு நான்காவது இடத்தைப் பெற்றார்கள், அது பரிணாம வளர்ச்சியின் இயக்கத்தால் ஏற்பட்டதா அல்லது புரட்சியின் விளைவாக ஏற்பட்டதா என்பதைத் தெரிந்துகொள்வது மிகவும் அவசியமாகும்.

சூத்திரர் எனப்படுவோர் யார், அவர்கள் எவ்வாறு நான்காம் வருணத்தவர் ஆனார்கள் என்பதைக் காணமுயல்கையில், இந்தோ- ஆரிய சமுதாயத்தின் சதுர்வருணத் தோற்றத்தினை முதலாக வைத்துத்தான் ஆரம்பிக்க வேண்டும். சதுர்வருணக் கோட்பாட்டை ஆராய்வதற்குப் 'புருஷ சூக்தம்' என்னும் புகழ்பெற்ற பெயரால் குறிப்பிடப்படும் ரிக்வேதத்தின் பத்தாவது மண்டலம் தொண்ணூறாவது பாடலிலிருந்து தொடங்க வேண்டும்.

இந்தப் பாடல் கூறுவதென்ன?[1]

1. புருடன் ஆயிரம் தலைகளும், ஆயிரங் கண்களும், ஆயிரங் கால்களும் உள்ளவன். அவன் புவியின் எல்லாப் பக்கங்களிலும் பரவி அதைவிடப் பத்து விரல்கள் அளவுக்கு மிஞ்சி நிற்கிறான்.

2. புருடனே இதுவரை இருந்து வந்துள்ள இனி இருக்கப் போகும் இந்த முழுப் பிரபஞ்சமும் ஆவான். அவன்

அழியாமையைத் தரும் தலைவன். அவன் சீவர்களின் உணவாக எங்கும் பரவுகிறான்.

3. அவனுடைய மகிமை அத்தனை பெரியது. அவன் இந்த மகிமையையும் விஞ்சும் மகிமையுள்ளவன். எல்லா சீவர்களும் அவனுடைய கால் பங்கு அளவே மகிமையுடையவை. அவனுடைய முக்கால் பங்கு அளவு அமுதமாவதால் சோதியிலே நிலைத்துள்ளது.

4. புருடனுடைய முக்கால் பாகம் மேலே ஏறிற்று. இந்த உலகத்தில் மிகுதியாக கால் பாகம் அடிக்கடி இயங்குகின்றது. அது பல வடிவங்களில் உயிருள்ளவற்றிற்கும் உயிரற்ற பொருள்களுக்கும் சென்றது.

5. அவனிடமிருந்து விராஜன் பிறந்தான். விராஜனிடமிருந்து புருடன் பிறந்தான். பிறந்தவுடன் முன்னும் பின்னும் இருந்ததைவிடப் பூமியைப் பெரிதாக்கினான்.

6. தேவர்கள், புருடனைப் பலிப் பொருளாக்கி யக்ஞத்தை நடத்தியபோது, வசந்தம் அதற்கு நெய்யாயிற்று. கோடை அதற்கு விறகாயிற்று. சரத்காலம் அதன் அவிப் பொருளாயிற்று.

7. சிருஷ்டிக்கு முன் பிறந்த புருடனை அவர்கள் யக்ஞத்தில் அவிப்பொருளாகத் தருப்பைப் புல்லால் தெளித்துப் பலியிட்டார்கள். ஸாத்திரியர்களும், ரிஷிகளுமான தேவர்கள் இவ்வாறு புருடனை அவிப்பொருளாகக் கொண்டு யக்ஞத்தை நடத்தினார்கள்.

8. ஸர்வாத்மாவான புருடனைப் பலியிட்டு நடத்திய யக்ஞத்திலிருந்து தயிரும் நெய்யும் தோன்றின. அவை வானத்தில் சஞ்சரிக்கும் பிராணிகளையும் சாதுவான விலங்குகளையும் கொடிய வன விலங்குகளையும் உருவாக்கின.

9. எங்கும் வியாபித்த இந்த யக்ஞத்திலிருந்து ரிக், ஸாம வேதங்கள் தோன்றின. அந்த யக்ஞத்திலிருந்து சந்தங்கள் பிறந்தன, யஜுர் தோன்றியது.

10. அந்த யக்ஞத்திலிருந்து குதிரைகளும், இருவரிசைப் பற்களுள்ள விலங்குகள் அனைத்தும் பிறந்தன. பசுக்கள் அதிலிருந்து தோன்றின. அந்த யக்ஞத்திலிருந்து ஆடுகளும் பிறந்தன.

11. தேவர்கள், புருடனைக் கூறுபோட்டபோது எத்தனை விதமாக கூறுபோட்டார்கள்? எது அவனுடைய முகமானது? எவை கைகளாகவும், தொடைகளாகவும், கால்களாகவும் ஆயின?

12. பிராமணன் அவனது வாயானான். ராஜன்யன் அவனுடைய கைகளானான். அவனுடைய தொடை பாகம் வைசியனாயிற்று. அவனுடைய பாதங்களிலிருந்து சூத்திரர் பிறந்தனர்.

13. அவனது மனத்திலிருந்து சந்திரன் பிறந்தான். கண்களிலிருந்து சூரியன் பிறந்தான். அவனுடைய வாயிலிருந்து இந்திரனும் அக்கினியும் பிறந்தனர். அவனுடைய சுவாசத்திலிருந்து வாயு பிறப்பிக்கப்பட்டான்.

14. அவனுடைய நாபியிலிருந்து காற்றும், சிரசிலிருந்து வானமும், பாதங்களிலிருந்து புவியும், செவிகளிலிருந்து திசைகளும் பிறந்தன. இவ்வாறு தேவர்களால் உலகங்கள் பிறப்பிக்கப்பட்டன.

15. தேவர்கள் புருடனைப் பலி உயிராகக் கட்டிப் போட்ட போது நெருப்பைச் சுற்றிலும் ஏழு கழிகளை நட்டனர்; மூவேழு சமத்து விறகுகள் உருவாக்கப்பட்டன.

16. தேவர்கள் யக்ஞத்தால் யக்ஞத்தை நடத்தினர். இவை முதல் சடங்குகளாயின. பழைய சாத்தியர்களும் தேவர்களும் வசிக்கும் வானுலகிற்கு இப்பெரும் சக்திகள் சென்றன.

புருஷசூக்தம் பிரபஞ்சத்தின் தோற்றம் பற்றிய கோட்பாடாகும். அதாவது ஆகாயவெளியும், அகிலமும் தோன்றிய விதத்தை விவரிக்கும் கோட்பாடு ஆகும். சிந்தனா சக்தியில் உயரிய வளர்ச்சி பெற்ற எந்த நாடும், பிரபஞ்சத் தோற்றத்தைப் பற்றிய கோட்பாடுகளை உருவாக்கிக் கொள்ள தவறியதில்லை. எகிப்தியர்கள், புருஷ சூக்தம் கூறும் கோட்பாடு போலவே பிரபஞ்ச வரலாறு பற்றிய கோட்பாடு ஒன்றை உருவாக்கியுள்ளனர். அதன்படி[2], 'குனுமு' என்னும் கடவுள் அதாவது, 'படைப்புக் கடவுள்' குயவனது சுழலும் சக்கரத்தின் மூலம் அனைத்து ஜீவராசிகளையும் படைத்தார். உலகில் காணப்படும் அனைத்தையும் சிருஷ்டித்தார். இருக்கும் அனைத்தையும் உண்டாக்கினார். அவர் தந்தைக்கெல்லாம் தந்தையாகவும், தாய்க்கெல்லாம் தாயாகவும் இருக்கிறார். அவர் மனிதர்களை உருவாக்கினார்; கடவுளர்களை உருவாக்கினார்; அவர்தான் ஆதிமுதல் பிதாவாகவும் இருக்கிறார்...

அவர்தான் சொர்க்கலோகத்தையும், பூமியையும், கீழுலகத்தையும், நீரையும், மலைகளையும் படைத்தார். அனைத்து வகைப் பறப்பனவற்றையும், மீனினங்களையும், வன விலங்குகளையும், கால்நடைகளையும் மற்றும் அனைத்துக் கிருமிகளையும், புழு பூச்சிகள் யாவற்றையும் ஆணாகவும், பெண்ணாகவும் படைத்தார். இதே போன்ற பிரபஞ்சத் தோற்ற வரலாறு கிறித்தவர் வேத நூலான பழைய ஏற்பாட்டின் முதல் அதிகாரத்திலும் கூறப்பட்டுள்ளது.

பிரபஞ்சத் தோற்றம் பற்றிய இந்தக் கோட்பாடுகள் கல்வியாளர்களின் கவனத்தை மட்டுமே கவர்ந்ததாக இருந்ததோடு, புதுமையைக் காண அவாவுறும் மாணவர்களின் ஆவல் துடிப்பிற்கு வடிகாலாகவும், சிறுவர்களுக்கு மகிழ்வூட்டும் கதையாகவும் பயன்பட்டதைத் தவிர வேறு எவ்வித பயனையும் தந்ததில்லை. புருஷ சூக்தத்தின் சில பகுதிகளைப் பொருத்தவரையில் இது உண்மையானதாக இருக்கலாம். ஆனால் முழுவதும் உண்மையாக இருக்க முடியாது. புருஷ சூக்தத்தின் அனைத்துப் பாடல்களும் ஒரே விதமான முக்கியத்தவத்திற்கோ, சிறப்பிற்கோ உரியவை அல்ல. இதன் 11வது மற்றும் 12வது பாடல்கள் ஒருவகையைச் சேர்ந்தவையாகவும் ஏனைய பாடல்கள் வேறு வகையைச் சேர்ந்தவையாகவும் அமைந்துள்ளன. 11 மற்றும் 12வது பாடல்களைத் தவிர, ஏனையவை கல்வியாளர்களின் கவனத்தைக் கவர்வனவாக மட்டும் இருப்பவை. எவரும் அவற்றை நம்பத் தயாராக இல்லை. எந்த இந்துவும் அவற்றை நினைவில் கொள்வதும் இல்லை. 11 மற்றும் 12வது பாடல்களைப் பொருத்தவரை இந்த வகையில் முற்றிலும் வேறுபாடு உள்ளது. எடுத்த எடுப்பிலேயே இந்தப் பாடல்கள், சிருஷ்டி கர்த்தாவின் உடம்பிலிருந்து நால்வகை வகுப்பினர் அதாவது (1) பிராமணர் அல்லது புரோகிதர்கள், (2) சத்திரியர் அல்லது போர் வீரர்கள் (3) வைசியர்கள் அல்லது வணிகர்கள் (4) சூத்திரர் அல்லது பணியாளர்கள் ஆகியோர் எவ்வாறு தோன்றினார்கள் என்பதை விளக்குவதைத் தவிர, வேறு எதனையும் சிறப்பாகத் தெரிவிக்கவில்லை. ஆனால் உண்மையில் இப்பாடல்கள் பிரபஞ்சத் தோற்ற விந்தையை மட்டும் கூறுவதோடு நின்றுவிடவில்லை. ஒரு கவிஞனின் வரட்டுக் கற்பனையில் தோன்றிய கள்ளங்கபடமற்ற ஒரு துணுக்கு இது என்று இந்தோ-ஆரியர்கள் இவற்றைக் கருதி இருக்கலாம் என்று கொள்வோமானால் நாம் பெருந்தவறு செய்தவர்களாவோம். சூக்தத்தில் குறிப்பிட்டுள்ளபடியே நால்வகை

வகுப்பினராக சமுதாயம் பகுத்தமைக்கப்பட வேண்டும் என்று படைப்புக் கடவுளால் விதிக்கப்பட்ட கட்டளைகளே இவை என்று கருதப்படுகின்றன. நம்முடைய கவனத்திற்கு எடுத்துக் கொண்டுள்ள பாடல்கள் இவ்வாறு பொருள் கொள்ளத்தக்க வகையில் எழுதப்பட்டுள்ளன என்று எண்ண இடமில்லை. ஆயினும் பரம்பரை பரம்பரையாக, இவ்வாறு பொருள் கொள்ளத்தக்க வகையிலேயே இவை எழுதப்பட்டுள்ளன என்பதிலும், மரபு வழியாக இத்தகைய பொருள் கொள்வதற்குரிய வகையில் சூக்தத்தை எழுத வேண்டும் என்பது அதன் ஆசிரியரின் நோக்கம் என்பதிலும் ஐயமேதுமில்லை. எனவே, புருஷ சூக்தத்தின் பாடல்கள் 11 மற்றும் 12 வெறும் பிரபஞ்சத் தோற்றம் பற்றிக் கூறுவதோடு நிற்கவில்லை. சமுதாய அமைப்பிற்குக் குறிப்பிட்டதொரு வடிவத்தை நிர்ணயித்து அதற்குத் தெய்வீகத் தன்மையை ஏற்றிக் கூறுவதாகவும் அவை அமைந்துள்ளன எனலாம்.

புருஷ சூக்தம் நிர்ணயித்துள்ள சமுதாய அமைப்பு சதுர் வர்ணயம் எனப்படுவதாகும். கடவுளின் ஆணைப்படி அமைந்தது என்று நம்ப வைக்கப்பட்டுள்ள இந்தச் சதுர்வர்ணய அமைப்பு, இயல்பாகவே இந்தோ-ஆரிய சமுதாயத்தின் இலட்சிய அமைப்பானது. இந்தச் சதுர்வர்ணய முறையின் அடிப்படையில்தான் இந்தோ-ஆரிய சமுதாய வாழ்க்கை முறை, அதன் ஆரம்ப காலத்தில் அல்லது அது நெகிழ்ந்த நிலையில் இருந்தபோது உருவானது. இந்த அமைப்பு முறையே இந்தோ-ஆரிய சமுதாயத்துக்கு தனித்தன்மை வாய்ந்த வடிவமைப்பையும் கட்டமைப்பையும் வழங்கிற்று.

இந்த சதுர்வருணய இலட்சிய அமைப்பின் மீது இந்தோ-ஆரியச் சமுதாயம் கொண்டிருந்த பெருமதிப்பு, அதனை விவாதத்திற்கு அப்பாற்பட்டதாக ஆக்கியதோடு, விவரித்து விளக்குவதற்கும் அப்பாற்பட்டதாக்கியது. இந்தோ-ஆரிய சமுதாயத்தில் இதற்கேற்பட்ட செல்வாக்கு, ஆழமானதாகவும் அழிக்க முடியாததாகவும் ஆனது. புருஷ சூக்தம் நிர்ணயித்த இந்தச் சமூக அமைப்பு முறை, புத்தரைத் தவிர வேறு எவராலும் எதிர்த்துக் கேட்பதற்கில்லாததாயிற்று. பௌத்தத்தின் வீழ்ச்சிக்குப் பின்னர் மட்டுமல்லாமல், புருஷ சூக்தத்தின் இந்த இலட்சியத்தை ஆதரிப்பதையும் அதனை விரித்துரைத்துப் பரப்புவதையும் தொழிலாக மேற்கொண்டுவிட்டவர்கள்- பலர், சட்டத்தை உருவாக்கியளிப்பவர்களாக இருந்த காரணத்தால் புத்தர் வாழ்ந்த காலத்திலேயும் கூட இதனை அசைக்க முடியாமல் போயிற்று.

புருஷ சூக்தத்திற்கு ஆதரவாக எழுந்த பிரசாரத்திற்குச் சில எடுத்துக்காட்டுகளாக, ஆபஸ்தம்ப தர்ம சூத்திரத்திலிருந்தும் வசிட்ட தர்ம சூத்திரத்திலிருந்தும் சான்றுகளைக் குறிப்பிடலாம். ஆபஸ்தம்ப தர்மசூத்திரம் கூறுவதாவது:

"பிராமணர்கள், சத்திரியர்கள், வைசியர்கள், சூத்திரர்கள் என நான்கு சாதிகள் உள்ளன. இவர்கள் பிறப்பில் படிப்படியாக ஏறுவரிசையில் (சாதியில்) ஒருவருக்கொருவர் உயர்ந்தவர்கள்.[3]

இவர்களுள் சூத்திரர்கள் மற்றும் தீயச் செயல்களைச் செய்பவர்கள் தவிர ஏனையோர் (1) உபநயனம் அல்லது பூணூல் அணியவும், (2) வேதங்கள் ஓதவும், (3) புனித வேள்விகள் செய்யவும் விதிக்கப்பட்டவர்களாவர்."[4]

இதையே வாசிட்ட தர்ம சூத்திரம் எடுத்துரைக்கிறது:

"பிராமணர்கள், சத்திரியர்கள், வைசியர்கள், சூத்திரர்கள் என்போர் நான்கு சாதியினர் (வருணங்கள்). பிராமணர்கள், சத்திரியர்கள், வைசியர் ஆகியோர் இரு பிறப்பாளர்கள் எனப்படுபவர்கள். முதல் பிறப்பு அவர்களுடைய தாயினிடமிருந்தும், இரண்டாவது பிறப்பு அவர்கள் பூணூல் அணிவதனாலும் ஏற்படுகின்றது. இந்த இரண்டாவது பிறவியில் சாவித்ரி தாயாகவும், ஆசிரியர் தந்தையாகவும் இருக்கின்றனர்."

ஆசிரியர் வேதங்களைப் பயிற்றுவிப்பதால் தந்தை எனப்படுகிறார்.[5]

இந்த நான்கு சாதியாரும் பிறப்பாலும், புனித வினைமுறைகளாலும் வேறுபடுத்தி அறியப்படுகின்றனர். வேதத்திலும் பின்வருமாறு கூறப்பட்டுள்ளது:

"பிராமணர்கள் அவருடைய வாயிலிருந்தும், சத்திரியர்கள் அவருடைய தோள்களிலிருந்தும், வைசியர்கள் அவருடைய தொடைகளிலிருந்தும் சூத்திரர்கள் அவருடைய பாதங்களிலிருந்தும் பிறந்தவர்கள்."

பின்வரும் பகுதியில், சூத்திரர் புனிதச் சடங்குகளைச் செய்யக்கூடாது என்று அறிவிக்கப்பட்டுள்ளது.

சட்டங்களை வகுத்தளித்த ஏனையோரும் புருஷ சூக்தம் கூறியதையே கிளிப்பிள்ளை போலத் திருப்பித் திருப்பிச் சொல்வதோடு அதன் புனிதத் தன்மையை நிலைநிறுத்தவும்

செய்துள்ளனர். அவர்கள் கூறியுள்ளவற்றை மீண்டும் எடுத்துக்காட்டுவது அவசியமற்றதாகும். புருஷ சூக்தம் தெரிவித்துள்ள இலட்சியத்தின் புனிதத் தன்மைக்கு எதிர்ப்பு தெரிவித்தவர்களின் வாயை முடிவாக அடக்கி வைத்தவர் இந்து சமுதாயத்தின் சிற்பி என்று போற்றப்படும் மனுவே ஆவார். இதற்காக மனு இரு காரியங்களைச் செய்துள்ளார். முதலாவதாக, புருஷ சூக்தத்திற்கு தெய்வீகத் தன்மையை ஏற்றுவதற்காக அது கூறும் இலட்சியத்திற்குப் புது விளக்கம் கூறினார்:

"உலகங்களின் நலனைக் கருதி, அவர் (படைப்புக் கடவுள்) தன்னுடைய வாயிலிருந்தும், தோள்கள், தொடைகள், மற்றும் பாதங்கள் ஆகியவற்றிலிருந்தும் பிராமணர், சத்திரியர், வைசியர் மற்றும் சூத்திரர் ஆகியோரைப் படைத்தார்."[6]

பிராமணர், சத்திரியர், மற்றும் வைசியர் ஆகியோர் இரு பிறப்பாளர் சாதிகளைச் சேர்ந்தவர்கள்; ஆனால் நான்காவதாக உள்ள சூத்திரர் ஒரே ஒரு பிறவி பெற்றவர்கள்."[7]

இந்த வரிகளில் மனு தனக்கு முன்னிருந்தோரை அப்படியே பின்பற்றியுள்ளார் என்பதில் ஐயமில்லை. ஆனால் அதற்கு ஒருபடி மேலே சென்று அவர் இன்னொரு கூற்றையும் விளக்கியுள்ளார். அதில் அவர் கூறியுள்ளதாவது:

"வேதம் ஒன்று மட்டுமே முதலும் முடிவுமான தர்மத்தின் இசைவாணை"[8]

புருஷ சூக்தம், வேதத்தின் ஒரு பகுதியே என்பதைக் கருத்தில் கொள்வோமானால், மனு புருஷ சூக்தத்தில் அடங்கியுள்ள சதுர்வருணயத்திற்கு தெய்வீகத் தன்மையையும், இதற்கு முன்பு இருந்திராத எவராலும் அழிக்க முடியாத தன்மையையும் ஏற்றி வைத்துச் சமூக இலட்சியமாக ஆக்கியுள்ளதைப் புரிந்து கொள்வதில் எவ்வித சிரமமும் இருக்காது.

2

எனவே, புருஷ சூக்தத்தை நுணுக்கமாக அலசி ஆராய வேண்டியது மிகவும் அவசியமாகின்றது.

புருஷ சூக்தம் ஒப்புயர்வற்றது என இந்துக்கள் உரிமை கொண்டாடுகின்றனர். மனிதனின் மனம் முதிர்ச்சியுறாதிருந்த, காலத்தில், தற்காலத்தில் கிடைப்பது போன்ற பல திறப்பட்ட

சிந்தனைகளால் வளமுறாத நிலையில் உதித்த ஒரு கருத்திற்கு இத்தகைய சிறப்பளிப்பது அதன் தகுதிக்குத் தக்கதல்ல என்பதில் ஐயமேதுமில்லை. ஆயினும், புருஷ சூக்தம் எவ்வகையில் தனித்தன்மை வாய்ந்தது என்பதை அறிந்து கொள்வதற்கு வேண்டுமானால், இத்தகைய சிறப்பை அதற்கு அளிப்பதில் சிரமம் ஏதுமில்லை.

புருஷ சூக்தம் தனித்தன்மை வாய்ந்ததாகக் கருதப்படுவதற்கு முதன்மையான காரணம், அது நிலைநிறுத்த முயலும் சதுர் வருணய சமுதாய அமைப்பு பற்றிய இலட்சியம் புதுமையானதாக இருப்பதுதான். புருஷ சூக்தம் தனித்தன்மையுடையது என்று கொள்ள இதுவே போதிய ஆதாரமாகிவிட முடியுமா? வகுப்புகள் அற்றதொரு சமுதாயத்தை இலட்சிய சமுதாயமாக அது எடுத்துரைத்திருக்குமானால், உண்மையிலேயே புருஷ சூக்தம் ஒப்புயர்வற்றது என்பதாகியிருக்கக்கூடும். ஆனால் புருஷ சூக்தம் செய்திருப்பதென்ன? அது செய்திருப்பதை வைத்து ஒப்புயர்வற்றதெனக் கருத முடியுமா? தேசியவாதியும், நாட்டுப்பற்று உடையவரும் மட்டுமே இந்தக் கேள்விக்கு ஆம் என்று பதிலளிக்க முடியும். முழுக்க முழுக்கப் பழங்காலத்ததாக இல்லாத எல்லாச் சமுதாயங்களிலும் வகுப்புப் பாகுபாடுகள் இருந்துள்ளன என்பது உண்மையே. ஒன்றோடொன்று ஒப்பவைத்துப் பார்க்குமளவில், முன்னேற்றமடைந்த நிலையில் உலகெங்குமுள்ள சமுதாயத்தில் இந்த நிலை சர்வ சாதாரணமாக இருந்ததுதான். இந்தக் கோணத்தில் பார்த்தோமானால், இந்தோ-ஆரிய சமுதாயத்தில் நிலவிய ஒருவகையான வகுப்புப் பாகுபாட்டையே புருஷ சூக்தம் பிரதிபலிக்கிறது என்னும்போது அதில் ஒப்பற்ற சிறப்பென்பது எங்கே இருக்க முடியும்?

இதுமட்டுமல்லாமல், புருஷ சூக்தம் தனித்தன்மையது என்பதனை முற்றிலும் வேறான இன்னொரு காரணத்திற்காக ஏற்றுக் கொள்ள வேண்டும். புருஷ சூக்தம் தனித்தன்மையானது என்பதற்கான உண்மையான காரணங்களை மக்களில் பலர் தெரிந்து கொள்ளாமல் இருப்பது துரதிர்ஷ்டமானதாகும். இந்த உண்மைக் காரணம் தெரியவருமானால், புருஷ சூக்தம் மனிதனது அறிவின் விந்தையான படைப்பு என்பதை ஏற்றுக் கொள்வதில் எவ்வித தயக்கத்தையும் மக்கள் கொள்ளமாட்டார்கள் என்பது மட்டுமல்லாமல், மனிதனின் அசாதாரணமான அறிவினால்

தோன்றிய அசாதாரணமான படைப்பாகவும் அது உள்ளது என்பதை அறிந்து திகைப்படைவார்கள்.

தனித்தன்மையது என்று சொல்லக்கூடிய அளவுக்குப் புருஷ சூக்தம் கூறும் சமுதாயம் பற்றிய இலட்சியத்தின் சிறப்பு அம்சங்கள் என்ன? எல்லாச் சமுதாயங்களிலும் வர்க்கப் பிரிவினைகள் இருந்துள்ளன என்பது உண்மையே என்றபோதிலும், எந்தச் சமுதாயமும் அதனை ஓர் இலட்சிய சமுதாயத்தின் சட்டபூர்வமான நிலைக்கு உயர்த்தி வைத்துச் சாசுவதமானதாக்கவில்லை. புருஷ சூக்தத்தில் வகுத்தளிக்கப்பட்டுள்ள திட்டம், உண்மைநிலையை ஓர் இலட்சியம் என்ற அளவில் உயர்த்தியுள்ளது. இதுதான் புருஷ சூக்தம் அளித்துள்ள திட்டத்தின் முதலாவது தனித்த அம்சமாகும். இரண்டாவதாக, எந்த ஒரு சமுதாயமும் நடைமுறையிலிருந்த நிலையற்றதொரு சமுதாய அமைப்பைச் சட்டபூர்வமானதாக்கி அதை ஒரு இலட்சிய சமுதாயமாக்கிக் கொண்டதில்லை. கிரேக்கர்களைச் சுட்டிக்காட்டுவது இங்கு பொருத்தமாக இருக்கும் என்று கருதுகிறேன். பல்வேறு வர்க்கத்தினர் உள்ளடக்கி இருப்பதை ஒரு இலட்சிய சமுதாய அமைப்புக்கு ஏற்றதென ஒப்பற்ற ஞானி பிளேட்டோவே கருதினார். ஆயினும் கிரேக்கர்கள் இதனைச் சட்டபூர்வமானதாக்கி நடைமுறைப்படுத்த நினைத்ததே இல்லை. ஆனால் புருஷ சூக்தம் மட்டுமே ஒரு இலட்சியத்தை நிஜமாக்கி நடைமுறைபடுத்துவதற்கு முயன்றுள்ளது என்பதற்கு எடுத்துக்காட்டாக உள்ளது. மூன்றாவதாக, எந்த ஒரு சமுதாயமும் வர்க்கப் பிரிவினையை ஒரு இலட்சியமாக ஏற்றுக் கொண்டதில்லை. உயர்ந்தபட்சம் அதனை இயல்பானது என்று மட்டுமே ஏற்றுக் கொண்டுள்ளது. ஆனால் புருஷ சூக்தமோ இதற்கு மேலாகச் சென்று, வர்க்க அமைப்பினை இயல்பானது, இலட்சியத் தன்மை கொண்டது என்று கருதியதோடு, தெய்வீகமானது, வழிபடத்தக்கது என்றும் கூறியது. நான்காவதாக, வரலாற்றில் குறிப்பிடப்படும் எந்த ஒரு சமுதாயத்திலும், வர்க்கப் பிரிவுகளின் எண்ணிக்கை மறுக்கப்படாத, பிடிவாதமான கோட்பாடாக இருந்ததில்லை. ரோமானியர்களிடையே இரு வர்க்கங்கள் இருந்தன. கிரேக்கர்கள் மூன்று வர்க்கங்கள் போதுமெனக் கருதினர். இந்தோ- ஈரானியர்களிடையேயும் மூன்று வர்க்கங்களுக்கு மேல் இருந்ததில்லை.[9] அவை (1) அத்ரவான்கள் (புரோகிதர்கள்), (2) ரதாஸ்டர்கள் (போர் வீரர்கள்), (3) வஸ்திரிய ப்ஸ்யட்கள் (விவசாயிகள்) எனப்பட்டன. ஆனால் புருஷ சூக்தம்

சமுதாயத்தை நான்கு வர்க்கமாக்கி அதனை மறுக்க முடியாத கொள்கையாக்கியுள்ளது. இந்த எண்ணிக்கை கூட்டவோ, குறைக்கவோ முடியாததாக்கப்பட்டுள்ளது. ஐந்தாவதாக, ஒவ்வொரு சமுதாயமும் ஒரு பிரிவினரை மற்றொரு பிரிவினரின் எதிர் திசையில் அதனதன் போக்கில் தனித்தியங்கவும், அவ்வப்போது சமுதாயத்தில் செயல்படும் செயற்பாடுகளின் சிறப்பம்சத்திற்கேற்ப முக்கியத்துவம் பெற்று விளங்கவும் அனுமதித்துள்ளன. எந்த ஒரு சமுதாயமும், அதிகாரபூர்வமான தரவாரியான பாகுபாட்டை அமைத்து அதனை நிரந்தரமானதாக நிலைநிறுத்திக் கொண்டு, ஏறுவரிசைக்கேற்ப மரியாதைக்குரியதாகவும், இறங்குவரிசைக்கேற்ப அவமரியாதைக்குரியதாகவும் ஆக்கியதில்லை. பல்வேறு வர்க்கத்தினருக்கிடையே மாற்ற முடியாத வகையில் நிரந்தரமான வரிசைமுறையைப் புகுத்தி, காலத்தாலோ சூழ்நிலைகளாலோ மாற்ற முடியாதபடி அமைந்துள்ள வகையில், புருஷ சூக்தத்தின் திட்டம் தனித்தன்மை வாய்ந்தது. தரவாரியான சமத்துவமின்மை என்னும் தத்துவத்தின் அடிப்படையில், நான்கு வர்க்கத்தினரிடையே புகுத்திய வரிசை முறையின்படி, பிராமணர்களை அனைவருக்கும் மேலாகவும், சத்திரியர்களை பிராமணர்களுக்குக் கீழாகவும், அதே நேரத்தில் வைசியர்களை சூத்திரர்களுக்கு மேலாகவும், வைசியர்களைச் சத்திரியர்களுக்குக் கீழாகவும் ஆனால் சூத்திரர்களுக்கு மேலாகவும், சூத்திரர்களை இவர்கள் அனைவருக்கும் கீழாகவும் ஆக்கியுள்ளது.

3

இவையே புருஷ சூக்தம் தனித்தன்மையானது என்பதற்குரிய உண்மையான காரணங்கள். ஆனால், புருஷ சூக்தம் தனித்தன்மை வாய்ந்தது மட்டுமல்ல, அசாதாரணமானதுமாகும். இது அசாதாரணமானது -ஏனென்றால் இதில் பல புதிர்கள் நிறைந்து கிடக்கின்றன. மிகச் சிலரே இந்தப் புதிர்களை அறிந்திருக்கக்கூடும். இவற்றை அறிந்துகொள்ள விரும்பி முனைவோர், இவற்றின் உண்மைத்தன்மை என்ன என்பதையும் இந்தப் புதிர்களின் குழப்பம் எத்தகைய விந்தையானது என்பதையும் அறிவார்கள். புருஷ சூக்தத்தில் விவரித்துள்ள பிரபஞ்சத் தோற்றம், ரிக் வேதத்தில் காணப்படும் பிரபஞ்சத் தோற்றம் பற்றியது மட்டுமல்ல, ரிக் வேதத்தின் பத்தாவது மண்டலம், 72வது பாடலிலும் பிரபஞ்சத் தோற்றம் விவரிக்கப்பட்டுள்ளது. அதில் கூறப்பட்டிருப்பதாவது:[10]

1. கடவுளர்களின் தோற்றங்களைப் (தெய்வங்களின் சேர்க்கை) பற்றி நாம் விளக்கமாக அறிவிப்போமாக! யார் கடவுளர்களது புகழைப் போற்றித் தொழுது ஓதுகிறார்களோ அவர்கள் பிந்திய காலத்தில் நன்கு வாழ கடவுளர்களால் ஆசிர்வதிக்கப்படுவார்கள்.

2. பிரம்மனாஸ்பதி, கருமான் தனது துருத்தியிலிருந்து காற்றை வரவழைப்பதுபோல், இந்தக் கடவுளர்களின் சந்ததிகளைத் தமது சுவாசத்தால் நிரப்பினார். கடவுளர்களின் முதல் யுகத்தில் இல்லாதவற்றிலிருந்து இருப்பவை பிறந்தன.

3. இந்தக் கடவுளர்களின் தொடக்க காலத்தில் இல்லாததிலிருந்துருப்பவை உண்டாயின. அதன்பிறகு அடிவானத்தின் பகுதிகள் உண்டாயின. அவற்றின் தோற்றத்திற்குப் பிறகு மேலே எழும்பும் மரங்கள் தோன்றின.

4. மேலே எழும்பும் மரங்களிலிருந்து இந்தப் பூமி தோன்றிற்று. வாழ்வன பூமியிலிருந்து தோன்றின. தக்ஷா அதிதியிலிருந்து தோன்றினார். அதன் பிறகு அதிதி தக்ஷனிலிருந்து தோன்றினாள்.

5. அதிதி, தக்ஷனின் மகளாகப் பிறந்தாள். அவளுக்குப் பின் இறப்பெனும் பந்தத்தினின்று விடுபட்ட பாராட்டுக்குரிய கடவுளர்கள் தோன்றினார்கள்.

6. கடவுளர்களே! நீங்கள் நன்கு ஏற்பாடு செய்யப்பட்டிருக்கும் குளத்தில் நீராடும்போது, ஒரு காரமான தூசு உம்மிலிருந்து வெளிப்பட்டு நீங்கள் நடனமாடுவதுபோல் வெளியேறியது.

7. மேகங்கள் பூமியை மழையால் நிரப்புவதுபோல் நீங்கள் உங்களது ஒளிக்கற்றையால் உலகை நிரப்பினீர்கள், பின் நீங்கள் சமுத்திரத்தில் மறைந்திருந்த சூரியனை வெளிக்கொணர்ந்தீர்கள்.

8. அதிதியின் உடம்பிலிருந்து எட்டு மகன்கள் பிறந்தனர். அவள் மார்த்தாண்டனை மேலே வான வெளியிலே அனுப்பிவிட்டு ஏழு மகன்களுடன் கடவுளை அணுகினாள்.

9. அதிதி தனது ஏழு மகன்களுடன் கடந்த சந்ததியில் புகுந்து கொண்டு மார்த்தாண்டனைப் பிறப்பும் இறப்பும் உள்ள மனித வர்க்கங்களுக்காகப் பெற்றாள்.

★ ★ ★

பிரபஞ்சத்தின் தோற்றம் பற்றிய இந்த இருவகையான கூற்றுக்களிலும் கொள்கை அளவிலும் விவரத்திலும் அடிப்படையான வேறுபாடுகள் உள்ளன. முன்னர் சொல்லப்பட்டதில் ‘இல்லாமையிலிருந்து இருப்பது பிறந்தது’ என விளக்கப்பட்டுள்ளது. பின்னால் சொல்லப்பட்டதில் படைப்புகளுக்குக் காரணம் என ஒரு பொருளைக் குறிப்பிட்டு அந்தப் பொருளை புருஷன் எனக் குறிப்பிடப்பட்டிருக்கின்றது. ஒரே நூலில் இருவகையாக ஒன்றுக்கொன்று எதிரான பிரபஞ்சத் தோற்றம் பற்றிய விளக்கம் சொல்லப்படுவானேன்? புருஷ சூக்தத்தின் ஆசிரியர், ஒரு புருஷனை உண்டாக்கி அவர் மூலம் எல்லா படைப்புகளும் தோன்றின என்று ஏற்றுக்கொள்ள வேண்டிய அவசியம் நேர்ந்ததேன்?

புருஷ சூக்தத்தைப் படிக்கும் எவரும், அதில் கழுதைகள், குதிரைகள், வெள்ளாடுகள் முதலியவற்றின் படைப்பைப் பற்றியே முதலில் தொடங்குவதையும் மனிதனின் தோற்றம் பற்றி அதில் எதுவும் குறிப்பிடப்படவில்லை என்பதையும் காண்பார்கள். மனிதனின் தோற்றத்தைப் பற்றிக் கூறவேண்டிய இயல்பானதொரு கட்டத்தில், முன்பின் தொடர்ச்சி எதுவுமில்லாமல் ஆரிய சமுதாயத்தில் வர்க்கங்களின் தோற்றத்தைப் பற்றி விவரிக்கத் தொடங்கிவிடுகின்றது. இதனால் ஆரிய சமுதாயத்தின் நான்கு வர்க்கங்களை விளக்கியுரைப்பதே புருஷ சூக்தத்தின் தலையாய நோக்கமென்று தோன்றுகிறது. இவ்வாறு செய்ததன் மூலம், புருஷ சூக்தம் மற்ற மத நூல்களுக்கு மட்டுமல்லாமல், ரிக் வேதத்தின் ஏனைய பகுதிகளுக்கும் முரண்பட்டதாக உள்ளது.

எந்த மதநூலும், சமுதாயத்தில் நிலவிய வர்க்கங்களின் தோற்றத்தை விளக்குவதை நோக்கமாகக் கொண்டிருக்கவில்லை. கிறித்தவர்களின் பழைய ஏற்பாட்டின் முதல் அத்தியாயத்தில் கூறப்பட்டுள்ள மனிதனின் தோற்றம் பற்றிய விளக்கம், புருஷ சூக்தத்தைப் போன்றே நோக்கத்திலும், ஒப்புமையிலும் அமைந்துள்ளது என்று கூறப்பட்ட போதிலும், பழைய ஏற்பாடு மனிதன் எவ்வாறு படைக்கப்பட்டான் என்பதை விளக்குவதோடு மட்டுமே நிற்கிறது. பழைய யூத சமுதாயத்திலும் சமூக வர்க்கங்கள் இல்லாமலில்லை. அனைத்துச் சமுதாயங்களிலும் வர்க்கப் பிரிவினைகள் வந்துள்ளன. இதற்கு இந்தோ- ஆரியர் சமுதாயம் விலக்கானதல்ல என்றபோதிலும், எந்த மத நூலும் வர்க்கப் பிரிவினைகள் எவ்வாறு தோன்றின என்பதை விளக்குவது

அவசியம் என்று கருதியதில்லை. ஆனால் புருஷசூக்தம் மட்டும், சமுதாயத்தில் நிலவிய வர்க்கங்களின் தோற்றத்தைப் பற்றி விளக்குவதில் கண்ணும் கருத்துமாக இருப்பானேன்?

ரிக் வேதத்தில் புருஷ சூக்தம் ஓரிடத்தில் மட்டுந்தான் படைப்பின் தோற்றத்தைப் பற்றி விளக்குகிறது என்றில்லை. இதைப் பற்றியே ரிக் வேதத்தில் வேறு இடங்களிலும் கூறப்பட்டுள்ளது. இது தொடர்பாக, பின்வரும் பகுதிகளைக் குறிப்பிடலாம்:[11]

> ரிக் வேதம் 1. 96 2: "முதல் நிவிடில், ஆயுவின் அறிவுக் கூர்மையால், அவர் (அக்னி) இந்த மனிதக் குழந்தைகளைப் படைத்தார். அவரது பிரகாசிக்கும் ஒளியால் பூமி, நீர் ஆகியவற்றுடன் கடவுளர்கள் செல்வத்தை வழங்கும் அக்னியை நிலைநிறுத்தினார்கள்."

வெவ்வேறு வர்க்கத்தினர் படைக்கப்பட்டதற்கு இதில் எவ்வித குறிப்பும் கொடுக்கப்படவில்லை. என்றபோதிலும் ரிக் வேத காலத்தில் இந்தோ-ஆரிய சமுதாயம் பல்வேறு வகுப்பு வேறுபாடுகளைக் கொண்டிருந்தது என்பதில் ஐயமில்லை. ஆயினும் ரிக் வேதத்தில் மேலே குறிப்பிட்ட வரிகளில் வர்க்கங்கள் பற்றிக் கண்டு கொள்ளாமல் விடப்பட்டு, மனிதர்களின் படைப்பு பற்றி மட்டும் குறிப்பிடப்பட்டுள்ளது. புருஷ சூக்தம் மட்டும் ஒருபடி மேலே சென்று வர்க்கங்களைப் பற்றி பேசுவது அவசியம் என்று கருதியதேன்?

புருஷ சூக்தம் இன்னொரு விதத்தில் ரிக் வேதத்தினின்றும் முரண்படுகின்றது. ரிக் வேதம், இந்தோ-ஆரியர்களின் தோற்றம் பற்றி உலகியல் சார்ந்த கொள்கையையே வகுத்துள்ளது என்பதைப் பின்வரும் எடுத்துக்காட்டுகளால் அறியலாம்:

1. ரிக்வேதம், i. 80.16: "தொழுகைகளும், ஓதுதலும் நடத்த இந்திரனிடத்தில் கூடினார்கள். இந்தச் சடங்கில் அதர்வணனும், தந்தை மனுவும், தத்யான்சும் சேர்ந்து கொண்டாடினார்கள்."[12]

2. ரிக் வேதம், 1.114.2: "ஓ! ருத்ரபகவானே! என்னென்ன செழுமைகளும், உபகரணங்களும் தந்தை மனு யாகங்களால் பெற்றாரோ நாங்களும் அவற்றை உன் மூலமாக அடைய அருள் புரியும்."[13]

3. ரிக் வேதம், ii. 33.13: "ஓ மருத்துகளே! தங்களது தூய்மையான அந்தப் பரிகாரங்களும், எவையெல்லாம் அனுகூலமான

நன்மைகளோ அவற்றையும் ஓ சக்திவாய்ந்த கடவுளர்களே எவையெல்லாம் நன்மை பயப்பனவோ, எவற்றையெல்லாம் தந்தை மனு அவர்கள் தேர்ந்தெடுத்தார்களோ அவற்றையும், ஏனையவற்றையும், வாழ்த்துகளையும், ருத்ரனின் உபகாரங்கள் யாவற்றையும் அடைய வேண்டுமென நான் விரும்புறேன்."[14]

4. ரிக்வேதம், *viii. 52.1:* "பழைமையான காலத்து நண்பர் சர்வ வல்லமை படைத்த கடவுளர்களின் சக்திகளைப் பெற்றுள்ளார். தந்தை மனு, கடவுளர்களை அணுகும் வாயில்களாகக் கீர்த்தனைகளை இயற்றினார்."[15]

5. ரிக்வேதம், *iii.3.6* "அக்னி, கடவுளர்களுடனும் மனுஷின் குழந்தைகளுடனும் (ஐந்துபி) கீர்த்தனைகளை (மந்திரங்களை) ச் சொல்லி வழிபட்டு பலவகைப்பட்ட யாகங்களைச் செய்தார்."[16]

6. ரிக் வேதம், *V. 37.1:* "ஓ கடவுளர்களே, வஜாஸ் மற்றும் ரிபுக்ஷனா, கடவுளர்கள் வந்த வழிகளில் எங்களது யாகங்களுக்கு வருகை தாருங்கள். ஓ அருமைத் தெய்வங்களே, நீங்கள் மனுஷ் (மனுஷோ விக்ஷு) அவர்களின் பிள்ளைகளாகிய இவர்களுக்கு நல்ல நாளில் ஒரு யாகத்தைச் செய்ய அருள் செய்யுங்கள்."[18]

7. ரிக்வேதம், *vi. 14.2:* "மனுஷ் அவர்களின் மக்கள் யாகத்தில் கடவுளர்களை அழைப்பவராகிய அக்னியைப் பாராட்டித் தொழுவோமாக."[19]

இந்த வாசகங்களிலிருந்து ரிக் வேதத்தை எழுதிய ரிஷிகள், மனுவை இந்தோ-ஆரியர்களுக்கு ஆதிகர்த்தா எனக் குறிப்பிடுகிறார்கள் என்பதில் ஐயம் ஏதும் இல்லை. இந்தோ-ஆரிய சமுதாயம் ஏற்படக் காரணகர்த்தாவாக இருந்த மனுவின் கோட்பாடு ஆழ்ந்த அடிப்படையைக் கொண்டதாக இருக்கிறது. அக்கோட்பாட்டைப் பிராமணங்களும் புராணங்களும் மேலும் வளர்ச்சியடையச் செய்து தொடர்ந்து எடுத்துரைத்து வந்துள்ளன. இது ஐத்ரேய பிராமணத்திலும் விஷ்ணு புராணத்திலும்[20] மச்ச புராணத்திலும்[21] அழுத்தந்திருத்தமாகக் கூறப்பட்டுள்ளது. அவர்கள் பிரம்மாவை மனுவின் ஆதிகர்த்தா, என ஆக்கியுள்ளார்கள் என்பது முற்றிலும் உண்மையாகும். ஆனால் ரிக்வேத கோட்பாடாகிய மனுதான் ஆதிகர்த்தா என்பதை ஏற்றுக்கொண்டு அதையே அவர்கள் பின்பற்றியும் வருகிறார்கள்[22]. ஆனால் ஏன் புருஷ

சுக்தம் மனுவைப் பற்றி அப்படியொன்றும் குறிப்பிடவில்லை? இது புதுமையானதே! ஏனென்றால் புருஷ சுக்த ஆசிரியர், மனு சுவாயம்புவாவே விராஜ் என அழைக்கப்படுபவர் என்பதையும் விராஜ் ஆதிபுருஷன் என அழைக்கப்படுபவர் என்பதையும் அறிந்தே இருக்கலாம். ஏனென்றால் விராஜோ ஆதி புருஷன் பற்றி சூக்தம் ஐந்தாம் பாகத்தில் அவரும் பேசுகிறார்.

புருஷ சூக்தம் ரிக் வேதத்தைக் கடந்து மேலே சென்றிருக்கிறதென்பதற்கு மூன்றாவது காரணம் ஒன்றும் இருக்கிறது. வேத கால ஆரியர்கள் தொழிலைக் கொண்டு மக்களைப் பாகுபடுத்தும் அளவிற்கு நாகரிகத்தில் மேன்மை பெற்றிருந்தார்கள். வேத கால ஆரியர்களுள் வெவ்வேறு வகையான மக்கள் வெவ்வேறான பணிகளைச் செய்து வந்தார்கள். அதைப் பற்றி அவர்கள் நன்கு தெரிந்திருந்தார்களென்பதற்குக் கீழ்க்காணும் எடுத்துக்காட்டுகளைக் கூறலாம்:

ரிக்வேதம் *i. 113.6:* "சிலர் அதிகாரப் பதவிகளைத் தேடியும், சிலர் புகழைத் தேடியும், சிலர் செல்வத்தைத் தேடியும், சிலர் பணிகளைத் தேடியும் செல்லலாம். ஒவ்வொருவரும் அவரவருககேற்ற தனித்துவம் வேறுபட்டதுமான தொழில்களைச் செய்து அவரவருக்கேற்றவாறு சம்பாதித்து வாழ்க்கையை நடத்த, உஷை மக்களைத் தட்டி எழுப்பினாள்".

இதைப் பற்றி ரிக்வேதம் இந்த அளவு மட்டும்தான் கூறுகிறது. ஆனால் புருஷ சூக்தமோ இதையும் தாண்டி வெகுதூரம் சென்றுள்ளது.

இது தொழிலின் தன்மையைக் கொண்டு ஏற்படுத்தப்பட்ட மக்கள் பிரிவினையை மாற்றி, தொழிலால் பிரித்துள்ள திட்டத்திலிருந்து பணியாளர்களைப் பிரித்து, அந்தந்தப் பணியைச் செய்யும் மக்களை அந்தந்தப் பணியை மட்டும்தான் செய்ய வேண்டுமென்ற நியதியை உண்டாக்கி அப்பணியாளர்களின் வகைகளை நிரந்தரம் ஆக்கிவிட்டது. புருஷ சூக்தம் மட்டும் இத்தகைய வேற்றுமையை உருவாக்கக் காரணம் என்ன?

இன்னொரு வகையிலும் புருஷ சூக்தம் ரிக்வேதத்திலிருந்து மாறுபடுகின்றது, ரிக் வேதம் மனிதர்களைப் பற்றி மட்டும் கூறவில்லை.

அது இந்தோ-ஆரிய தேசத்தைப் பற்றியும் சொல்லுகிறது. அந்த தேசமானது ஐந்து பழங்குடியினரால் உருவானதென்றும், அவையாவும் ஒன்றோடொன்று இணைந்து பொதுவான இந்தோ-ஆரிய சமுதாயம் உண்டாகியுள்ளது என்றும் கூறுகிறது. கீழ்க்காணும் சுலோகங்கள் அந்த ஐந்து பழங்குடியினர்களாலான தேசத்தைப் பற்றி கூறுகின்றன:

1. ரிக்வேதம், vi. 11.4: "அக்னி, தனக்கு நிறைவான யாகம் வளர்த்துவதற்காக, இந்த ஐந்துவிதப் பழங்குடி மக்களுக்கும் வெகுமதிகளையும் பெருமைமிக்க மரியாதைகளையும் அளிக்கிறான்."[23]

2. ரிக்வேதம், vii. 15.2: புத்தி கூர்மையும் இளமையும் உடைய எஜமானன் (அக்னி), இந்த ஐந்துவிதப் பழங்குடி மக்களின் ஒவ்வொரு வீட்டிலும் வியாபித்திருக்கிறான்.[24]

இந்த ஐந்து பழங்குடியினர் யார் யார் என்பதில் சில கருத்து வேறுபாடுகளிருக்கின்றன. யாஸ்கர் தமது நிருக்தத்தில் இவர்களைக் கந்தர்வர்கள், பித்ரிகள், தேவர்கள், அசுரர்கள், இராட்தர்கள் எனக் குறிப்பிடுகிறார். ஆயூபமணியவர், இது நான்கு வருணத்தவர்களையும் மற்றும் நிஷாதர்களையும் குறிப்பதாகக் கூறுகிறார். இந்த இரு வாதங்களும் அறிவுக்கு ஒவ்வாதவையாகும். ஏனென்றால், முதலாவதாக, இந்த ஐந்து குடியினரும் ஒட்டுமொத்தமாகக் கீழ்க்காணும் பாடல்களில் புகழப்பட்டிருக்கிறார்கள்.

1. ரிக்வேதம், ii. 2.10: "நமது பெருமை, இந்து ஐந்து பழங்குடி மக்களுக்குமிடையே மிகச் சிறப்பான சுவர்க்கத்தைப் போல வானளாவ ஜொலிப்பதாக."[25]

2. ரிக்வேதம், vi. 46.7: "இந்திரனே, எத்தகைய ஆற்றலும் ஆளுமையும் நஹுஷ பழங்குடி மக்களிடத்தில் இருப்பினும் அதுவுமல்லாது எத்தகைய பெருமைகளும் இந்த ஐந்து இனத்தைச் சேர்ந்ததாயினும் எங்களுக்கு அளிப்பாயாக."[26]

சூத்திரர்களும் இந்து ஐந்து இனத்தவர்களுள் அடங்குவாராயின் இந்த அளவு உயர்வாகப் பேசப்பட்டிருக்க முடியாது. அதுவுமல்லாமல் வருணங்கள் என்ற வார்த்தை பயன்படுத்தப்படவில்லை. 'ஜனா' என்கிற வார்த்தையே பயன்படுத்தப்பட்டுள்ளது. அங்கே ஐந்து பழங்குடி மக்கள் குறிப்பிடப்பட்டுள்ளதே தவிர நான்கு

வருணததவர்களையோ, நிஷாதர்களையோ குறிப்பிடவில்லை என்பது கீழ்க்காணும் ரிக்வேத வரிகளிலிருந்து நன்கு உணரலாகும்: ரிக் வேதம், *i.108.8*: "ஓ இந்திரனே, அக்னியே, யதுக்கள், துர்வாசர்கள், துருயுக்கள், அனுஸ்கள், புருஸ்கள் ஆகியோரிடையே நிரந்தரமாக இருப்பவர்களே, எல்லாத் திக்கிலிருந்தும் இங்கே வாருங்கள். இங்கு கொட்டி வைத்திருக்கும் சோமபானத்தைப் பருகுங்கள்."[27]

இந்த ஐந்து பழங்குடி மக்களும் ஆரிய மக்களாக ஒன்றாகக் கலந்திருந்தார்கள் என்பது அதர்வண வேதத்திலிருந்து (*ii. 24.2*) தெளிவாகின்றது:

"இந்த ஐந்து மண்டலங்களும், ஐந்து குடியினரும் மனுவிலிருந்து உதித்தார்கள்".

ரிக் வேத பாடல்களை யாத்த ரிஷிகள், இந்த ஐந்து பழங்குடி மக்களைப் பற்றி இது போன்று குறிப்பிடப்பட்டிருப்பதை ஒற்றுமை உணர்வும், இன உணர்வும் மட்டுமே விளக்கக் கூடியதாகும்.

இப்போது எழக்கூடிய வினாக்களாவன:

புருஷ சூக்தம் மட்டும் இந்த ஐந்து இன மக்களின் ஒற்றுமையை ஏற்றுக்கொள்ளாமல், அவர்களின் தோற்றத்தைப் பற்றி புராண சார்பான வியாக்கியானம் கூறுவது ஏன்? மேலும் இந்தப் பழங்குடி மக்களிடையே சாதிப்பிரிவுகளை ஏன் ஏற்றுக் கொண்டிருக்கிறது? புருஷ சூக்தம், சாதி பாகுபாட்டை நாட்டைவிட முக்கியமானதாகக் கருதியது எதனால்? இக்கேள்விகளைப் பற்றி நோக்குவோம்.

இவையே புருஷ சூக்தத்தை ரிக்வேதத்துடன் ஒப்பிட்டு நோக்கும்போது புலப்படும் சில புதிர்கள். புருஷ சூக்தத்தைச் சமூகவியல் கண்கொண்டு நோக்குமிடத்தில் வேறு சில புதிர்களும் கிளம்புகின்றன.

இலட்சியங்கள் நியதிகளாக அமைவது மிகவும் நல்லது; அவசியமனாதும் கூட. சமுதாயமோ அல்லது தனி நபரோ அடிப்படை நியதிகள் ஏதும் இன்றி நலம்பெற இயங்குவது முடியாது. அடிப்படை நியதிகளானவை காலத்தின் மாறுதலுக்கும் அதன் சூழ்நிலைக்கும் ஏற்ப மாறுபட்டே தீரும். எந்த நியதியும் நிரந்தரமாக இருப்பதில்லை. நமது அடிப்படை நியதியின் மதிப்பை மறுபரிசீலனை செய்ய வேண்டிய கட்டாயம் அவ்வப்போது வரும்.

எந்த ஒரு அமைப்பையும், மறுபடியும் மதிப்பீடு செய்வதற்கு, அந்த அமைப்போடு தெய்வத்தன்மையை இணைக்காதிருந்தால் மட்டுமே சாத்தியமாகும். தெய்வத்தன்மை மீண்டும் மதிப்பீடு செய்வதைத் தடுக்கிறது. ஒருமுறை தெய்வத்தன்மை பெற்றுவிட்டால் எப்போதும் தெய்வத் தன்மை பெற்றது தான். புருஷ சூக்தம் சதுர்வருணக் கோட்பாட்டைத் தெய்வத்தன்மை பெற்றதாக்கியுள்ளது. புருஷ சூக்தம் ஒரு குறிப்பிட்ட சமூகக் கட்டுப்பாட்டைத் தெய்வத்தன்மை பெற்றதாக்கி, விமர்சிப்பதற்கும், மாற்றத்திற்கும் அப்பாற்பட்டதாக ஆக்கியது ஏன்? நிரந்தரமான கொள்கையாகக் கொண்டு விமர்சித்தலுக்கும், மாறுதலுக்கும் அப்பாற்பட்டதாக ஆக்கியுள்ளது ஏன்? இதுதான் புருஷ சூக்தத்திலுள்ள முதல் புதிராகச் சமூகவியல் மாணவனின் கண்ணில் படும்.

இந்த சதுர்வருணக் கொள்கையை வேரூன்ற வைத்திருப்பதில், புருஷ சூக்தம் விளையாடியிருக்கிறது. முதலாவதாக, இந்தோ-ஆரிய சமுதாயத்தில், நான்கு வகுப்பாரை ஏற்படுத்தி, அதை ஒரு சிறப்பான கொள்கைக்கு ஒப்பானதாக்கியுள்ளது. இது ஒரு ஏமாற்றுவித்தை. ஏனென்றால் இதன் கருத்தாக்கம் அது எப்படி இருந்ததோ, அந்நிலையிலிருந்து நீண்ட நெடுங்காலமாக எந்தவிதத்திலும் மாறுபடவே இல்லை. இருந்த நிலையை உன்னத நிலைக்கு உயர்த்திய பிறகு, அதற்கு முழுவடிவம் கொடுத்துக் கடைபிடிக்கக்கூடிய ஒரு சிறப்பம்சமாக அதை எல்லோர்க்கும் காட்டியது. இது மேலும் ஒரு வஞ்சகத் தகடுதத்த வேலையாகும். ஏற்கனவே, இருந்த இலட்சியத்தையே அமலாக்க அது விழைந்தது. புருஷ சூக்தம் இருந்த நிலையை இலட்சியம் ஆக்கி அதை எல்லோர்க்கும் உணர்த்தவும் வைத்தது, இது ஒருவித அரசியல் தந்திரமாகும். இதுபோன்ற தகிடுதத்தம் வேறு எந்த ஒரு மத புத்தகத்திலும் இருப்பதை காணமுடியாது. இது ஒரு தில்லுமுல்லும், மோசடி வேலையன்றி வேறென்ன? ஏற்கனவே இருக்கின்ற நிலையைச் சிறப்பம்சமாக்கி, அதில் சமத்துவமின்மையை புகுத்தியதைத் தவிர, வேறு பொது நலனொன்றுமில்லாத இச்செயல், அப்பட்டமான சுயநலச் செயல் அல்லவா? ஒரு மனிதன் தனக்குப் பிரத்தியேக அனுகூலமிருப்பதை உணரும்பொழுது, இருப்பதைச் சிறப்பம்சமாக்கிக் காட்டப் பெரிதும் முயலுகிறான். அதுபோன்ற ஒரு நிலைமையைச் சிறப்பம்சமாக்கி காட்ட முனைவது தண்டனைக்குரிய குற்றத்தைக் காட்டிலும் குறைந்ததல்ல. ஒரு காலத்தில் தீர்மானிக்கப்பட்ட

ஒன்று காலம்பூராவும் தீர்மானிக்கப்பட்டதாகிவிட்டது என்பதன் மூலம் சமத்துவமின்மையை நிரந்தரமாக்குவது என்பதாகிவிடும். இக்கருத்து அனைத்து ஒழுங்குமுறைகளுக்கும் எதிரானதாகும். சமூக மனச்சாட்சியுள்ள எந்த ஒரு சமுதாயமும் இதை என்றும் ஏற்றுக் கொள்ளாது. இதற்கு மாறாக, தனிப்பட்டவர்களுக்கிடையே சேர்ந்து வாழ்ந்ததனால் நீண்டதொரு வரலாற்றோடு ஏற்பட்ட முன்னேற்றமும் தனிப்பட்ட நபர்களுக்கும், மக்கள் பிரிவினர்களுக்குமிடையே காலப்போக்கில் சேர்ந்து வாழும் வாழ்க்கை முறையில் ஏற்பட்ட எப்படிப்பட்ட முன்னேற்றமும், நேர்மையான நீதி நெறிக்கோட்பாட்டினால் ஏற்பட்டதேயாகும். அது தவறான அடிப்படையில் நிலைப்படுத்தப்பட்டிருந்தால், என்றும் நிலைப்படுத்தப்பட்டதாகவே ஆகாது. எனவே மீண்டும் அதைச் சீரிய வழியில் நிலைப்படுத்த வேண்டும். புருஷ சூக்தம் கோடிட்டுக் காட்டிய கொள்கைகள், மேல் சொல்லப்பட்ட காரணங்களால் அதன் உள் நோக்கம் தண்டனைக்குரிய குற்றமாகும். அதன் விளைவுகள் சமூக விரோதம் கொண்டதாகும். எனவே இதன் நோக்கம் ஒரு வகுப்பார் சட்ட விரோதமாக இலாபம் அடைவதை நிரந்தரமாக்குவதும் அதேசமயம் மற்ற வகுப்பார் மீது அநீதியான கெடுதலைத் திணித்தலுமாகும். எனவே புருஷ சூக்தத்தின் கண்கட்டு வித்தையின் பின்னால் பொதிந்து கிடக்கும் நோக்கம்தான் என்ன? இதுதான் இரண்டாவது புதிர்.

புருஷ சூக்தத்தைச் சமூகவியல் கண்கொண்டு ஆய்ந்து அலசிப் பார்க்கும்போது, இப்புதிர்களுக்கெல்லாம் மிகப் பெரியதும் கடைசியுமான புதிர் சூத்திரர்களின் நிலை சம்பந்தமானது. புருஷ சூக்தம் வகுப்பு பிரிவுகளின் தோற்றத்தை ஏற்படுத்தியதோடு அப்பிரிவுகளெல்லாம் கடவுளால் உண்டாக்கப்பட்டவை என்றும் சொல்லுகிறது. எந்த சமய தத்துவமும் இதுபோன்ற ஒரு கோட்பாட்டை தெரிவிப்பது அறிவுடைமை என்று கருதியதில்லை. இதில் விந்தையிலும் விந்தையானது என்னவென்றால், ஒவ்வொரு வகுப்பும் சிருஷ்டி கர்த்தாவின் ஒவ்வொரு உறுப்புடனும் ஒப்பிடப்பட்டுள்ள விநோதம்தான். வெவ்வேறு வகுப்பினரை வெவ்வேறு உடலுறுப்புடன் ஒப்பிட்டுக் காட்டியிருப்பது ஏதோ திடீரென்று நிகழ்ந்த எதிர்பாராத ஒரு நிகழ்ச்சியாக இருக்க முடியாது. இது வேண்டுமென்றே திட்டமிட்டுச் செய்ததாகும். இத்திட்டத்தின் பின்னால் பொதிந்து கிடக்கும் கருத்து இதற்காகவே ஒரு சூத்திரத்தைக் கண்டுபிடிக்கக் கையாண்ட வழி முறை இரு

பிரச்சினைகளை விடுவிக்கிறது. இவற்றில் ஒன்று, இந்த நான்கு வகுப்பாரின் செயல்களைத் தீர்மானிக்கிறது. மற்றது இந்த நான்கு வகுப்பினரின் படிப்படியான தரத்தை முன்கூட்டித் திட்டமிட்டபடி தீர்மானிக்கிறது. இந்தச் சூத்திரம் வெவ்வேறு வகுப்பினரையும் சிருஷ்டிகர்த்தாவின் வெவ்வேறு உடலுறுப்புகளுக்குச் சமப்படுத்தி ஒப்பிட்டிருப்பதில் அனுகூலம் இருக்கின்றது. உறுப்பு, வகுப்பின் படிப்படியான தரத்தை நிர்ணயிக்கிறது. அது அதனுடைய சுழற்சியில் வகுப்பினரின் வேலைகளை நிருணயிக்கிறது. பிராமணர்கள் சிருஷ்டிகருத்தாவின் வாய்க்குச் சமப்படுத்தப்பட்டிருக்கிறார்கள். வாயானது மனித உடலுறுப்புக்களின் முதன்மையான உறுப்பாகும். எனவே பிராமணர்கள் இந்நால்வகைப் பிரிவினர்களில் மேன்மையானவர்களாக ஆக்கப்பட்டிருக்கிறார்கள். இந்த அளவுகோலில் மிக மேலானவர்களாக ஆக்கப்பட்டிருப்பதால் அவர்களுக்கு மிக மேன்மையான வேலைகளை ஒதுக்கியுள்ளனர். அறிவுக்கும் கல்விக்கும் பாதுகாவலர்களாக ஆக்கப்பட்டுள்ளனர். சத்திரியர்கள் சிருஷ்டி கர்த்தாவின் தோள்களுக்குச் சமப்படுத்தப்பட்டுள்ளனர். ஒரு மனிதனின் அவயங்களில் தோள்கள் வாயை அடுத்துக் கீழே உள்ளவை. அதன் விளைவாக, சத்திரியர்கள் பிராமணர்களுக்கு அடுத்தபடியாக வரிசைக்கிரமத்தில் வைக்கப்பட்டுள்ளனர். அவர்களுக்கு அறிவுக்கு அடுத்தபடியாக உள்ள போரிடுவது செயல்பாடாகக் கொடுக்கப்பட்டுள்ளது.

வைசியர்கள், சிருஷ்டிகர்த்தாவின் தொடைகளுக்கு ஒப்பாகச் சமப்படுத்தப்பட்டுள்ளனர். அவயங்களின் முக்கியத்துவத்தில் தொடைகள் கைகளுக்கு அல்லது தோள்களுக்கு அடுத்துக் கீழே இருக்கின்றன. எனவே வைசியர்கள் வரிசைக்கிரமத்தில் சத்திரியர்களுக்கு அடுத்துக் கீழே வைக்கப்பட்டுள்ளனர். அவர்கள் கைத்தொழில் மற்றும் வாணிகம் செய்பவர்களாக ஒதுக்கப்பட்டுள்ளனர். அவர்கள் பழங்காலத்தில் பெருமையிலும் புகழிலும் தரத்திலும் போர் வீரர்களுக்குக் கீழானவர்கள். சூத்திரர்கள் சிருஷ்டி கர்த்தாவின் பாதங்களுக்குச் சமப்படுத்தப்பட்டுள்ளனர். பாதங்கள், மனிதனின் உறுப்புகளில் கடைசியும் இழிந்ததுமாகும். எனவே அதற்கொப்ப சூத்திரர்கள் சமுதாய மட்டத்தில் மிகவும் கடைசியாகவும் தாழ்ந்தவர்களாகவும் வைக்கப்பட்டுள்ளனர். அவர்கள் மிகவும் இழிவான வேலைகளைச் செய்யும் வேலையாட்களாக, பணி செய்பவர்களாக வைக்கப்பட்டுள்ளனர்.

ஏன் புருஷ சூக்தம் இம்மாதிரி நான்கு வகை வகுப்பு பிரிவினைகளை அமைத்திட இவ்வழிமுறைகளைக் கையாண்டது? ஏன் சூத்திரர்களைப் பாதங்களுக்கு ஒப்பாக்கியது? இந்த நான்கு வகுப்பினரின் பிறப்பிற்கு வேறு எந்த வழிமுறைகளையும் ஏன் பின்பற்றவில்லை? புருஷன் மட்டுமே சிருஷ்டியை விளக்கத் தருவித்துத் தயாராக வைக்கப்பட்டிருந்த ஒரே ஒரு உருத்தோற்ற அச்சுமாதிரி அல்ல. சாந்தோக்கிய உபநிடதத்தில் இருக்கின்ற வேதங்களின் தோற்றத்தைப் பற்றிப் பேசுகிற விளக்கத்தோடு இதை ஒப்பிட்டுப் பார்ப்போம். அதில் கூறுவதாவது:

> "பிரஜாபதி வெப்பத்தை உலகங்களுக்குள் செலுத்தினார். மேலும் மேலும் வெப்பத்தை அதிகமாக்கி மூலங்களைப் படைத்தார். அக்னியை (நெருப்பு) பூமியிலிருந்தும், வாயுவை (காற்று) காற்றிலிருந்தும், சூரியனை (ஞாயிறு) ஆகாயத்திலிருந்தும் தோன்றச் செய்தார். இம்மூன்று கடவுளர்களின் மேல் வெப்பத்தை அதிகரிக்க வைத்து அவர்களினின்று சாரத்தை வடித்தெடுத்தார். அக்னியிலிருந்து ரிக் வேத வரிகளையும், வாயுவிலிருந்து யஜுர் வேதத்தையும், சூரியனிலிருந்து சாம் வேதத்தையும் வரவழைத்தார். இம்மூன்று வேதங்களின் மேல் வெப்பத்தை அதிகம் செலுத்தி அவற்றிலிருந்து சாற்றை எடுத்தார். ரிக் வேதத்திலிருந்து 'பூஹ்' சொல்லையும், 'பூவஹ்' சொல்லை யஜுர் வேதத்திலிருந்தும், சாம வேதத்திலிருந்து 'ஸ்வர்' என்ற சொல்லையும் வரவழைத்தார்.

"இங்கே வெவ்வேறு கடவுளர்களிடமிருந்து வேதங்கள் தோன்றியதற்கு விளக்கம் கொடுக்கப்பட்டிருக்கிறது. இந்தோ-ஆரியர்களைப் பொறுத்த வரையிலும் இவை போன்ற வானளாவிய கற்பனைகளுக்குக் குறைச்சலே இல்லை. தேவர்கள் 30 கோடி உள்ளனர். நான்கு கடவுளர்களிடமிருந்தும் நான்கு வருணங்கள் தோன்றியதைப் பற்றிக் கூறும் விளக்கம் இந்த நான்கு வகுப்பினரிடையே பிறப்பால் சம அந்தஸ்து இருக்குமாறு உண்டாக்கி இருந்திருக்க வேண்டும். புருஷ சூக்தம் இதுபோன்ற விளக்கத்தைத் தர ஏன் தவறிவிட்டது?"

இன்னொன்றும் பார்ப்போம், வெவ்வேறு வருணத்தார்களும் புருஷனின் வெவ்வேறு வாய்களினின்றும் பிறந்தார்கள் என புருஷ சூக்தத்தின் ஆசிரியரால் சொல்ல முடியாதா என்ன? இதுபோன்ற எண்ணம் ஏற்படுவதில் எந்தவித கடினமுமில்லை. ஏனெனில் புருஷ

சூக்தத்தில் ஆயிரம் தலைகள் இருந்ததாகச் சொல்லப்பட்டுள்ளதால் ஒவ்வொரு தலையிலிருந்தும் ஒவ்வொரு ஜீவன் தோன்றியதாகச் சொல்ல இயலும். சிருஷ்டிக்கு அதுபோன்ற விளக்கம் தர அந்த புருஷ சூக்த ஆசிரியருக்குத் தெரிந்திருக்கவில்லை போலும்! விஷ்ணு புராணத்தில் வேதங்களின் தோற்றத்தைப் பற்றிக் கூறியுள்ளதைப் பார்ப்போம்:[30]

> "அவரது கிழக்கு வாயிலிருந்து காயத்திரி, ரிக்வேதம், திரிவிருத்தம், சாம-ரதாந்தரம் மற்றும் அக்னிஸ்தோமம் என்ற யாகத்தையும் உண்டாக்கினார். அவர் தமது தெற்கு வாயிலிருந்து, யஜுர் வேதத்தையும், திரிஷ்டுப மந்திரத்தையும், பஞ்சதாச ஸ்தோமத்தையும், பிரிஹத்சாமனையும் மற்றும் யுக்தியாவையும் உண்டாக்கினார். மேற்கு வாயிலிருந்து அவர், சாம வேதத்தையும், ஜகட்டி மந்திரத்தையும், சப்ததாச ஸ்தோமத்தையும் வைருபாவையும், மற்றும் ஆதிரத்ராவையும் உண்டாக்கினார். வடக்கு வாயிலிருந்து அவர், ஏகவிம்ஸா, அதர்வணம், அப்தோரியமன், அனுஸ்தபம் மற்றும் விராஜ் மந்திரங்களையும் உண்டாக்கினார்."

ஹரிவம்சம் வேதங்களின் தோற்றங்களைப் பற்றி வேறுவிதமான விளக்கங்களைத் தருகின்றது. அதன்படி:[31]

> "கடவுள் அவரது கண்களினின்றும் யஜுருடன் ரிக்வேதத்தையும், அவரது நாவின் நுனியிலிருந்து சாம வேதத்தையும், அவரது தலையிலிருந்து அதர்வண வேதத்தையும் உருவாக்கினார்."

புருஷசூக்தத்தின் ஆசிரியர் சிருஷ்டிகர்த்தாவின் உடலின் வெவ்வேறு பாகங்களை நான்கு வருணங்களின் தோற்றத்திற்கு சம்பந்தப்படுத்துவதற்குப் பயன்படுத்துவதைத் தவிர்க்க முடியாது போயிற்று என்பதைச் சில காரணங்களுக்காக ஏற்றுக் கொண்டபோதிலும் புருஷனின் வெவ்வேறு உறுப்புகளுக்கு வெவ்வேறு வகுப்புகளை ஒப்பிட்டுச் சமப்படுத்த இவ்வழியை ஏன் தேர்ந்தெடுத்தார் என்பது இன்னும் விடுபடாத கேள்விக்குறியாகவேயுள்ளது. சிருஷ்டி கர்த்தாவின் வெவ்வேறு உடலுறுப்புகளை வெவ்வேறு வகுப்புகளுக்குச் சமப்படுத்தியுள்ள விளக்கம் புருஷசூக்தத்தில் மட்டும்தான் கூறப்பட்டிருக்கவில்லை என்பதை அறிகின்றபோது, இந்தக் கேள்வியின் முக்கியத்துவம் மேலும் அதிகரிக்கிறது. இதே போன்றே விளக்கத்தை வைசம்பாயனர்,

யாகங்களை நடத்துவதில் ஈடுபடுத்தப்பட்டுள்ள பல்வேறு வகுப்பினரான புரோகிதர்களின் தோற்றத்தை விளக்கும்போது தெரிவிக்கிறார். ஆனால் இவ்விரு விளக்கங்களுக்குமிடையே எவ்வளவோ வித்தியாசம்! வைசம்பாயனர் ஹரிவம்சத்தில் கூறியுள்ள விளக்கம் பின்வருமாறு:[32]

"இந்தவிதமாக, பெருமைமிக்க பகவான் ஹரி நாராயணன், நீர் முழுவதுமாக வியாபித்து பலம் வாய்ந்த கைகளை விரித்து உலகின் மீது துயில் கொள்கிறார். அது ஒரு கடலாக உருப்பெற்றுள்ளது. இந்தப் பரந்த நீர்ப் பரப்பில் (ராஜஸ்) அது பெரும் சமுத்திரமாகத் தோற்றமளிக்கிறது. அவர் வேட்கைகளிலிருந்து (விராஜஸ்க) விடுபட்டவர். அவர் என்றும் அழிவில்லாதவர் என்பதை பிராமணங்கள் அறியும். கடினமான பலத்துடன் அவரது ஜொலிக்கும் உருவத்தோடு முக்காலத்தை (கடந்த, நிகழ்கிற, வருகிற காலங்கள்) ஆடையாக அணிந்து பகவான் துயின்றார். புருஷோத்தமன் (விஷ்ணு) எதை அறிவிக்கின்றாரோ அவையாவும் மிக உயர்ந்தவையாகும். புருஷன் தியாகியானவன். உலகில் உள்ள ஒவ்வொன்றும் புருஷன் என்ற பெயரால் அழைக்கப்படுகின்றது. இங்கே எப்படி பிராமணர்கள் யாகம் செய்வதில் ஈடுபடுத்தப்பட்டுள்ளார்களோ அவர்கள் ரித்விஜாஸ் என்றழைக்கப்படுகிறார்கள். யாகங்கள் செய்வதற்கென்றே அவரது உடலிலிருந்து ஏற்கெனவே அவரால் உண்டாக்கப்பட்டவர்கள். பகவான் வாயிலிருந்து தோன்றிய பிரமா முதன்மையாகிறார், உத்காத்திரி என்போர் சாம வேதத்தை ஓதுபவர்கள். அவர் தமது தோள்களிலிருந்து ஹோத்ரி மற்றும் அத்வாரியுவையும் படைத்தார். பின்பு பிராஸ்தோத்ரி, மைதிரேவருணா மற்றும் பிராதிஸ்தாத்ரிகளையும் படைத்தார். அவரது வயிற்றிலிருந்து பிரதிஹார்தியும், போத்ரியும், அவரது தொடைகளினின்று அச்சவகாவும், நெஸ்திரியும், அவரது கைகளிலிருந்து அக்னித்ரா மற்றும் வேள்வியான பிராமணியாவும், தோள்களிலிருந்து கிரவான் மற்றும் உன்னேத்ரியும் படைக்கப்பட்டார்கள். இந்தவிதமாக பரம்பொருளான பகவான் 16 வகை சிறப்புமிக்க ரித்விஜாஸை, எல்லா நிவேதனங்களையும் ஓதுவோர்களாகப் படைத்தார். எனவே இதில் குறிப்பிடப்பட்டிருக்கும் புருஷன் வேள்வியில் உருவாயினார். அது வேதமென

அழைக்கப்படுகிறது. வேதங்களுடன் எல்லா வேதாங்கங்களும், உபநிடதங்களும் மற்றும் சடங்குகளும் அவரது சாற்றிலிருந்து உண்டாக்கப்பட்டன.”

எனவே யாகங்களை நடத்த மொத்தத்தில் 17 வகைப்பட்ட புரோகித வகுப்பினர் இருந்தனர். ஆனால் சிருஷ்டிகர்த்தாவின் அவயவங்களோ சில. ஆனால் பூசாரிகளின் வகைகளின் எண்ணிக்கையோ அதிகம். எப்படி இருப்பினும் இங்கே வெவ்வேறு உறுப்புகளையும், வெவ்வேறு வகுப்பினருக்கு ஒப்பிட்டு, எந்த வகையினரையும் புருஷனின் பாதங்களுக்கு சமப்படுத்துவது கவனமாகத் தவிர்க்கப்பட்டுள்ளது. எனவே இவர்களின் வெவ்வேறு வகையினரான சிருஷ்டியில் பாதங்களுக்குச் சமப்படுத்தி இவர்களை உருவாக்குவது முக்கியமாகத் தவிர்க்கப்பட்டுள்ளது.

எனினும் வைசம்பாயனர் என்ன செய்திருக்கிறார்? அதில் சிருஷ்டிகர்த்தாவின் ஒரே அவயத்திற்கு ஒன்றுக்கும் மேற்பட்ட புரோகிதர் வகையினரை ஒப்பிட்டுள்ளார். அங்கே அவர்களின் எந்த வகையினரையும் பாதங்களுக்கு ஒப்பிடுவதை மிகக் கவனமாகத் தவிர்த்துள்ளார்.

எனவே புருஷசூக்தம் பிறப்பைப் பற்றிக் குறிப்பிடுகையில் சூத்திரர்களை எப்படி நடத்தியுள்ளதென்பதையும், ஹரிவம்சம் பிராமணர்களின் பலவகைப்பட்ட வகையினரை எப்படி நடத்தியுள்ளதென்பதையும் ஒப்புநோக்கிப் பார்க்கும்பொழுது இதன் சூழ்நிலை மிகவும் சிக்கலானதாகிறது. புருஷசூக்தம் எந்தவித தயக்கமுமின்றி சூத்திரர்கள் புருஷன் பாதங்களிலிருந்து பிறந்தார்கள், அதனால் அவர்கள் மற்றவர்களுக்குக் குற்றேவல் செய்ய வேண்டுமென்று எழுதுவதற்கு ஏதாவது ஒரு பயங்கரமான பகையுணர்வு இருந்திருக்குமோ? அப்படி பகை உணர்வு இருந்திருப்பின், அப்பகை உணர்வுக்குக் காரணமாக இருந்ததென்ன?

4

புருஷசூக்தத்தைச் சமூகவியல் கண்கொண்டு நுண்ணாய்வு செய்தபோது சூத்திரர்களைப் பற்றிச் சொல்லப்பட்டதில் மேற்கண்ட புதிர்கள் எழுந்தன. சதுர்வருணக் கோட்பாடுகளின் பிந்திய கால வளர்ச்சியில் சூத்திரர்களின் நிலையைப் பற்றிய ஏனைய புதிர்களும் எழுகின்றன. இம்முடிவுகளைப் பரிசீலிப்பதற்குப் பிந்திய காலத்தில் அதன் வளர்ச்சியைப் பற்றி

முதலில் கவனத்தைச் செலுத்துவது அவசியமாகிறது. பிந்திய கால சதுர்வருண வளர்ச்சிகளில் முக்கியமானவை இரண்டு. ஒன்று ஐந்தாவது வகுப்பினரைப் படைத்துச் சூத்திரர்களுக்கு அடுத்து கீழ்நிலையில் வைத்தது. இரண்டாவது முதல் மூன்று வருணத்தவர்களினின்றும் சூத்திரர்களைத் தனியாகப் பிரித்தது. இந்த மாற்றங்களால் புருஷசூக்தத்தில் ஏற்கெனவே திட்டமிட்டிருந்தபடி ஒவ்வொரு வகுப்பினரையும் தனித்தனியாக இயங்க வைத்து அந்தந்த வகுப்பினருக்குத் தனித்தனி விநோதமான பெயரிட்டு அப்பெயர்களால் அழைக்கப்படுவதாலேயே அவர்களது வகுப்பை யாவரும் அறிந்து கொள்ளும் வழிமுறையை ஏற்படுத்திவிட்டனர். அவ்வாறு கொடுக்கப்பட்ட பெயர்கள்: சவர்ணர்கள், அவர்ணர்கள், துவிஜர்கள், துவிஜர் அல்லாதவர்கள், மற்றும் திரிவருணிகர்கள் என்பன. இவை ஆரம்பத்தில் நான்கு வகுப்பினர்களின் உட்பாகு பாடுகளையும், அவர்களுக்குள் உள்ள வேற்றுமையைக் குறிக்கும் பெயர்களாகவுமிருந்தன. இந்த வகுப்புகளுக்கிடையே நிலவிய வேறுபட்ட நிலைமைகளை எடுத்து ஆராய்வது மிக அவசியமாகப்படுகிறது. ஏனென்றால் அவை ஒவ்வொன்றும் ஒரு புதிய புதிரை வெளிப்படுத்துகிறது. இந்தப் புதிர் மக்களின் கண்களில் படாமலிருபபதற்கு இரு காரணங்களைச் சொல்லலாம். ஒன்று, இப்பெயர்கள் வெறும் பெயர்களாக மட்டும் இயங்கவில்லை என்பதையும் இவை ஒவ்வொன்றும் குறிப்பிட்ட உரிமைகளையும், சலுகைகளையும் உடையதாகியிருப்பதையும் அறியாததாலேயே இவர்கள் இதுபற்றிச் சிந்தித்ததாகத் தெரியவில்லை. இரண்டாவதாக இந்தக் குழுக்களுக்கு ஒவ்வொரு பெயரைக் கொடுத்து ஒவ்வொன்றுக்கும் ஒதுக்கப்பட்டுள்ள உரிமைகள், பயன்கள் இவையாவும் எந்த நியாயத்தின் அடிப்படையில் ஏற்பட்டது என்பதைப் பற்றி ஆராய்வதில் அவர்கள் நாட்டம் கொண்டதாகவும் தெரியவில்லை.

எனினும், இந்த வார்த்தைகளின் சட்டப்படியான நுண்பொருள் என்ன என்பதை நாம் எடுத்துக்கொண்டு ஆராய்வோம். சவர்ணர் என்பது பொதுவாக அவர்ணர் என்பதற்கு எதிர்மறையானது. சவர்ணர் என்பது நான்கு வருணங்களில் ஒன்றை சேர்ந்தவர் எனப் பொருள்படும். அவர்ணர் என்பது நான்கு வர்ணங்களில் எதையும் சேர்ந்தவரல்லர் எனப் பொருள்படும். பிராமணர்கள், சத்திரியர்கள், வைசியர்கள் மற்றும் சூத்திரர்கள் யாவரும் சவர்ணர்களாவர். தீண்டப்படாதவர்கள் அல்லது ஆதி சூத்திரர்கள் அவர்ணர்கள் என

அழைக்கப்படுவர். அதாவது அவர்களுக்கு எந்த வருணமுமில்லை. ஆழ்ந்து பார்க்கையில், பிராமணர்கள், சத்திரியர்கள், வைசியர்கள் மற்றும் சூத்திரர்கள் யாவரும் சதுர்வருணத்திற்குட்பட்டவர்கள். வாதப்படி, தீண்டப்படாதவர்கள் அல்லது ஆதிசூத்திரர்கள் சதுர் வருணத்தினருக்கு அப்பாற்பட்டவர்கள். துவிஜர் என்பவர்கள் பொதுவாக அத்விஜர் என்பவர்களுக்கு எதிரானவர்கள். துவிஜர் என்பதன் பொருள் இருபிறவிகள் எடுத்தவர்கள் என்றும் அத்விஜர் என்போர் ஒரே பிறவி எடுத்தவர்கள் என்றும் பொருள்படும். இந்த வித்தியாசம் உபநயனத்திற்கு (பூணூல் அணிவது) உரிமை கொண்டவர்கள் என்னும் அடிப்படையைக் கொண்டது. உபநயனம் (பூணூல் அணிவது) இரண்டாவது பிறப்பைக் குறிப்பதாகும். யார் பூணூல் அணிய உரிமை பெற்றிருக்கிறார்களோ அவர்கள் துவிஜர்கள் என அழைக்கப்படுவர். யார் பூணுல் அணிய உரிமை பெற்றிருக்கவில்லையோ அவர்கள் அத்விஜர்கள் என அழைக்கப்படுவர். பிராமணர்கள், சத்திரியர்கள் மற்றும் வைசியர்கள் பூணூல் அணிய உரிமை பெற்றவர்கள். எனவே அவர்கள் துவிஜர்கள். சூத்திரர்களும், ஆதி சூத்திரர்களும் பூணூல் அணிய உரிமை பெற்றவர்களல்லர். எனவே அவர்கள் அத்விஜர்களாவர். திரிவருணிகர்கள், சூத்திரர்களிலிருந்து வேறுபட்டவர்கள். இந்த வேறுபாட்டில் எவ்வித சிறப்பும் சமன்பாடும் இருப்பதாகத் தெரியவில்லை. இதில் துவிஜர் களுக்கும் அத்விஜர்களுக்குமிடையே எந்த வேறுபாட்டை வெளிப்படுத்துகிறதோ அதே வேறுபாட்டைத்தான் உணர்த்துகிறது. இதில் ஒரு விதிவிலக்கு என்னவென்றால் இந்த வித்தியாசம் சூத்திரர்கள் வரை வரையறுக்கப்பட்டதே ஒழிய, ஆதி சூத்திரர்கள் வரை நீட்டிக்கப்படவில்லை. ஆதி சூத்திரர்கள் தனி வகுப்பினராக எழுவதற்கு முன் ஏற்பட்ட சொல்லாக்கமாக இருக்கலாம் எனத் தோன்றுகிறது.

சூத்திரர்களும், ஆதி சூத்திரர்களும் அத்விஜர்கள் என்பதை மனத்திலிருத்திக் கொள்ள வேண்டும். பின் ஏன் சூத்திரர்கள் சவர்ணர்களென்றும், ஆதி சூத்திரர்கள் அவர்ணர்களென்றும் கருதப்படுகிறார்கள்? ஏன் முன் சொல்லப்பட்டவர்கள் உள்ளேயும், பின் சொல்லப்பட்டவர்கள் சதுர்வருணத்திற்கு வெளியேயும் வைக்கப்பட்டார்கள்? பிராமணர்கள், சத்திரியர்கள், வைசியர்கள் மற்றும் சூத்திரர்கள் சதுர்வருணத்தின் நான்கு முனைகளுக்குள் வைக்கப்பட்டுள்ளனர். அவர்களெல்லோரும் சவர்ணர்கள் ஆவர்.

பின் ஏன் சூத்திரர்கள் மட்டும் திரிவருணிகர்களுக்குரிய உரிமைகளை அளிக்க மறுக்கப்பட்டுள்ளார்கள்?

எனவே சூத்திரர்கள் பற்றிய புதிரைவிட பெரியதொரு புதிரை உலகில் வேறெங்காவது காண இயலுமா? உண்மையாகவே, அவர்கள் யார், அவர்கள் எவ்வாறு ஆரிய சமுதாயத்தில் நான்காவது வருணத்தவர்களாக ஆக்கப்பட்டார்கள் என்பதை ஆராயவும், விளக்கவும் அவசியமேற்பட்டுள்ளது.

அடிக்குறிப்பு

1. முயிர், சமஸ்கிருத மூலநூல்கள், தொகுதி1, ப. 9
2. முயிர் சமயம் மற்றும் அறவியல் கலைக்களஞ்சியம், தொகுதி, 4, ப. 145.
3. பிரஸ்னம் 1, படலம் 1, காண்டம் 1. சூத். 4–5
4. பிரஸ்னம் I, படலம் 1. காண்டம் 1, சூத். 6
5. இயல் 11, பாடல்கள் 1–4
6. மனு, இயல்., சூத்.31
7. மனு, இயல். X, சூத்.
8. மனு, இயல் II. சூத்.6
9. கெய்கர், பண்டைய கால கிழக்கத்திய ஈரானியர்களின் நாகரிகம், தொகுதி II, V. 64.
10. வில்சன், ரிக் வேதம், தொகுதி VI. V. 729.
11. முய்ர், தொகுதி, ப. 180.
12. முய்ர், தொகுதி 1, ப. 162
13. அதே நூல், ப.163
14. முயர், தொகுதி 1, ப. 163.
15. அதே நூல், ப.163
16. அதே நூல், ப. 165
17. முயர், தொகுதி 1, ப. 165
18. அதே நூல், ப.165
19. முய்ர், தொகுதி 1, ப. 165
20. அதே நூல், ப.105–107
21. முய்ர் மேற்கோள், தொகுதி 1, ப. II0–112
22. இது பற்றிய விவரங்கள் பெரிதும் குழப்பம் அளிப்பதாகும். விஷ்ணு புராணம், பிரமன் தன் உடம்பை இரு கூறுகளாக்கி அதன் ஒரு அம்சத்தை ஆணாகவும், இன்னொரு அம்சத் தைப் பெண்ணாகவும் ஆக்கினார் என்கிறது. சதரூபை

என்னும் பெயர் பெற்ற அந்தப் பெண், பெருந்தவம் செய்து மனு சுவாயம்பு என்னும் ஆணைத் தன் கணவனாகப் பெற்றாள். பிரமன் தன் மகளுடன் தகாதவகையில் கூடியது பற்றி விஷ்ணு புராணம் குறிப்பிடவில்லை. ஐத்ரேய பிராமணமும், மச்ச புராணமும், பிரமன் தன் மகள் மூலம் மனுவைப் பெற்றதாகக் கூறுகின்றன. மனு, அனதா என்னும் பெண்ணைப் பெற்றதாக மச்ச புராணம் கூறுகின்றது. மனு ஆண் அல்லவென்றும், பெண்ணே என்றும் தக்ஷ பிரஜாபதியின் மகளென்றும், கஸ்யபரின் மனைவி என்றும் இராமாயணம் கூறுகின்றது. (பார்க்க : முய்ர், தொகுதி I, V.117)

23. மச்ச புராணம் -முய்ர், தொகுதி 1.V. III அடிக்குறிப்பு
24. முய்ர், தொகுதி 1, ப. 177
25. அதே நூல், ப.178
26. அதே நூல், ப. 178
27. அதே நூல், ப.180
28. முயர், தொகுதி 1, ப. 179
29. முயர், தொகுதி 3, ப.5
30. முய்ர், தொகுதி III, பக்.11
31. முயர், தொகுதி 111. பக். 13
32. முயர், தொகுதி, 1. ப.154-155

★

இயல் 2

சூத்திரர்களின் தோற்றம் பற்றிய பிராமணியக் கொள்கை

பிராமணிய இலக்கியங்களில் சூத்திரர்களின் தோற்றத்தைப் பற்றி அறியத்தக்க விளக்கம் ஏதாவது கொடுக்கப்பட்டுள்ளதா? பிராமணிய இலக்கியங்கள், அகிலத்தின் சிருஷ்டி, மனிதன் மற்றும் வருணங்களின் சிருஷ்டி முதலியவற்றைக் குறித்த கற்பனைக்கதைகள் நிரம்பியவை என்பதில் ஐயமில்லை. சூத்திரர்களின் தோற்றத்தைப்பற்றி அறிவதற்குரிய ஓரளவாவது யூகத்தையேனும் அவை அளித்தாலும் அளிக்காவிட்டாலும், சூத்திரர்களின் பிரச்சினை பற்றியதொரு புத்தகத்தில் அத்தகைய கொள்கைகள் அனைத்தும் இடம் பெற்றிருக்க வேண்டும் என்பதில் ஐயத்திற்கு இடமில்லை. சூத்திரர்கள் பற்றிய தகவல்கள் அனைத்தையும் ஒன்றுதிரட்டி அவர்கள் கதையை முழுமையாக அளிப்பதற்காகவாவது இவற்றைத் தொகுத்தறிவது அவசியமாகின்றது. பிராமணிய இலக்கியங்கள் ஒவ்வொன்றையும் தனித்தனியாக எடுத்துக் கொண்டு நாம் எடுத்துக் கொண்டுள்ள பொருளை அறிவதற்கு அவை எந்த அளவுக்கு உதவுகின்றன என்பதைக் காண வேண்டும்.

1

வேதங்களிலிருந்து இதைத் தொடங்கலாம். ரிக்வேதத்தைப் பொறுத்துவரை, புருஷசூக்தம் என்று அழைக்கப்படும் அதன் சூக்தத்தில் சிருஷ்டியைப்பற்றிக் குறிப்பிட்டுள்ள கதை முன் இயலில் விளக்கப்பட்டுள்ளது.

இப்பொழுது, ஏனைய வேதங்களில் காணப்படும் பழங்கதைகளில் குறிப்பிடப்பட்டுள்ளவற்றைக் காண்போம்.

யஜுர் வேதத்தில் திருத்தப்பட்ட இரு மூலப்பாடங்கள் உள்ளன. ஒன்று வெள்ளை யஜூர்வேதம். இரண்டாவது கருப்பு யஜூர்வேதம். முதலில் வெள்ளை யஜுர்வேதத்தை எடுத்துக்கொள்வோம். வெள்ளை யஜுர்வேதத்தின் வாஜஸனேயிசம்ஹிதை இருவகைத் தோற்றங்களைத் தருகின்றது. ஒன்று பின்வரும் வேறுபாடுகளோடு கூடிய ரிக்வேதத்தின் புருஷ சூக்தத்தின் வடிவம். அதாவது வெள்ளை யஜுர்வேதத்தில் 22 பாடல்கள், ரிக்வேதத்தின் மூல நூலில் அதுவே 16 பாடல்களாக உள்ளன. வெள்ளை யஜுர்வேதத்தில் மிகையாக உள்ள பாடல்கள் பின்வருவனவற்றைக் கூறுகின்றன:

17. நீரிலிருந்தும், பூமியின் சாற்றிலிருந்தும் அவர் விஸ்வகர்மாவினால் ஆரம்பத்தில் உருவாக்கப்படுகிறார். துவஸ்தா, அவருக்கு உருவைக் கொடுக்கிறார். அதுதான் ஆரம்பத்தில் எல்லாத் திசைகளிலும் புருஷனின் பிரபஞ்சமாகும்.

18. சூரியனைப் போன்ற வண்ணத்தையும் இரவைக் கடந்தும் உள்ள இந்த மகாபுருஷனை எனக்குத் தெரியும். அவனை அறிவதின் மூலமே ஒருவர் இறப்பைக் கடந்திருக்க முடியும். அதைவிட வேறொரு வழியுமில்லை.

19. பிரஜாபதி கர்ப்பப் பையின் உள்ளே நகருகிறார். பிறவாதிருந்த போதிலும், அவர் பல உருவங்களில் பிறந்திருக்கிறார். அறிவாளிகள் அவரது இருப்பிடத்தைப் பார்க்கிறார்கள்; அறிவாளிகள் மரீசிகள் இருக்கும் இடத்தை விரும்புகிறார்கள்.

20. யாரொருவர் கடவுளர்களுக்காகப் பிரகாசிக்கிறாரோ, யாரொருவர் கடவுளர்களின் பூசாரிகளாக இருக்கிறாரோ, யாரொருவர் கடவுளர்களுக்கும் முன்னால் பிறந்திருக்கிறாரோ, அந்த பிரம்மாவின் பிரகாசிக்கும் பிள்ளைக்கு வணக்கங்கள் செலுத்துவோம்.

21. கடவுளர், பிரம்மாவின் ஒளிவீசும் பிள்ளைகளைப் படைத்து, ஆரம்பத்திலேயே சொல்லியிருக்கிறார்கள்: "கடவுளர் பிராமணர்களின் கட்டுப்பாட்டுக்குள் அடங்கியவர்கள் என்பதைப் பிராமணர்கள் நன்கறிவர்."

22. ஸ்ரீயும் இலக்குமியும் அவரது மனைவிமார்கள்; பகலும் இரவும் அவரது பக்கங்கள்; விண்மீன்கள் அவரது அணிமணிகள்; அஸ்வினிகள் அவரது பிரகாசமான முகம். எனக்கு நான் விரும்பியதை அளிப்பீராக. அதை எனக்கு அளிப்பீராக; ஒவ்வொன்றையும் எனக்கு அளியுங்கள்.

வாஜஸனேயி சம்ஹிதை தரும் இரண்டாவது விளக்கம் புருஷ சூக்தத்திற்கு முற்றிலுமாக மாறுபடுகின்றது. அதில் கூறப்படுவதாவது:

வா.ச. xiv : 28[1] "அவன் ஒன்றுடன் புகழ்ந்துரைத்தான். உயிரினங்கள் தோன்றின. பிரஜாபதி அதிபதியானான். அவன் மூன்றுடன் புகழ் பாடினான். பிராமணன் தோன்றினான். பிராமணஸ்பதி அதிபதியானான். ஐந்துடன் புகழ்பாடினான். உளதனைத்தும் தோன்றின. பூடணாம்பதி அதிபதியானான். ஏழுடன் புகழ் பாடினான். ஏழு ரிஷிகள் தோன்றினர். தாத்ரி அதிபதியானான். ஒன்பதினோடு புகழ்பாடினான். தந்தையர் தோன்றினர். அதிதி அதிபதியானாள். பதினொன்றோடு புகழ் பாடினான். பருவங்கள் தோன்றின. அர்த்தவர்கள் அதிபதிகள் ஆயினர். பதின்மூன்றோடு பாடினான். மாதங்கள் பிறந்தன. வருஷம் அதிபதியாயிற்று. பதினைந்துடன் பாடினான். சத்தரா (சத்திரியன்) தோன்றினான். இந்திரன் அதிபதியானான். பதினேழுடன் புகழ்பாடினான். விலங்கினங்கள் தோன்றின. பிரகஸ்பதி அதிபதியானான். பதினொன்பதுடன் புகழ்பாடினான். சூத்திரனும் ஆரியனும் (வைசியன்) தோன்றினர். இரவும் பகலும் அதிபதிகளாயினர். இருபத்தொன்றுடன் புகழ் பாடினான். பிளவுபடாத குளம்புகளை உடைய விலங்கினங்கள் தோன்றின. வருணன் அதிபதியானான். இருபத்து மூன்றுடன் புகழ் பாடினான். சிற்றுயிர்கள் தோன்றின. புஷன் அதிபதியானான். இருபத்தைந்துடன் புகழ்பாடினான். கொடிய காட்டுவிலங்குகள் தோன்றின. வாயு அதிபதியானான்.(ஒப்பிட்டு நோக்குக: ருக்வேதம் : 90: 8) இருபத்தேழுடன் புகழ்ந்தான். விண்ணும் மண்ணும் பிரிந்தன. வசுக்கள், ருத்திரர்கள், ஆதித்தியர்கள் அவற்றோடு பிரிந்தனர். அவர்கள் அதிபதிகளாயினர். இருபத்தொன்பதோடு புகழ்ந்தான். உயிரினங்கள் தோன்றின. மாதத்தின் முதல்பாதி இரண்டாம் பாதிகள் அதிபதிகளாயின. முப்பத்தொன்றுடன் போற்றிப்

பாடினான். இருந்தவை அனைத்தும் அசைவற்று அமைதியாயின. பிரஜாபதி பரமேஸ்தின் அதிபதியானான்.''

இப்பொழுது கறுப்பு யஜுர்வேதத்தைப் பார்ப்போம். கறுப்பு யஜுர்வேதத்தின் தைத்திரிய சம்ஹிதை மொத்தம் ஐந்து விளக்கங்களைத் தருகின்றது. *iv. 3, 10*ல் உள்ள ஒன்றுதான் வெள்ளை யஜுர்வேதம் வாஜஸனேயி சம்ஹிதையில் *(xiv. 28)* திரும்ப அப்படியே கொடுக்கப்பட்டுள்ளது. அது ஏற்கெனவே முன்னால் தரப்பட்டிருக்கிறது. ஏனையவற்றில் சூத்திரர்களின் தோற்றம் பின்வருமாறு விவரிக்கப்பட்டிருக்கிறது:

தை.ச. *ii. 4.13.1*[2] - ''ராஜன்யன் கருவில் இருந்தபோது அவனை நினைத்துத் தேவர்கள் பயந்தனர். அவர்கள் அவனைக் கட்டுகளால் பிணித்தனர். அதனால் அவன் கட்டுகளோடு பிறந்தான். அவ்வாறு கட்டப்படாமல் அவன் பிறந்திருப்பானாயின் பகைவர்களை அவன் கொன்று குவித்திருப்பான். ராஜன்யன் இத்தகைய கட்டுகள் இல்லாமல் பிறந்து, பகைவரைக் கொன்று குவிக்கவேண்டுமென்று கருதுவோன் இருப்பானாயின் அவன் ஐந்திர- பிரஹஸ்பதியை பலியளிக்க வேண்டும். ராஜன்யன் இந்திரனுக்குரிய குணங்களையும் பிராமணன் பிரஹஸ்பதிக்குரிய குணங்களையும் பெற்றுள்ளனர். எனவே பிராமணன் மூலமே ரஜன்யனை அவனது கட்டுகளிலிருந்து விடுவிக்க முடியும். ஒரு பரிசாக உள்ள இந்தத் தங்க கட்டுகள் அவனைப் பிணித்து வைத்துள்ள கட்டுகளிலிருந்து வெளிப்படையாக விடுவிக்கின்றது.''

2) தை. சம். *vii. 1.1.4*[3] - பிரஜாபதி 'யான் பல்குவேனாக' என விரும்பினானர். அவர் வாயிலிருந்து திரிவிருத் (ஸ்தோமா)-வை உண்டாக்கினார். தெய்வம் அக்னியையும், காயத்திரி மந்திரத்தையும், ரதாந்தரம் என்றழைக்கப்படும் சாமனையும் உண்டாக்கிய பிறகு, மனிதர்களுள் பிராமணர்களையும், விலங்குகளுள் வெள்ளாடுகளையும் உண்டாக்கினார். முகத்திலுள்ள வாயிலிருந்து அவர்களை உண்டாக்கியதால் அவர்கள் முதன்மையானவர்கள். அவரது மார்பிலிருந்தும், அவரது தோள்களிலிருந்தும், பஞ்சதாச ஸ்தோமத்தை உருவாக்கினார். பிறகு, கடவுளையும், இந்திரனையும், திரிஸ்டுப மந்திரத்தையும், பிரிஹத் என்னும் சாமனையும், மனிதருள் ராஜன்யனையும், விலங்குகளுள் செம்மறியாடுகளையும் படைத்தார். ஆதலால் அவர்கள் பலம் பொருந்தியவர்கள். ஏனென்றால் பலத்திலிருந்து அவர்கள் உண்டாக்கப்பட்டார்கள்.

அவரது நடுவிலிருந்து அவர் சப்ததாசாவை உருவாக்கினார். அதன் பிறகு கடவுளர்கள் அதாவது விஸ்வதேவர்கள், ஜகதி மந்திரம், சாமன் என்றழைக்கப்படும் வைருபா, மனிதர்களுள் வைசியர்களையும், மிருகங்களில் பசுக்களையும் உண்டாக்கினார். இப்படியாக அவைகள் தின்பதற்காகவே உண்டாக்கப்பட்டன. ஏனென்றால் உணவிலிருந்து அவை உண்டாக்கப்பட்டன. அதனால்தான் அவை மற்றதைக் காட்டிலும் எண்ணிறந்தவையாக உள்ளன. சப்ததாசாவிற்குப் பிறகு எண்ணற்ற கடவுளர்கள் சிருஷ்டிக்கப்பட்டனர். அவரது பாதத்திலிருந்து அவர் ஏகவிம்சாவை படைத்தார். பின் அனுஸ்டுப மந்திரம், சாமன் என அழைக்கப்படுகிற வைரஜத்தையும் மக்களில் சூத்திரர்களையும், மிருகங்களுள் குதிரைகளையும் உண்டாக்கினார். ஆகவே இந்த இவ்விரண்டும் மற்ற எல்லா சிருஷ்டிகளையும் ஏற்றிச் செல்வதற்காகவே படைக்கப்பட்டவர்கள். ஆதலால், சூத்திரர்கள் யாகம் செய்ய இயலாதவர்களாயினர். ஏனென்றால் எந்தக் கடவுளரும் ஏகவிம்சாவிற்குப் பிறகு படைக்கப்படவில்லை. ஆதலால் இவ்விருவரும் அவர்களது பாதங்களில் பணிந்து பிழைக்க வேண்டும். ஏனென்றால் அவர்கள் பாதத்திலிருந்து உருவானவர்கள்.

அதர்வண வேதத்தைப் பார்த்தோமானால் ஒட்டுமொத்தமாக அங்கே நான்கு விளக்கங்கள் கொடுக்கப்பட்டுள்ளன. அவற்றுள் ஒன்று ரிக்வேதத்தின் புருஷ சூக்தத்தை ஒத்ததே. இது xix 6. ல் உள்ளது. ஏனையவை கீழே தரப்பட்டுள்ளன:

1. அ.வே., iv 6.1[4]. பிரம்மன் பத்து தலைகளுடனும், பத்து முகங்களுடனும் முதலில் பிறந்தார். அவர் முதலில் சோமபானத்தைப் பருகினார். அவர் விஷத்தைச் சக்தியற்றதாக்கினார்.

2. அ.வே.XV.8.1[5]. அவர் (விராட்டியன்) உந்தும் தீவிர உணர்ச்சிகளால் நிரப்பப்பட்டார். அங்கிருந்து ராஜன்யன் தோன்றினான்.

3. அ.வே. XV. 9.1[6]. இதைத் தெரிந்த விராட்டியன் அரசருடைய வீட்டிற்கு ஒரு விருந்தாளியாக வருகை தர, அவரை உயர்த்தோராக எண்ணித்தக்க மதிப்புடன் வரவேற்றார். அப்படிச் செய்கையிலே, அவர் அரசுஸ்தானத்திற்கோ அவரது

ராஜ்யத்திற்கோ தீங்கு எவ்விதத்திலும் செய்யவில்லை. அவரிலிருந்து (பிரமனும்) பிராமண மற்றும் சத்தராவும் (சத்திரியரும்) தோன்றினர். அவர்கள், 'யாரினுள் நாங்கள் புகுவோம்' என்பது முதலாகக் கூறினர்.

2

பிராமணங்களைப் பார்ப்போம். சதபத பிராமணங்கள் ஆறு விளக்கங்களைக் கொண்டது. அதிலும் இரு விளக்கங்கள் வருணங்களின் தோற்றத்தைப் பற்றியதாகும். அவை இரண்டில் ஒன்று சூத்திரர்களின் தோற்றத்தைப் பற்றிப் பேசுகின்றது:

ச.பி. xiv. 4.2.237. பிரம்மா (இங்கு, வியாக்யானம் பண்ணுபவர் கருத்துப்படி அக்னி உருவிலே இருப்பவரும், பிராமண சாதியைச் சார்ந்தவரும்) முன்னர் இந்த அண்டம் ஒன்றாக மட்டுமே இருந்தார். ஒன்றானதாக இருந்ததால், எதுவும் அதிகரிக்கவில்லை. ஒரு வீரிய வடிவத்தில் சத்திரியர்களை வல்லமையோடு உண்டாக்கினார்; அதாவது கடவுளர்களுள் மிக்க சக்தி வாய்ந்த இந்திரன், வருணன், சோமன், ருத்ரன், பர்ஜானியன், யமன், மிருத்யு, ஈசானன் முதலானோர்கள் தோன்றினார்கள். ஆகவே சத்திரியர்களுக்கு மேலானவர்கள் யாருமில்லை. எனவே பிராமணர் ராஜசூய யாக வைபவத்தில் சத்திரியர்களுக்குக் கீழேதான் உட்காருவர். அவர் சத்திரியர்களுக்கு அரச சக்தியைத் தருகிறார். இதில் பிரம்மாதான் சத்திரியர்களின் பிறப்பிடமாகும். ஆதலால், அரசர் மிக உயர்ந்த நிலையை அடைந்திருந்த போதிலும், அவர் கடைசியில் பிராமணர்களைத் தனது உயர்வுக்கு மூலாதாரமாகக் கருதி நாடினர். யாரொருவர் பிராமணர்களை அழிக்கிறார்களோ அச்செயல் அவர்களையே அழித்துக் கொள்வதாகும். ஒருவர் தனக்கும் மேலுள்ள ஒருவரைத் துன்புறுத்தினால், அதனால் அவர் மிகவும் துக்ககரமான நிலையை அடைவார். அவர் வளரவில்லை. அவர் விசுக்களைச் சிருஷ்டித்தார். கடவுளர்களது வகுப்பைச் சேர்ந்த அவர்கள் வசுக்கள், ருத்திரர்கள், ஆதித்தியர்கள், விஸ்வதேவர்கள், மருத்துகள் ஆகிய சைனியங்களாகப் பெயரிடப்பட்டார்கள். அவர் வளரவில்லை. அவர் சூத்திரர் வகுப்பை (புஷன்) உண்டாக்கினார். பூமிதான் புஷனி என்பது. அவள் உலகில் வாழ்வன அனைத்தையும் வாழ்விக்கிறாள். அவர் வளர்ச்சி பெறவில்லை. அவர் பேரார்வத்தோடு ஒப்பற்ற வடிவில் சிறந்த நியாயத் (தர்மம்)தை உண்டாக்கினார்.

எனவே சத்ரா ஆள்பவராகிறார், சத்ராவை ஆள்பவர் தான் நீதி தேவதை. எனவே எதுவும் நீதிக்கு மேம்பட்டதல்ல. ஆகவே பலவீனமானவர்கள் தங்களுக்கு இழைக்கப்படும் அநீதிகளைக் களைவதற்குப் பலம் வாய்ந்த நீதி, அதாவது நீதிக்குப் பிரதிநிதியான அரசரை நாடுகிறார்கள். இந்நீதியானது உண்மை, சத்தியம் என்பது. இதன் முடிவுதான் ஒரு மனிதன் உண்மையைப் பேசுகிறான் என்றால் நீதியைப் பேசுகிறான் என்றாகிறது. எனவே இதுதான் இரண்டுக்கும் நிலைப்பது. இதுதான் பிராமணர், சத்திரியர், வைசியர் மற்றும் சூத்திரர் என்பவர்கள். அக்னியின் மூலம் கடவுளர்களிடையே பிரம்மாவும், பிராமணர்கள் மனிதர்களிடையேயும், தெய்வீக சத்திரியர் மூலம் மானிட சத்திரியரும், தெய்வீக வைசியர் மூலம் மானிட வைசியர்களும், தெய்வீக சூத்திரர் மூலம் மானிட சூத்திரர்களும் உருவானார்கள். ஆகவே இவர்கள் கடவுளர்களுக்கிடையே அக்னியிடமும், மானிடர்களுக்கிடையே பிராமணர்களிடமும் வாழுமிடத்தைத் தேடி அலைந்தார்கள்.

தைத்திரிய பிராமணம் கீழ்க்காணும் விளக்கத்திற்கு இடமளிக்கிறது:

1. தை.பி., I .2.6.7[8] - பிராமண சாதி கடவுளரிடத்திலிருந்தும், சூத்திரர்கள் அசுரர்களிடத்திலிருந்தும் அவதரித்தார்கள்.

2. தை.பி.iii.2.3.9[9] - சூத்திரர்கள் இல்லாததிலிருந்து தோன்றினர்.

இங்கே பிராமணங்களின் யூகங்களிலிருந்து கிடைக்கும் நான்கு வகுப்பினர் மற்றும் சூத்திரர்களின் தோற்றத்தைப் பற்றிய தொகுப்பைக் காணலாம். இந்த நான்கு வகுப்பினர்களின் தோற்றம் வழக்கத்திற்கு மாறானது, பொது விதிக்கு அப்பாற்பட்ட சமூக விசித்திரம் என்பதையும், அதிலும் சூத்திரர்களை அவர்களுள் வைத்திருக்குமிடமானது எவ்வளவு இயற்கை வழக்கத்திற்கு மிக மாறானது என்பதையும் பழங்கால பிராமணர்கள் நன்கு உணர்ந்தவர்களாகவே இருந்திருக்கிறார்கள். எனவே, இங்கே சில விளக்கங்கள் தேவைப்படுகின்றன. இல்லையேல், சதுர்வருணங்கள் அதுவும் சூத்திரர்களின் தோற்றுவாயைப் பற்றி விவரிக்க எடுத்துக் கொண்ட இவ்வெண்ணற்ற முயற்சிகளும் பயனற்றுப் போகும்.

ஆனால் இவ்வித விளக்கங்களைப் பற்றி எப்படி எடுத்துரைப்பது? பல வகைப்பட்ட விளக்கங்கள் வெறும் குழப்பத்தைத்தான் உண்டுபண்ணியிருக்கின்றன. சிலர் புருஷனே நான்கு வருணங்களின் தோற்றத்திற்கு மூலம் என்று சுட்டுகின்றனர்.

சிலர் அவற்றின் தோற்றத்திற்குக் காரணம் பிரம்மா என்றும், சிலர் பிரஜாபதி என்றும், சிலர் விரத்தியன் என்றும் குறிக்கின்றனர். எனினும் இதில் மூல நூல்களே வேறுபட்ட பல விளக்கங்களைத் தருகின்றன. வெள்ளை யஜூர்வேதம் இருவிளக்கங்களைத் தருகிறது. ஒன்று புருஷன் வழியாகவும், மற்றொன்று பிரஜாபதி வழியாகவும் வந்ததாகக் கூறுகிறது. கறுப்பு யஜூர்வேதம் மூன்று விளக்கங்களைக் கொடுக்கிறது. இரண்டு பிரஜாபதி மூலமாகவும், மூன்றாவது பிரம்மா மூலமாகவும் ஏற்பட்டன எனக் கூறுகிறது. அதர்வண வேதத்திலோ நான்கு விளக்கங்கள். ஒன்று புருஷன் மூலம், இரண்டு பிரம்மா மூலம், மூன்று விரத்தியன் மூலம் மற்றும் நான்காவது விளக்கம் முன் சொல்லப்பட்ட மூன்று விளக்கங்களுக்கும் முற்றிலும் மாறுபட்டதாக இருக்கிறது. அடிப்படைக் கொள்கை என்னவோ, அதை அப்படியே இருப்பதாக வைத்துக்கொண்டாலும் அதில் கூறப்பட்டுள்ள விவரங்களோ மாறுபட்டுள்ளன. சில விளக்கங்கள் பிரஜாபதியின் வாயிலாக என்பதுவும், விரம்மா மூலமென்பதுவும் சுயச்சார்பானது. ஏனைய மனு அல்லது கஸ்யப்பர் மூலம் என்பது மானிட இனச் சார்பானது. அது அதீதமான கற்பனைத்தன்மையுடையது. இவற்றில் வரலாற்றுணர்வோ, அறிவுக்கேற்றதாகவோ எதுவுமில்லை. பேராசிரியர் மாக்ஸ்முல்லர் பிராமணங்களைப் பற்றிக் கூறுகையில் பின்வருமாறு கருத்துரைத்துள்ளார்;

“பிராமணங்கள் இந்தியச் சிந்தனை வரலாற்றில் கவர்ச்சி மிக்கதொரு கட்டத்திற்கு எடுத்துக்காட்டாக உள்ளது என்பதில் சற்றும் ஐயமில்லை. ஆயினும் அவற்றை இலக்கியப் படைப்புகள் எனக் கொண்டு மதிப்பிட்டால், மிகுந்த ஏமாற்றத்தை அளிப்பவையாக உள்ளன. மிகத் தொன்மையானதொரு காலக்கட்டத்தில், சமுதாயம் முதிர்வுறாதிருந்ததொரு நிலையில் வேறு எவற்றினோடும் ஒப்பிட்டுக் கூற முடியாத அளவுக்கு வெற்று ஆரவாரமும் அபத்தமும் நிறைந்த இத்தகையதொரு இலக்கியம் தோன்றியிருப்பது எண்ணிக் கூடப் பார்க்க முடியாததாகும். இவற்றில் கருத்தைக் கவரும் சிந்தனைகள், துணிவான கருத்துக்கள், ஆணித்தரமான வாதங்கள், விந்தையான ஐதீகங்கள் ஆகியவற்றிற்குக் குறைவில்லாமல் உள்ளன. ஆனால் அவை சிதறுண்ட சிலையின் முண்டத்தைப் போலவும் விலையுயர்ந்த வைடூரியக்கற்களை இழிந்த ஈயத்திலும், பித்தளையிலும் பதித்தது போன்றுமுள்ளன. இந்த நூல்களின் பொதுத்தன்மை ஆழமற்றும்

சுவையற்ற சொற்பகட்டும் கொண்டதாகும்; புரோகிதர்களின் ஏமாற்றுப் புளுகும், பகட்டும் நிறைந்ததாகும். ஒரு நாட்டின் நவீன மற்றும் ஆரோக்யமான வளர்ச்சி, மதகுருமார்களின் தந்திரத் தாலும் மூடநம்பிக்கைகளாலும் எத்தகைய வகையில் நாசமாகக் கூடும் என்பதை வரலாற்றாசிரியர்கள் அறிவது மிக முக்கியமாகும். அதைவிட முக்கியமானது, நாடுகள் இளமையில் அடையும் இத் தகையதொரு கொள்ளை நோய் முதுமையில் தோன்றும் அவற்றின் மனத்தளர்ச்சிக்கும் இடமளிப்பதாகிவிடக்கூடும் என்பதை நாம் அறிவதாகும். இந்த நூல்கள், ஒரு மருத்துவர் முட்டாளின் உளறல்களையும், பைத்தியக்காரனின் பிதற்றல்களையும் எவ்வாறு ஆராய்வாரோ அவ்வாறு ஆய்வதற்கே உரியவை"[10]

நான்கு வருணங்களின் தோற்றங்களைப் பற்றிய குறிப்பாக சூத்திரர்களைப் பற்றிய இந்த பிராமணங்களின் யூகங்களைப் படிக்கும் பொழுது, ஒருவருக்குப் பேராசிரியர் மாக்ஸ்முல்லர் அவர்கள் கூறிய கூற்றுகளே மனக்கண் முன்னே படமாகக் காட்சியளிக்கின்றன. இந்த அனைத்து யூகங்களும், உண்மையிலேயே அறிவிலிகளின் உளறல்களாகவும், பைத்தியத்தின் பிதற்றல்களாகவும்தான் காட்சியளிக்கின்றனவே தவிர வேறென்ன? எனவே மனிதனின் பிரச்சினைகளைப் பற்றி இயற்கையான விளக்கங்களைக் கண்டறிவதற்காக ஆராயப்புகும் வரலாற்று மாணவர்களுக்கு உருப்படியானதும், உபயோகமானதும் எதுவுமே இங்கில்லை என்பது துணிபு.

அடிக்குறிப்பு

1. முய்ர், தொகுதி 1, ப. 18.
2. முய்ர், தொகுதி 1, ப. 22
3. முய்ர், தொகுதி 1, ப. 16
4. முய்ர், தொகுதி 1, ப. 21
5. முய்ர், தொகுதி 1, ப. 22
6. முய்ர், தொகுதி 1, ப. 22
7. முய்ர், தொகுதி 1, ப. 20.
8. முய்ர், தொகுதி 1, ப. 21.
9. முய்ர், தொகுதி 1, ப.21.
10. மாக்ஸ் முல்லர், பண்டைய சமஸ்கிருத இலக்கியங்கள், ப.200

★

இயல் 3

சூத்திரர்களின் நிலை பற்றிய பிராமணியக் கொள்கை

இதுவரை சூத்திரர்களின் தோற்றத்தைப்பற்றிய பிராமணியக் கருத்துக்களைப் பார்த்தோம். சூத்திரர்களின் சமூக நிலையைப் பற்றிய பிராமணியக் கொள்கையைப் பார்ப்போர்க்குத் தட்டுப்படுவது அந்த மக்களின் இயலாமைகள் பற்றிய நீண்ட பட்டியலும், அதனோடு இணைந்து பிராமணிய சட்டத்தை வகுத்தவர்கள், சூத்திரர்களுக்கென்று நியமித்துள்ள துயரங்களும், தண்டனைகளும் நிறைந்த மிகக் கொடிய முறைகளுமே ஆகும்.

சூத்திரர்கள் அனுபவித்துவரும் இயலாமைகளும், தண்டனைகளும் சம்ஹிதைகளிலும், பிராமணங்களிலும் சிறிதளவே குறிக்கப்பட்டுள்ளன என்பதைப் பின்வரும் எடுத்துக்காட்டுகளால் அறியலாம்.

i. கதக சம்ஹிதை (*xxxi. 2*) மற்றும் மைத்ராயணி சம்ஹிதை (*iv. 1.3, 1.8.3*) ஆகிய தொகுப்புகளின்படி:

"அக்னி ஹோத்ரத்திற்காகப் பயன்படுத்தப்படும் பசுவின் பாலை, ஒரு சூத்திரன் கறக்க அனுமதிக்கக்கூடாது."

ii. சதபத பிராமணம் (*if 1.1.10*) மைத்ராயணி சம்ஹிதை (*vii.1.1.6*) மற்றும் பஞ்சவிம்ச பிராமணம் (*vi.I.II*):

"யாகம் செய்யும் பொழுது சூத்திரர்கள் அந்த இடத்தில் இருக்கவும் கூடாது, பேசவும் கூடாது."

iii. சதபத பிராமணம் (*xiv.1.31*) மற்றும் கதக சம்ஹிதை (*xi. 10*) ஆகியவை மேலும் கூறுவதாவது :

"சூத்திரர்கள் சோம பானத்தைக் குடிக்க அனுமதிக்கக்கூடாது."

iv. ஐத்ரேய பிராமணம் (vii.29.4) மற்றும் பஞ்சவிம்ச பிராமணம் (vi. 1.11) இவ்வாறு சொல்வதில் உச்சநிலையை அடைந்து விட்டது.

"சூத்திரர் மற்றவர்க்குப் பணியாளே தவிர வேறு எதுவாகவும் இருக்க முடியாது."

ஆரம்பகாலத்தில் மனிதரின் கையகல அளவு மேகமாக இருந்த இந்த இயலாமைகள் பின்னர் சூறாவளியாகப் பெருகிச் சூத்திரர்களை முழுமையாக மூழ்கடித்துவிட்டன. சூத்ரகாரர்களான ஆபஸ்தம்பர், போதாயனர் போன்றோரும், ஸ்மிருதிகாரர்களான மனு முதலியோரும் வகுத்துள்ள பிற்காலத்திய தண்டனை சட்ட விதிகளைப் பார்க்கும்போது, சூத்திரர்களின் இயலாமைகள் எத்தகைய மூர்க்கத்தனமான வேகத்துடன் வளர்ந்துள்ளன என்பதும், நினைத்துப் பார்க்கக் கூட முடியாத அளவுக்கு விரிவடைந்துள்ளன என்பதும் புலப்படும்.

அச்சு வடிவில் இவற்றைக் கண்டால் தவிர, எவராலும் நம்ப முடியாத அளவுக்குக் கொடுமை வாய்ந்த இயலாமைகள் இவை. எனினும் இவை முழுதுமாக எடுத்துக்காட்ட முடியாத அளவுக்குப் பரந்துகிடப்பவை. இவற்றை அறியாதவர்கள் ஓரளவாவது தெரிந்து கொள்ளவும், இயலாமைகள் எத்தகையவை என்பதை அறிந்து கொள்ளவும் சூத்திரர்களின் இயலாமை தொடர்பாக சூத்ரக்காரர்களும், ஸ்மிருதிகாரர்களும் தம் சட்ட நூல்களில் ஆங்காங்கு கூறியிருப்பதை இங்கு ஒருசேரத் திரட்டித் தந்துள்ளேன்.

II
(1)

அ) ஆபஸ்தம்ப தர்ம சூத்திரம் கூறுகிறது:

"இங்கே நான்கு சாதிகள் உள்ளன - பிராமணர்கள், சத்திரியர்கள், வைசியர்கள் மற்றும் சூத்திரர்கள்."

அவர்களுள், ஒவ்வொருவரும் முன்னால் இருப்பவர் பின்னால் இருப்பவரைவிட பிறப்பால் உயர்வானவர்.

அவர்களுள் சூத்திரர்கள், மற்றும் கெட்ட செயல்களைச் செய்தவர்களைத் தவிர ஏனையோர்க்கு

1) உபநயனம் செய்து கொள்ளவும் (பூணூல் அணிவது) (2) வேதங்களைப் படிக்கவும் மற்றும் (3) புனித நெருப்பை வளர்த்து யாகங்களை நடத்தவும் தனிப்பட்ட உரிமைகள் வழங்கப்பட்டுள்ளன.[1]

ஆ) வாசிட்ட தர்ம சூத்திரம் கூறுவது:

நான்கு சாதிகள் (வருணங்கள்) பிராமணர்கள், சத்திரியர்கள், வைசியர்கள் மற்றும் சூத்திரர்கள். பிராமணர்கள், சத்திரியர்கள் மற்றும் வைசியர்கள் என்னும் மூன்று சாதியினர் இரு பிறப்பாளர்கள் எனப்படுவர்.

முதல் பிறப்பு தாயின் வயிற்றிலிருந்து; இரண்டாவது பிறப்பு பூணூல் அணிவதன் மூலம். இந்த இரண்டாவது பிறப்பில் சாவித்திரி தாய், ஆனால் ஆசிரியர் தந்தையாகச் சொல்லப்படுகிறார். எனவே ஆசிரியர் தந்தையாக அழைக்கப்படுகிறார். ஏனென்றால் ஆசிரியர் வேதத்தைச் சொல்லிக் கொடுப்பவர்.[2]

இந்த நான்கு சாதியினரும் அவரவர்களின் பிறப்பாலும் அவரவர்களுக்குள்ள புனித சடங்காச்சாரங்களாலும் வேறுபடுத்தி அறியப்படுகின்றனர்.

வேதத்தில் கீழ்க்காணும் வாசகங்களையும் பார்க்கலாம்: பிராமணர்கள் அவரது வாய். சத்திரியர்கள் அவரது தோள்கள். வைசியர்கள் அவரது தொடைகள். சூத்திரர்கள் அவரது பாதங்களிலிருந்து பிறந்தவர்கள்.

இந்த வேதத்தின் கீழ்க்காணும் வாசகங்கள் சூத்திரர்கள் புனித சடங்குகளைப் பெற முடியாது என அறிவிக்கிறது. 'பிராமணர்களை காயத்திரி மந்திரத்துடனும் சத்திரியர்கள் திரிஸ்டுப மந்திரத்துடனும், வைசியர் ஜகதி மந்திரத்துடனும், சூத்திரர்களோ எந்த மந்திரத்துடனுமின்றிப் படைக்கப்பட்டுள்ளார்கள்.'[3]

(இ) மனு ஸ்மிருதி இதுபற்றி கீழ்க்காணும் கருத்தை வற்புறுத்துகிறது:

உலகத்தின் க்ஷேமத்திற்காக சிருஷ்டி கர்த்தாவான அவர் அவரது வாய், தோள்கள், தொடைகள் மற்றும் பாதங்கள் மூலமாக முறையே பிராமணர்கள், சத்திரியர்கள், வைசியர்கள் மற்றும் சூத்திரர்கள் ஆகியவர்களைப் படைத்தார்.[4]

பிராமணர், சத்திரியர் மற்றும் வைசியர் ஆகிய மூன்று வகுப்பினரும் இரு பிறப்பு சாதியர். நாலாவதான சாதியினரான சூத்திரர்கள் ஒரே ஒரு பிறவி மட்டும் பெற்றவர்கள்.[5]

(2)

அ) ஆபஸ்தம்ப தர்ம சூத்திரம் சொல்லுகிறது:

'மூவருணத்தினர் இடுகாட்டில் என்றும் வேதம் படிக்கக் கூடாது அல்லது அதற்கருகில் கூப்பிடுதூரத்திலும் படிக்கக்கூடாது.

ஒரு கிராமம் இடுகாட்டின் நிலத்தின் மேல் கட்டப்பட்டிருந்தாலும், அல்லது அதன் மேல் பரப்பில் பயிர் செய்திருந்தாலும் வேதம் ஓதுதல் அந்த இடங்களில் தடை செய்யப்படவில்லை.

ஆனால், அந்த இடம் இடுகாடாக இருந்தது என்னும் விவரம் தெரிந்தால், அங்கே வேதம் ஓதக்கூடாது.

சூத்திரனும், சாதிக்கப்பாற்பட்டவனும் இடுகாட்டுக்கு ஒப்பானவராவர். (சூத்திரம் 6 இவர்களுக்குப் பொருந்தும்). அவருள் ஒருவர் எந்த வீட்டில் வசிக்கிறாரோ அந்த வீட்டில் படிப்பதை மட்டும் தவிர்க்க வேண்டும் என்று அறிவிக்கப்பட்டுள்ளது. ஆனால் ஒரு வேத மாணவனும், ஒரு சூத்திரப் பெண்ணும் ஒருவருக்கொருவர் சாதாரணமாகப் பார்த்துக் கொண்டாலே வேதம் ஓதுவது நிறுத்தப்பட வேண்டும்.[6]

தூய்மையற்ற பிராமணராலோ அல்லது மற்ற உயர் சாதிக்காரர்களாலோ உணவு தொடப்பட்டால், அது அசுத்தமானதாகும். ஆனால் அது சாப்பிடத் தகுதியற்றதாகாது. ஆனால் தூய்மையற்ற ஒரு சூத்திரர் தொட்டோ, தொடாமலோ கொண்டுவந்த உணவைச் சாப்பிடக்கூடாது.

சூத்திரன் தொட்டுவிட்டால், மேல் சாதிக்காரன் அதைச் சாப்பிடுவதை நிறுத்திவிட வேண்டும்.'

ஆ) விஷ்ணு ஸ்மிருதி சொல்லுகிறது:

"இரு பிறப்பாளர் சாதிக்காரர்களின் பிணத்தை, இறந்தவனின் சொந்தக்காரனாக இருந்த போதிலும் தூக்கிக் கொண்டு போக, சூத்திரர்களை அனுமதிக்கக்கூடாது.

இரு பிறப்பாளர் சாதிக்காரர்கள் சூத்திரர் பிணத்தைத் தூக்கிச் செல்லக்கூடாது.

தந்தையையும், தாயையும் அவர்களது மகன்கள் எடுத்துச் செல்லலாம். அதுவும் அவர்களது பெற்றோர்களது சாதியைச் சேர்ந்தவர்களாக இருந்தால்.

சூத்திரனோ இருபிறப்பாளர் சாதிக்காரனை எக்காரணங்கொண்டும் (அதுவும் அவன் அவனது தந்தையாகவே இருந்த போதிலும்) தூக்கிச் செல்ல அனுமதிக்கக் கூடாது."⁷

இ) வாசிட்ட தர்மசூத்திரம் குறிப்பிடுகிறது:

"ஆகவே, எதைச்சாப்பிடுவது எதைச்சாப்பிடக்கூடாது என்பதை நாம் இப்பொழுது அறிவிக்கின்றோம்.

மருத்துவன், வேடன், கெட்ட நடத்தையுள்ள பெண், பணித் துறை முத்திரைக்கோல் ஏந்திச் செல்லுபவன், திருடன், அபிசஸ்தன் மற்றும் அலி அல்லது சாதி நீக்கம் செய்யப்பட்டவன் இவர்கள் கொடுக்கும் உணவைச் சாப்பிடக் கூடாது.

அல்லது கருமி, ஸ்ரவுத யாகத்திற்கான ஆரம்பச் சடங்குகளை நடத்தியவன், கைதி, நோயாளி, சோமச் செடிகளை விற்பவன், மரவேலை செய்பவன், சலவையாளன்; போதை தரும் பானத்தை விற்பவன், உளவாளி, கடு வட்டி வாங்குபவன், அல்லது செருப்பு தைப்பவன் ஆகிய இவர்கள் கொடுக்கும் உணவுகளையும் சாப்பிடக் கூடாது.

அல்லது சூத்திரர் கொடுத்த உணவையும் சாப்பிடக்கூடாது."⁸

சூத்திர இனம் இடுகாட்டுக்கு ஒப்பானது என்பர். எனவே சூத்திரருக்கு முன் வேதம் ஓதக்கூடாது.

இப்பொழுது அவர்கள் யமன் அறிவித்த கீழே காணும் பாடல்களையும் மேற்கோள் காட்டுகிறார்கள் : இந்தத் தீயவர்களான சூத்திர இனத்தார் சுடுகாட்டுக்கு ஒப்பானவர்கள்.

எனவே சூத்திரர்களுக்கு முன் வேதம் ஓதக்கூடாது.⁹ சிலர் வேதங்களைப் படித்ததன் மூலம் வெகுமதியைப் பெறத் தகுதி பெற்றவர்களாகிறார்கள். சிலர் கடுமையான ஆசாரங்களைக் கடைப்பிடிப்பதன் மூலம் தகுதி பெற்றவர்களாகிறார்கள். ஆனால் சூத்திரர்கள் தந்த உணவைக் கொண்டு தங்கள் வயிற்றை நிரப்பாத பிராமணர்கள், எல்லா வகை வெகுமதிகளும் பெற தகுதி உடையவர்களாவர்.¹⁰

ஒரு பிராமணன் வயிற்றில் சூத்திரன் கொடுத்த உணவுடன் இறப்பின், அவன் அடுத்த பிறவியில் நாட்டுப்புறப் பன்றியாகப் பிறப்பான்; அல்லது அந்தச் சூத்திரனது குடும்பத்தில் பிறப்பான்.

ஒரு பிராமணனது உடல் சூத்திரனது உணவால் ஆன சாற்றால் போஷிக்கப்பட்டிருந்தால் அவன் தினமும் வேதத்தை ஓதினாலும் அக்னி ஹோத்ரம் செய்தாலும் அல்லது பிரார்த்தனையைச் சொல்லிக் கொண்டே இருந்தாலும், அன்றி மேலே செல்லும் வழியை அவன் காணமுடியாது.

ஆனால், சூத்திரனது உணவைச் சாப்பிட்ட பிறகு அவன் புணர்ந்தால், அதனால் தனது சொந்த சாதியைச் சேர்ந்த தனது மனைவியின் மூலம் பிறந்த மகன்களும் அந்த உணவைக் கொடுத்த சூத்திரனைச் சார்ந்தவராவார்கள். அவன் சொர்க்கத்திற்குச் செல்ல மாட்டான்.[11]

ஈ) மனுஸ்மிருதி சொல்லுகிறது:

"பிராமணன் சூத்திரர்களுடைய ராஜ்யத்தில் வாழக் கூடாது அல்லது நியாயமற்ற மக்கள் நிறைந்து வாழும் இடத்தில், அல்லது வைதீகத்தில் நம்பிக்கையில்லாதவர்கள் கைப்பற்றிய இடத்தில், அல்லது கீழ் மக்கள் வாழுகின்ற இடத்தில் வாழக் கூடாது."[12]

ஒரு பிராமணன் சூத்திரன் ஒருவனுக்கு யாகத்தை நடத்திக் கொடுத்தால் அவனை மற்ற பிராமணர்கள் தாங்கள் நடத்தும் சிரார்த்த சடங்குகளில் சாப்பிட அழைக்கக் கூடாது. அவனது வருகை (அந்த விருந்தில்) விருந்தை நடத்தியதால் ஏற்படும் நன்மைகள் யாவற்றையும் அழித்து விடும்.[13]

சூத்திரனது பிணத்தை நகர தெற்கு நுழைவு வாயில் வழியாக எடுத்துச் செல்ல வேண்டும். ஆனால் இருபிறப்பெடுத்தவர்களது சவம் முறையே மேற்கு, வடக்கு, மற்றும் கிழக்கு நுழைவு வாயில் வழியாக எடுத்துச் செல்ல வேண்டும்."

(3)

அ) ஆபஸ்தம்ப தர்ம சூத்திரம் சொல்லுகிறது :

ஒரு பிராமணன் வணக்கம் செய்யும் பொழுது தனது வலது கையைக் காதுக்கு நேராக நீட்ட வேண்டும், சத்திரியன் தனது மார்புக்குச் சமமாகக் கையெடுக்க வேண்டும், வைசியன் இடுப்புக்கு

நேராக கையை நீட்ட வேண்டும். சூத்திரன் கீழாக நீட்டி இரண்டு கைகளையும் கூப்பி வணங்க வேண்டும்.[14]

ஒரு மனிதன் முதல் (மூன்று) வகுப்புக்காரர்கள் வணக்கத்திற்குத் திருப்பி வணக்கம் செய்யும் பொழுது, அவனது பெயரின் கடைசி அசையை மும்முறை கூற வேண்டும்.[15]

ஒரு சூத்திரன், ஒரு பிராமணனிடத்தில் விருந்தினனாக வந்துவிட்டால் அவனுக்குச் சில பணிகளைச் செய்யச் சொல்லி, செய்த பிறகுதான் அவனுக்கு உணவு வழங்க வேண்டும். முதலில் அவனுக்கு வேலை இடாமல் உணவளித்தால் அது அவனுக்குச் சிறப்பு தந்ததாக அர்த்தமாகும். அல்லது பிராமணனது வீட்டில் வேலை செய்யும் அடிமைகள் அரசின் கிடங்கிலிருந்து அரிசி கொண்டுவந்து ஒரு விருந்தினனாகக் கருதி சூத்திரனைப் போசிக்க வேண்டும்.[16]

ஆ) விஷ்ணு ஸ்மிருதி நியமித்துள்ளதாவது:

"நூறு வெள்ளிக்காசுகளைக் கொடுக்கும்படி விதிக்கப்பட்டுள்ள அதே தண்டனை, விருந்தோம்பலுடன் சூத்திரனுக்கு மரியாதை கொடுப்பவர்க்கும், கடவுளர்களுக்கோ அல்லது மூதாதையர் ஆவிகளுக்கோ படைக்கும் சடங்குகளைச் சூத்திரனுக்குச் செய்விக்கும் மத குருமார்களுக்கும், அனுபவிக்கும்படி விதிக்கப்படும்.[17]

இ) மனுஸ்மிருதி விதித்துள்ளதாவது:

ஒருவர் பிராமணனைப் பத்து வயது பெரியவராகக் கருத வேண்டும். ஒரு சத்திரியனை நூறு வயது பெரியவனாக அதாவது தகப்பன், மகன் நிலைகளில் காண வேண்டும். ஆனால் அதில் பிராமணன் தகப்பன் ஸ்தானத்தைப் பெறுவான்.

செல்வம், உறவு, வயது, வகுப்பு மற்றும் அறிவு இவை ஐந்தும் மரியாதைக்குரியன. அவற்றுள் மிகவும் முக்கியமானது கடைசியில்கூறப்பட்டிருப்பது. இந்த மேல் சாதி மூன்றனுள்ளும், அந்த ஐந்தில் மிகவும் சிறப்பானதும் உயர்ந்ததுமான ஒன்றை உடைய ஒருவன் மரியாதைக்குரியவனாவான்.

சூத்திரன் ஒருவன் அவனது செல்வம், அறிவு இவற்றில் எவ்வளவு தான் உயர்ந்து நின்றாலும் அதன் மூலமாக அவன் மதிக்கப்படுவதில்லை. அவனது வயதால் மட்டுமே அதுவும்

அவன் நூறாண்டுகளை அடைந்திருப்பானாயின் அவன் மரியாதைக்குரியவன் ஆகிறான். ஆனால் அதற்கு முன்னல்ல.[18]

வயதாலோ, நரைமுடியாலோ, செல்வத்தாலோ, உறவாலோ உயர்வை அடைய முடியாது. வேதம் விதியை நிர்ணயிக்கிறது. வேதத்தை யாரொருவன் முழுமையாகத் தெரிந்திருக்கின்றானோ அவன்தான் அவர்கள் யாவருள்ளும் உயர்ந்தோனாவான்.

பிராமணர்களுக்கு உயர்வு அவர்களது அறிவால்; சத்திரியனுக்கு அவனது வீரத்தால்; வைசியருக்கு அவனது சொத்தாலும், செல்வத்தாலும் மற்றும் சூத்திரனுக்கு அவனது வயதால்.

ஒருவன் அவனது தலை நரைத்திருப்பதனாலேயே அவனை வயதானவனாகக் கருதிட முடியாது. இளைஞனாக இருந்த போதிலும் அவன் வேதங்களைப் படித்திருந்தால் அவனைக் கடவுளர் மூத்தவனாகக் கருதுவர்."[19]

எப்படியும் ஒரு சத்திரியன் பிராமணனது வீட்டுக்கு விருந்தினனாக அழைக்கப்படுவதில்லை. வைசியர் மற்றும் சூத்திரர்களும் வீடுகளுக்கு அழைக்கப்படுவதில்லை. அவர்களை நண்பராகவோ, உறவுக்காரராகவோ, குருவாகவோ வீட்டுக்குரிய பிராமணன் கருதுவதில்லை. பிராமணனுக்கு மட்டும் தான் ஒரு பிராமணனுடைய வீட்டிற்கு விருந்தினனாக அழைக்கப்படுவதற்கு உரிமை உண்டு. ஒரு சத்திரியன் விருந்தாளியாக வந்தால் பிராமணர்கள் அனைவரும் உணவருந்திய பின் ஒருவர் அவருக்கு உணவளிக்கலாம், அதுவும் அவர் விரும்பினால். வைசியரோ அல்லது சூத்திரரோ விருந்தினராக வந்தால், பிராமணன் அவருக்கு உணவளிக்கலாம்; ஆனால் வேலைக்காரர்களைக் கொண்டே உணவு அளிக்க வேண்டும்.[20]

(4)

அ) ஆபஸ்தம்ப தர்ம சூத்திரப்படி:

யாதொருவன் சத்திரியனைக் கொன்றுவிடுகிறானோ அவன் ஆயிரம் பசுக்களைப் பிராமணர்களுக்குத் தானமாகக் கொடுக்க வேண்டும், அந்த செய்கையினின்றும் விடுபட பிராயச்சித்தமாக அவன் அதைச் செய்ய வேண்டும். அவன் நூறு பசுக்களை வைசியனைக் கொலை செய்ததற்கும், பத்து பசுக்களைச் சூத்திரனை கொலை செய்ததற்கும் கொடுக்க வேண்டும்.[21]

ஆ) கௌதம தர்ம சூத்திரப்படி:

"ஒரு சத்திரியன் ஒரு பிராமணனைத் திட்டிப் பேசினால், நூறு (கர்ச பணம்) அபராதமாக அவன் கட்ட வேண்டும். ஒரு பிராமணனை அடித்துவிட்டால் இதைப்போல இருமடங்கு அபராதமாக கட்ட வேண்டும்.

ஒரு வைசியன் பிராமணனைத் திட்டிப் பேசி விட்டால் சத்திரியனுக்கு விதித்தது போல ஒன்றரை மடங்கு அபராதமாகக் கட்ட வேண்டும். ஆனால் ஒரு பிராமணன் ஒரு சத்திரியனைத் திட்டிப் பேசிவிட்டால், ஐம்பது கர்ச பணம் அபராதம் கட்ட வேண்டும்.

பிராமணன் ஒரு வைசியனைத் திட்டினால் அதில் பாதியை (25 கர்ச பணம்) அபராதம் கட்ட வேண்டும். சூத்திரனைப் பிராமணன் திட்டி விட்டால் அவன் ஒன்றும் கட்டத் தேவையில்லை."[22]

இ) பிரஹஸ்பதியினுடைய ஸ்மிருதியின்படி:

"ஒரு பிராமணன் சத்திரியனை வைதால், நூறு பணத்தில் பாதி (ஐம்பது) பணம் அபராதமாகக் கட்ட வேண்டும். வைசியனைத் திட்டிவிட்டால், ஐம்பதில் பாதி (இருபத்தைந்து) பணம் கட்ட வேண்டும். ஒரு சூத்திரனைத் திட்டிவிட்டால் பன்னிரண்டரை பணம் அபராதமாகக் கட்ட வேண்டும்.

இந்தத் தண்டனை ஒரு நற்குணமுள்ள சூத்திரனை அவன் எவ்வித குற்றமும் செய்யாதிருந்து அதாவது ஒரு சூத்திரன் தனது கீழ் நிலையை ஏற்றுக் கொண்டு அந்நிலைக்கேற்ப அவனுக்குப் பணிக்கப்பட்ட பணிகளை விரும்பிச் செய்பவனான நற்குணமுள்ள சூத்திரனாக உள்ளபோது திட்டினால் வழங்கப்படும். ஆனால் நற்குணமில்லா சூத்திரனை ஒரு பிராமணன் வைதால் எவ்விதக் குற்றமும் சுமத்த முடியாது.

ஒரு சத்திரியனை நிந்தித்ததற்கு ஒரு வைசியன் நூறு பணம் அபராதமாகக் கட்ட வேண்டும், ஒரு சத்திரியன் ஒரு வைசியனை நிந்தித்தால் அதில் பாதி (ஐம்பது) பணம் அபராதம் செலுத்த வேண்டும்.

ஒரு சத்திரியன் ஒரு சூத்திரனை நிந்திப்பானேயானால், அபராதம் இருபத்தைந்து பணமும் வைசியனாக இருந்தால்,

இதைப் போல இரு மடங்கு அபராதமும் கட்டுவதுதான் நியாயமானதெனச் சட்ட வல்லுநர் அறிவிப்பர்.

ஒரு சூத்திரன் வைசியனைத் திட்டியதற்கு அவனுக்கு விதிக்கப்பட்ட அபராதத் தொகையை முதலில் கட்ட நிர்ப்பந்திக்கப்பட வேண்டும். அதோடு சேர்த்து மேலும் பாதி அபராதத் தொகையைச் சத்திரியனை நிந்தித்ததற்கும், உச்ச அபராதத் தொகையைப் பிராமணனை நிந்தித்தற்கும் கட்ட நிர்ப்பந்திக்கப்படுவான்."[23]

ஈ) மனு ஸ்மிருதியின் பிரகாரம்:

"ஒரு சத்திரியன் ஒரு பிராமணனைத் தூஷித்தால் அவன் நூறு பணம் அபராதம் கட்ட விதிக்கப்படுவான். ஒரு வைசியன் நூற்றைம்பது அல்லது இருநூறு பணம் அபராதமாகவும் கட்ட வேண்டும். ஆனால் சூத்திரன் பிராமணனை வைதால் அவனது உடலில் சாட்டையால் அடி வாங்கிக்கொள்ள வேண்டும்.

ஒரு பிராமணன் சத்திரியனை நிந்தித்தால் ஐம்பது பணம் அபராதமும், ஒரு வைசியனை நிந்தித்தால் ஐம்பதில் பாதியும், சூத்திரனை நிந்தித்தால் பன்னிரண்டு பணமும் அபராதமாக விதிக்கப் படுவான்.

ஒரு சத்திரியன் கொலை செய்யப்பட்டிருந்தால், பிராமணனைக் கொலை செய்ததற்கு விதிக்கப்படும் அபராதத் தொகையில் நாலில் ஒரு பங்கு தான் சரியான பிராயச்சித்தமாக அறிவிக்கப்பட்டுள்ளது. வைசியனாக இருந்தால் எட்டில் ஒரு பங்கும், ஒரு சூத்திரனை கொலை செய்துவிட்டால் அதுவும் அச்சூத்திரன் நற்குணவானாக வாழ்ந்திருப்பின் பதினாறில் ஒரு பங்கும்தான் சரியான பிராயச்சித்தமாக அறிவிக்கப்பட்டுள்ளது.

ஆனால் இரு பிறப்பெடுத்தவர்களில் உயர்ந்தோன் (பிராமணன்) சத்திரியனைத் தன்னிச்சையில்லாது கொலை செய்துவிட்டால் அதிலிருந்து அவனை விடுவித்துக் கொள்வதற்கு நூறு பசுவும் ஒருகாளையும் அவன் கொடுக்க வேண்டும்.

அல்லது மூன்று ஆண்டுகள் தலைமுடியை முடிந்து கொண்டு புலனுணர்வுகளை அடக்கிக் கொண்டு பிராமணனைக் கொலை செய்த ஒருவன் கடைப்பிடிப்பதைப் போலவே அவனும் கடைப்பிடித்துக் கொண்டு நகருக்கு வெளியே வெகு தூரத்தில்

வசித்துக் கொண்டிருக்க வேண்டும். மரத்தின் அடியில்தான் அவன் வசிக்கத் தக்க இடமாகும்.

இரு பிறப்பாளர்களில் மிக உயர்ந்தவன் (பிராமணன்) நற்குணத்தோடு வாழ்ந்த வைசியனைக் கொன்றிருப்பானாயின் மேலே சொல்லப்பட்ட பிராயசித்தத்தை ஓராண்டு அனுபவிப்பதோடு நூற்றியொரு கால்நடைகளையும் தர வேண்டும்.

சூத்திரனைக் கொன்றிருப்பின் இந்தப் பிராயசித்தங்களை ஆறு மாதம் அனுபவிக்க வேண்டும். அல்லது அவன் பத்து வெள்ளைப் பசுக்களையும் ஒரு காளையையும் ஒரு புரோகிதருக்குக் கொடுக்க வேண்டும்."[24]

உ) விஷ்ணு ஸ்மிருதியின் படி:

"ஒரு கீழானவன் மேலான சாதியைச் சேர்ந்த ஒருவனது எந்த ஒரு அவயவத்திற்குத் துன்பம் இழைக்கின்றானோ அல்லது எதைக் காயப்படுத்துகிறானோ, அவன் அதே போன்ற அவயவத்தை இழக்க அரசன் தக்க நடவடிக்கை எடுக்க வேண்டும்."

ஒருவன், அவனைவிட மேலானவன் உட்கார்ந்திருக்கும் இடத்திற்குச் சமமாக உட்காருவானேயானால் அவனுடைய புட்டத்தில் சூடு இழுத்து அடையாளம் இட்டு அவனை நாடு கடத்திட வேண்டும்.

ஒருவன் தன்னினும் மேலானவன் மீது துப்புவானேயாயின், அவனது இரண்டு உதடுகளையும் இழக்க வேண்டும்.

அவன் அவர்களுக்கு எதிராக வாயு பிரிய விட்டால், அது வந்த அவனது பின் பாகத்தை இழக்க வேண்டும்.

அவன் வசை மொழிகளை உபயோகப்படுத்தினால் அவனது நாவை இழக்க வேண்டும்.

ஒரு கீழ்ப் பிறப்பாளன் கர்வத்தால் உயர்சாதிக்காரனொருவனுக்கு அவனது கடமைகளைப் பற்றிப் போதிப்பானேயானால், அரசன் கொதிக்கும் எண்ணெயை அவனது வாயில் ஊற்ற ஆணை பிறப்பிக்க வேண்டும்.

ஒரு சூத்திரன் உயர்சாதிக்காரன் பெயரையோ, சாதியையோ கேவலமாகச் சொன்னால், பத்து அங்குல நீளமுள்ள பழுக்கக் காய்ச்சிய இரும்பு ஊசியை அவனது வாயில் செலுத்த வேண்டும்.[25]

(5)

அ) பிருஹஸ்பதி ஸ்மிருதியின்படி:

"ஒரு சூத்திரன் மதபோதனையைப் போதித்தாலோ அல்லது வேத வார்த்தைகளை முணு முணுத்தாலோ அல்லது ஒரு பிராமணனைத் தூஷித்தாலோ அவனது நாக்கைத் துண்டித்திட வேண்டும்."[26]

ஆ) கௌதம தர்ம சூத்திரத்தின்படி:

ஒரு சூத்திரன் வேதம் ஓதுதலை வேண்டுமென்றே காது கொடுத்துக் கேட்பானேயானால், அவனது இரு காதுகளிலும் ஈயத்தையோ அல்லது அரக்கையோ உருக்கி ஊற்றி நிரப்ப வேண்டும்.

அவன் வேத பாடத்தை ஓதினால், அவனது நாக்கை அறுத்து விட வேண்டும். அவன் வேத பாடங்களை நினைவு வைத்திருந்தால், அவன் உடல் இரு துண்டங்களாகப் பிளந்து விட வேண்டும்.[27]

இ) மனு ஸ்மிருதியின் படி:

ஒருவர் கூலிக்காகச் சொல்லிக் கொடுத்தாலும், சூத்திர ஆசிரியனுக்கு ஒருவர் கூலி கொடுத்துக் கற்றுக் கொண்டாலும் அல்லது சூத்திர ஆசிரியரிடமிருந்து கற்றுக் கொண்டாலும் அன்னார் தேவருக்கோ பிதுர்களுக்கோ நடத்தும் பூசையில் கலந்து கொள்ளும் தகுதியை இழந்தவராகிறார்.[28]

ஒருவர் சூத்திரனுக்கு அறிவுரை வழங்கக் கூடாது; அவனுக்கு மீதமுள்ள உணவை வழங்கக் கூடாது; அவனுக்குத் தனக்குக் கிடைத்த வெண்ணெயைக் கொடுக்கக் கூடாது. மேலும் அவனுக்குச் சட்டத்தைக் கற்றுக் கொடுக்கக் கூடாது; மத ஆச்சாரங்களையும் கடைப்பிடிக்க அனுமதிக்கக் கூடாது. யாரொருவர் அவனுக்குச் சட்டத்தைச் சொல்லுகிறாரோ அல்லது மத வழிபாடுகளைக் கடைப் பிடிக்க அனுமதிக்கின்றாரோ அவரும் சூத்திரன் கூட உண்மையில் நரகத்தின் இருட்டில் (அசம்விருதா என அழைக்கப்படுவது) மூழ்குவார்.[29]

ஒருவர் வேதத்தைத் தெளிவில்லாமல் என்றும் ஓதக் கூடாது; அல்லது சூத்திரனின் முன்னிலையிலும் ஓதக் கூடாது. முடிவிலும் வேதம் ஓதக் கூடாது; ஒரு வேளை களைப்படைந்து மீண்டும் தூங்கி விடுவார்.[30]

(6)

இது மனு ஸ்மிருதி சொல்லுவது :

"ஒரு பிராமணன் ஒரு சூத்திரனுடைய பொருள்களை முழு மன அமைதியோடு எடுத்துக் கொள்ளலாம். ஏனென்றால் சூத்திரனுக்கென்று எதுவும் சொந்தமில்லை. அவனது சொத்துக்களை அவனது எஜமானன் எடுத்துக் கொள்ளலாம்.[31]

ஒரு சூத்திரனால் சம்பாதிக்க முடியுமானாலும் அவன் செல்வத்தைப் பெருக்க அனுமதிக்கக் கூடாது.

சூத்திரன் வைத்திருக்கும் செல்வத்தை வெறுமனே பார்ப்பது கூட பிராமணனைத் துன்புறுத்தும்."[32]

(7)

இங்கே மனுஸ்மிருதியில் அரசனுக்கு வழங்கப்பட்ட அறிவுரைகளைக் காணலாம்:

"எவன் ஒருவன் பிறந்ததின் நிமித்தம் பிராமணன் என்று உரிமை கொண்டாடுகிறானோ அல்லது எவனொருவன் அவனையே பிராமணன் என்று சொல்லிக் கொள்கிறானோ அவன் விரும்பினால், அரசனுக்குச் சட்டத்தை அறிவிப்பவன் ஆவான். ஆனால் சூத்திரன் என்றுமே அப்படி இருக்க முடியாது.

அரசன் ஒருவன் ஒரு சூத்திரன் நீதித் தீர்ப்பு அளிப்பதைப் பார்ப்பானானால், அவனது ராஜ்யம் பசு புதைசேற்றில் அமிழ்வதுபோல் துரதிர்ஷ்டத்தில் அமிழ்ந்து விடும்.

ஒரு இராச்சியம் சூத்திரர்களை முக்கியமாகக் கொண்டிருப்பின் மற்றும் நம்பிக்கை அற்றவர்களாலும், இரு பிறப்பாளர் சாதியைச் சேர்ந்த அநாதரவற்ற ஆண்களாலும் நிறைந்து இருப்பின் அந்த இராச்சியம் பஞ்சத்தாலும், கொடிய வியாதிகளாலும் பீடிக்கப்பட்டு விரைந்து மொத்தமாக அழிந்துபடும்."[33]

(8)

அ) ஆபஸ்தம்ப தர்ம சூத்திரம் சொல்வதாவது:

"கடினமான மதச் சடங்குகளைச் செய்பவர்கள் புனித சட்டங்களை நிறைவேற்ற விருப்பங் கொண்டவர்களாவர்.

மேலும் ஓர் சூத்திரன் பிராமணனது பாதங்களைக் கழுவி வாழ்பவனாவான். அத்துடன் கண்ணற்றோர், ஊமை மற்றும் நோய் வாய்ப்பட்டோர் ஆகியோருக்கு அக்குறைகள் நிவர்த்தி ஆகும் நாள் வரை வரிவிலக்கு அளிக்கப்படுகிறது.[34]

மற்ற மூன்று சாதியினருக்கும் சூத்திரன் சேவை செய்ய வேண்டுமென்பது விதிக்கப்பட்டதாகும்.

அவன் வேலை செய்யும் உயர்சாதிக்காரர்களுக்கேற்ப அவனது தகுதியும் உயரும்."[35]

ஆ) மனுஸ்மிருதி கூறுவதாவது:

"இவ்வாறு படைக்கப்பட்ட அனைத்தையும் காப்பதற்காக மிக உன்னதமான கடவுள் அவரது வாயிலிருந்தும், தோள்களிலிருந்தும், தொடைகளிலிருந்து மற்றும் பாதங்களிலிருந்தும் பிறந்தவர்களுக்கு தனிப்பட்ட பணிகளை ஒதுக்கி ஆணையிட்டுள்ளார்."

கற்பித்தல், கற்றல், யாகம் (சடங்குகள்) செய்தல் மற்றும் பிறருக்குப் புரோகிதர்களாக இருந்து சடங்குகள் செய்தல், வெகுமதிகள் கொடுப்பதும் பெறுவதும் ஆகிய பணிகளைச் செய்ய பிராமணர்களுக்கு ஆணையிட்டுள்ளார்.

மக்களைப் பாதுகாப்பதும், வெகுமதிகள் கொடுப்பதும், யாகம் (சடங்குகள்) செய்வதும், படிப்பதும், உணர்ச்சியுள்ள பொருள்கள் மீது பற்றற்று இருப்பதும் சத்திரியர்களுக்கு உரியன.

கால்நடைகளை வளர்ப்பதுவும், ஈவதுவும், சடங்குகள் நடத்து வதும், படிப்பதுவும், வாணிகம் செய்வதுவும், வட்டி வாங்குவதுவும் மற்றும் வேளாண்மை செய்வதுவும் வைசியர்களுக்கு உரியன.

கடவுள் ஒரு பணியை மட்டும் சூத்திரர்களுக்கு ஒதுக்கியுள்ளார். மூன்று வருணத்தவர்களுக்கும் அதாவது மேலே கூறியவர்களுக்கு முணுமுணுக்காமல் பணிவிடை செய்வதுதான் அது.[36]

(9)

அ) ஆபஸ்தம்ப தரும சூத்திரம் சொல்லுகிறது:

"முதல் மூன்று சாதிகளுள் ஒன்றைச் சேர்ந்த ஒருவன் சூத்திர சாதியைச் சேர்ந்த ஒரு பெண்ணுடன் உடலுறவு கொண்டு விட்டால், அவனை நாடு கடத்தி விட வேண்டும்.

சூத்திரன் ஒருவன் முதல் மூன்று சாதியைச் சார்ந்த பெண்ணுடன் உடலுறவு கொண்டுவிட்டால், அவனுக்கு மரண தண்டனை விதிக்கவேண்டும்."37

ஆ) கௌதம தரும சூத்திரம் கூறுவதாவது:

"ஒரு சூத்திரன் ஒரு ஆரிய குலப் பெண்ணுடன் தகாத உடலுறவு கொண்டுவிட்டால், அவனது ஆண் குறியை அறுத்துவிட வேண்டும். அத்துடன் அவனது சொத்துக்களனைத்தையும் பறிமுதல் செய்திட வேண்டும்.

அந்தப் பெண்ணுக்கு ஒரு பாதுகாவலன் (அதாவது யாராவது ஒருவனது பராமரிப்பின் கீழ் அப்பெண் இருப்பின்), அந்தச் சூத்திரன் மேலே கொடுக்கப்பட்ட தண்டனையை அனுபவித்தபின் அவனைச் சிரச்சேதம் செய்துவிட வேண்டும்."38

இ) மனுஸ்மிருதி கூறுகிறது:

சூத்திரசாதியைச் சேர்ந்த ஒருவன் மிக உயர்ந்த சாதியை (பிராமண சாதி)ச் சேர்ந்த பெண்ணைக் காதல் செய்தால் அவனுக்குக் கசையடி தண்டனை தரப்பட வேண்டும்.39

ஒரு சூத்திரன் இரு பிறப்பாளர் சாதியைச் சேர்ந்த ஒரு பெண்ணுடன் உடலுறவு கொண்டால், அவள் ஒருவனது பராமரிப்பில் இருந்தாலும், இல்லாவிட்டாலும், அவனுடைய மர்ம உறுப்பை இழக்கச் செய்ய வேண்டும். அவள் பாதுகாப்புடன் இருப்பவளாக இருந்தால் அவனது அனைத்து சொத்துக்களும் பாதுகாப்புடன் இல்லாதவளாக இருந்தால் அவனது அங்கங்களைச் சிதைத்து அவனது அனைத்துச் சொத்துக்களும் பறிமுதல் செய்யப்பட வேண்டும்.40

இரு பிறப்பாளர் முதலில் அதே சாதியைச் சேர்ந்த ஒரு பெண்ணை மணம் முடிக்க அனுமதிக்கப்படுவர். ஆனால் அவன் காமத்தால் கீழ்சாதிப் பெண்களைச் சேர்த்துக் கொள்வானேயானால் வரிசைப்படி அவர்களும் மனைவிகளாகக் கருதப்படுவார்கள்.

ஒரு சூத்திரப் பெண் மட்டும்தான் ஒரு சூத்திரனுக்கு மனைவியாக வேண்டும். ஆனால் ஒரு வைசியனுக்கு சூத்திரப் பெண்ணும், அவனது சொந்த சாதியைச் சேர்ந்த ஒரு பெண்ணும் சட்டப்படி மனைவிகளாக ஆக முடியும். சத்திரியனுக்கு இப்பெண்கள் இருவரும் மற்றும் அவனது சொந்த சாதியைச்

சேர்ந்த ஒரு பெண்ணும் மனைவிகளாக இருக்க முடியும். ஒரு பிராமணனுக்கு அவர்களைப் போன்று பெண்களும், அவனது சொந்த சாதியைச் சேர்ந்த ஒரு பெண்ணும் மனைவிகளாக முடியும்.

ஒரு சூத்திரப் பெண் பிராமணனுக்கோ சத்திரியனுக்கோ, அவர்கள் மிகக் கஷ்ட நிலையிலிருந்த போதிலும் கூட மனைவியாக இருந்ததாக வரலாறே இல்லை.

இரு பிறப்பாளர் சாதியைச் சேர்ந்த ஒருவன் ஒரு சூத்திரப் பெண் மீது அடக்க முடியா காதலுணர்வால் மணம் செய்து கொள்வானேயானால் விரைந்து அவனது குடும்பங்களையும், அவனது பின் சந்ததியினரையும் சூத்திரர்களின் நிலையை அடையச் செய்து விடுகிறான்.[43]

ஒரு பிராமணன் ஒரு சூத்திரப் பெண்ணைத் தனது படுக்கையறைக்கு இட்டுச் செல்வானேயானால் அந்தக் கீழ்நிலைக்குச் சென்று விடுகிறான். அவள் மூலமாக ஒரு மகன் பிறப்பின் அவன் நிச்சயமாக பிராமணத்தன்மை இழக்கக்கூடுவன்.

ஒருவன் தாழ்குலத்துப் பெண்ணிடமிருந்து பெற்று அளிக்கும் படையல்கள் கடவுளுக்கோ, மூதாதையர்களுக்கோ மற்றும் விருந்தினர்களுக்கோ ஏற்புடையதாகாது. அன்றியும் அவன் மோட்சத்திற்கும் செல்ல மாட்டான்.

ஒரு சூத்திரப் பெண்ணின் அதரபானத்தைச் சுவைத்தும், அவளது சுவாசத்தால் கவரப்பட்டும் அவள் மூலம் ஒரு மகனைப் பெற்றுமிருப்பனேயாகில் பிராயச்சித்தம் அவனுக்கு ஏதுமில்லை.[44]

(10)

அ) வாசிட்ட தரும சூத்திரம் சொல்லுகிறது:

"ஒரு பிராமணன் மீது எரிச்சல்படுவது, பொறாமை கொள்வது, உண்மைக்குப் புறம்பாய்ப் பேசுவது, பிராமணனைப் பற்றித் தவறாகப் பேசுவது, புறங் கூறுவது மற்றும் கொடூரமாக நடந்து கொள் வதும்தான் சூத்திரர்களது குணாதிசயமாகும் என்பதை அறிவர்."[45]

ஆ) விஷ்ணு ஸ்மிருதி குறிப்பிட்டுள்ளது:

ஒரு பிராமணனுக்கு இடப்படும் பெயர் மங்களகரமாக இருக்க வேண்டும். சத்திரியனாயின் சக்தியைக் குறிப்பதாக இருக்க வேண்டும். வைசியனாயின் செல்வத்தைக் குறிப்பதாக இருக்க வேண்டும். சூத்திரனாயின் அருவருப்பைத் தருவதாக இருக்க வேண்டும்."[46]

இ) கௌதம தரும் சூத்திரம் கூறுகிறது:

"சூத்திரர் நான்காவது சாதியைச் சேர்ந்தவர்கள்; ஒரே ஒரு பிறப்பைப்பெற்றவர்கள்.

அவர்கள், மேல் சாதிக்காரர்களுக்குச் சேவகம் செய்பவர்கள். அவர்கள் மூலம் அவன் வாழ வேண்டியதைக் கேட்டுப் பெற்றுக் கொள்ள வேண்டும்.

அவன் அவர்கள் தூக்கியெறிந்து விட்ட செருப்புகளை பயன்படுத்த வேண்டும். அவர்கள் உண்டு எஞ்சிய சோற்றைச் சாப்பிட வேண்டும்.

ஒரு சூத்திரன் வேண்டுமென்றே மேல்சாதிக்காரனை திட்டுவானாயின் அல்லது அடிப்பானேயானால் எந்த அவயவத்தால் அக்குற்றத்தைச் செய்தானோ அந்த அவயவத்தை நீக்கி விட வேண்டும்.

ஒரு சூத்திரன் உட்காருவதிலோ, படித்திருப்பதிலோ, பேசுவதிலோ, பாதையில் செல்லும்போதோ மேல்சாதிக்காரர்களுக்குச் சமமாக நடந்து கொண்டால் அவனுக்குக் கசை அடிகள் கொடுக்க வேண்டும்."[47]

ஈ) மனுஸ்மிருதியும் அதையே பின்பற்றிச் சொல்லுகிறது:

ஒரு பிராமணன் பேராசையாலும் செல்வாக்காலும், சமஸ்காரம் பெற்றிருக்கும் இருபிறப்பாளரை அவர்களின் விருப்பமில்லாதிருந்தும் ஒரு அடிமை செய்ய வேண்டிய வேலைகளைச் செய்ய நிர்ப்பந்திப்பானேயானால், அவன் அறுநூறு பணங்களை அபராதமாகக் கொடுக்க அரசன் விதிப்பானாக.

ஆனால் ஒரு சூத்திரன், பிராமணனால் விலைக்கு வாங்கப்பட்டவனோ இல்லையோ, அடிமைத் தொழில் செய்யக் கட்டாயப்படுத்தப்படலாம். ஏனென்றால் சூத்திரன், தான் வாழ்வதோடு பிராமணர்களுக்கு அடிமைத் தொழில் செய்யவே படைக்கப்பட்டவன்.

சூத்திரன் அவனது எஜமானனிடமிருந்து விடுவிக்கப்பட்டிருந்தாலும், அவன் அடிமைத் தொழில் செய்வதிலிருந்து விடுவிக்கப்படுவதில்லை. அடிமைத் தொழில் செய்வது அவனோடு பிறந்ததாகும். அப்படி இருக்கையில் யாரால் அவனை அதிலிருந்து விலக்க முடியும்?[48]

பிறரை நிந்திக்காமல், இருபிறப்பாளரைப் போன்றே நல்லாற்றில் ஒழுகுவோன் இம்மையில் புகழும் மறுமையில் நற்கதியும் பெறுவான்.[49] வேதத்தை நன்குணர்ந்த பெருமைக்குரிய புரோகிதருக்கு மிகப் பணிவாக நடந்து கொண்டு அவரது வீட்டு வேலைக்காரனாக வாழ்வதுதான் சூத்திரனது மிக உன்னதமான கடமையாகும். அது அவனுக்குப் பேரானந்தத்தைக் கொடுக்க வல்லது.

அவன் மனசுத்தியோடும் மேல்சாதிக்காரர்களுக்குக் கீழ்ப்படிந்தும் நடந்து கொண்டு, பேசுவதில் சாந்தமும் கடைப்பிடித்து ஏமாற்றாமலும் எப்பொழுதும் பிராமணரிடம் தாழ்மையாகவும் இருந்து வாழ்ந்து வந்தானாகில் அவன் அடுத்த பிறவியில் மேல்சாதியில் பிறப்பான்.[50]

ஒரு சூத்திரன் போதுமான அளவு பிழைப்பு நடத்தி வாழ விரும்புவானாயின், அவன் சத்திரியன் ஒருவனிடம் சேவகம் செய்யலாம். அதுதான் சட்டம். அல்லது அவன் ஏதோ ஆதாயமான வாழ்வு வாழ ஆசைப்படுவானானால் அவன் பணக்கார வைசியரிடம் சேவகம் செய்து வாழலாம்.

ஆனால் மோட்சத்தை அடையவேண்டுமானால் அவன் பிராமணனுக்குப் பணி செய்து வாழ வேண்டும். மோட்சத்திற்காகவும் பிழைப்பு நடத்துவதற்காகவும் கூட பிராமணருக்குச் சேவகம் செய்து வாழலாம். அன்றி, பிராமணர் என்ற சொல்லை எப்பொழுதும் வழிபட்டுக் கொண்டிருந்தாலே அவன் செய்ய வேண்டிய அனைத்தையும் செய்ததற்குச் சமமாகும்.

பிராமணர்களுக்குப் பணி செய்து கிடப்பதே சூத்திரனது மிக உன்னத பணியாகக் கருதப்படும். அதைவிட வேறு எதையாவது செய்வானேயாகில் அவனுக்குக் கிடைக்கப் போவது ஒன்றுமில்லை.

சூத்திரனது வேலைத் தரத்தையும், புத்திசாலித்தனத்தையும், தனது வீட்டில் உள்ளவர்களிடம் எப்படி நடந்து கொள்வான் என்பதையெல்லாம் சோதித்தறிந்து அவனுக்கு எவ்வளவு கூலி

தரலாம் என்பதை நிர்ணயித்தபின்தான் சூத்திரனைப் பிராமணர் அவரது வீட்டில் வேலைக்காரனாக அமர்த்துவர். அவனுக்கு மிச்சம், மீதி இருக்கும் உணவையும், பழைய துணிகளையும் கொடுப்பர். அதே போல் தானியத்தில் பதர்களையும் கொடுப்பார். அதேபோலப் பயன்படுத்தத் தகுதியற்ற நிலையிலுள்ள தட்டுமுட்டுப் பொருள்களையும் கொடுப்பர்.[51]

ஒரு பிராமணனுடைய பெயர் மங்களகரமானது. ஒரு சத்திரியனது பெயர் சக்தியைக் குறிக்கும். வைசியனது பெயர் செல்வத்தைக் குறிக்கும். ஆனால் சூத்திரனது பெயர் வெறுக்கத்தக்கதாகும்.

அதேபோல் பிராமணரது சாதிப் பெயர் நல்லதிர்ஷ்டத்தையும், சத்திரியனது பெயர் பாதுகாப்பையும், வைசியரது பெயர் செல்வத்தையும், சூத்திரர் பெயர் சேவகத்தையும் குறிப்பதாக இருக்க வேண்டும்.[52] ஒரு பிறவி எடுத்தவன் கொடூரமான வார்த்தைகளைச் சொல்லிக் கொண்டு இரு பிறப்பாளரை அடிப்பானேயானால் அவனது நாவை அறுத்துவிட வேண்டும். காரணம் அவன் கீழ் மகனானதால் அவர்களது பெயரையோ, சாதியையோ கேவலமாகச் சொல்வானேயானால் பழுக்கக் காய்ச்சிய பத்து அங்குல இரும்புக் கம்பியை அவனது வாயிலே செலுத்த வேண்டும். அவன் துடுக்குத் தனத்தால் புரோகிதருக்கு அவரது பணியைப் பற்றி அறிவுரை புகன்றால், அரசன் கொதிக்கும் எண்ணெயை அவனது வாயிலும் காது களிலும் ஊற்றத்தக்க நடவடிக்கை எடுக்க வேண்டும்.[53]

ஒரு கீழ் சாதியில் பிறந்தவன் மேல்சாதிக்காரனுடைய அவயவத்தைக் காயப்படுத்தி விட்டால் அதே போன்ற அவனது அவயவத்தைத் துண்டித்திட வேண்டும். இதுதான் மனுவின் கட்டளையாகும்.

அவன் தனது கையை மேல் சாதிக்காரனுக்கு மேலே தூக்கினாலோ அல்லது கையிலுள்ள கொம்பைத் தூக்கினாலோ, அவனது கையை வெட்டிவிட வேண்டும். அவன் கோபத்தில் காலால் உதைத்துவிடுவானேயாகில், அவனது காலைத் துண்டித்துவிட வேண்டும்.

ஒரு கீழ்ச் சாதிக்காரன் மேல் சாதிக்காரனுக்குப் பக்கத்தில் உட்காரப் பிரயத்தனப்பட்டால், அவனது இடுப்பில் சூடு வைத்து விட்டு அவனை தேசப்பிரஷ்டம் செய்திட வேண்டும். அல்லது அரசன் அவனது பின்பாகத்தைச் செதுக்கிவிட வேண்டும்.

அவன் துடுக்குத்தனமாக அவன் மீது துப்பிவிட்டால், அரசன் ஆணையின் பேரில் அவனது இரு உதடுகளையும் அறுத்துவிட வேண்டும். அவன் மீது மூத்திரத்தை பெய்துவிட்டால், அவனது ஆண் குறியை அறுத்துவிட வேண்டும். அவன், அவன்மீது வாயுவை பரவ விட்டால் அவனது குதத்தை அறுத்துவிட வேண்டும்.

தாழ்ந்த குடியில் பிறந்தவன், உயர்சாதியில் பிறந்தவனின் குடுமியைப் பிடித்து ஆட்டி விட்டால், அவனது இரு கைகளையும் அரசன் எவ்வித தயக்கமும் காட்டாமல் தக்க நடவடிக்கை எடுத்துத் துண்டித்திட வேண்டும். அவனது பாதங்கள், தாடி, கழுத்து அல்லது மூத்திரக் காய்களை வன்மையாகப் பிடித்து இழுத்து விட்டாலும் அவனது கைகளைத் துண்டிக்க ஆவன செய்திட வேண்டும். ஒருவன் தோலைக் கீறினாலோ, இரத்தம் வர அடித்து விட்டாலோ ஐநூறு பணங்களை அபராதமாக அவன் கட்ட வேண்டும். ஒருவன் சதையைப் பிய்த்து விட்டால், அவன் 6 நிஸ்காக்கள் (பணம்) அபராத மாகக் கட்டி விட வேண்டும். ஒரு எலும்பை ஒடித்து விட்டால், அவனை நாடு கடத்திட வேண்டும்.[54]

உ) நாரத ஸ்மிருதி சொல்லுகிறது:

சூத்திர சாதியைச் சார்ந்தவர்கள் இரு பிறப்பாளரான ஆரிய சாதியைச் சேர்ந்த ஒருவருக்கு எதிராகப் பொய்க் குற்றம் சாட்டுவார்களேயானால் அரசன் தன்னுடைய அலுவலர்கள் மூலம் அவர்களது நாவைப் பிளந்து விட வேண்டும். மற்றும் அரசன் அவர்களை கழுமரத்தில் ஏற்றிட வேண்டும்.

ஒரு சூத்திரன் இருபிறப்பாளரை கேவலமான வார்த்தைகளால் திட்டி அவமானப்படுத்தி விட்டால், அவனது நாவை அறுத்து விட வேண்டும். காரணம் அவன் கீழ் சாதிக்காரன்.

அவன் அவர்களது பெயரையோ அல்லது சாதியையோ இழிவாகப் பேசிவிட்டால், பத்து அங்குல நீளமுள்ள இரும்புக் கம்பிகளைப் பழுக்கக் காய்ச்சி அவனது வாயில் செலுத்தி விட வேண்டும்.

அவன் துடுக்குத்தனமாக அவரது பணியைப்பற்றிப் பிராமணனுக்கு அறிவுரை சொல்வானேயாகில், அரசன் அவனது வாயிலும் காதுகளிலும் கொதிக்கும் எண்ணெயை ஊற்றிட வேண்டும்.

எந்த ஒரு உறுப்பால் கீழ்சாதியைச் சார்ந்தவன் ஒரு பிராமணனைத் தாக்குகிறானோ அந்த உறுப்பைத் துண்டித்திட வேண்டும். அதுதான் அவன் செய்த குற்றத்திற்குத் தக்க பிராயச்சித்தமாகும்.

ஒரு கீழ் சாதியில் பிறந்தவன் ஒரு உயர்சாதிக்காரன் அமர்ந்திருக்கும் இடத்தில் சமமாக உட்கார முயற்சித்து விட்டாலும் அவனது இடுப்பில் சூடு போட்டு அடையாளமிட்டு அவனைத் தேசப் பிரஷ்டம் செய்திட வேண்டும். அல்லது அரசன் தக்க நடவடிக்கை எடுத்து அவனது ஆசனப் பகுதியைச் சிதைத்திட வேண்டும்.

அவன் அகங்காரத்தால் மேல்சாதிக்காரன் மீது துப்பி விட்டால், அரசன் தக்க நடவடிக்கை எடுத்து அவனது இரு உதடுகளையும் அறுத்து விட வேண்டும். மூத்திரத்தை மேல் சாதிக்காரன் மீது பெய்துவிட்டால், அவனது ஆண்குறியை அறுத்துவிட வேண்டும். மேல் சாதிக்காரன் மீது வாயு படியவிட்டால், அவனது குதத்தை அறுத்துவிட வேண்டும்.⁵⁵

3

மேலே சொன்ன சட்ட விதிமுறைகள் சூத்திரர்களுக்கு எதிராகப் பிராமண சட்டத்தை வகுத்தவர்கள் செய்தவைகளாகும். அவற்றின் சுருக்கம் கீழே உள்ள தலைப்புகளில் தொகுத்தளிக்கப்படுகிறது :

1. சூத்திரர்கள் சமுதாய வரிசையில் கடைசி வகுப்பைச் சேர்ந்தவர்கள்

2. சூத்திரர்கள் தூய்மையற்றவர்கள். அதனால் புனித செயல்களை அவர்கள் பார்க்கும்படியோ, கேட்கும்படியோ செய்யக் கூடாது.

3. மற்ற வகுப்பினர்களுக்கு மதிப்பு கொடுப்பது போல் சூத்திரர்களுக்கு மதிப்பு கொடுக்கக் கூடாது.

4. சூத்திரனுடைய உயிருக்கு எவ்வித மதிப்பும் கிடையாது. ஆதனால் அவனுக்க எந்த வித நஷ்ட ஈடும் கொடுக்காமல் யார் வேண்டுமானாலும் அவனைக்கொன்று விடலாம். அப்படி ஏதாவது நஷ்ட ஈடு கொடுப்பதாயின் பிராமணர், சத்திரியர் மற்றும் வைசிய ருக்காகக் கொடுப்பது போலல்லாது மிகச் சிறிதளவே ஒரு தொகையைக் கொடுத்தால் போதும்.

5. சூத்திரன் அறிவைப் பெறக்கூடாது. அவனுக்குக் கல்வி போதிப்பது ஒரு பாவம்; ஒரு குற்றச் செயலுமாகும்.

6. ஒரு சூத்திரன் சொத்துகளைச் சேர்க்கக் கூடாது. ஒரு பிராமணன் அவனது சொத்துகளை தன் விருப்பப்படி எடுத்துக் கொள்ளலாம்.

7. சூத்திரன் அரசாங்க பதவியில் இருக்கக் கூடாது.

8. சூத்திரனது கடமைகளும், மீட்சி பெறுவதும் மேல் சாதிக்காரர்களுக்குப் பணிவிடை செய்வதில்தானிருக்கிறது.

9. மேல்சாதிக்காரர்கள் சூத்திரர்களுடன் கலப்பு மணம் செய்து கொள்ளக் கூடாது. மேல் சாதிக்காரர்கள் சூத்திரப் பெண்களை வைப்பாட்டிகளாக வைத்துக் கொள்ளலாம். ஆனால் ஒரு சூத்திரன் ஒரு உயர்சாதிப் பெண்ணைத் தொட்டு விட்டாலோ, அவன் கடுமையான தண்டனைக்கு உள்ளாக வேண்டும்.

10. சூத்திரன் கொத்தடிமையாகவே பிறந்தவன்; எப்போதும் கொத்தடிமையாகவே வைக்கப்பட வேண்டியவன்.

இத்தொகுப்பைப் படிப்போருக்கு இருவித எண்ணங்கள் தோன்றும். ஒன்று, பிராமணிய சட்டங்களை இயற்றியவர்கள் சூத்திரர்களை மட்டும்தான் அவர்களுக்குப் பலியாட்களாக ஆக்கியிருக்கிறார்கள். ஆரம்ப கால பிராமண இலக்கியங்களை நினைவுபடுத்திப் பார்க்கையில், பழங்கால இந்திய-ஆரிய சமுதாயத்தில் ஒடுக்கப்பட்ட பிரிவினர் வைசியர்களே தவிர சூத்திரர்களல்லர் என்பது மிகவும் ஆச்சரியப்படக்கூடியதாகும். இந்த சந்தர்ப்பத்தில், ஐத்ரேய பிராமணத்தில் உள்ள ஒரு எடுத்துக்காட்டைச் சான்றாகக் காட்டுவது சாலப் பொருந்தும். ஐத்ரேய பிராமணம், அரசன் விஸ்வேந்தராவைப் பற்றிச் சொல்லும் பொழுதும், ஸ்யாபரன பிராமணங்கள் பானம் அருந்துவதைப் பற்றிய குறிப்புகளிலும் இதற்குரிய பல்வேறு வகுப்பினர்களைப் பற்றிய சான்றுகள் தென்படுகின்றன. இந்தக் கதையில் வைசியர்களைப் பற்றிக் கூறுவதைக் கீழே காணலாம்:

"அடுத்தபடியாக, புரோகிதர் தயிரைக் கொண்டு வருவார், அதுதான் வைசியர்களை வசிய வைப்பது. இதை வைத்து வைசியர்களைத் திருப்திபடுத்த முடியும். வைசியரைப்போல ஒருவர் அந்த வழியில் பிறப்பார். அவர் மற்றவருக்குக் கிளை நதியைப்

போன்றவர். அவர் மற்றவரால் உபயோகப்படுத்தப்படுபவர். (விழுங்கப்படுபவர்) விரும்பினால் அவர் ஒடுக்கப்படத்தக்கவர்."⁵⁶

இங்கே எழக்கூடிய கேள்வி என்னவெனில், ஏன் வைசியர்கள் விடுவிக்கப்பட்டார்கள், ஏன் கோபம் சூத்திரர்களின் மேல் பாய்ந்தது?

சூத்திரர்களுக்கு மீளமுடியாத தடைகளும் பிராமணர்களுக்கு மிகுந்த சலுகைகளும் இருப்பது அதிர்ச்சிதரத்தக்கது. சூத்திரர்கள் மூவருணத்தார்களுக்கும் கீழானவர்கள். அவர்களிலிருந்து மூவருணத்தவர் வேறானவர்கள். அப்படி இருக்கும்பொழுது மூவருணத்தவர்களுக்கு சூத்திரர்களுக்கு எதிரான அனைத்து உரிமைகளும் இருக்கும் என எதிர்பார்க்கலாமல்லவா? ஆனால் உண்மை என்ன? உண்மையென்னவென்றால் சூத்திரர்களுக்கெதிரான உரிமைகள் வைசியர்களுக்கும், சத்திரியர்களுக்கும் ஏதுமில்லை. இம்முதல் மூன்று வருணத்தவர்களில் பிராமணர்களுக்குத்தான் அபரிமிதமான சலுகைகளும், உரிமைகளும் வழங்கப்பட்டுள்ளன. உதாரணத்தக்கு, ஒரு சூத்திரன் ஒரு பிராமணனுக்கு எதிரான குற்றம் செய்வானாயின் பிராமணன் அவனுக்கு மேலும் பெரிய தண்டனை கொடுக்க நிர்ப்பந்திக்கும் உரிமையைப் பெற்றிருந்தான். ஆனால் சத்திரியனோ, வைசியனோ அப்படிக் கேட்க முடியாது. ஒரு பிராமணன் சூத்திரனது சொத்துகளை வேள்வி செய்யத் தேவைப்பட்டால் தாராளமாக எடுத்துக் கொள்ளலாம். அது குற்றமாகக் கருதப்படமாட்டாது. ஒரு சூத்திரன் சொத்துக்களை நிறைய சேர்த்து வைக்கக் கூடாது, ஏனென்றால் அது பிராமணனது மனதைப் புண்படுத்தும். ஒரு பிராமணன் சூத்திரன் ஆளும் நாட்டில் வாழக் கூடாது. ஏன் இந்த நிலை? பிராமணர் அப்படி கொடிய எதிரியாகச் சூத்திரரைக் கருத ஏதாவது ஒரு காரணமிருக்க வேண்டுமல்லவா?

இவை எல்லாவற்றையும் விட முக்கியமான வேறு ஒரு காரணம் உள்ளது. இந்த கொடுமைகளைப்பற்றி ஒரு சாதாரண பிராமணர் எப்படி நினைப்பார்? இயல்பில் அவைகள் அசாதாரணமானவை, அதன் கொள்கையில் வெட்கக் கேடானவை என்பதை அனைவரும் ஒத்துக் கொள்வாரன்றோ? ஆனால் ஒரு பிராமணன் ஒத்துக்கொள்வானா? இயல்பானதாக இல்லாமலிருந்தாலும் எந்தவித ஒரு எண்ணத்தையும் இக்கொடுமைகளின் தொகுப்பு அவன் மனத்தில் ஏற்படுத்தாது. பழங்காலந்தொட்டு வழக்கத்தாலும், பழக்கத்தாலும் இக்கொடுமைகள் இருந்து வருவதால் அவனது

நேர்மையான உணர்வுகள் துருப்பிடித்துப் போய் விட்டன. எனவே ஏன், எதற்காக இந்த சூத்திரர்கள் இவ்வளவு இயலாமைகளை அனுபவிக்க வேண்டியுள்ளது என்ற உணர்வுகளை இழந்த விட்டார்கள். இரண்டாவது, இந்த இயலாமைகளைப் பற்றி நன்கு உணர்ந்தவர்கள் கூட இது போன்ற இயலாமைகள் மற்ற நாடுகளிலும் இருக்கின்றன, எனவே இது ஒன்றும் அசாதாரணமானதோ அல்லது வெட்கப்படத்தக்கதோ ஆகாது என நினைக்கிறார்கள். இதுதான். இரண்டாவதுமனப்பாங்கு. இதை உள்ளவாறு வெளிப்படுத்துவது இங்கு அவசியமாகிறது.

இவ்வெண்ணம் அவர்களது பெருமையைப் பாதுகாக்கவும், மனசாட்சியைத் திருப்திப்படுத்திக் கொள்ளவும் பயன்படுவதால் அதை மிகச் சர்வசாதாரணமானதாகக் கருதுகின்றனர். எப்படியாயினும் இதை அதன் வழியிலேயே செல்ல விடுவதில் பயன் எதுவுமில்லை. இவ்வுலகில் எங்கும் இது போன்ற இயலாமைகள் நிகழ்வதில்லை என்பதைத்தெற்றென வெளிப்படுத்தியே ஆக வேண்டும். இப்பிராமணிய சட்டங்களுக்கு இணையாக அதுவும் குறிப்பாக உரிமைகள் மற்றும் சக்தியற்ற இயலாமைகளை வேறெந்த சட்ட அமைப்பு முறைகளிலும் காணவியலாது. இதை நிரூபிக்க பிராமணிய சட்டத்துடன் ரோமானிய சட்டத்தை ஒப்பிட்டுப் பார்த்தாலே விளங்கும்.

4

ரோமானியச் சட்டப்படி உரிமைகள் பெற்றவர்கள், இயலாமைகளுக்கு ஆளானவர்கள் ஆகியவர்களோடு இவர்களை ஒப்பிட்டுப்பார்ப்பதிலிருந்து இதைத் தொடங்கலாம். ரோமானிய சட்ட வல்லுநர்கள் மக்களை ஐந்து வகையாகப் பிரித்தனர் (1) பேட்ரிசியர்கள் எனப்படும் உயர்குடியினர் மற்றும் பிளெபியன்கள் எனப்படும் பொதுமக்கள் (2) சுதந்திர மனிதர்கள் மற்றும் அடிமைகள் (3) குடிமக்கள் மற்றும் வெளிநாட்டவர் (4) சட்டப்படி தன்னுரிமையுடையவர்கள், மற்றும் அவ்வாறில்லாத அயலார் (5) கிறித்தவர்கள் மற்றும் புறச்சமயத்தார்.

ரோமானியச் சட்டப்படி (1) உயர்குடியினர் (2) சுதந்திர மனிதர்கள் (3) குடிமக்கள் (4) சட்டப்படி தன்னுரிமையுடையவர்கள் (5) கிறித்தவர்கள் ஆகியோர் தனித்த சலுகைகள் பெற்றவர்களாவர். இவர்களோடு ஒப்பிடும்போது (1) பொதுமக்கள் (2) அடிமைகள்

(3) வெளிநாட்டார் (4) தன்னுரிமையற்ற அயலார் (5) புறச் சமயிகள் ஆகியோர் தகுதிக் குறைவால் வந்த இயலாமைகளால் துன்புறுவோராவர்.

ரோமானிய சட்டப்படி ஒரு குடிமகன் எனப்படுவோன் சுதந்திரமனிதன் என்னும் பெயரில் சிவில் மற்றும் அரசியல் உரிமைகளைப் பெற்றிருந்தான். சிவில் உரிமைகளின்படி குடிமகனுக்குக் 'கன்னுபியம்' என்னும் மணஉறவு உரிமை 'கமர்சியம்' என்னும் சொத்துக்களை விற்பதற்கும் வாங்குவதற்குமான உரிமை ஆகியவை கிடைத்தன. இந்தக் கன்னுபியம் உரிமையினால் குடிமகன் ரோமானியச் சட்டப்படி திருமண ஒப்பந்தங்கள் செய்து கொள்ளவும், அதன் மூலம் கிடைக்கும் உரிமைகளைப் பெறவும் முடியும். குறிப்பாக இதனால் அக்நேசன் எனப்படும் வாரிசு முறையிலான சொந்தத்தையும், தந்தைக்குப்பின் உயில் எழுதாது இறந்துபோனால் அவருடைய வாரிசுகள் சொத்தையும் பெறமுடியும். 'கமர்சியம்' உரிமையின்படி எல்லாவிதமான சொத்துக்களையும் வாங்கவோ விற்கவோ ரோமானிய சட்டப்படியான உரிமைகளைப் பெற முடியும். ரோமானிய குடிமகனின் அரசியல் உரிமைகளின்படிப் பொதுதேர்தல்களில் வாக்களிக்கவும், பதவிகள் வகிக்கவும் முடியும்.

அடிமை எனப்படுவோன் சுதந்திர மனிதனிலிருந்து வேறுபட்டவன். அவன் எஜமானனுக்குச் சொந்தமாக்கப்பட்டு உரிமைகளைப் பெறுவதற்கு இயலாதவன்.

'பெரிக்ரீன்' என்றழைக்கப்பட்ட வெளிநாட்டவர்கள், அந்த நாட்டுக் குடிமக்கள் அல்லாதவர்கள். அவர்கள் குடிமக்களுக்குரிய சிவில் மற்றும் அரசியல் உரிமைகள் எதையும் பெற முடியாது. ஒரு குடிமகனின் பாதுகாப்பில் இருப்பது தவிர, அயல் நாட்டானுக்கு வேறு எவ்வித பாதுகாப்பும் கிடையாது.

சட்டப்படி தன்னுரிமையுள்ள சூயி ஜூரிகள் எனப்படுவோர் அத்தகைய உரிமையற்றவர்களான அலீன் ஜூரிகள் எனப்படும் அயலாரிடமிருந்து வேறுபட்டவர்கள். இந்த அலீன் ஜூரிகள் வேறொருவர் அதிகாரத்திற்கு உட்பட்டு இருப்பவர்கள்; சூயி ஜூரிகள் இவ்வாறு இல்லாதவர்கள். இந்த அதிகாரத்திற்கு உட்பட்டவர்கள் (1) பொடெஸ்டாக்கள் (2) மனுக்கள் (3) மான்சிபியம் என்று மூவகையினராவர். இவர்கள் மூவகையினராயினும் ஒரே வகையான விளைவுகளுக்கு உட்பட்டவர்களே. பொடெஸ்டாக்கள்

ரோமானிய சட்டப்படி இரு பிரிவினராகக் கருதப்பட்டனர். பொடெஸ்டாக்களுக்கு ஆட்பட்ட (1) அடிமைகள் (2) குழந்தைகள் (3) மானுக்களின் மனைவியர் (4) நீதிமன்றத் தீர்ப்பின்படி கடன் கொடுத்தவர்களுக்குக் குறிக்கப்பட்ட கடனாளி (5) வாடகைக்கு அமர்த்தப்பட்ட போர்வீரர். பொடெஸ்டாக்கள் எல்லோரையும் உட்படுத்தி இவர்களைக் கண்காணிக்கும் உரிமைகளை ஒருவரிடம் ஒப்படைப்பார்கள். இவர்கள் யாராவது ஒருவர் ஏதாவது தீங்கு செய்வார்களானால், அதைப் பொட்டெஸ்டாக்களுக்குத் தெரிவிக்க வேண்டும். இவர்கள் அவர்களுக்குள்ளேயே இரண்டாவது பிரிவினர்.

பொடெஸ்டாக்களால் அலீன்ஜூரிகள் எனப்படும் உரிமையற்ற மக்களுக்கு ஏற்பட்ட இயலாமைகளாவன (1) அவர்கள் சுதந்திர மற்றவர்கள் (2) அவர்கள் சொத்துகளைப்பெற முடியாதவர்கள் (3) அவர்கள் தங்களுக்கு இழைக்கப்படும் தீங்குகள் அல்லது துன்பங்களை நேரடியாக எடுத்துரைக்க முடியாது.

பேகன்கள் எனப்பட்ட புறச் சமயத்தாருக்குக் கொடுமைகள் இழைக்கப்படுவது கிறித்துவ சமயம் பரவத் தொடங்கியபோதே ஏற்பட்டது. ஆரம்பகாலத்தில் ரோமானியர்களும் பேகன்போன்றே வழிபாட்டு முறைகளைப் பின்பற்றியதால், சிவில் உரிமைகளை அனுபவிப்பதில் இவர்களிடையே வேறுபாடு ஏற்படக்கூடிய வாய்ப்பு இல்லாமல் இருந்தது. கிறித்தவ ஆட்சியாளர் வந்தபின்பு, சமய மாறுபாடு உள்ளவர்கள், சமய நம்பிக்கைகளைக் கைவிட்டவர்கள், பேகன்கள், யூதர்கள் ஆகியோர் பலவகையான கட்டுப்பாடுகளுக்கும், குறிப்பாக சொத்துக்கள் அடையும் உரிமை, சாட்சிகளாக செயல்படுவதற்குரிய உரிமை ஆகியவை குறைக்கப்படுதலுக்கும் ஆளானார்கள். நான்கு கிறிஸ்தவப் பேராயங்களின் சபைகள் அளித்த தீர்ப்புகளை ஏற்ற வைதிக கிறித்தவர்கள் மட்டுமே சிவில் உரிமைகளை முழுமையாக அனுபவிக்க முடியும்.

ரோமானியச் சட்டங்கள் விதித்த இந்த உரிமைகளையும், இயலாமைகளையும் விரிவாக அறிந்து இந்துக்கள், சில வகை வகுப்பார்மீது இயலாமைகளைப் புகுத்திய குற்றச்சாட்டுக்குப் பிராமணிய சட்டம் மட்டுமே தனியான சட்டமாக இருக்கவில்லை என்பதில் ஆறுதல் அடைகின்றனர். பிராமணிய சட்டம் விதித்திருக்கும் இயலாமைகள் ரோமானிய சட்டம் விதித்துள்ள இயலாமைகளோடு ஒப்பிடும்போது முன்னதில் உள்ளது போன்ற

கொடூரமானவை அல்ல என்பதை மறந்து விடுகின்றனர். பிராமணிய சட்டத்தை, ரோமானிய சட்டத்தோடு ஒப்பிட்டுப் பார்க்கும் எவரும், பிராமணிய சட்டம் விதித்துள்ள இயலாமைகள் எத்தகைய கேவல மானவை என்பதை நன்கு அறிந்து கொள்ள முடியும்.

முதலாவதாக ஒன்றைக் கேட்போம்: ரோமானிய சட்டப்படியான இயலாமைக்களுக்கும், உரிமைகளுக்கும் ஆதாரமாக இருப்பது எது? ரோமானிய சட்டத்தை மேம்போக்காக அறிந்த மாணவர்கூட அவை (1) கேபுட் மற்றும் (2) எக்சிஸ்டிமேட்டியோ என்பவற்றின் மூலம் கிடைத்தது என்பதை அறிவார்.

கேபுட் என்பது ஒருவருடைய சமூக அந்தஸ்து என்பதாகும். சமூக அந்தஸ்து குறிப்பாக ரோமானியர்களிடையே மூன்று விஷயங்களைச் சார்ந்து ஏற்பட்டது. அவை : சுதந்திரம், குடியுரிமை, குடும்பம் என்பவை. சமூகத்தில் சுதந்திர அந்தஸ்து என்பது சுதந்திரமானவனாகவும், எவருக்கும் அடிமையாக இல்லாதவனாகவும் இருப்பதைக் குறிக்கிறது. இத்தகைய ஒரு சுதந்திரமனிதன், ரோமானிய குடிமகனாகவும் இருப்பானாகில், அவன் சமூக அந்தஸ்தைப் பெற்றவனானான். இந்தத் தகுதியின் அடிப்படையில் அரசியல் உரிமைகளை அனுபவிக்கும் வாய்ப்புகளோடு, சமூக நீதிவழங்கும் தீர்ப்பாயங்களிலும் பங்குபெறும் தகுதியும் பெற்றான். இறுதியாக, குடும்ப அந்தஸ்து என்பது, ஒரு குடிமகன் ஒரு குறிப்பிட்ட குடும்பத்தைச் சார்ந்த குடிமகனாக இருப்பதோடு, அந்தக் குடும்பத்தாருக்குரிய உரிமைகளை அனுபவிக்கும் தகுதியைப் பெற்று அக்னேட்டு எனப்படும் தந்தைவழி வம்சத்தைச் சார்ந்த பங்காளிகளோடு பங்கு கொள்ள முடியும்.

அனுபவித்து வரும் குடும்ப அந்தஸ்து இழப்புக்குள்ளானால் அல்லது மாற்றமடைந்தால் அத்தகைய இழப்புக்கு உள்ளானவன் 'கேபிடிஸ் டிமினுடியோ' எனப்படும் முன்பு இருந்த சட்டத்தகுதிகளை முழுமையாகவோ, ஓரளவோ இழந்த நிலைக்கு ஆளாவான். இந்த இழப்புகள் வெவ்வேறு சந்தர்ப்பங்களுக்கும் நிலைகளுக்கும் ஏற்றவாறு உச்சம், மத்திமம், குறைந்த அளவு என்று மூவகையாக வேறுபடும். உச்சமான பேரிழப்பு சுதந்திரத்தையும், குடியுரிமையையும், குடும்ப உரிமைகளையும் இழத்தலாகும். ஒரு ரோமானியக் குடிமகன் போர்க்கைதியாகப் பிடிபடும்போதும், அவன் ஒரு குற்றத்தைச் செய்து அதற்காக அடிமையாக வேண்டும்

என்று தண்டிக்கப் படும்போதும் இது நிகழ்வதாகும். ஆனால் ஒரு குடிமகன் பகைவர்களால் சிறைபிடிக்கப்பட்டுப் பின் விடுவிக்கப்பட்டு வந்தால், அவனுக்கு முன்பு இருந்த அனைத்து சிவில் உரிமைகளும் சட்டப்படி உரியதாகிவிடும்.

சமூக அந்தஸ்து இழப்பினால் ஏற்படக்கூடிய அடுத்த வகையான மாற்றம் குடியுரிமையையும் குடும்ப உரிமைகளையும் இழத்தலாகும். இதில் அவனது சுதந்திரத்தனி உரிமை இழப்பு இருக்காது. இது ஒரு குடிமகன் அடுத்த நாட்டின் குடிமகனாக ஆவதால் நிகழ்வதாகும். இத்தகையவன் நெருப்பையும், நீரையும் பயன்படுத்துவதிலிருந்து தடுக்கப்பட்டு அதனால் ரோம நாட்டிலிருந்து வெளியேறக்கூடிய நிலைக்கு ஆளாவான். அல்லது ரோம சாம்ராஜ்யத்திலிருந்து நாடுகடத்தப்படுவான்.

இறுதியாக, ஒருவன் ஒரு குறிப்பிட்ட குடும்பத்தைச் சேர்ந்தவன் என்பதிலிருந்து விலக்கப்பட்டு, ஆனால் குடியுரிமையையும் சுதந்திரத்தையும் இழக்காத நிலையில் வைக்கப்பட்டு இழிவுக்கு உள்ளாவான். எடுத்துக்காட்டாக, சட்டப்படி தன்னுரிமை உள்ளவன் சூய் ஜூரி, தனக்கு உரியதல்லாததை ஏற்று மற்றவனுக்கு ஆட்பட்டும் அல்லது பேட்ரியா பொடெஸ்டாவின் கீழ் உள்ள மகனை அவன் தந்தை சட்டத்தின்மூலம் தண்டனையிலிருந்து விடுவிக்கப்பட்டு உள்ள போதும் இந்த நிலை இழப்புக்கு உள்ளாவான்.

முதலாவதாக குடியுரிமை பிறப்பால் அடைவதாகும். சட்டப்படியான திருமணத்தின் மூலம் பிறந்த குழந்தை, அதன் தந்தையின் நிபந்தனைகளுக்கு உட்பட்டு நடைமுறையில் அந்த தந்தைக்கே பிறந்திருந்தால் அந்தக் குழந்தை பிறப்பால் குடிமகன் என்ற உரிமை பெறுவான். இவ்வாறு சட்டப்படியான வழிகளில் அல்லாமல் அந்த தந்தைக்குப் பிறவாத குழந்தை அது பிறக்கும்போது அதன் தாயின் நிலைமைகளைப் பொறுத்துக் குடியுரிமை பெறும். இரண்டாவதாக, சட்டத்தில் விதித்துள்ள விதிமுறைகளைப் பின்பற்றி, அதாவது மனு மிசன் என்னும் முறையின்படி, அடிமையும் கூட ஒரு ரோமானியக் குடிமகனாக முடியும். இந்த விதிகள் சட்டத்தினால் திருத்தம் செய்யப்பட்டவை. ‘ஏலியா சென்டியா’, ‘ஜூனியா நொர்பானா’ என்னும் சட்டத்திருத்தங்களால் குறிப்பிட்ட வழக்குகளிலிருந்து விடுவிக்கப்பட்டவன், வெளிநாட்டவர் அந்தஸ்தைப் பெற்றான். இவர்கள் பெரிகிரியஸ் டெடிடிடியஸ் அல்லது லத்தீன்

மொழியில் லெடினஸ் ஜூனியனூஸ் எனப்பட்டனர். ஜஸ்டினியன் பழைமையான கோட்பாடுகளைப் புதுப்பித்தவர். அதன்படி, அடிமைகளுக்கும் முறைப்படி வாக்குரிமை அளிக்கப்பட்டு ரோமநாட்டுக் குடிமகளாக அனைத்து உரிமைகளையும் பெற முடிந்தது. மூன்றாவதாக, ஒட்டுமொத்தமாக ஒரு வகுப்பாருக்கோ அல்லது தனிமனிதருக்கோ, நாட்டு மக்களாலோ அல்லது குடியரசின் செனட் சபையினாலோ, அல்லது சாம்ராஜ்ய ஆட்சிப் பொறுப்பிலிருக்கும் அரசனாலோ அவ்வப்போது ஒரு சலுகையாகக் குடிமகனாகும் உரிமை வழங்கப்பட்டது. இந்த வழக்கத்தைத் தற்காலத்தவர் குடியுரிமை உடையவராக்குதல் என்பர்.

குடியுரிமையை இழப்பது - முதலாவதாக, தனிமனித சுதந்திரத்தை இழத்தலாகும். அதாவது, ஒரு ரோமானியன் போர்க்கைதியாக ஆவாதனாலோ, இரண்டாவது ரோமானிய குடிமகன் தன் குணப் பண்புகளைத் துறப்பதனாலோ -இது எவராவது வேறொரு நாட்டின் குடிமகனாக ஏற்றுக் கொள்ளப்படும்போது ஏற்படுவது மூன்றாவதாக, செய்த குற்றத்திற்குத் தண்டனையாக நாடு கடத்தப்படுவது, நாட்டை விட்டுத் துரத்தப்படுவது ஆகியவற்றால் ஏற்படுவதாகும்.

ரோமானியரது சட்டத்தின்கீழ் ஒருவருடைய சமூக அந்தஸ்து என்பது ‘சிவிஸ் ஆப்டிமோ ஜூர்’ என்பதற்கு உட்பட்டோ அல்லது அது இல்லாமலோ அமைவதாகும். ‘சிவில் ஆப்டிமோ ஜூர்’ என்பது சிவில் உரிமைகளைப் பெறக்கூடியது மட்டுமல்லாமல் வாக்களிக்கும் உரிமை மற்றும் அரசு பதவிகளை வகிக்கும் உரிமை என்பதைக் குறிக்கும் ‘ஜஸ் சப்ரேஜி எட் ஹானோரனும்’ என்னும் அரசியல் உரிமைகளைப் பெறுதலுமாகும். இந்த அரசியல் உரிமைகள் பெறுவதற்குத் தகுதி பெறுதல் ‘எக்சிஸ்டிமோடியோ’ என்பதைப் பொறுத்து ஏற்படுவதாகும். ‘எக்சிஸ்டிமோடியோ’ என்னும் சொல் சட்டத்தின் கண்களில் மதிப்பைப் பெறுவது என்னும் பொருளுடையது ஒரு ரோமானிய குடிமகன் ‘கேபுட்’ உரிமையும் ‘எக்சிஸ்டி மோடியோ தகுதியும் பெற்றவராக இருக்கலாம். அல்லது ஒரு ரோமானிய குடிமகன் ‘கேபுட்’ பெற்று, ‘எக்சிஸ்டிமோடியோ’ பெறாதவராக இருக்கலாம். ‘கேபுட்’ எக்சிஸ்டிமோடியோ இரண்டையும் பெற்றவர் அரசியல் உரிமைகளையும் சிவில் உரிமைகளையும் பெற்றவராவார். ‘கேபுட்’ மட்டும் பெற்று ‘எக்சிஸ்டிமோடியோ பெறாதவர் சிவில்

உரிமைகளை மட்டுமே கோரமுடியும். அரசியல் உரிமைகளைக் கோரிப் பெற முடியாது.

ஒருவரது 'எக்சிஸ்டமோடியோ' இருவகைகளில் இழக்க நேரிடும். சுதந்திரத் தன்மையை இழப்பதன் மூலமோ, அல்லது ஏதாவது குற்றத்திற்காக சிறை தண்டனை பெற்றிருப்பதாலேயோ இந்த இழப்பு நேரிடும். சுதந்திரத்தை இழந்தவர் தனது 'எக்சிஸ்டி மோடியோ' முழுதுமாக இழப்பவராவார். குற்றத்திற்காக சிறைதண்டனை பெற்றதனால் எக்சிஸ்டிமோடியோ இழப்பு, செய்த குற்றத்தின் தன்மைக்கேற்ப மாறுபடும்.[57] அவன் செய்த குற்றம் கடுமையானதாக இருப்பின் அதனால் ஏற்படும் 'எக்சிஸ்டிமோடியோ' இழப்பு 'இன்பேமியா' அதாவது 'கேவலமானதாக' கருதப்படும். குற்றத்தின் தன்மை குறைந்த அளவினதாயின், அது 'டர்பீடுடோ' அதாவது இழிகுணமானது எனப்படும். 'இன்பேமிவர்'வின் விளைவு 'எக்சிஸ்டிமோ' இழப்புக்கு வழியேற்படுத்திவிடும். ரோமானியச் சட்டப்படி வழக்காடுபவர் சாதாரண சேதத்தோடு 'இன்பேமியா'வுக்கும் ஆட்பட நேரிடும். திருட்டு, கொள்ளையிடுதல், காயம் பண்ணுதல், ஏய்த்தல், ஆகிய குற்றங்கள் 'அகுன்பேமி' அதாவது அவப்பெயருக்கு இடமாகும். கூட்டாளி, கடனாளி, முதலீடு செய்தவன், துணைபோகின்றவன், அடமானம் பிடிப்பவன் ஆகியோர் வேண்டுமென்றே தமது கடமையிலிருந்து தவறியதற்காக கண்டனம் செய்யப்பட்டவர் இழிந்தவரெனப் பேரெடுத்தவராகக் கருதப்படுவர்.

'இன்பேமியா'வின் விளைவு அரசியல் உரிமைகளை இழத்தலாகும்."[58] அதாவது பதவிகள் வகிப்பதிலிருந்து விலக்கப்படுவதோடு தேர்தல்களில் வாக்களிக்கும் உரிமையையும் இழக்க நேரிடும்.

ரோமநாட்டு உரிமைகள், இயலாமைகள் பற்றிய இந்தச் சுருக்கமான ஆய்வின் மூலம், அவை அனைவருக்கும் பொதுவான சட்டமாக இருந்தது தெளிவாகிறது. ஒரு வகுப்பாருக்கும் இன்னொரு வகுப்பாருக்குமிடையே அவை வேறுபடவில்லை. ரோமானிய சட்டப்படி, 'கேபுட்' மற்றும் 'எக்சிஸ்டிமேடியோ' ஆகியவற்றின் மூலம் உரிமைகளும், இயலாமைகளும் பொதுவான நோக்கத்தோடு ஒழுங்குபடுத்தப்பட்டுள்ளன. கேபுட், 'எக்சிஸ்டிமேடியோ' பெற்றிருந்தவர்கள் அனைவரும் உரிமைகளைப் பெற்றிருந்தனர். இவற்றை இழந்தவர் இயலாமைகளுக்கு ஆளானார்கள்.

பிராமணிய சட்டப்படி நிகழ்ந்ததென்ன? அனைவருக்கும் பொதுவான கண்ணோட்டத்தில் உரிமைகளும் இயலாமைகளும் அமைந்திருக்கவில்லை என்பதை மீண்டும் கூற வேண்டியதாகின்றது. அவை சாதியின் அடிப்படையில் வகுக்கப்பட்டவை. முதல் மூன்று வருணத்தாருக்கே அனைத்து உரிமைகளும், அனைத்து இயலாமைகளும் சூத்திரர்களுக்கே என்னும் கோட்பாட்டின் அடிப்படையில் பிராமணிய சட்டங்கள் அமைந்தவை.

பிராமணிய சட்டங்களுக்குப் பரிந்துபேசுபவர்கள், இந்த ஒப்பீடு ரோமானிய சட்டத்திற்குச் சாதகமாக உள்ளது என்றும், ரோமானிய சட்டம் வகுப்பு அடிப்படையில் உரிமைகளையும் இயலாமைகளையும் அளிக்கவில்லை என்பது உண்மையல்ல என்றும் வாதிடலாம். அதை அப்படியே ஏற்றுக் கொள்வதாகவும் வைத்துக் கொள்ளலாம். பேட்ரிஸியன்கள், பிளெபியன்கள் சம்பந்தப்பட்ட வரையில் அளிக்கப்பட்டிருந்த உரிமைகளும் இயலாமைகளும் வகுப்பு வாரியானதே. ஆயினும் இது சம்பந்தமாகப் பின்வரும் உண்மைகளையும் நாம் கருத்தில் கொள்ள வேண்டும்.

முதலாவதாக, பிளெபியன்கள் எனப்படுவோர் அடிமைகள் அல்லர் என்பதைக் கவனத்தில் கொள்ள வேண்டும். அவர்கள் சொத்துக்களை வாங்கவும், வைத்திருக்கவும், விற்கவும் உரிமைகளைப் பெற்றிருந்த சுதந்திரமானவர்கள். அரசியல் மற்றும் சமூக உரிமைகள் மறுக்கப்பட்டிருந்தது மட்டுமே அவர்களுக்கிருந்த இயலாமைகளாகும். இரண்டாவதாக, அவர்களுடைய இயலாமைகள் நிரந்தரமானவை அல்ல என்பதையும் கருத்தில் கொள்ள வேண்டும். அவர்கள் இருவகையான சமூக இயலாமைகளால் துன்புற்றனர். அவர்களும் பேட்ரிஸியன்களும் கலப்பு மணம் செய்து கொள்வது பன்னிரண்டு கட்டளைகளால்[59] தடுக்கப்பட்டிருந்தனர்.

இந்த இயலாமை கி.மு.445-இல் இயற்றப்பட்ட ‘கனுலேனியன்’ சட்டத்தால் நீக்கப்பட்டு, பேட்ரிசியன்கள், பிளெபியன்களுக்கு இடையே நடந்த கலப்புமணங்கள் சட்டப்பூர்வமாக்கப்பட்டன. இன்னொரு இயலாமை இவர்கள் ரோம்நகரப் பொதுக் கோவில்களில் பிரதான மதகுருக்களாகவும், குறி சொல்பவர்களாகவும் பதவி வகிக்கத்தகுதியற்றவர்கள் என்றிருந்த தடையாகும். இந்த இயலாமை கி.மு.300இல் நிறைவேற்றப்பட்ட ‘ஓகுல்னியன்’ சட்டத்தால் நீக்கப்பட்டது.

பிளெபியன்களின் அரசியல் இயலாமைகளைப் பொறுத்த வரை, ஆறாவது ரோமநாட்டு அரசரான ‘சர்வியஸ் டூலியஸ்’ கொண்டுவந்த அரசியலமைப்புச் சட்டத்தின் மூலம் அவர்கள் பொதுச் சபைகளுக்கு நடந்த தேர்தல்களில் வாக்களிக்கும் உரிமை பெற்றனர். அரசியல் இயலாமைகளினால் பதவிகளைப் பெறமுடியாதிருந்த இயலாமையே தீர்க்கப்படாமல் இருந்தது. கி.மு. 509இல் குடியரசு ஏற்பட்டதற்குப்பின் காலப்போக்கில் இதுவும் நீக்கப்பட்டது. இதற்கு முதற்படியாக அமைந்தது கி.மு. 421 பிளெபியன் நீதிமன்றம் அமைவதற்கு எடுத்துக் கொண்ட நடவடிக்கையாகும். விசாரணையாளர் பதவிகள் கி.மு.409இல் அவர்களுக்கு வழங்கும் வழக்கம் ஏற்பட்டு கி.மு.421 முறைப்படி அளிக்கப்படுவதாயிற்று. கி.மு. 367இல் ஆட்சியுரிமையுடைய தண்டலாளர் பதவியான ‘கான்சல்சிப்பும், கி.பி.366-இல் ‘குரூல் ஆடெலிசிப்’ என்ற பதவியும், கி.மு.356-இல் சர்வாதிகாரி பதவியும் கி.பி.351இல் தணிக்கையாளர் பதவியும் கி.பி. 336-இல் ‘பிரேட்டர்’ என்னும் குற்றவியல் நடுவர் பொறுப்பிற்கான நியமனமும் அளிக்கப்பட்டன. கி.மு.287-இல் நிறைவேற்றப்பட்ட ‘ஹார்டேன்சியன்’ சட்டம் பிளெபியன்களுக்கு கிடைத்த முழுவெற்றியைக் குறிப்பதாக அமைந்தது. இந்தச் சட்டங்களினால், குலமரபு குழுக்களின் சபைகளில் நிறைவேற்றப்பட்ட தீர்மானங்கள் நேரடியாகவும், மாற்றமோ, தாமதமோ இல்லாமல் ரோம நாட்டு மக்கள் அனைவரையும் கட்டுப்படுத்தக்கூடியதாகவும் அமைந்தன.

இந்த வளர்ச்சி பேட்ரிசியன்கள், பிளெபியன்கள் ஆகியோருக்கிடையே முழுமையான அரசியல் ஒருங்கிணைப்பு ஏற்பட்டதைக் குறிப்பதாக அமைந்தது.

பிளெபியன்களுக்குப் பேட்ரிசியன்களைப் போலவே அரசியல் மற்றும் சமூக நிலைகளில் சம உரிமை அளிக்கப்பட்டது மட்டுமல்லாமல் அவர்கள் பிரபுத்துவம் பெறவும் வாய்ப்புகள் திறந்துவிடப்பட்டன. ரோமானிய சமுதாயத்தில், பிறப்பும், செல்வமும் இருபெரும் அந்தஸ்து தரமாக விளங்கின. இவற்றோடு, கௌரவமிக்க நீதிபதி அலுவலகப் பதவி மிக உயர்ந்த அந்தஸ்தின் அடையாளமாகக் கருதப்பட்டது. பெட்ரிசியன், பிளெபியன் ஆகிய இரு தரத்துக் குடிமக்களில் எவராயினும் இந்த கௌரவ நீதிபதி பதவியைப் பிடித்து அதிலிருந்து மேற்பார்வை அலுவலராகி சமுதாயத்தில் உயரிய அந்தஸ்தைப் பெற்றனர். இவர்களுக்குப் பின் இந்த அந்தஸ்து அவர்களின்

சந்ததியாருக்கும் தொடர்ந்து வந்து இவர்களே 'நோபில்கள்' எனப்படும் பிரபுக்கள் வகுப்பினராயினர். மேலும் இவர்கள் பிரபலமானவர்கள் என்றும் பிறருக்கு அறிமுகமாகாதிருந்த மக்கள் 'இழிநிலையினர்' என்றும் வேறுபடுத்திக்கூறக்கூடிய நிலை ஏற்பட்டது. இந்தப் பதவி பிளெபியன்களுக்குக் கிடைக்கக் கூடிய வாய்ப்புக்கு வழி ஏற்பட்டதும் பிளெபியன்களில் பலர் பிரபுக்களாகி,[60] பிரபுத்துவத்தில் பேட்ரிசியன்களை விஞ்சக்கூடிய அளவுக்கு உயர்ந்தனர்.

ரோமானியர்களின் சட்டம், உரிமைகளையும் இயலாமைகளையும் பகிர்ந்தளிப்பதில் வகுப்பு வேற்றுமையை அங்கீகரித்தாக இருக்கலாம். ஆனால் பிளெபியர்களுக்கு இருந்த இயலாமைகள் நிரந்தரமானவையாகக் கருதப்படவில்லை. அவை ஒரு காலத்தில் நிலவியிருந்தபோதிலும் காலப்போக்கில் நீக்கப்பட்டுவிட்டன. எனவே, பிராமணிய சட்டத்திற்காகப் பரிந்துவந்து வாதாடுபவர்கள் அதற்கு இணையான ஒரு சட்டம் இருந்ததைக் காட்டி ஆறுதல் அடைந்துவிட முடியாது. பிளெபியன்களுக்கும், பேட்ரிசியன்களுக்கும் இடையே சமமான நிலையை ரோமானிய சட்டம் ஏற்படுத்தியது போல, பிராமணிய சட்டம் மூவருணத்தாருக்கும் சூத்திரர்களுக்கும் இடையே இருந்த வேற்றுமைகளை ஒழிக்காமல் விட்டதேன் என்பதற்குப் பதில் சொல்ல வேண்டியவர்களாக உள்ளனர். எனவே, உரிமைகள் மற்றும் இயலாமைகள் பற்றிய ரோமானிய சட்டம் வகுப்பு வேறுபாட்டுத்தன்மையுடையது அல்ல என்பதையும், பிராமணிய சட்டம் இதற்கு மாறானது என்பதையும் அறியலாம்.

ரோமானிய சட்டத்திற்கும், பிராமணிய சட்டத்திற்கும்இடையே இது ஒன்றே வேற்றுமை என்பதல்லாமல் வேறு இரு வேறுபாடுகளும் உள்ளன. குற்றவியல் வழக்குகளில் சட்டத்தின் முன் எல்லோரும் சமம் என்பது முதலாவது ரோமானிய சட்டம், சிவில் மற்றும் அரசியல் உரிமைகள் சம்பந்தப்பட்ட மட்டில் சமத்துவத்தை ஏற்றுக் கொள்ளாததாக இருக்கலாம். ஆனால் குற்றவியல் சட்டத்தைப் பொறுத்தவரையில் ஒரு குடிமகனுக்கும் இன்னொரு குடிமகனுக்கும் இடையில், பேட்ரிசியன், பிளெபியன்களுக்கு இடையேயும் கூட அது வேறுபாடு காட்டவில்லை. குற்றம் சாட்டப்பட்டிருப்பவர் யார், வழக்குத் தொடுத்திருப்பவர் யார் என்று பார்க்காமல், ஒரேமாதிரியான குற்றத்திற்கு ஒரே மாதிரியான தண்டனைதான். வழக்கில் குற்றச்சாட்டு நீரூபிக்கப்பட்டுவிட்டால்,

ஒரே மாதிரியான தண்டனைதான். ஆனால் தர்மசூத்திரங்களும், ஸ்மிருதிகளும் செய்வதென்ன? அவை முற்றிலும் வேறுபட்ட கொள்கையைப் பின்பற்றுகின்றன. ஒரே வகையான குற்றத்திற்கு, குற்றம் சாட்டப்பட்டவரது சாதிக்கேற்றவாறும், குற்றம் சாட்டுபவரது சாதிக்கேற்பவும் தண்டனை வேறுபடுகின்றது. வழக்கு தொடுத்தவர் சூத்திரனாகவும், குற்றம் சாட்டப்பட்டவர் முதல் மூன்று வருணத்தவருள் ஒருவராகவும் இருந்தால் தண்டனை அதற்கேற்ப குறைவுபடுகின்றது. இதற்கு மாறாக, வழக்கு தொடுப்பவர் முதல் மூன்று வருணத்தவருள் ஒருவராகவும், குற்றம் சாட்டப்பட்டவர் சூத்திரராகவும் இருப்பின், முன் காட்டிய வழக்கில் கூறப்பட்டதைவிட தண்டனை மிகக் கொடியதாக இருக்கும். பிராமணிய சட்டத்தை, ரோமானிய சட்டத்திலிருந்து வேறுபடுத்திக் காட்டும் இன்னொரு காட்டுமிராண்டித்தனம் இதுவாகும்.

ரோமானிய சட்டத்திலிருந்து பிராமணிய சட்டத்தை வேறுபடுத்திக் காட்டும் இன்னொரு அம்சம் குறிப்பிடத்தக்கதாகும். இது இயலாமைத் தடைகளை அகற்றுவது பற்றியதாகும். இங்கு இரு கருத்துக்களை நாம் மனதில் கொள்ள வேண்டும். முதலாவதாக, ரோமானிய சட்டத்தின் படியான இயலாமைகள் தற்செயலாக ஏற்படுபவை மட்டுமே. குறிப்பிட்ட சில சூழ்நிலைகள் இருக்கும் வரையிலேயே இந்த இயலாமைகளுக்கும் இடமிருக்கும். அந்தச் சூழ்நிலைகள் மாறுகின்ற தருணத்திலேயே இயலாமைகளும் மறைந்து விடுவதோடு, சட்டத்தின் முன் சமத்துவ நிலைக்கு வழி ஏற்பட்டுவிடும். இரண்டாவதாக ரோமானிய சட்டம் நிபந்தனைகளை நிரந்தரமாக்கி, இயலாமைகளை என்றைக்குமாக இருக்கும்படி செய்ததில்லை. அதற்கு மாறாக, பிளெபியன்கள், வெளிநாட்டவர், அடிமைகள், பேகன்கள் ஆகியோர் சம்பந்தப்பட்ட நிகழ்வுகளைச் சான்றாகக் கொண்டு பார்த்தோமானால் ரோமானிய சட்டம் இயலாமைகளுக்குக் காரணமாக இருந்த நிபந்தனைகளை நீக்குவதற்கு எந்த நேரத்திலும் தயார் நிலையில் இருந்திருப்பது தெரியவரும்.

ரோமானிய சட்டத்தில் இயலாமைகள் பற்றிய இந்த இரு விஷயங்களையும் கருத்தில் கொண்டு பார்த்தால் தர்ம சூத்திரங்களும் ஸ்மிருதிகளும் சூத்திரர்கள் மீது திணித்திருக்கும் இயலாமைகள் எத்தகைய விஷமத்தனமானது என்பதை அறியலாம். சூத்திரர்கள் மீது சுமத்தப்பட்டிருக்கும் இந்தச்

சமூக இயலாமைகள் நிபந்தனைக்கு உட்படுத்தப்படாமல், இயலாமைகளுக்கு ஆட்பட்டவர்கள் அவற்றிலிருந்து விடுதலை பெறத்தக்க வகையில் அமைந்திருக்குமானால் அவ்வளவாகக் கொடுமை நிறைந்ததாக இருந்திருக்க முடியாது. ஆனால், பிராமணிய சட்டம் இந்தத்தடைகளைச் சுமத்தியதோடு நில்லாமல் அதைச் சூத்திரர்கள் மீது திணித்துச் சில நிபந்தனைகளையும் விதித்து அவற்றை மீறினால் குற்றமாக்கிக் கடுமையான தண்டனைகளுக்கு உட்படுத்தச் செய்துள்ளது. இவ்வகையில் பிராமணிய சட்டம், சூத்திரர்கள்மீது தண்டனைகளை விதித்துள்ளது மட்டுமல்லாது, அதை நிரந்தரமாகவும் ஆக்கியுள்ளது. இதற்கு ஒரே எடுத்தக்காட்டு போதுமானது. சூத்திரனொருவன் வேதங்களை ஓதக்கூடாது என்பதற்காக அவன் வேத சடங்குகளை ஓதத் தகுதியற்றவனாக்கப்பட்டுள்ளான். இந்த இயலாமையை எவரும் எதிர்த்து நிற்கமுடியாது. தர்ம சூத்திரங்கள் இதோடு நிற்கவில்லை. இதற்கு ஒருபடி மேலே சென்று, சூத்திரன் வேதத்தைப் படிப்பதும் படிப்பதைக் கேட்பதும் தண்டனைக்குரிய குற்றமென அறிவித்து, இத்தகைய குற்றத்தை இழைப்பவரின் நாக்கை அறுத்துவிட வேண்டும், காதில் ஈயத்தைக் காய்ச்சி ஊற்ற வேண்டும் என்று விதித்துள்ளன. தனக்கு எதிரான இயலாமைகளிலிருந்து விடுபடுபவரைத் தடுப்பதைவிட காட்டுமிராண்டித்தனம் வேறெதாவது இருக்கமுடியுமா? இந்தத் தடைகள், இயலாமைகள் பற்றி என்ன விளக்கம் கூறமுடியும்? பிராமணிய சட்டங்களை வகுத்தவர்கள், சூத்திரர்களுக்கு எதிராக இத்தகைய கொடூரமான போக்கை மேற்கொண்டதேன்? பிராமணிய சட்ட நூல்கள் இந்த இயலாமைகளை மேம்போக்காகவே கூறுகின் றன. சூத்திரர்கள் உபநயனம் செய்து கொள்ளும் உரிமையற்றவர்கள் என்கின்றன. சூத்திரர்கள் எவ்வகையான பதவியும் வகிக்கக்கூடாது என்கின்றன. சூத்திரர்கள் சொத்து எதுவும் வைத்துக்கொள்ளக் கூடாது என்கின்றன. ஆனால் இதற்கான காரணங்களை அவை கூற வில்லை. ஒட்டுமொத்தமாக இவை அனைத்தும் மனம்போன போக்கிலுள்ளவை. சூத்திரனின் நடத்தைகளுக்கும் இந்த இயலாமைத் தடைகளுக்கும் எவ்வித தொடர்புமில்லை. இது 'இன்பேமி' என்னும் தீய நடத்தையால் ஏற்படுவதில்லை. சூத்திரன், சூத்திரனாகப் பிறந்ததற்காகவே தண்டிக்கப்படுகிறான். இது விடுவிக்க முடியாத மர்மமாக உள்ளது. இந்த மர்மத்தை விடுவிப்பதற்குப் பிராமணிய சட்ட நூல்கள் உதவவில்லையாதலால்,

இதற்கான விளக்கத்தை வேறெங்காவது கண்டறிய வேண்டிய அவசியம் நேர்கிறது.

அடிக்குறிப்பு

1. பிரஸ்னம், படலம் 1, காண்டம் 1, சூத்.4-5.
2. பிரஸ்னம் 1, படலம் 1, காண்டம் 1, சூத்.6.
3. இயல் 2, பாடல்கள் 1-4.
4. இயல், 4, பாடல் 3.
5. இயல், 1, பாடல் 31.
6. இயல், 10, பாடல் 4.
7. பிரஸ்னம் I, படலம் 5, காண்டம் 16, சூத்.21-22.
8. இயல், 19, பா .1-4.
9. இயல், 14, பா.1-4.
10. இயல், 18, பா. 11-15.
11. இயல், 6, பா. 26.
12. இயல், 6, பா. 27-29.
13. இயல், 4, பா. 61.
14. இயல், 3, பா.178.
15. பிரஸ்னம் 1, படலம் 2 காண்டம் 3, சூத்.16.
16. பிரஸ்னம் 1, படலம் 2, காண்டம் 5, சூத. 17.
17. பிரஸ்னம் 2, படலம் 2, காண்டம் 4. சூத்.19-20.
18. இயல் 5, பா.115.
19. இயல் 2, பாடல்கள், 135-137.
20. இயல் 2, பாடல்கள், 154-156.
21. இயல் 3, பாடல்கள் 110-112.
22. பிரஸ்னம் 1, படலம் 9, காண்டம் 24, சூத்.1-3
23. இயல் 12, சூத்.8-13.
24. இயல் 20, பாடல்கள் 7-1].
25. இயல் 3, பாடல்கள் 267 - 268.
26. இயல் 1, பாடல்கள் 127-131.
27. இயல் 5, சூத்.19-25.
28. இயல் 12, பாடல் 12.

29. இயல் 20, பாடல் 4-6.
30. இயல் 3. பாடல் 156.
31. இயல் 4. பாடல் 78-81
32. இயல் 4. பாடல் 99.
33. இயல் 8, பாடல் 417.
34. இயல் 9, பாடல் 129.
35. இயல் 8, பாடல்கள் 20-22.
36. பிரஸ்னம் 2, படலம் 10, காண்டம் 26, சூத்.14-16.
37. பிரஸ்னம் 1, படலம் 1, காண்டம் 1, சூத்.7-8.
38. இயல் 1. பாடல்கள் 87-91.
39. பிரஸ் 2. படலம் 10, காண்டம் 27, சூத்.8-9.
40. இயல் 12, சூத்.2-3.
41. இயல் 8, பாடல் 366.
42. இயல் 8, பாடல் 374
43. இயல் 3, பாடல்கள் 12-15.
44. இயல் 3, பாடல்கள் 17-19.
45. இயல் 6, பாடல் 24.
46. இயல் 27, சூத்.6-9.
47. இயல் 10, சூத்.50, 56-59 மற்றும் இயல் 12, சூத்.1, 7
48. இயல் 7, பாடல்கள் 412 - 414.
49. இயல் 10, பாடல் 128.
50. இயல் 9, பாடல்கள் 334-335.
51. இயல் 10, பாடல்கள் 121 - 125.
52. இயல் 2, பாடல்கள் 31-32.
53. இயல் 8, பாடல்கள் 270 - 72.
54. இயல் 8, பாடல்கள் 279 - 284.
55. இயல் 15, பாடல்கள் 22 - 27.
56. முயிர், தொகுதி 1, ப. 436-40.
57. அதாவது கொள்ளை, களவு, பொய்ச்சான்று கூறுதல், ஏமாற்றுதல், மேடையேறி நடிகனாகவோ வாட்போர் வீரனாகவோ தோன்றுதல், படையிலிருந்து இழிவான நிலையில் வெளியேற்றப்படுதல், விபசாரத்திற்குத்துணையாக இருந்து பிழைப்பு நடத்துதல், ஏனைய இழிவான தொழில்கள் மற்றும் இழிந்த ஒழுக்கக்கேடான செயல்களில் ஈடுபடுதல் ஆகியவை.

58. 'இன்பேமியா'வினால், சாட்சியமளிக்கவோ, வழக்குகளில் இன்னொருவருக்காக வாதாடவோ முடியாதவர் ஆகுதல், வழக்குரைஞர் பதவி வகிப்பதிலிருந்து நீக்கப்படுதல் ஆகிய விளைவுகளும் ஏற்படும். 'இன்பேமியா' இருவகைகளில் நிறைவேற்றப்பட்டது. தணிக்கையாளர்கள் மூலமோ அல்லது நீதிமன்றத்தீர்ப்பு மூலமோ இது நிறைவேற்படும். பொது ஒழுக்க நெறிகளைக் கண்காணித்து குடியரசின் ஆட்சிமன்ற உறுப்பினர் கௌரவத்தைப் பறித்தல், பிரபுக்களின் குதிரைசவாரி செய்யும் உரிமையை நீக்குதல், குடிமகனின் அரசியல் உரிமைகள் அனைத்தையும் பறித்துப் போக்கிரிகள் கூட்டத்தோடு சேர்த்துக் குறிப்பிடுதல் ஆகிய அதிகாரங்கள் தணிக்கையாளர்களுக்கு இருந்தன. குடிமக்களின் பட்டிய லில் இன்பேமியா'வுக்கு உட்பட்டவர்களின் பெயருக்கு எதிராகத் தணிக்கைக்கு ஆளானவர் எனக் குறிக்கப்பட்டது. இதற்கான பொறுப்பைத் தணிக்கையாளர் ஏற்றார். தனி விசாரணை ஏதுமின்றி பொதுமக்களின் கருத்திற்கு இசைவாகவே முடிவெடுத்தனர்; 'தணிக்கைக்கு உட்பட்டவர்' என்ற குறிப்பு தணிக்கை செய்தவர் நீதிபதியாகச் செயல் பட்ட நேரங்களில் மட்டுமே அவருடைய பார்வைக்கு வந்தது தவிர இதனால் வேறு விளைவுகள் ஏற்படவில்லை. இந்த வகையில் இது 'தீய நடத்தை உள்ளவர்' - 'இன்பேமி' என்பதிலிருந்து வேறுபட்டது. 'இன்பேமி' என்னும் களங்கம் மக்கள் அல்லது மன்னர் தமக்கிருந்த தனியுரிமையைப் பயன்படுத்தி நீக்காதவரை அதற்குரியவரோடு நீடித்தது.

59. பன்னிரண்டு கட்டளைக்கு முந்திய வழக்கம் இது. பன்னிரண்டு கட்டளைகள் இதனை ஏற்றுக் கொண்டது.

60. இவ்வாறு முதன்முதலாக நீதிபதி ஆசனத்தில் அமரக்கூடிய வாய்ப்பினைப் பெற்ற பி., ளெபியன் ஒருவர், பிரபுக்கள் குடும்பத்தைத் தோற்றுவித்து ரோமானியர்களால் புதிய மனிதர் என அழைக்கப்பட்டார்.

★

இயல் 4

சூத்திரர்களுக்கு எதிராக ஆரியர்கள்

I

சூத்திரர்கள் என்பவர்கள் யார், அவர்கள் எவ்வாறு நான்காவது வருணத்தினராயினர் என்பதற்கான விளக்கக் குறிப்பு எதுவும் பிராமண எழுத்தாளர்கள் தருவதில்லை என்பதை இதுவரை கூறியவற்றிலிருந்து தெரிந்து கொண்டிருப்பீர்கள். எனவே, இந்த விஷயம் குறித்து மேலைய எழுத்தாளர்கள் என்ன கூறுகிறார்கள் என்பதை அறிந்துகொள்வது அவசியம். சூத்திரர்களின் மரபு மூலம் குறித்து மேலைய எழுத்தாளர்கள் ஒரு திட்டவட்டமான கோட்பாட்டைக் கொண்டுள்ளனர். இந்தக் கோட்பாட்டின் ஒவ்வொரு அம்சத்திலும் அவர்கள் அனைவரும் உடன்பாடான கருத்தைக் கொண்டிருக்க வில்லை என்றாலும் சில விஷயங்களில் அவர்களிடம் ஓரளவு ஒற்றுமை காணப்படுகிறது. அத்தகைய விஷயங்கள் வருமாறு:

1. வேத இலக்கியத்தை, வேத நூல்களைத் தோற்றுவித்த மக்கள் ஆரிய இனத்தைச் சேர்ந்தவர்கள்.

2. ஆரியர்கள் இந்தியாவுக்கு வெளியே இருந்து வந்து இந்தியாவின்மீது படையெடுத்தவர்கள்.

3. இந்தியாவின் பூர்வீக மக்கள் தாசர்கள் மற்றும் தசியுக்கள் எனப்படுபவர்கள்; இவர்கள் இனவழியில் ஆரியர்களிடமிருந்து வேறுபட்டவர்கள்.

4. ஆரியர்கள் வெள்ளை இனத்தினர். தாசர்களும் தசியுக்களும் கறுப்பு இனத்தினர்.

5. ஆரியர்கள் தாசர்களையும் தசியுக்களையும் வெற்றி கண்டனர்.

6. தாசர்களும் தசியுக்களும் ஆரியர்களால் வெற்றி கொள்ளப்பட்டு, அடிமைகளாக்கப்பட்ட பிறகு சூத்திரர்கள் என அழைக்கப்பட்டனர்.

7. ஆரியர்கள் நிறப் பாகுபாட்டுக் கொள்கையைக் கடைப்பிடித்தனர்; எனவே சதுர்வருண அமைப்புமுறையை உருவாக்கினர்; இதன்மூலம் வெள்ளை இனத்தினரைத் தாசர்கள், தசியுக்கள் போன்ற கறுப்பு இனத்தினரிடமிருந்து பிரித்தனர்.

இவைதாம் இந்தோ-ஆரிய சமுதாயத்தில் சூத்திரர்களின் மரபுமூலத்தையும் நிலையையும் குறித்து மேலைய கோட்பாட்டில் அடங்கியுள்ள பிரதான அம்சங்களாகும். இந்தக் கோட்பாடு ஏற்புடையதா, இல்லையா என்பது வேறுவிஷயம். ஆனால் ஒரு சமூக நிகழ்வுப்போக்கை தெய்வீக அருள் நிகழ்வுப்போக்காகப் படம் பிடித்துக் காட்டுவதற்குப் பிராமணிய கோட்பாடுகள் தரும் நீண்ட, சலிப்பூட்டும், அலுப்பூட்டும் விளக்கங்களைப் படித்த பிறகு, ஒரு சமூக உண்மை குறித்து இயல்பான விளக்கம் தரமுயலும் ஒரு கோட்பாடு நம் முன்னர் இருப்பது கண்டு எவரும் நிம்மதி உணர்வு பெறாமல் இருக்க முடியாது என்று இந்த மேலைய கோட்பாட்டைப் பற்றி நிச்சயமாகக் கூறமுடியும். பிராமணியக் கோட்பாடுகளைப் பொறுத்தவரையில் மதிகேடான ஒரு மனத்திலிருந்து உதித்த பொருளற்ற, விவேகமற்ற உணர்ச்சி கொந்தளிப்புகள் என்று கூறுவதைத் தவிர அவை குறித்து வேறு எதுவும் சொல்வதிற்கில்லை. இந்தக் கோட்பாடுகள் எந்தப் பிரச்சினையையும் தீர்க்காமல் அப்படியே கிடப்பில் போட்டுவிடுகின்றன. நவீன கோட்பாட்டைப் பொறுத்தவரையில், தவறிப்போன வழியைக் கண்டுபிடிக்கவாவது குறைந்தபட்சம் அது உதவுகிறது.

இந்தக் கோட்பாட்டின் தகைமையைச் சோதிப்பதற்கு அதனைப் பகுதிப் பகுதியாகப் பரிசீலிப்பதும், ஒவ்வொருபகுதியும் எந்த அளவுக்குச் சான்றை ஆதாரமாகக் கொண்டிருக்கிறது என்பதைக் காண்பதுமே மிகச் சிறந்த வழியாகும். இந்தக்கோட்பாட்டின் முழுக்கட்டு மானமும் ஆரிய இனத்தைச் சேர்ந்த ஒருவகை மக்கள் வாழ்ந்தார்கள் என்ற அனுமானத்தின் அடித்தளத்தின்மீது அமைந்திருக்கிறது. எனவே இந்தப் பிரச்சினையைப் பற்றி முதலில் பரிசீலிப்பது உசிதமாக இருக்கும்.

ஆரிய இனம் என்பது என்ன? ஆரிய இனம் குறித்த பிரச்சினையை ஆராய்வதற்கு முன்னர் ‘இனம்’ என்னும் சொல் எதைக் குறிக்கிறது

என்பதை நிச்சயித்துக் கொள்ளவேண்டும். இந்தப் பிரச்சினையை இங்கு எழுப்புவது அவசியமாகிறது; ஏனென்றால் ஒரு மக்களை இனம் என்று தவறாக எடுத்துக்கொள்வது சாத்தியமே.

இந்த தவறுக்கு மிகச் சிறந்த உதாரணமாக இருப்பவர்கள் யூதர்கள். யூதர்கள் ஓர் இனம் என்று பெரும்பாலான மக்கள் நம்புகின்றனர். வெளிப்பார்வைக்கு அவர்கள் இவ்வாறு ஓர் இனமாகத் தோன்றக் கூடும். ஆனால் ஆராய்ச்சி வல்லுநர்களின் தீர்ப்பு என்ன? யூதர்களைப் பற்றிப் பேராசிரியர் ரிப்ளே[1] பின்வருமாறு கூறுகிறார்:

> "நமது இறுதிமுடிவு இதுதான்: இது புதிராக, விந்தையாக இருந்தாலும் உண்மை என்று உறுதிகூறுகிறோம். யூதர்கள் ஓர் இனமல்ல. மக்கள்திரள்தான். இதனை அவர்களது முகங்கள் ஊர்ஜிதம் செய்கின்றன; தனித்துவமான முறையில் அவர்கள் பெற்றிருக்கும் இதர இயல்புகளைப் பொறுத்தவரையில் அவை கணிசமாக உள்ளன - மூதாதையர்களின் வழியிலல்லாமல் தலைமுறை தலைமுறையாக அவர்களே உருவாக்கிக் கொண்டவையாகும்."

இனம் என்பது என்ன? இனம் என்பதை சில குறிப்பிட்ட பண்புக்கூறுகளை மரபுரீதியாகப்பெற்ற ஒருமக்கள் தொகுதி எனக் கூறலாம். பின்கண்ட பண்புக் கூறுகளைக் கொண்ட மக்களை ஓர் இனம் என்று ஒரு சமயம் கருதப்பட்டது: 1. தலையின் வடிவம், 2. ரோமம் மற்றும் கண்களின் நிறம், 3. தோலின் நிறம், 4. உடல்வாகு. நிறமும் உடல்வாகுவும் தட்பவெட்ப நிலைக்கும் உறைவிடத்துக்கும் ஏற்ப மாறக்கூடிய இயல்புகள், எனவே, மக்களின் இனத்தை நிர்ணயிப்பதற்கு அவற்றை ஓர் அளவுகோலாகக் கொள்ளக்கூடாது என்ற பொதுவான கருத்து இன்று நிலவுகிறது. ஒரே நிலையான அம்சம் மனித தலையின் அமைப்பு வடிவம்தான். இவ்வாறு கூறும்போது தலையின் நீளம், அகலம், உயரம் முதலிய பொதுப் பரிமாணங்களையே இங்கு குறிப்பிடுகிறோம். மக்களின் இனத்தை நிர்ணயிப்பதற்கு மனித இன ஆராய்ச்சியாளர்களும் மனித உடலமைப்பு ஆராய்ச்சியாளர்களும் மனிதனது தலையின் அமைப்பையே மிகச் சிறந்த அளவுகோலாகக் கொள்கின்றனர்.

ஒரு தனிநபரது இனத்தை நிர்ணயிப்பதற்குத் தலையின் வடிவமைப்புகளைப் பயன்படுத்துவதை மனித இன ஆராய்ச்சியாளர்கள் ஒரு விஞ்ஞானமாக உருவாக்கி இருக்கின்றனர். இந்த விஞ்ஞானம் மனித உடல் சார்ந்த அளவை இயல் விஞ்ஞானம் எனப்படுகிறது.

இந்த உடல் சார்ந்த அளவை இயல் விஞ்ஞானம் தலையின் அமைப்பை நிர்ணயிப்பதற்கு இரண்டு வழிமுறைகளை வகுத்துத் தந்துள்ளது. அவை: 1. மண்டை ஓட்டின் நீளத்துக்கும் அகலத்துக்கும் இடையே உள்ள சதவீத அளவைக் காட்டும் குறியீடு. 2. முகத்தின் அளவைக் காட்டும் குறியீடு. இந்தக் குறியீடுதான் இனத்தைப் புலப் படுத்துகிறது. முதலாவது குறியீடு செவிகளுக்கு மேலே தலையின் அகலத்தை முன் நெற்றியிலிருந்தும் பின்பக்கம் வரையுள்ள அதன் நீளத்தை சதவீதத்தில் குறிப்பதாகும். இந்த நீளத்தை 100 என்று வைத்துக் கொண்டால், அகலம் அதன் ஒரு பின்னமாக கணிக்கப்படுகிறது. தலை விகிதாசாரப்படி பரந்ததாகக் காணப்படும்போது அதாவது மேலிருந்து கீழே பரந்ததாகக் காணப்படும்பொழுது அதாவது மேலிருந்து கீழே பார்க்கையில் முற்றிலும் வட்டவடிவில் தென்படும்போது - இந்தக் குறியீடு அதிகரிக்கிறது. இந்தக் குறியீடு 80க்கு மேல் உயர்ந்தால் அது குறுந்தலை எனப்படும்.75க்குக் கீழ் தாழ்ந்தால் நீண்டதலை எனப்படும். குறியீடு 75க்கும் 80க்கும் இடைப்பட்டதாக இருக்குமாயின் அது நடுத்தரத்தலை எனப்படும். இவை தொழில்நுட்பப்பதங்கள். இனம் சம்பந்தப்பட்ட பிரச்சினைகள் பரிசீலிக்கப்படும்போது, இந்தப் பதங்கள் ஆய்வு நூல்களில் அடிக்கடி தோன்றும். இந்தப் பதங்கள் எவற்றைக் குறிக்கின்றன என்பதை அறியாதவர்களால் இது குறித்த விவாதத்தை அறிவுத்திறத்தோடு புரிந்துகொள்வது மிகவும் கடினம். எனவே, இவற்றைச் சற்று எளியமுறையில் விவரிப்பது பயனுள்ளதாக இருக்கும். நடுத்தர தலை என்பது மண்டை ஓட்டின் அகலம் அதன் நீளத்தில் நான்கில் மூன்று பங்குக்கும் ஐந்தில் நான்கு பங்குக்கும் இடையே இருக்கும். மண்டை ஓட்டின் அகலம் அதன் நீளத்தில் ஐந்தில் நான்கு பங்குக் கும் கீழே இருந்தால் அது நீண்ட தலையைக் குறிக்கும்.

முகக் குறியீடு என்பது தலை மற்றும் முக அமைப்பின் வீதாசாரங்களுக்கு இடையே உள்ள பரஸ்பர சம்பந்தத்தைக் குறிக்கிறது. பெரும்பாலானவர்கள் விஷயத்தில் தலை பரந்ததாக இருந்தால் முகம் உருண்டதாக இருக்கும்; நெற்றியிலிருந்து முகவாய்க் கட்டை வரையிலான உயரத்துடன் ஒப்பிடும்போது கன்ன எலும்புகள் பெரியவையாக இருக்கும். அளவுகள் எடுப்பதில் ஒருமித்த கருத்து இல்லாததன் காரணமாக சரியானபடி ஒப்பீடுகள் செய்வது கடினமாக இருக்கிறது. இருப்பினும் நீண்ட தலை நீள்முகம், குறுந்தலை வட்ட முகம் என்ற விதியைக் கடைப்பிடிப்பது உசிதமாக இருக்கும்.

இனங்கள் பற்றி ஆராய்வதில் பேராசிரியர் ரிப்ளே மிகுந்த நிபுணத்துவம் பெற்றவர். மனித உடல் சார்ந்த அளவை இயல் விஞ்ஞானத்தின் அடிப்படையில் அதாவது மண்டை ஓட்டின் அளவுக் குறியீடு, முக அமைப்புக்குறியீடு ஆகியவற்றின் அடிப்படையில் ஐரோப்பிய மக்கள் மூன்று இனங்களைச் சேர்ந்தவர்கள் என்ற முடிவுக்கு அவர் வந்துள்ளார். அவரது முடிவுகள் அடுத்த பக்கத்திலுள்ள அட்டவணையில் தொகுத்துத் தரப்பட்டிருக்கின்றன[2].

இனம் என்ற பதத்தின் நேர் அர்த்தத்தில் பார்க்கும்போது ஆரிய இனம் என்று ஒன்றிருக்கிறதா? இது விஷயத்தில் இரண்டு விதமான கருத்துகள் நிலவுவதாகத் தோன்றுகிறது. ஆரிய இருப்பதை ஒரு கருத்து ஆதரிக்கிறது. இதன்படி ஆரிய இனத்தைச் சேர்ந்த ஒருவரது அங்க அடையாளங்கள் பின்வருமாறு இருக்கும்;[3]

> ஆரிய இனவகையைச் சேர்ந்தவரது தலை நீண்டிருக்கும்; மூக்கு நேராக, நேர்த்தியுடன் செதுக்கப்பட்டதுபோன்றிருக்கும்; முகம் நீண்டு செவ்வொழுங்கோடு குறுகியதாக இருக்கும்; உறுப்புகள் நன்கு வளர்ச்சியடைந்தவையாக இருக்கும்;காது, மூக்கு, நெற்றியிடையேயான கோண அளவு தூக்கலானதாக இருக்கும். உயரமான ஆகுருதி; பருமனாகவும் இல்லாமல் ஒல்லியாகவும் இல்லாமல் ஒரே சீரான நல்ல உருவமைப்பு.

மற்றொரு கருத்து பேராசிரியர் மாக்ஸ் முல்லருடையது. அவரது கருத்துப்படி இந்தச் சொல் மூன்று வெவ்வேறு பொருள்களில் பயன்படுத்தப்படுகிறது. மொழி விஞ்ஞானம் என்று தலைப்பில் அவர் ஆற்றிய உரைகளில் பின்வருமாறு குறிப்பிடுகிறார்:

> ஆர் அல்லது ஆரா என்னும் சொற்களில் உழுது பண்படுத்திய நிலத்தின் மிகத் தொன்மையான பெயர்களில் ஒன்றைக் காண்கிறேன். இந்தச் சொற்கள் சமஸ்கிருதத்திலிருந்து மறைந்துவிட்டன. ஆனால் கிரேக்க மொழியில் எரா என்னும் சொல்லாக அவை நிலைத்து நின்றுவிட்டன. இதிலிருந்து ஆரிய என்னும் பதம் ஆரம்பத்தில் நில உரிமையாளர் அல்லது நிலசாகுபடியாளரையும் வைஸ் என்னும் பதத்திலிருந்து தோன்றிய வைசிய என்னும் சொல் குடும்பத் தலைவரையும் குறிப்பதாக இருந்திருக்க வேண்டும். மனுவின் புதல்வியின் பெயரான இதா என்பது பண்படுத்தப்பட்ட நிலத்தின் மற்றொரு பெயராகும்; அநேகமாக இது ஆரா என்னும் சொல்லின் திரிபாக இருக்கக்கூடும்.

ஐரோப்பிய இனங்கள்

	தலை	முகம்	ரோமம்	கண்கள்	உடல்வாகு	மூக்கு
1. டியூட்டானிக் இனம்	நீண்டது	நீண்டது	அடர்த்தி யற்றது	நீலம்	உயரமானது	குறுகியது
2. ஆல்பைன் (கெல்டிக்குகள்)	வட்டமானது	பரந்தது	செந்தவிட்டு நிறம்	மங்கலான பழுப்பு நிறம்	நடுத்தர பருமன்	பரந்து அகன்றது
3. மத்தியதரைக் கடல் பகுதி யைச் சேர்ந்த இனத்தினர்	நீண்டது	நீண்டது	தவிட்டு நிறம் அல்லது கறுப்பு	கறுப்பு	நடுத்தரமான ஒல்லி	அதிகம் பரந்து அகன்றது

நிலத்தை உழுவது அல்லது பயிரிடுவது என்னும் கருத்தைப் பிரதிபலிக்கும் வகையில் இது இரண்டாவதொரு பொருளிலும் பயன்படுத்தப்பட்டது. இது குறித்து பேராசிரியர் மாக்ஸ் முல்லர் பின்கண்டவாறு கூறுகிறார்:

> ஆரிய என்பதன் சொல்லாக்க விளக்கம் நிலத்தை உழுபவன் அல்லது பயிர் செய்பவன் என்பதைக் குறிப்பதாகவே இருக்க வேண்டும். துரேனிய இனத்தவருக்கு மாறான முறையில் ஆரியர்களே இந்தப் பெயரைத் தேர்ந்தெடுத்துக் கொண்டிருக்க வேண்டும் என்று தோன்றுகிறது; துரா என்னும் சொல் குதிரை வீரரின் மின்னல் வேகத்தைக் குறிக்கிறது.

மூன்றாவதாக ஆரிய என்னும் இந்த சொல் வைசியர்களைக் குறிக்கும் ஒரு பொதுப்பெயராகப் பயன்படுத்தப்பட்டது. இவர்கள் அப்போது மக்களில் பெரும்பகுதியினராக இருந்துவந்தனர். இந்தக் கருத்துக்குப் பேராசிரியர் மாக்ஸ் முல்லர் பாணினியை (iii.i.103) ஆதாரமாகக் கொள்கிறார். அடுத்து இதில் நான்காவதொரு கருத்தும் உள்ளது. ஆரிய என்னும் சொல் பிற்காலத்தில் தோன்றியது என்பதே அக்கருத்து. 'உயர்குடி மரபுமூலம் கொண்டவர்கள்' என்று இதற்குப் பொருள்.

எனினும் ஆரிய இனம் குறித்த பிரச்சினையில் மாக்ஸ் முல்லர் இவற்றை எல்லாம்விட மிக முக்கியமான ஒரு கருத்தைத் தெரிவித்திருக்கிறார். இது குறித்து அவர் கூறுவதாவது:[4]

> குருதித் தொடர்பைப் பொறுத்தவரையில் ஆரிய இனம் என்று எதுவும் இல்லை; விஞ்ஞான மொழி அர்த்தத்தில் ஆரியன் என்பதை அறவே இனத்துக்குப் பயன்படுத்தமுடியாது. ஆரியன் என்பது மொழியைத் தவிர வேறு எதையும் குறிக்கவில்லை; நாம் ஆரிய இனம் என்று பேசும்போதெல்லாம் ஆரிய மொழியையே அது குறிக்கிறது என்பதை நாம் தெரிந்திருக்க வேண்டும்.

★ ★ ★

ஆரியர்கள் என்று சொல்லும்போது இரத்தத்தையோ, எலும்புகளையோ, ரோமத்தையோ அல்லது மண்டை ஓட்டையோ குறிப்பிடவில்லை என்பதை நான் திரும்பத் திரும்பக் கூறியிருக்கிறேன்; ஆரியமொழி பேசுபவர்களையே நான் குறிப்பிடுகிறேன்; இந்துக்கள், கிரேக்கர்கள்,

ரோமானியர்கள், ஜெர்மானியர்கள், கெல்டியர்கள், ஸ்லாவ்கள் போன்றோருக்கும் இது பொருந்தும். அவர்களைப்பற்றி நான் பேசும்போது உடல் உறுப்புகள் அமைப்பியல் அடிப்படையில் பேசவில்லை. நீல நிற நயனங்களும், செவ்விய கேசமுமுடைய ஸ்காண்டினேவியர்கள் வெற்றியாளர்களாவோ அல்லது தோல்வியுற்றவர்களாகவோ இருக்கலாம். அவர்கள் தங்களுடைய கோமான்களுடைய மொழியையோ அல்லது குடிமக்களது மொழியையோ ஏற்றுக் கொண்டவர்களாக இருக்கலாம்; ஆனால் அவர்களுடைய மொழியைத்தவிர்த்து வேறு எதையும் நான் குறிப்பிடவில்லை. இந்துக்களையும், கிரேக்கர்களையும், ரோமானியர்களையும், ஜெர்மானியர்களையும், கெல்ட்டுகளையும், ஸ்லாவ்களையும் குறிப்பிடும்போது அவர்களுடைய மொழியை வைத்தே குறிப்பிடுகிறேன். கறுப்புநிற இந்துக்கள்கூட செவ்விய தோற்றமுடைய ஸ்காண்டினேவியர்களை விடவும் ஆரிய மொழியையும் எண்ணத்தையும் பிரதிபலிப்பவர்களாக இருந்தனர் என்பதை என்னால் உறுதியாகக் கூறமுடியும். நான் கடுமையான சொற்களைப் பயன்படுத்துவதாகத் தோன்றக்கூடும்; ஆனால் இத்தகைய முக்கியமான விஷயங்களில் இது ஒரு பெரிய பிரச்சினை அல்ல. என்னைப் பொறுத்தவரையில், ஆரிய இனத்தையும், ஆரிய இரத்தத்தையும், ஆரியக் கண்களையும், ஆரியரோமத்தையும் பற்றிப் பேசும் ஒரு மனித இன ஆய்வியலாளர் எவ்வாறு ஒரு பாபாத்மாவோ அவ்வாறே நீள்தலையினர் பேசும் மொழியின் அகராதி பற்றியும் குறுந் தலையினர் பேசும் மொழியின் இலக்கணத்தையும் பற்றிப் பேசும் ஒருமொழி நூலாராய்ச்சியாளரும் பாபாத்மாவே ஆவார். இது பாபிலோனிய மொழிக் குழப்பத்தைவிடவும் மோசமானது; இது அப்பட்டமான திருட்டாகும். மொழிகளை வகைப்படுத்த நாம் நமது சொந்தத் துறைச் சொற்களை உருவாக்கி இருக்கிறோம்; இதேபோன்று மனிதஇன ஆய்வாளர்களும் மண்டை ஓடுகளையும், ரோமத்தையும், இரத்தத்தையும் வகைப்படுத்த தமது சொந்த துறைச்சொற்களை உருவாக்கிக் கொள்ளட்டும்.

பேராசிரியர் மாக்ஸ் முல்லர் ஆரிய இனக் கோட்பாட்டில் ஒரு சமயம் நம்பிக்கை வைத்திருந்தவர் என்பதையும், அந்தக் கோட்பாட்டைப் பரப்புவதில் பெரும்பங்கு வகித்தவர் என்பதையும்

அறிந்தவர்கள் அவரது இந்தக் கருத்தைப் பெரிதும் போற்றி வரவேற்பார்கள் என்பதில் ஐயமில்லை.

மேலே குறிப்பிடப்பட்ட இரு கருத்துகளும் பரஸ்பரம் முரண்பட்டவையாக உள்ளன என்பது தெள்ளத்தெளிவு. ஒரு கருத்தின்படி ஆரிய இனம் உடல்கூறியலின் அடிப்படையில் இருந்துவந்தது; சில பாரம்பரிய இயல்புகளையும் ஒரு குறிப்பிட்ட மண்டைஓடு மற்றும் முகக் குறியீடுகளையும் அது பெற்றிருந்தது. ஆனால் மாக்ஸ் முல்லரின் கருத்துப்படி ஆரியஇனம் ஒரு பொதுமொழியைப் பேசும் மக்கள் என்ற ரீதியில், மொழி அடிப்படையில்தான் இருந்துவந்தது.

இந்தக் கருத்துமோதலில் ஒருவர் பின்வருமாறு வினவலாம்: வேத நூல்கள் எண்பிக்கும் செய்தி என்ன? வேதநூல்களை ஆராய்ந்து பார்த்தால் ரிக்வேதத்தில் இரண்டு சொற்கள் இடம் பெற்றிருப்பதைக் காணலாம். ஒன்று ‘அ’ குறிலில் முடியும் ‘அர்ய’ என்னும் சொல்; மற்றொன்று ‘அ’ நெடிலில் முடியும் ‘ஆர்ய’ என்னும் சொல். இவற்றில் குறிலில் முடியும். ‘அர்ய’ என்னும் சொல் ரிக்வேதத்தில் 88[5] இடங்களில் பயன்படுத்தப்பட்டிருக்கிறது? அது[6] ‘பின்கண்ட நான்கு வெவ்வேறு அர்த்தங்களில் பயன்படுத்தப்பட்டிருக்கிறது: 1. பகைவன், 2. நன்மதிப்பிற்குரியவர், 3. இந்தியாவின் பெயர், 4. உடையவன், வைசியன் அல்லது குடிமகன் ‘ஆர்ய’ என்னும் சொல் ரிக்வேதத்தில் 31 இடங்களில் வருகிறது.[7] எனினும் எந்த இடத்திலும் இனத்தைக் குறிப்பதற்கு அச்சொல் பயன்படுத்தப்படவில்லை.

மேலே கூறியவற்றிலிருந்து வேதங்களில் இடம்பெற்றிருக்கும் ‘ஆரிய’ மற்றும் ‘அர்ய’ என்னும் பதங்கள் எவ்வகையிலும் இனத்தை அர்த்தப்படுத்தும் முறையில் பயன்படுத்தப்படவில்லை என்ற சிறிதும் சர்ச்சைக்கிடமற்ற முடிவுக்கு வரமுடியும்.

இங்கு ஒருவர் பின்வருமாறு கேட்கக்கூடும்: இது விஷயத்தில் மனிதஉடல் சார்ந்த அளவை நூல் என்ன கூறுகிறது? ஆரிய இனத்தைச் சேர்ந்தவர்கள் நீண்ட தலைகளைக் கொண்டவர்கள் என்று கூறப்படுகிறது. இந்த வருணனை மட்டுமே போதாது. ஏனென்றால் பேராசிரியர் ரிப்ளே தந்துள்ள அட்டவணையில் நீண்ட தலைகளையுடைய இரண்டு இனங்கள் இருப்பதாக குறிப்பிடப்பட்டிருக்கிறது; இந்த இரண்டு இனங்களில் எது ஆரிய இனம் என்று தெரியவில்லை.

II

இனி அடுத்த வாதத்துக்கு - அதாவது ஆரியர்கள் இந்தியாவுக்கு வெளியே இருந்துவந்து, இந்தியாவின்மீது படையெடுத்து, சுதேசிமக்களை வென்றார்கள் என்ற வாதத்துக்கு வருவோம். இவற்றைத் தனித்தனியாக ஆராய்வோம்.

ஆரியஇனம் எங்கிருந்து இந்தியாவுக்கு வந்தது? ஆரிய இனத்தின் ஆதிதாயகம் என்ன என்பதை நிர்ணயிப்பதில் பலதரப்பட்ட மிகவும் குழப்பமான கருத்துகள் நிலவுகின்றன. ஆரிய இனத்தின் பூர்வீக தாயகத்தை பொது அகராதியைக் கொண்டு தீர்மானிக்க வேண்டும் என்று பெண்ஃபே கூறுகிறார். இந்த விஷயத்தில் அவரது கருத்துக்களை பேராசிரியர் ஐசக் டெய்லர்[3] பின்கண்டவாறு இரத்தினச் சுருக்கமாகத் தொகுத்துக் கூறுகிறார்:

> "ஆரிய மொழிகள் அனைத்துக்கும் பொதுவான அகராதியை ஆராய்ந்து பார்த்தால், மொழிவாரிப் பிரிவினைக்கு முன்னர் ஆரியர்கள் எங்கு வாழ்ந்தனர் என்ற கேள்விக்கு விடை கிடைக்கக்கூடும். பூர்வீக ஆரியர்கள் கரடி, ஓநாய் போன்ற சில மிருகங்களையும், பீச் (புங்கமரம்) பிர்ச்(பூர்ச்சமரம்) போன்ற சில குறிப்பிட்ட மரங்களையும் அறிந்தவர்கள், இவை எல்லாம் மிதவெப்ப மண்டலத்துக்கு, அதிலும் குறிப்பாக ஐரோப்பாவுக்கு உரியவை; ஆனால் அதேசமயம் தெற்காசியாவுக்குரிய சிங்கம், புலி போன்ற விலங்குகளும், தென்னை, பனை போன்ற மரங்களும் இந்தியர்களுக்கும் ஈரானியர்களுக்கும் மட்டுமே தெரிந்தவை. எனவே, பூர்வீக ஆரியர்களின் அகராதியில் மாபெரும் இரைவிலங்குகளான சிங்கமும் புலியும், ஆசியாவின் தலையாய போக்குவரத்து விலங்கான ஒட்டகமும் இடம் பெறாததிலிருந்து காஸ்பியனுக்குக் கிழக்கே உள்ள பிராந்தியத்திலிருந்து ஆரியர்கள் புடைபெயர்ந்து வந்தார்கள் என்ற கோட்பாட்டை ஏற்பது கடினமாக உள்ளது. கிரேக்கர்கள் சிங்கத்தை அதன் செமிட்டிக் பெயரில் அழைத்தனர்; இந்தியர்கள் எந்த ஆரிய வேர்ச்சொல்லைக் கொண்டும் குறிப்பிட முடியாத ஒரு பெயரைக் கொண்டு அழைத்தனர். எனவே சிங்கம் கிரேக்கர்கள் மற்றும் இந்தியர்களின் பொது தாயகத்தில் அறியப்படாததாக இருந்தது.

★ ★ ★

பென்ஃபேயின் கூற்றுக்குத் துரிதமாகப் பலன் கிடைத்தது; கெய்ஜர் உடனடியாக அவரது முகாமில் சேர்ந்தார்; ஆனால் பென்ஃபே செய்தது போன்று ஆரியர்களின் தொட்டில் கருங்கடலுக்கு வடக்கே உள்ள பிராந்தியம் என்று குறிப்பிடாமல் மேலும் வடமேற்கே மத்திய ஜெர்மனியும், மேற்கு ஜெர்மனியும்தான் அவர்களது தொட்டில் என்று கூறினார். கெய்ஜரின் வாதத்துக்கு ஆதரமில்லாமல் இல்லை. பூர்வீக ஆரியஅகராதியில் இடம்பெற்றுள்ள மரங்களின் பெயர்களையே அவர் தமது முடிவுகளுக்கு பிரதானமாக அடிப்படையாகக் கொண்டுள்ளார். ஃபிர் (ஊசியிலை மரம்), வில்லோ ஆஷ் (அசோக மரம்), ஆல்டர்மரம் (பூர்ச்ச மரம் போன்றது), ஹேஸல் மரம் இவற்றுடன் பீச், பிர்ச் மற்றும் ஓக் ஆகிய மரங்களின் பெயர்களும் குறிப்பாக மிகுந்த முக்கியத்துவம் வாய்ந்தவை என்று அவர் கருதுகிறார். ஓக் மரத்தைக் குறிக்கும் கிரேக்க பெகோஸ் மரம் டியூட்டானிய பீச் மரத்தையும் லத்தீன் ஃபாக் மரத்தையும் ஒத்ததாதலால் கிரேக்கர்கள் பீச் மரப் பிராந்தியத்திலிருந்து ஓக் மரப்பிராந்தியத்துக்குக் குடிபெயர்ந்திருக்கலாம் என்று அவர் முடிவுக்கு வருகிறார்.

ஆரிய இனத்தின் பூர்வீகத் தாயகம் காக்கேசியாவாக இருக்கலாம் என்று வேறுசிலர் கருதுகின்றனர்; ஆரியர்களைப் போன்றே காக்கேசியர்களும் இளம் பொன்னிறத்து தலைரோமமும், நீண்ட கூரிய மூக்கும், அழகிய முகமும் கொண்டிருப்பதே இதற்குக் காரணம். இது சம்பந்தமாக பேராசியர் ரிப்ளே கொண்டிருக்கும் கருத்தை இங்கு மேற்கோள் காட்டுவது பொருத்தமாக இருக்கும். இதுபற்றி பேராசிரியர் ரிப்ளே கூறுவதாவது:[9]

நீலநிறக் கண்களும் இளம்பொன்னிறத் தலைரோமமும் கொண்ட மேற்கு ஐரோப்பிய "ஆரிய" (?) இனத்தை காக்கேசியர் என்று குறிப்பிடுவது முற்றிலும் நகைப்புக்கிடமானது என்பதை இரண்டு மறுக்கமுடியாத உண்மைகள் வெளிப்படுத்துகின்றன. முதலாவதாக, இளம் பொன்னிறத் தலைமயிர் கொண்ட எவரையும் காக்கேசியாவில் பல நூற்றுக்கணக்கான மைல்களுக்குள் எங்கும் காணமுடியவில்லை; இரண்டாவதாக சுத்தமான ஆரிய மொழியையோ அல்லது அதன் உருத்திரிபான மொழியையோ பேசும் எந்த ஒரு குலமரபுக்குழுவும்

மாபெரும் காக்கேசிய மலைத்தொடரில் எந்த இடத்திலும் தென்படவில்லை.

★ ★ ★

ஒசெத்தியர்களின் மொழி ஓரளவு ஆரிய மொழியின் சாயலைக் கொண்டிருக்க வாய்ப்புண்டு; எனினும் அவர்கள் கூட தாங்கள் ஆரியர்கள் என்று திட்டவட்டமான முறையில் உரிமை கொண்டாட முடியாது. அவ்வாறு ஒசெத்தியர்களை ஆரியர்கள் என்று வைத்துக்கொண்டால்கூட, அவர்கள் ஈரான் திசையிலிருந்து வந்து குடியேறியவர்களேயன்றி, காக்கேசியாவின் ஆதிகுடிகளல்ல என்று கருதுவதற்கு எல்லா முகாந்தரங்களும் உண்டு. அவர்களது தலையின் வடிவமும், தெற்கிலிருந்து மலைத்தொடரைக் கடந்துசெல்லும் ஒரே நெடுஞ்சாலையை ஒட்டி - டேரியல் கணவாயை ஒட்டி - அவர்கள் வாழும் பிரதேசமும் இந்தக் கருத்துக்கு மேலும் வலுவூட்டுகின்றன. எப்படியிருந்தாலும், ஒசெத்தியர்கள் ஆரியர்களாக இருந்தாலும் சரி இல்லாவிட்டாலும் சரி அவர்கள் தம்மைச் சுற்றியுள்ள மக்களிடையே அவ்வளவாக முக்கியத்துவம் பெறவில்லை. இந்தப் பிராந்தியத்தைச் சேர்ந்தவர்கள் நேர்த்தியான உடல்வாகுக்கும், உளத்திண்மைக்கும் பெயர் பெற்றவர்கள். ஆனால் இவை இரண்டுமே ஒசெத்திரியர்களிடம் இல்லை. அது மட்டுமல்ல, சிறிதும் எதிர்ப்புக் காட்டாமல், இழிவான முறையில் ரஷ்யர் களுக்குப் பணிந்து போகக்கூடியவர்கள் இவர்கள்.

★ ★ ★

இந்தக் காக்கேசிய மக்களில் எந்தப்பிரிவினரும் 'ஓரள வேனும் தனித்தன்மை' பெற்றிருக்கின்றனர் என்று கூறுவதும் உண்மை அல்ல. எதார்த்தத்தில் அவர்கள் ஒருபோதும் எத்தகைய தனித்தன்மையையும் பெற்றிருந்ததில்லை. அப்படியிருக் கும்போது இம்மக்களை ஆரியர்களுடன் தொடர்புப்படுத்திப் பேசுவது அபத்தமானது. பல்வேறு இனமக்களின், மொழி களின், பழக்கவழக்கங்களின், உடற்கூறு அமைப்புகளின் ஒரு தொட்டில் என்று காகசஸைக் கூறுமுடியாது, கல்லறை என்று தான் கூறவேண்டும். முதலில் இதை நாம் தெள்ளத் தெளிவாகப் புரிந்து கொள்ளவேண்டும். காகசஸ் மலைத்தொடரைத் தவிர இத்தனை வெவ்வேறு

வகையான மக்களையும், மொழிகளையும், சமயங்களையும் கொண்ட ஓர் இடத்தை உலகில் அநேகமாக வேறு எங்கும் காணமுடியாது எனலாம்."

ஆரிய இனத்தின் பூர்வீகத் தாயகம் ஆர்க்டிக் பிராந்தியம் என்று திலகர் கருத்துத் தெரிவித்துள்ளார். அவரது கோட்பாட்டை அவருடைய சொற்களிலேயே சுருக்கமாகக் கூறலாம். வடதுருவத்தைச் சுற்றியுள்ள பிராந்தியத்தில் நிலவும் வானூல் மற்றும் தட்ப வெப்ப நிலையைக் கணக்கிலெடுத்துக் கொண்டு அவர் தொடங்குகிறார்:

"இதில் இருவகையான சிறப்பம்சங்கள் அல்லது வேறுபாடுகள் உள்ளன; ஒன்று வடதுருவத்தில் இருந்தபடி ஒரு நோக்கர் காணும் சிறப்பு அம்சங்கள்; மற்றொன்று வடதுருவத்தைச் சுற்றியுள்ள பிராந்தியங்களில் அல்லது வடதுருவத்துக்கும் ஆர்க்டிக் வட்டத்துக்கும் இடைப்பட்ட பகுதிகளிலிருந்து ஒரு நோக்கர் காணும் சிறப்பு அம்சங்கள்."

திரு. திலகர் இவ்விரு வகையான வேறுபாடுகளை துருவ சிறப்பு அம்சங்கள் என்றும், துருவத்தைச் சுற்றியுள்ள பிராந்தியங்களின் சிறப்பு அம்சங்கள் என்றும் வகைப்பிரித்துப் பின்வருமாறு கூறுகிறார்.[10]

I. துருவ சிறப்பு அம்சங்கள்

1. சூரியன் தெற்கில் உதிக்கிறது.

2. நட்சத்திரங்கள் தோன்றி மறைவதில்லை; மாறாக அவை அடிவானத்தில் சுற்றிச் சுற்றி வருகின்றன. ஒரு சுற்றை 24 மணிநேரத்தில் பூர்த்தி செய்கின்றன. நில உலக வடக்கு அரைக்கோளம் மட்டும் தலைக்கு மேலே இருக்கிறது, வருடம் முழுவதும் அது கண்ணுக்குத் தெரிகிறது; நில உலகத் தெற்கு அரைக்கோளம் எப்போதும் கட்புல னாகாமல் இருக்கிறது.

3. வருடம் என்பது ஆறுமாதகாலம் நீடிக்கும் ஒரு பகலையும், மற்றொரு ஆறுமாத காலம் நீடிக்கும் ஓர் இரவையும் கொண்டிருக்கிறது.

4. ஒரே ஒரு காலைப்பொழுதும் ஒரு மாலைப்பொழுதும் தான் இருக்கின்றன அல்லது சூரியன் வருடத்திற்கு ஒரு

முறை மட்டுமே உதிக்கிறது, மறைகிறது. ஆனால் வைகறை மெல்லொளியும் அந்திக் கருக்கலும் சுமார் இரண்டு மாதங்கள் அல்லது ஒவ்வொன்றும் 24 மணி நேரம் கொண்ட 60 பருவங்கள் தொடர்ந்து நீடிக்கின்றன. வைகறைப் பொழுதின் மெல்லொளியும் அந்திப் பொழுதின் செவ்வொளியும் நம் இடங்களில் போன்று அடிவானத்தின் ஒரு குறிப்பிட்ட பகுதியில் (கிழக்கிலோ, மேற்கிலோ) நிலைத்து நிற்பதில்லை; மாறாக, அங்குள்ள நட்சத்திரங்கள் போன்று அடிவானத்தில் சுற்றிச் சுற்றி வருகின்றன; குலாளரின் திமிரி சக்கரம்போல் இது சுற்றிக் கொண்டே இருக்கிறது; ஒரு சுற்றுமுடிவுக்கு வருவதற்கு 24 மணிநேரம் பிடிக்கிறது. சூரியனின் விட்டம் அடி வானத்திற்கு மேலே வரும்வரை வைகறைப்பொழுதின் மெல்லொளி சுற்றுகள் நடைபெற்ற வண்ணமுள்ளன; பின்னர் சூரியன் ஆறுமாதங்கள் வரை அதே பாதையைப் பின்பற்றுகிறது அதாவது அஸ்தமிக்காமல் 24 மணி நேரத்துக்கு ஒருமுறை சுற்றிச் சுற்றி வருகிறது.

II. துருவத்தைச் சுற்றியுள்ள பிராந்தியங்களின் சிறப்பு அம்சங்கள்

1. சூரியன் நோக்கரின் தலைஉச்சிக்குத் தெற்கே எப்போதும் இருந்துவரும்; எனினும் நோக்கர் நடுவெப்ப நிலை மண்டலத்தில் இருக்கும் போதுகூட இது நிகழ்வதால் இதனை ஒரு சிறப்பு அம்சம் எனக் கருதுவதற்கில்லை.

2. ஏராளமான நட்சத்திரங்கள் அவற்றின் சுற்றுதல் காலம் முழுவதிலும் அடிவானத்துக்கு மேலே இருப்பதால் அவை எப்போதுமே கட்புலனுக்குத் தெரியக்கூடியவையாக இருக்கும். எஞ்சிய நட்சத்திரங்கள் நடுவெப்பநிலை மண்டலத்தில் நடைபெறுவது போன்று தோன்றுவதும் மறைவதுமாகவும் உள்ளன. ஆனால் பெரிதும் சாய்ந்த வட்டங்களிலேயே அவை சுழல்கின்றன.

3. வருடம் மூன்று பகுதிகளைக் கொண்டதாக இருக்கிறது: *i*. மகர சங்கிரமணத்தின்போது (இதனை உத்தராயண புண்ணியகாலம் என்பர்) ஏற்படும் ஒரு நீண்ட தொடர்ச்சியான இரவுப் பொழுது இடத்தின் அட்சரேகையைப் பொறுத்து 24 மணிநேரத்துக்கு அதிகமாகவும் ஆறு மாதங்களுக்குக்

குறைவாகவும் இது இருக்கும்; *ii*. கடக சங்கிர மணத்தின் போது (இதனை தட்சிணாயன புண்ணிய காலம் என்று கூறுவர்) நிகழும் ஒரு நீண்ட தொடர்ச்சியான பகற்பொழுது; *iii*. ஆண்டின் எஞ்சிய காலத்தில் சாதாரண பகற்பொழுதுகளும் இராப்பொழுதுகளும் ஒன்றன்பின் ஒன்றாக வரும். இந்தப் பொழுதுகள் 24 மணிநேரத்துக்கு அதிகமாக இருக்கமாட்டா. நீண்ட தொடர்ச்சியான இரவுக்குப் பிறகுவரும் பகற்பொழுது ஆரம்பத்தில் இரவை விட குறுகியதாகவே இருக்கும், எனினும் அது மேன்மேலும் அதிகரித்து நீண்ட தொடர்ச்சியான பகற்பொழுதாக மாறும். நீண்ட பகற்பொழுதின் இறுதியில் வரும் இரவு முதலில் பகற்பொழுதைவிடக் குறுகியதாகவே இருக்கும். பிறகு அது மேன்மேலும் அதிகரித்து, நீண்ட தொடர்ச்சியான இரவாக மாறி அந்த ஆண்டுடன் முடிவடையும்.

4. நீண்ட தொடர்ச்சியான இரவுப்பொழுதின் முடிவில் வரும் விடியல் பல நாட்கள் நீடிக்கிறது. எனினும் இடத்தின் அட்சரேகைக்கு வணங்க இந்த விடியலின் கால நீட்சியும், நேர்த்தியும் வடதுருவத்தில் இருப்பதைவிடக் குறைந்த அளவிலேயே உள்ளன. வடதுருவத்தில் ஒரு சில டிகிரிகளுக்குள் இருக்கும் இடங்களில் காலைப் பொழுது வெளிச்சம் சுழலும் காட்சியை விடியல் காலத்தின் பெரும்பகுதியின்போது இன்னமும் காணமுடியும். சாதாரண பகல்பொழுதுகளுக்கும் இரவுப்பொழுதுகளுக்கும் இடையிலான ஏனைய விடியல்கள் நடுவெப்ப நிலை மண்டலத்தின் விடியல்போன்றே ஒரு சில மணி நேரமே நீடிக்கின்றன. தொடர்ச்சியான பகற்பொழுதின் போது அடிவானத்துக்கு மேலே இருக்கும் சூரியன் வட துருவத்தில் போன்று அஸ்தமனமாகாமல் நோக்கரைச் சுற்றி வருவதைக் காணலாம்; சாய்வான வட்டங்களில் இது நிகழ்கிறது. நீண்ட இரவின்போது, சூரியன் முற்றிலும் அடிவானத்துக்குக் கீழே இருக்கும்; ஆண்டின் எஞ்சிய பகுதியில் அது உதிப்பதும் அஸ்தமிப்பதுமாக இருக்கும்; கதிர்வீதியில் சூரியன் இருக்கும் நிலைக்கேற்ப அடிவானத்துக்கு மேலே 24 மணியில் ஒரு பகுதி நேரம் அது இருந்துவரும். திரு. திலகர் நிலைமையை இவ்வாறு தொகுத்துத்துரைத்துப் பின்கண்ட முடிவுக்கு வருகிறார்:

"இவ்வாறு இங்கு துருவப்பிராந்தியங்களின் மற்றும் துருவத்தை ஒட்டியுள்ள பிராந்தியங்களின் இரண்டு வெவ்வேறு வகையான நிலைமைகளை அல்லது சிறப்பு அம்சங்களைக் காண்கிறோம்; இத்தகைய சிறப்பு அம்சங்களை நிலஉலகின் வேறு எந்தப்பகுதியிலும் காணமுடியாது. பூமியின் துருவங்கள் லட்சக்கணக்கான ஆண்டுகளுக்கு முன்னர் இருந்தது போன்றே இன்றும் இருந்து வருவதால், பத்து லட்சம் ஆண்டுகளுக்கு முன்னர் துருவ பருவநிலை கடுமையான மாற்றங்களுக்கு உள்ளான போதிலும், மேலே விவரித்த வானூல் அம்சங்கள் எல்லாக் காலங்களுக்கும் பொருந்தும் என்பதில் ஐயமில்லை."

ஆர்க்டிக் நிலைமையை இவ்வாறு விவரித்துவிட்டு திரு. திலகர் பின்கண்டவாறு வாதிக்க முற்படுகிறார்:

"வேதங்களின் வருணனை அல்லது செவிவழி மரபுரை மேலே கூறிய அம்சங்களில் எதையேனும் வெளிப்படுத்துகிறது என்றால், அந்த வாய்வழிச்செய்தி துருவப்பிராந்தியத்திலிருந்து அல்லது துருவத்தைச் சுற்றியுள்ள பிராந்தியத்திலிருந்து வந்ததாக இருக்கக்கூடும் என்று நாம் நிச்சயமாக அனுமானிக்கலாம்; அதேபோன்று, வேதகால கவிஞர்கள் இந்தக் காட்சிகளை நேரில் கண்டிருக்காவிட்டாலும், தலைமுறை தலைமுறையாக, வழிவழியாக வந்த செய்திகளின் மூலம் அவர்கள் தெரிந்திருக்கக்கூடும் என்ற முடிவுக்கும் நாம் வரமுடியும். அதிர்ஷ்டவசமாக இத்தகைய பல தகவல்களும் குறிப்புகளும் வேதநூல்களில் ஆங்காங்கு காணப்படுகின்றன; நம் வசதிக்காக அவற்றை இரண்டு பகுதிகளாகப் பிரிக்கலாம்; இவற்றில் முதல் பகுதி நீண்ட இரவையோ அல்லது நீண்ட விடியலையோ நேரடியாக வருணிக்கும் அல்லது குறிப்பிடும் தகவல்களைக் கொண்டது; இரண்டாவது பகுதி முதல் பகுதியில் கூறப்பட்டுள்ளவற்றை உறுதிசெய்து, மறைமுகமாக ஆதரிக்கும் புராணக் கதைகளையும் பழங்கதைகளையும் கொண்டது.

வேதங்களில் பல்வேறு வருணனைகளும் புராணக்கதை களும் பழங்கதைகளும் கூறும் இயற்கை நிலைமைகள் வடதுருவத்துக்கு அருகிலுள்ள இயற்கை நிலைமைகளுடன் பெரிதும் ஒத்திருப்பதைக் காணும் திரு. திலகர் வேதகால கவிஞர்களும், வேதகால ஆரியர்களும் ஆர்க்டிக் பிராந்தியத்தைத் தங்கள் பூர்வீக தாயகமாகக் கொண்டிருக்க வேண்டும் என்ற முடிவுக்கு வருகிறார்.

இது ஒரு புதுமையான கருத்து, கோட்பாடு என்பதில் ஐயமில்லை. எனினும் ஒரே ஒரு விஷயத்தை திரு.திலகர் கவனிக்கத் தவறிவிட்டதாகத் தோன்றுகிறது. குதிரை வேதகால ஆரியர்களை மிகவும் கவர்ந்த பிராணி. அது அவர்களது வாழ்க்கையுடனும், அவர்களுடைய சமயத்துடனும் பிரிக்க முடியாதபடி பெரிதும் பின்னிப் பிணைந்துள்ளது. அசுவமேத யக்ஞத்தில்[11] ராணிகள் குதிரையுடன் சிற்றின்பத்தில் ஈடுபடுவதில் ஒருவருடன் ஒருவர் போட்டிபோட்டதாகக் கூறப்படுகிறது. வேதகால ஆரியர்களின் வாழ்க்கையில் குதிரை எத்தகைய இடத்தைப் பெற்றிருந்தது என்பதை இது துலாம்பரமாகக் காட்டுகிறது. இங்கு ஒரு கேள்வி எழுகிறது: ஆர்க்டிக் பிராந்தியத்தில் குதிரையைக் காணமுடியுமா? இதற்கு எதிர்மறையான பதில் வருமானால், ஆர்க்டிக் ஆரியர்களின் தாயகம் என்ற கோட்பாடு பெரிதும் ஆதார அடிப்படையற்றதாக, ஐயத்துக்கிடமானதாகி விடுகிறது.

III

ஆரியர்கள் இந்தியாவின்மீது படையெடுத்து வந்தார்கள் என்பதற்கும், அதன் சுதேசி மக்களை வென்று அவர்களைத் தங்கள் கட்டுப்பாட்டின் கீழ் கொண்டுவந்தார்கள் என்பதற்கும் என்ன சான்று இருக்கிறது? ரிக்வேதத்தைப் பொறுத்தவரையில், ஆரியர்கள் இந்தியாவுக்கு வெளியே இருந்து இந்தியாவின்மீது படையெடுத்து வந்தார்கள் என்பதற்கு அதில் அணுவளவு ஆதாரம்கூட இல்லை. இது பற்றி திரு.பி.டி சீனிவாச அய்யங்கார்[12] பின்வருமாறு கூறுகிறார்:

"ஆரியர்கள், தாசர்கள், தசியுக்கள் எனும் சொற்கள் இடம் பெற்றுள்ள மந்திரங்களைக் கவனமாகப் பரிசீலித்துப் பார்த்தால் அவை இனத்தைக் குறிக்கவில்லை என்பதையும் சமயக்கோட்பாட்டு முறைகளையே குறிக்கின்றன என்பதையும் காணலாம். இந்தச் சொற்கள் பெரும்பாலும் ரிக்வேத சம்ஹிதையிலேயே வருகின்றன. மொத்தம் 153, 972 சொற்கள் அடங்கிய மந்திரங்களில் ஆரியர் என்னும் சொல் சுமார் 33 தடவையே வருகின்றன. இவ்வாறு இந்த சொல் அரிதாகவே இடம்பெற்றிருப்பது ஆரியர்கள் என்று தங்களை அழைத்துக்கொண்ட குல மரபுக்குழுவினர் நாட்டின்மீது படையெடுத்து அதனை வென்று மக்களைப் பூண்டோடு அழித்தவர்கள் அல்ல என்பதற்குச் சான்றாக அமைந்துள்ளது.

ஏனென்றால் படையெடுத்துவரும் எந்தக் குலமரபுக் குழுவினரும் தங்கள் சாதனைகளைப் பற்றி அடிக்கடி தற்புகழ்ச்சி செய்து கொள்ளாமல் இருக்கமாட்டார்கள்."

வேதநூல்களின் சான்றைப் பொறுத்தவரையில், ஆரியர்களின் பூர்வீகத் தாயகம் இந்தியாவுக்கு வெளியே இருந்தது என்பதை மெய்ப்பிப்பதாக இல்லை. ரிக்வேதத்தில் (X.75.5) ஏழு நதிகளைக் குறிப்பிடுவதற்குப் பயன்படுத்தப்பட்டிருக்கும் சொல்நடைப்பாணி இங்கு மிகவும் குறிப்பிடத்தக்கதாகும். பேராசிரியர் டி.எஸ். திரிவேதா கூறுவதுபோன்று நதிகள் 'எனது கங்கை, எனது யமுனை, எனது சரஸ்வதி' என்னும் ரீதியில் குறிப்பிடப்படுகின்றன. நீண்டகாலத் தொடர்பால் ஒரு நதியின்பால் உணர்வுபூர்வமாக பாசத்தை வளர்த்துக் கொண்டிருந்தாலன்றி எந்த ஓர் அந்நியனும் அந்த நதியை இவ்விதம் பிரியத்தோடு, பேரன்போடு குறிப்பிடமாட்டான்.

ஆரியர்கள் பெற்ற வெற்றியையும் மற்றவர்களை அவர்கள் தங்கள் ஆதிக்கத்தின்கீழ் கொண்டுவந்ததையும் பற்றிய குறிப்புகள் ரிக்வேதத்தில் காணப்படுகின்றன என்பதில் ஐயமில்லை; இவற்றில் தாசர்களும் தசியுக்களும் ஆரியர்களின் பகைவர்களாக வருணிக்கப்பட்டுள்ளனர்; இவர்களைக் கொன்றொழிக்கும்படி வேதகால ரிஷிகள் தங்கள் தெய்வங்களை வேண்டிக்கொள்ளும் பல பாசுரங்களும் ரிக்வேதத்தில் இடம்பெற்றுள்ளன. ஆனால் இதை வைத்து ஆரியர்களின் வெற்றியையும் மற்றவர்களை அவர்கள் கீழ்ப்படுத்தியதையும் பற்றிய எத்தகைய ஒரு முடிவுக்கும் வருவதற்கு முன்னர் பின்கண்ட விஷயங்களைக் கணக்கிலெடுத்துக் கொள்வது அவசியம்.

முதலாவதாக, ஒருபுறம் ஆரியர்களுக்கும் மற்றொருபுறம் தாசர்கள் அல்லது தசியுக்களுக்கும் இடையே நடைபெற்ற போர்களைப் பற்றி ரிக்வேதத்தில் மிகச்சொற்ப இடங்களிலேயே குறிப்பிடப்பட்டிருக்கிறது. ரிக்வேதத்தில் இந்த சொல்வரும் 33 இடங்களில் 8 இடங்களில்தான் அது தாசர்களுக்கு எதிராகவும், 7 இடங்களில்தான் தசியுக்களுக்கு எதிராகவும் அது பயன்படுத்தப்பட்டிருக்கிறது. இரு தரப்பாருக்கும் இடையே அங்குமிங்குமாக கலகங்கள் நடைபெற்றதையே இது காட்டுகிறது. மற்றபடி இது ஆரியர்கள் பெற்ற வெற்றியையும் மற்றவர்களை அடக்கியதையும் பற்றிய சான்றாகாது.

இரண்டாவதாக, தாசர்களுக்கும் ஆரியர்களுக்கும் இடையே எத்தகைய மோதல்கள் ஏற்பட்டிருந்தாலும் அவர்கள் கௌரவமிக்க சமாதான அடிப்படையில் ஒரு பரஸ்பர உடன்பாட்டிற்கு வந்ததாகவே தோன்றுகிறது. பொதுப் பகைவனை எதிர்த்து தாசர்களும் ஆரியர்களும் எவ்வாறு ஒன்றுபட்டு நின்றனர் என்பதைக் காட்டும் குறிப்புகள் ரிக்வேதத்தில் காணப்படுவதிலிருந்து இது தெளிவாகத் தெரிகிறது. ரிக்வேதத்தில் வரும் பின்கண்ட பாசுரங்கள் கவனத்திற்குரியவையாகும்.[13]

ரிக்வேதம் - VI.33.3;
VII. 83.1;
VIII. 51.9;
X. 102.3.

மூன்றாவதாக, ஆரியர்களுக்கும் தாசர்களுக்கும் இடையேயான மோதலின் அளவும் தன்மையும் எத்தகையதாக இருப்பினும் இது இன அடிப்படையிலான மோதல் அல்ல. சமயவேறுபாடு காரணமாக எழுந்த மோதலே இது. இந்த மோதல் சமயச் சார்புடையதன்றி, இனச் சார்புடையதன்று என்பதற்கு ரிக்வேதத்திலேயே நிறைய சான்றுகள் உள்ளன. தசியுக்களைப்பற்றி அது பின்வருமாறு கூறுகிறது.[14]

> *"அவர்கள் அவ்ரதர்கள், (ஆரிய, சமயவினைமுறைகளைச் செய்யாதவர்கள் (ரி.வே.1.51.8., 9; 1.132, 4; iv.41.2; vi.i4.3); அபவிரதர்கள் (ரி.வே.V.42.2), அந்யவிரதர்கள், வேறுபட்ட வினைமுறைகளைச் செய்பவர்கள் (ரி.வே.VIII.59. II; × 22.8) அனக்னித்ரர்கள், அக்னியை வழிபடாதவர்கள் (ரி.வே.v, 189.3) அயஜ்யுக்கள், அயக்ஞர்கள் வேள்விகள் செய்யாதவர்கள் (ரி. வே.i.131.44; 1.33.4; vii 59.11) அபரம்பர்கள் இறை வணக்கம் செய்யாதவர்கள் (மேலும் பிராமணப் புரோகிதர்களை சடங்குகள் செய்வதற்கு அமர்த்திக் கொள்ளாதவர்கள்) (ரி. வே.iv.15.9: 105, 8); அன்றிச்சர்கள், ரிக்குகள் இல்லாதவர்கள் (ரி.வே. X.105.8); பிரமதுவிஷர்கள், பிரார்த்தனைகள் செய்யாதவர்கள் (அல்லது பிராமணர்களை வெறுப்பவர்கள்) (ரி.வே.v.42.9); அனிந்தரா, இந்திரன் இல்லாதவர்கள் அல்லது இந்திரனை இழிவாகக் கருதுபவர்கள் (ரி.வே.i.133, 1;v.2, 3; vii.18, 6; x.27, 6; X, 48, 7); அவர்கள் பிராமணர்களுக்குத் தானங்கள் செய்யாதவர்கள் (ரி.வே.v.7.10)"*

ரிக்வேதத்தில் காணப்படும் பின்கண்ட பகுதியும் (X.22.8) நம் கவனத்திற்குரியது:

"வேள்விகள் நடத்தாத, எதிலும் நம்பிக்கை வைக்காத தசியுக்கள் மத்தியில் நாங்கள் வாழ்ந்து வருகிறோம். அவர்களுக்குத் தங்களுடைய சொந்த சமய வினைமுறைகள் இருக்கின்றன; அவர்கள் மனிதர்கள் என்றே அழைக்கப்படுவதற்குத் தகுதியற்றவர்கள். ஓ! பகைவர்களை நாசம் செய்பவனே, அவர்களை நிர்மூலமாக்கு, தாசர்களுக்கு தீங்குசெய்."[15]

ரிக்வேதத்தில் இடம்பெற்றிருக்கும் இந்தக் கருத்துகளைக் காணும்போது, ஆரிய இனம் ஆரியரல்லாத இனங்களான தாசர்களையும் தசியுக்களையும் இராணுவரீதியில் வெற்றிகொண்டனர் என்ற கோட்பாடு வேரறுந்து அடிசாய்ந்து விடுகிறது.[16]

IV

ஆரியர்களையும், அவர்கள் இந்தியாவின் மீது படையெடுத்து, தாசர்களையும் தசியுக்களையும் அடக்கி ஒடுக்கினார்கள் என்று கூறப்படுவதையும் பற்றி நாம் கூறக்கூடியது இவ்வளவே. இதுவரை ஆரியத் தரப்பிலிருந்து இந்தப் பிரச்சினையை பார்த்தோம். அடுத்து தாசர்கள், தசியுக்கள் தரப்பிலிருந்து இப்பிரச்சினையைப் பரிசீலிப்பது பயனுள்ளதாக இருக்கும். தாசர்கள், தசியுக்கள் என்ற பெயர்கள் எந்தப் பொருளில் பயன்படுத்தப்படுகின்றன? அவை இன அடிப்படையில் பயன்படுத்தப்பட்டுள்ளனவா?[17]

தாசர்கள், தசியுக்கள் என்னும் பதங்கள் இன அடிப்படையில்தான் பயன்படுத்தப்பட்டிருக்கின்றன என்று கருதுபவர்கள் பின் கண்ட சூழ்நிலைமைகளைத் தங்களுக்கு ஆதாரமாகக் கொண்டிருக்கின்றனர்:
1. மிருத்ரவாகர்கள், அநாசர்கள் என்னும் பதங்கள் ரிக் வேதத்தில் தசியுக்களுக்கு அடைமொழியாகப் பயன்படுத்தப்பட்டிருக்கின்றன.
2. தாசர்கள்கிருஷ்ண வருணமுடையவர்களாக (கறுப்பு நிறம் கொண்டவர்களாக) ரிக் வேதத்தில் வருணிக்கப்பட்டிருக்கின்றனர்.[18]

மிருத்ரவாகர்கள் எனும் பதம் ரிக்வேதத்தில் பின்கண்டஇடங்களில் வருகிறது:

மிருத்ரவாகர்கள் என்னும் பெயரடைச் சொல்லின் பொருள் என்ன? மிருத்ரவாகர்கள் என்றால் செப்பமற்ற, பண் பற்ற,

கரடுமுரடான மொழியைப் பேசுபவர்கள் என்று பொருள். அப்படியானால் அநாகரிகமான, நயமற்ற மொழி என்பது ஓர் வேறுபட்ட இனத்தைக் குறிப்பதற்கான சான்றாகுமா? இன வேறுபாட்டை நிர்ணயிப்பதற்கு இதனை அடிப்படையாகக் கொள்வது சிறுபிள்ளைத்தனமானதாகும்.

அநாசர் என்னும் சொல் ரிக்வேதத்தில் V.29.10 வருகிறது. இந்தச் சொல்லுக்குப் பொருள் என்ன? இதற்கு இரண்டு விதமாகப் பொருள் விளக்கம் தரப்படுகிறது. ஒரு விளக்கம் மாக்ஸ் முல்லருடையது. மற்றொரு விளக்கம் சாயனாசாரியருடையது. பேராசிரியர் மாக்ஸ் முல்லரின் கருத்துப்படி இந்தச் சொல்லுக்கு 'மூக்கறையன்' அல்லது 'சப்பைமூக்கன்' என்று பொருள்; ஆரியர் தசியுக்களிலிருந்து வேறுபட்டதொரு இனத்தினர் என்ற கருத்துக்கு இது ஆதாரமாகக் கொள்ளப்படுகிறது. ஆனால் சாயனாசாரியரோ இந்த சொல்லுக்கு 'வாயில்லாதவர்கள்' அதாவது நன்கு பேசத்தெரியாதவர்கள் என்று பொருள் கொள்கிறார். இந்தப் பொருள் வேறுபாட்டுக்கு அநாசர் என்னும் சொல்லை உச்சரிப்பதிலுள்ள வேறுபாடே காரணம். சாயனாசாரியர் இதனை அநாசர் என்று உச்சரிக்கிறார்; பேராசிரியர் மாக்ஸ் முல்லரோ அன்-ஆசர் என்று உச்சரிக்கிறார். பேராசிரியர் மாக்ஸ் முல்லரின் உச்சரிப்பின்படி இச்சொல் மூக்கில்லாதவர் என்று பொருளாகிறது. இங்கு ஒரு கேள்வி எழுகிறது. இந்த இரு உச்சரிப்புகளில் எது சரியானது? சாயனாசாரியரின் உச்சரிப்பும் இச்சொல்லுக்கு அவர் கொள்ளும்பொருளும் தவறானவை என்று கூறுவதற்கு எந்த முகாந்திரமும் இல்லை. மாறாக இது சரியானது என்று கூறுவதற்கு எல்லாக் காரணங்களும் உண்டு. முதலாவதாக இது இச்சொல்லை எவ்வகையிலும் கொச்சைப்படுத்தவில்லை. இரண்டாவதாக, தசியுக்கள் மூக்கறையர்கள் என்று வேறு எங்கும் குறிப்பிடப்படவில்லை; அப்படியிருக்கும்போது இச்சொல்லுக்கு புதியதோர் அர்த்தத்தைக் கொடுக்கும் வகையில் அதனை ஏன் உச்சரிக்க வேண்டும்? மிருத்ரவாகர் என்ற சொல்லுக்குள்ள அதே அர்த்தத்தை இந்தச்சொல்லுக்கும் தருவதே நியாயம். எனவே, தசியுக்கள் முற்றிலும் வேறுபட்ட இனத்தைச் சேர்ந்தவர்கள் என்ற முடிவுக்கு எந்த ஆதாரமும் அடிப்படையும் இல்லை என்பது தெள்ளத்தெளிவு.

தாசர்களை எடுத்துக்கொண்டால் அவர்கள் ரிக்வேதத்தில் VI. 47.21. கிருஷ்ண யோனி என்று வருணிக்கப்பட்டிருக்கின்றனர் என்பது உண்மையே. ஆனால் இதிலிருந்து பெறப்படும்

அனுமானத்தை ஏற்பதற்கு முன்னர் பல்வேறு விஷயங்களை கணக்கிலெடுத்துக்கொள்ள வேண்டியிருக்கிறது. முதலாவதாக, தாசர்களைக் குறிப்பதற்கு ரிக்வேதத்தில் இந்த ஒரு இடத்தில்தான் கிருஷ்ண யோனி என்னும் சொற்றொடர் பயன்படுத்தப்பட்டிருக்கிறது. இரண்டாவதாக, இச்சொற்றொடர் அதன் நேர் பொருளில் பயன்படுத்தப்பட்டிருக்கிறதா அல்லது உருவகமாகப் பயன்படுத்தப்பட்டிருக்கிறதா என்பது திட்டவட்டமான முறையில் தெரியவில்லை. மூன்றாவது, இது உண்மையை எடுத்துரைக்கிறதா அல்லது வசைமொழியா என்பதும் நமக்குத் தெரியவில்லை. இந்த ஐயப்பாடுகள் எல்லாம் தெளிவுபடுத்தப்பட்டாலொழிய, தாசர்கள் கிருஷ்ண யோனிகள் என்று கூறப்படுவதால் அவர்கள் கறுப்பு இனத்தைச் சேர்ந்தவர்களாக இருக்கக்கூடும் என்ற கருத்தை ஏற்பது சாத்தியமல்ல.

இது சம்பந்தமாக, ரிக்வேதத்தில் காணப்படும் பின்கண்ட பாசுரங்களைக் கவனத்திற்கொள்வது உசிதமாக இருக்கும்.

1. ரிக்வேதம், *vi. 22.10.* "ஓ, வச்ஜ்சிரி, நீ உன் வல்லமையால் தாசர்களிடமிருந்து ஆரியர்களை, அதாவது தீயவர்களிடமிருந்து நல்லவர்களை உருவாக்கிவிட்டாய். எங்கள் பகைவர்களை வெல்லுவதற்கு இதே ஆற்றலை எங்களுக்கு அளிப்பாயாக."

2. ரிக்வேதம், *×.49.3* (இந்திரன் கூறுகிறான்). "தசியுக்களிடமிருந்து ஆரியர்கள் எனும் உயர் இனமதிப்புப் பெயரைப் பறித்துவிட்டேன்."

3. ரிக்வேதம், *1.151-8-* "ஓ, இந்திரா, யார் ஆரியன், யார் தசியு என்பதைக் கண்டறிந்து அவர்களைத் தனித்தனியே பிரித்து வை."

இந்தப் பாசுரங்கள் எதைக்காட்டுகின்றன? ஒருபுறம் ஆரியர்களுக்கும் இன்னொருபுறம் தாசர்களுக்கும் தசியுக்களுக்கும் இடையே உள்ள வேறுபாடு நிறஅடிப்படையிலோ அல்லது உறுப்பமைதி அடிப்படையிலோ அமைந்த இனவேறுபாடு அல்ல என்பதையே இவை புலப்படுத்துகின்றன. இதனால்தான் ஒரு தாசனோ அல்லது தசியுவோ ஓர் ஆரியனாக முடிகிறது. இதன் காரணமாகவே இவர்களை ஆரியர்களிடமிருந்து பிரிக்கும்பணி இந்திரனிடம் ஒப்படைக்கப்பட்டது.

V

இவ்வாறு, ஆரியஇனம் குறித்த மேலைய எழுத்தாளர்களின் கோட்பாடு ஒவ்வொரு அம்சத்திலும் அடிசாய்ந்து விழுகிறது என்பது சொல்லாமலே விளங்கும். பொதுவாக மேலைய அறிஞர்கள் ஆழமான ஆராய்ச்சியிலும், கவனமான பகுத்தாய்விலும் மிகுந்த ஈடுபாடு கொண்டவர்கள் என்பதைக் கருத்திற்கொண்டு பார்க்கும் போது இது ஓரளவு வியப்பாகவே தோன்றும். அப்படியிருக்கையில் அவர்களது கோட்பாடு தோற்றது ஏன்? இந்தக் கோட்பாட்டை நுணுகி ஆராயும் எவரும் அதனை இரண்டு தொற்றுநோய்கள் பீடித்திருப்பதைக் காண்பர். முதலாவதாக, இந்தக் கோட்பாடு சில அனுமானங்களையும் அந்த அனுமானங்களின் அடிப்டையில் எழுந்த முடிவையும் அடிப்படையாகக் கொண்டிருக்கிறது. இரண்டாவதாக, இந்தக் கோட்பாடு விஞ்ஞான ஆய்வுக்கு முரண்பட்டதாக இருக்கிறது. உண்மைகளைக் கண்டறிய அது அனுமதிக்கவில்லை. மாறாக, இந்தக் கோட்பாடு முற்புனைவாக உருவாக்கப்பட்டு, அதனை மெய்ப்பிப்பதற்கு ஆதாரங்கள் சேகரிக்கப்பட்டிருக்கின்றன.

ஆரிய இனம் சம்பந்தப்பட்ட கோட்பாடு ஒரு வெறும் அனுமானமே அன்றி வேறல்ல. 1835 ஆம் ஆண்டில் வெளியான ஒப்பிலக்கணம் என்ற தமது பிரசித்திபெற்ற நூலில் டாக்டர் பாப் முன்வைத்த ஒரு மொழியியல் முன்மொழிவுரையின் அடிப்படையில் அமைந்ததே இந்தக் கோட்பாடு. ஏராளமான ஐரோப்பிய மொழிகளும் சில ஆசிய மொழிகளும் ஒரு பொதுவான முன்னோர்கள் மொழியிலிருந்து தோன்றியிருக்க வேண்டும் என்று டாக்டர் பாப் தமது நூலில் கூறியிருந்தார். பாப் குறிப்பிட்ட ஐரோப்பிய மொழிகளும் ஆசிய மொழிகளும் இந்தோ-ஜெர்மன் மொழிகள் என அழைக்கப்பட்டன. இந்த மொழிகள் அனைத்தும் கூட்டாக ஆரியமொழிகள் எனக் குறிப்பிடப்பட்டன. வேதமொழி ஆரியர்களைக் குறிப்பிடுவதும், அது இந்தோ-ஜெர்மன் மொழிக்குடும்பத்தைச் சேர்ந்ததாக இருப்பதுமே இதற்கு பிரதான காரணம். இந்த அனுமானமே ஆரிய இனக்கோட்பாட்டுக்கு முக்கிய அடித்தளமாக இருந்து வருகிறது.

இந்த அனுமானத்திலிருந்து இரண்டு முடிவுகள் பெறப் படுகின்றன: 1. இன ஒற்றுமை, 2. அந்த இனமே ஆரிய இனம் என்பது. இந்த மொழிகள் எல்லாம் ஒரு பொதுவான மூதாதையர்

மொழியிலிருந்து தோன்றியது என்றால் அந்த மொழியைத் தாய்மொழியாகக் கொண்ட ஓர் இனம் இருந்திருக்கவேண்டும். அந்தத் தாய் மொழி ஆரியமொழி என்கிறபோது, அதனைப் பேசிய இனம் ஆரிய இனமாக இருக்கவேண்டும் என்று வாதிக்கப்படுகிறது. ஒரு தனியான ஆரிய இனம் இருந்தது என்பது இவ்வாறு ஓர் அனுமானமே தவிர வேறல்ல. இந்த அனுமானத்திலிருந்து வேறொரு அனுமானம் பெறப்படுகிறது. அதாவது தனி ஆரிய இனம் என்று ஒன்று இருந்திருந்தால் அதற்கு ஒரு பொதுவான பூர்வீகத் தாயகமும் இருந்திருக்க வேண்டும் என்பதே அந்த அனுமானம். நெருங்கிய கூட்டுறவுக்கு வகைசெய்யும் ஒரு பொதுத்தாயகத்தை மக்கள் பெற்றிருந்தாலொழிய ஒரு பொதுமொழி இருப்பது சாத்தியமல்ல என்று வாதிக்கப்படுகிறது. இவ்வாறு பொதுபூர்வீகத்தாயகம் என்பது அனுமானத்திலிருந்து பெறப்படும் மற்றொரு அனுமானமாக அமைந்துள்ளது.

படையெடுப்புக் கோட்பாடு ஒரு கற்பனையே. மேற்கத்தியக் கோட்பாட்டுக்கு அடிப்படையாக உள்ள அனுமானத்துக்கு இந்தப் படையெடுப்புக் கற்பனை தேவைப்படுகிறது. இந்தோ-ஜெர்மன் மக்களே ஆதி ஆரிய இனத்தின் இன்றைய பிரதிநிதிகளில் கலப்பற்ற நேர்வழிமரபினர் என்பதே அந்த அனுமானம். இந்த இனத்தின் முதல் தாயகம் ஐரோப்பாவில் ஏதோ ஓரிடத்தில் இருந்திருக்க வேண்டும் என்று ஊகிக்கப்படுகிறது. இத்தகைய அனுமானங்கள் ஒரு கேள்வியை எழுப்புகின்றன: ஆரியமொழி எப்படி இந்தியாவுக்கு வந்தது? ஆரியர்கள் வெளியிலிருந்து இந்தியாவுக்கு வந்திருக்க வேண்டும் என்ற ஊகத்தைக் கொண்டுதான் இந்தக் கேள்விக்குப் பதிலளிக்க முடியும். எனவேதான் படையெடுப்புக் கோட்பாடு கற்பனையாக இட்டுக்கட்டப்பட வேண்டிய அவசியமேற்பட்டது.

மூன்றாவது ஊகம் ஆரியர்கள் மிகவும் மேம்பட்ட இனத்தினர் என்பது, இந்தக் கோட்பாட்டுக்கு மூலாதாரம் ஆரியர்கள் ஐரோப்பிய இனத்தினர் என்ற நம்பிக்கை ஆகும். ஐரோப்பிய இனத்தினர் என்ற முறையில் ஆரியர்கள் ஆசிய இனங்களைவிட மிகவும் மேலானவர்கள் என்று அனுமானிக்கப்படுகிறது. இவ்வாறு ஆரியர்கள் உயர்ந்தவர்கள் என்று அனுமானித்த பிறகு தருக்கரீதியான அடுத்த நடவடிக்கை அவர்களது மேம்பாட்டை நிலைநாட்டுவதே ஆகும்.

ஆரியர்கள் படையெடுத்து வந்து மற்ற இனங்களை அடக்கிக்கினார்கள் என்று கூறினால்தான் அவர்களது மேம்பாட்டு

நிலையை நிரூபிக்கமுடியும் என்பதைத் தெரிந்து கொண்ட மேலைய எழுத்தாளர்கள் ஆரியர்கள் இந்தியாவின்மீது படையெடுத்தார்கள் என்றும், தாசர்களையும் தசியுக்களையும் வெற்றி கொண்டார்கள் என்றும் கதை கட்டிவிட ஆரம்பித்தார்கள்.

நான்காவது அனுமானம் ஐரோப்பிய இனத்தவர் வெள்ளை நிறத்தினர் என்பதும், கறுப்பு இனத்தவர்களுக்கு எதிராக அவர்கள் நிறவெறியைக் கடைப்பிடித்தார்கள் என்பதுமாகும். ஆரியர்கள் ஐரோப்பிய இனத்தினர் என்பதால் அவர்களிடம் நிறவெறி இருந்திருக்கவேண்டும் என்று அனுமானிக்கப்படுகிறது. இந்தியாவுக்கு வந்த ஆரியர்களிடம் நிற்பாரபட்சம் இருந்தது என்பதை நிரூபிப்பதற்கு சான்று தேட இந்தக்கோட்பாடு முற்படுகிறது. சதுர்வருண ஏற்பாட்டில் இந்தச் சான்றை அது காண்கிறது. இந்தோ-ஆரியர்கள் இந்தியாவுக்கு வந்தபிறகு உருவாக்கிய ஏற்பாடு இது என்றும், இது நிறத்தை அடிப்படையாகக் கொண்டது என்றும் மேலைய ஆராய்ச்சியாளர்கள் கருதுகின்றனர்[19].

இந்த அனுமானங்களில் எது ஒன்றும் உண்மைத் தகவல்களால் மெய்ப்பிக்கப்படவில்லை. ஆரிய இனம் என்ற கோட்பாட்டை எடுத்துக்கொள்வோம். ஆரிய இனம் என்பது உடலியல் அர்த்தத்தில் ஒரு விஷயம் என்பதையும், மொழியியல் அர்த்தத்தில் முற்றிலும் வேறுபட்டதொரு விஷயம் என்பதையும் இந்தக் கோட்பாடு கணக்கிலெடுத்துக் கொள்ளவில்லை; அதேபோன்று, உடலியல் பொருளில் ஆரிய இனம் என்று ஒன்று இருக்குமாயின் அதன் பூர்வீக உறையுள் ஓரிடத்திலும் மொழியியல் பொருளில் முற்றிலும் வேறொரு இடத்திலும் இருப்பது சாத்தியமே என்பதையும் இக்கோட்பாடு கணக்கிலெடுத்துக் கொள்ளவில்லை. ஆரிய இனம் என்னும் கோட்பாடு பொதுவான மொழி என்னும் கருத்தின் அடிப்படையில் அமைந்துள்ளது; அதன் அடிப்படை அமைப்பு ஒற்றுமையே இந்தப் பொதுத்தன்மைக்குக் காரணம் என்றும் கூறப்படுகிறது. ஆரியர்கள் வெளியிலிருந்து வந்து இந்தியாவின் மீது படையெடுத்தார்கள் என்ற கூற்று நிரூபிக்கப்படவில்லை; தாசர்களும் தசியுக்களும் இந்தியாவின் பூர்வீகக்குடிகள்[20] என்ற கருத்தும் பொய்யானதாகும்.

சதுர்வருண ஏற்பாடு ஆரியர்களிடம் உள்ளார்ந்து பொதிந்துள்ள நிறபாகுபாட்டு உணர்வின் வெளிப்பாடேயாகும் என்று கூறுவதும் மிகைப்படுத்தலாகும். தோலின் நிறமே வகுப்பு வேறுபாட்டுக்கு மூல காரணம் என்று கூறுவதானால் சதுர்வருண அமைப்பில்

அடங்கியுள்ள நான்கு வகுப்பினருக்கும் நான்கு வெவ்வேறு நிறங்கள் இருந்திருக்கவேண்டும். அந்த நான்கு வருணங்கள் எவை என்பதையும், சதுர்வருண அமைப்பில் ஒன்றாகப் பிணைக்கப்பட்டுள்ள நான்கு நிறங்கள் கொண்ட இனங்கள் யாவை என்பதையும் எவருமே கூறவில்லை. இப்போதுள்ளபடிப் பார்த்தால், ஆரியர்கள், தாசர்கள் என்னும் இரண்டு நேரெதிரான மக்களுடன் மட்டுமே இந்தக் கோட்பாடு தொடங்குகிறது. இவர்களில் ஒருவர் வெள்ளை நிறத்தவர் என்றும், மற்றவர் கறுப்பு நிறத்தவர் என்றும் அனுமானிக்கப்படுகிறது.

ஆரிய இனக்கோட்பாட்டின் மூலவர்கள் தங்கள் கருத்தை நிலைநாட்டும் அளவு மீறின ஆர்வத்தில் தங்களை எத்தகைய மிகவும் நகைப்புக்கிடமான, விவேகமற்ற நிலைக்கு ஆளாக்கிக் கொண்டிருக்கிறார்கள் என்பதைக் காணுவதற்கு, உணர்வதற்கு பொறுமையற்றவர்களாக இருக்கிறார்கள். தாங்கள் நிரூபிக்க விரும்புவதை எப்படியும் நிரூபித்தாக வேண்டும் என்று அவர்கள் கங்கணம் கட்டிக் கொண்டு இறங்கியிருக்கிறார்கள்; இந்த முயற்சியில் தங்களுக்கு நல்லதென்று தோன்றும் சான்றுகளை வேதங்களிலிருந்து சிரமப்பட்டுப் பொறுக்கியெடுக்க அவர்கள் சிறிதும் தயங்கவில்லை.

'அனுமானம் என்பது விஞ்ஞானத்துக்கு உப்பு போன்று ஜீவாதாரமானது' என்று பேராசிரியர் மைக்கேல் ஃபாஸ்டர் ஒரு சமயம் குறிப்பிட்டார். அனுமானமில்லாமல் பயனுள்ள முறையில் எதையும் துருவி ஆராய்வது சாத்தியமல்ல. ஆனால் அதேசமயம் ஒரு குறிப்பிட்ட அனுமானத்தை எப்படியும் நிலைநாட்ட வேண்டுமென்ற ஆர்வம் கட்டுக்கடங்காத முறையில் மேலோங்கி இருக்குமானால், அப்போது அந்த அனுமானமே விஞ்ஞானத்துக்கு நச்சாக மாறிவிடுகிறது. ஓர் அனுமானம் எவ்வாறு விஞ்ஞானத்துக்கு விஷமாக மாறமுடியும் என்பதற்கு மேலைய ஆராய்ச்சியாளர்களின் ஆரிய இனக்கோட்பாடு ஒரு கண்கண்ட உதாரணமாக அமைந்துள்ளது.

ஆரிய இனக்கோட்பாடு மிகவும் அபத்தமானது; அது நீண்ட காலத்துக்கு முன்பே சவக்குழிக்குப் போயிருக்கவேண்டும். ஆனால் அவ்வாறு அந்தக் கோட்பாடு உயிர்விடாமல், மக்களிடம் பெரும் பிடிப்பை ஏற்படுத்தி இருக்கிறது. இத்தகைய ஒரு நிகழ்வுப்போக்குக்கு இரண்டு காரணங்கள் இருக்கின்றன. முதல் காரணம் பிராமண கற்றறிவாளர்களிடையே இந்தக் கோட்பாடு

பெற்றிருக்கும் ஆதரவாகும். இதனை மிகவும் விந்தையான ஒரு நிகழ்வுப்போக்கு எனலாம். ஆசிய இனங்களின்மேல் ஐரோப்பிய இனங்களுக்குள்ள மேன்மையை, மேம்பாட்டை ஒப்புக்கொள்ளும் இந்த ஆரிய இனக் கோட்பாட்டின்பால் இந்துக்கள் என்ற முறையில் அவர்கள் நியாயமாக தங்கள் வெறுப்பை வெளியிட்டிருக்கவேண்டும். ஆனால் பிராமண அறிஞர்களோ இந்தக் கோட்பாட்டை வெறுத்தொதுக்குவதற்குப் பதிலாக, அதனை தலைமீது தூக்கிவைத்துக் கொண்டு போற்றிப் புகழ்கின்றனர். இதற்கான காரணங்கள் வெளிப்படையானவை. பிராமணர்கள் இரு-தேசக் கோட்பாட்டை ஆதரிக்கின்றனர்; தங்களை ஆரிய இனத்தின் பிரதிநிதிகளாக அவர்கள் பாவிக்கின்றனர்; ஏனைய இந்துக்களை ஆரியரல்லாதவர்களின் வழித் தோன்றலாகக் கருதுகின்றனர். ஐரோப்பிய இனங்களுடன் தங்களுக்குள்ள குருதித்தொடர்புடைய உறவை நிலைநாட்டிக் கொள்வதற்கும், அந்த இனங்களுக்குள்ள அகந்தையையும், அவர்களது மேம்பட்ட நிலையையும் பகிர்ந்து கொள்வதற்கும் இந்தக் கோட்பாடு பிராமணர்களுக்கு உதவுகிறது. அதிலும் குறிப்பாக ஆரியர்களை படையெடுப்பாளர்களாகவும் ஆரியர்களல்லாத சுதேசி இனங்களின்மீது வெற்றிவாகை சூடியவர்களாகவும் படம்பிடித்துக் காட்டும் கோட்பாட்டின் இந்தப் பகுதி பிராமணர்களைப் பெரிதும் கவர்கிறது. ஏனென்றால் பிராமணரல்லாதோர் மீது தங்களுக்குள்ள ஆதிக்கத்தை நிலைநாட்டவும், நியாயப்படுத்தவும் இது துணைபுரிகிறது.

ஆரிய இனக்கோட்பாடு மரிக்காததற்கு இரண்டாவது காரணம் வருணம் என்னும் சொல் நிறத்தையே குறிக்கிறது என்று ஐரோப்பிய ஆராய்ச்சியாளர்கள் பொதுவாக வலியுறுத்திவருவதும், இந்தக் கருத்தை பெரும்பாலான பிராமண அறிஞர்கள் ஏற்றுக்கொண்டிருப்பதுமேயாகும். உண்மையில் இதுதான் ஆரிய இனச் சித்தாந்தத்தின் பிரதான ஆதார அடிப்படையாக அமைந்துள்ளது எனலாம். வருணம் என்னும் சொல்லுக்கு இந்தப் பொருள் கொள்ளப்படும்வரை ஆரிய சித்தாந்தம் தொடர்ந்து நீடித்து வரவே செய்யும். ஆதலால் ஆரிய சித்தாந்தத்தின் இந்தப்பகுதி மிக முக்கியமானது; மூன்று வெவ்வேறு கண்ணோட்டங்களிலிருந்து இதனைப் பரிசீலிக்கவேண்டும். 1. ஐரோப்பிய இனமக்கள் சிவந்த மேனியுடையவர்களா அல்லது கறுத்த மேனியுடையவர்களா? 2.

இந்தோ-ஆரியர்கள் சிவப்பானவர்களா? 3. வருணம் என்னும் சொல்லின் ஆரம்பகாலப் பொருள் என்ன?

ஆதிகால ஐரோப்பியர்களின் நிறத்தைப் பொறுத்தவரையில் அவர்கள் கறுப்பு நிறமுடையவர்களாக இருந்தனர் என்று பேராசிரியர் ரிப்ளே திட்டவட்டமாகக் கூறுகிறார். பேராசிரியர் ரிப்ளே மேலும் கூறுவதாவது:[21]

> "நாம் இதுவரை நடத்திய பல ஆய்வுகள் பூர்வீக ஐரோப்பியர்கள் நீண்ட தலையை உடையவர்களாக மட்டுமன்றி கறுப்பு நிறத்தினராகவும் இருந்தனர் என்ற இந்த அனுமானத்தை மேலும் வலுப்படுத்தவையாக உள்ளன. தெற்குப் பிரான்சில் வாழும் குரோமாக்னான் மக்கள் வரலாற்றுக்கு முந்தைய தொல்பழமை வாய்ந்தவர்கள் என்பதை நாம் மெய்ப்பித்துள்ளோம்; இந்த விவசாய மக்களிடையே பலர் கறுநிறக்கேசத்துடனும் கண்களுடனும் இருப்பதைக் காண்கிறோம். பிரிட்டிஷ் தீவுகளிலுள்ள மக்கள் பிரிவினரை ஒப்பிட்டுப் பார்க்கும்போது, வேல்ஸ், அயர்லாந்து, ஸ்காட்லாந்து பகுதிகளது கறுப்பு நிற மக்கள் பிரிட்டனிலேயே மிகவும் முற்பட்ட காலத்தைச் சேர்ந்தவர்கள் என்பதை ஒவ்வொன்றுமே மெய்ப்பிப்பதாக இருப்பதைப் பார்க்கிறோம். தவிரவும், வடக்கு இத்தாலியைச் சேர்ந்த கர்ஃபக்னானா என்னும் இடத்தில் வாழும் தொன்மைமிக்க லிகுரியன் மக்களின் வழித்தோன்றல்களைப் பார்த்தால், அவர்களும் கறுப்புநிறமாக இருப்பதைக் காண்கிறோம். எனவே, பொதுக்கோட்பாடுகள் அல்லது ஸ்தல விவரங்களின் பகைப்புலனில் மதிப்பாய்வு செய்தால் ஐரோப்பாவின் இந்தப் பூர்வீக இனத்தினர் மிகவும் கறுப்பாக இருந்தனர் என்றே தோன்றுகிறது. அங்கு நிற உறவைப் பொறுத்தவரையில் மத்தியத் தரைக் கடல் பிராந்திய சாயலைக் காண்கிறோமே தவிர, ஸ்காண்டினேவிய சாயலைக் காணவில்லை."

ஆரியர்கள் எத்தகைய நிறபாகுபாட்டைக் கைக்கொண்டார்கள் என்பதற்கு ஏதேனும் அறிகுறிகள் இருக்கின்றனவா என்பதைக் கண்டறிய வேதங்களை ஆராயும்போது ரிக்வேதத்திலுள்ள பின்கண்ட பகுதிகள் நமது கவனத்தை ஈர்க்கின்றன:

ரிக்வேதத்தில் *i.117.8.* சியவியனுக்கும் ருஷாதிக்கும் அசுவினி தேவர்கள் திருமணம் செய்துவைத்த குறிப்பு காணப்படுகிறது. இவர்களில் சியவியன் கறுப்பு; ருஷாதி சிவப்பு.

ரிக்வேதத்தில் *i.117.5* பொன்னிற மேனியான வந்தனாவைக் காப்பாற்றியமைக்காக அசுவினி தேவர்களுக்குத் துதிபாடப்பட்டதாக ஒரு குறிப்பு இடம் பெற்றிருக்கிறது.

ரிக்வேதத்தில் *ii.3.9.* ஓர் ஆரியன் சில குறிப்பிட்ட நற்குணங்களுடனும் சாம்பல் நிறத்துடனும் (பிசாங்கா) தனக்கு ஒரு குழந்தை பிறக்கவேண்டும் என்று தேவர்களிடம் வேண்டுதல் செய்வதாக குறிப்பிடப்பட்டிருக்கிறது.

வேதகால ஆரியர்கள் எத்தகைய நிறவேற்றுமையையும் பாராட்டவில்லை என்பதை இந்த நிகழ்ச்சிகள் புலப்படுத்துகின்றன. அவர்கள் எப்படி நிறவேற்றுமைக் கைக்கொள்ளமுடியும்? வேத கால ஆரியர்கள் ஒரே நிறத்தினர் அல்ல. அவர்களது மேனிவண்ணம் பெரிதும் வேறுபட்டதாக இருந்தது; சிலர் தாமிர நிறமுடையவர்களாகவும், சிலர் வெண்ணிறமுடையவர்களாகவும், சிலர் கறுப்பு நிறமுடையவர்களாகவும் இருந்தனர். தசரதருடைய புதல்வரான ராமர் சியாமனாக அதாவது கறுப்பு நிறமுடையவராக வருணிக்கப் படுகிறார்; மற்றொரு ஆரிய வம்சத்தைச் சேர்ந்த யதுக்களின் வழித் தோன்றலான கிருஷ்ணரும் இவ்வாறே கறுப்பு மேனியனாக சித்தரிக்கப்பட்டிருக்கிறார். ரிக்வேதத்தில் பல மந்திரங்களை இயற்றியவர் ரிஷி திர்கதமசர்; அவரது மேனிவண்ணத்தின் அடிப்படையில் அவருக்குப் பெயர் சூட்டப்பட்டிருந்ததால் அவர் கறுப்பாகவே இருந்திருக்கவேண்டும். கன்வர் மிகவும் புகழ்பெற்ற ஆரியரிஷி. ஆனால் ரிக்வேதத்தில் *X-31.11.*- அவரைப் பற்றித்தரப்பட்டிருக்கும் வருணனையிலிருந்து அவர் கறுப்பு நிறமுடையவர் என்பது தெளிவாகிறது.

அடுத்து, மூன்றாவது கடைசி விஷயத்தை எடுத்துக்கொள்வோம்; அதாவது வருணம்[22] என்னும் சொல்லின் பொருளைப் பார்ப்போம். இந்த சொல் ரிக்வேதத்தில் எந்த அர்த்தத்தில் பயன்படுத்தப்பட்டிருக்கிறது என்பதை முதலில் பார்க்கவேண்டும். வருணம் என்னும் பதம் ரிக்வேதத்தில் 22 இடங்களில் கையாளப்பட்டிருக்கிறது.[23] இவற்றில் 17 இடங்களில் உஷா, அக்கினி, சோமன் போன்ற தெய்வங்களைக் குறிப்பிடுவதற்கு இச்சொல் பயன்படுத்தப்பட்டிருக்கிறது;

இது பிறங்கொளியையும், முகத்தோற்றங்களையும், அல்லது வண்ணத்தையும் அர்த்தப்படுத்துகிறது. இவை தெய்வங்கள் சம்பந்தமாகப் பயன்படுத்தப்பட்டிருக்கின்றன. அப்படியிருக்கும் போது வருணம் என்னும்சொல் மனிதர்கள் விஷயத்தில் ரிக்வேதத்தில் என்ன அர்த்தத்தைத் தரும் என்று நிர்ணயிப்பதற்கு இவற்றைப் பயன்படுத்துவது உசிதமற்றதாகும். மனித ஜீவன்கள் சம்பந்தமாக இந்த சொல் ரிக்வேதத்தில் நான்கு இடங்களில், அதிகபட்சம் ஐந்து இடங்களில் பயன்படுத்தப்பட்டிருக்கிறது. அவை வருமாறு:

1. *i.104.2;*
2. *i.179.6;*
3. *ii.12.4;*
4. *iii.34.5;*
5. *ix.71.2;*

வருணம் என்னும் சொல் ரிக்வேதத்தில் நிறம், மேனி வண்ணம் என்னும் அர்த்தத்தில் பயன்படுத்தப்பட்டிருக்கிறது என்பதை இந்தக் குறிப்புகள் மெய்ப்பிக்கின்றனவா?

ரிக்வேதம் *iii. 34.5* இவ்வகையில் ஐயத்துக்கிடமான பொருள் கொண்டதாக இருக்கிறது. 'சுக்கில வருணம் அதிகரிப்பதற்கு வகை செய்தது' என்ற வாசகம் இரட்டை அர்த்தம் கொள்ளக்கூடியதாக உள்ளது. இந்திரன் உஷாவை தனது ஒளியை வீசச்செய்து வெண்மை நிறத்தை அதிகரிக்கச் செய்தான் என்று பொருள் கொள்ளலாம் அல்லது பாசுரம் இயற்றியவர் வெண்ணிறமேனி கொண்டவராதலால் அவருடைய மக்களது மேனியின் வெண்ணிறம் அதிகரித்தது என்றும் பொருள் கொள்ளலாம். இரண்டாவது அர்த்தம் பெரிதும் வலிந்து பெறப்பட்டதாகவே இருக்கும்; ஏனென்றால் இங்கு வெள்ளை நிறம் அதிகரிப்பது காரியம், உஷாவின் வெளிச்சம் காரணம்.

ரிக்வேதத்தில் *ix. 71.2.* வரும் 'அசுர வருணத்தைக் கைவிட்டான்' என்ற வாசகத்தை சூக்தத்திலுள்ள ஏனைய செய்யுட் பத்திகளுடன் சேர்ந்து வாசிக்கும்போது, அதன் பொருள் தெளிவாக இல்லை. இந்த சூக்தம் சோம பவமணனுடையது. இதனை மனத்திற் கொண்டால், 'அசுர வருணத்தைக் கைவிட்டான்' என்ற வாசகத்தை சோமனைப் பற்றிய வருணனையாகக் கொள்ளவேண்டும். இங்கு

பயன்படுத்தப்பட்டிருக்கும் வருணம் என்னும் சொல் ரூபத்தைக் குறிப்பதாக இருக்கவேண்டும். இந்தச் செய்யுளின் பிற்பகுதி பின்வருமாறு கூறுகிறது: 'அவன் தனது கறுப்பு நிறத்தைக் களைந்து விட்டு, ஒளிவீசும் நிறத்தை மேற்கொள்கிறான்.' இதிலிருந்து வருணம் என்னும் சொல் இங்கு கறுப்பு நிறத்தைக் குறிக்கப் பயன்படுத்தப்பட்டிருக்கிறது என்பது தெளிவு.

ரிக்வேதத்தில் i.179.6 என்னும் செய்யுட்பகுதி ஓரளவு உதவிகரமாக உள்ளது. குழந்தைகளையும் சக்தியையும் பெறும் பொருட்டு அகஸ்திய முனிவர் லோபா முத்திரையுடன் கூடி வாழ்ந்தார் என்றும், இதன் விளைவாக இரண்டு வருணத்தினர் பிறந்தார்கள் என்றும் இந்தச் செய்யுட்பகுதி கூறுகிறது. ஆரியர்களையும் தாசர்களையும் குறிப்பிடுவதே நோக்கமாக இருந்தபோதிலும் இதில் கூறப்படும் இரு வருணத்தார் யார் என்பதை இந்தச் செய்யுட் பகுதி திட்டவட்டமாக வெளிப்படுத்தவில்லை. இது எப்படியிருந்தபோதிலும் இந்த செய்யுட் பகுதியில் குறிப்பிடப்படும் வருணம் என்பது வகுப்பை குறிக்கிறதே அன்றி நிறத்தைக் குறிக்கவில்லை என்பதில் ஐயம் ஏதும் இல்லை.

ரிக்வேதம் i.104.2 மற்றும் ரிக்வேதம் ii.12.4. ஆகிய இரண்டு செய்யுட்பகுதிகளில்தான் தாசர்களைக் குறிப்பிடுவதற்கு வருணம் என்னும் சொல் பயன்படுத்தப்பட்டிருக்கிறது. இங்கு ஒரு கேள்வி எழுகிறது: தாசர்களுக்குப் பயன்படுத்தப்படும்போது, வருணம் என்னும் சொல்லின் பொருள் என்ன? இது தாசர்களின் நிறத்தையும் மேனி வண்ணத்தையும் குறிக்கிறதா அல்லது தாசர்கள் ஒரு தனி வகுப்பினர் என்பதைக் குறிக்கிறதா? இந்த இரண்டு அர்த்தங்களில் எது சரியானது என்று ஒரு திட்டவட்டமான முடிவுக்கு வருவதற்கு வழியில்லை.

இது சம்பந்தமாக ரிக்வேதத்தில் காணப்படும் சான்று அறுதியிட்டுக் கூறமுடியாததாக இருக்கிறது. இத்தகைய சூழ்நிலையில்; இந்த சொல் இந்தோ-ஈரானிய இலக்கியப் படைப்புகளில் வருகிறதா, அப்படிவந்தால் எந்த அர்த்தத்தில் வருகிறது என்பதைத் தெரிந்துகொள்வது மிகவும் பயனுள்ளதாக இருக்கும்.

அதிருஷ்டவசமாக, வருணம் என்னும் சொல் ஜெண்ட் அவெஸ்தா என்னும் பார்சியர் வேதத்தில் வருகிறது. இது வரணா அல்லது வரேணா என்று உச்சரிக்கப்படுகிறது. இச்சொல்

குறிப்பாக 'தெய்வபக்தி, சமய சித்தாந்தம், திருமுறைக்கோட்பாடு, நம்பிக்கை' என்ற பொருளில் பயன்படுத்தப்படுகிறது. வர் என்ற வேர்ச் சொல்லிலிருந்து இது உருவாக்கப்பட்டுள்ளது; நம்பிக்கை வைத்தல், விசுவாசம் கொள்ளுதல் என்று இதற்குப் பொருள். வரணா அல்லது வரேணா என்னும் சொல் காதாக்களில் நம்பிக்கை, சித்தாந்தம், கோட்பாடு என்ற அர்த்தத்தில் ஆறு தடவை பயன்படுத்தப்பட்டிருக்கிறது.

இது காதா அஹுனவைத்தி - யாஸ்னா ஹா 30 செய்யுட்பத்தி 2ல் வருகிறது. இதன் தமிழ் மொழி பெயர்ப்பு வருமாறு:

> "நான் பிரகடனம் செய்யும் மிக உன்னதமான உண்மையை செவிமடுத்துக் கேட்டு, ஆன்மிக அறிவொளி சுடரும் உங்கள் தெளிந்த மனத்தைக் கொண்டு உள்ளாய்வு செய்யுங்கள். ஒவ்வொருவனும் தனது (அவரெனவ்) சமய உணர்வை தானே தீர்மானிக்க வேண்டும். அந்த மாபெரும் நிகழ்ச்சிக்கு முன்னர் நாம் போதிக்கும் உண்மையை ஒவ்வொருவரும் தனிப்பட்ட முறையில் உணர்ந்து கொள்ள வேண்டும்."

இது காதாவின் மிகவும் புகழ்பெற்ற செய்யுட்களில் ஒன்று. தனது சமய உணர்வைத் தேர்ந்தெடுப்பதில் ஒவ்வொருவரும் பகுத்தறிவு ஆற்றலையும், தெரிவு சுதந்திரத்தையும் பயன்படுத்த வேண்டும் என்று ஜராதுஷ்ட்ரர் அறிவுரை பகர்கிறார். இங்கு அவரெனவ் விச்சிதஹ்யா என்னும் சொற்கள் பயன்படுத்தப்பட்டிருக்கின்றன. அவரெனவ் என்றால் 'சமயம்' என்று பொருள்; விச்சி - தஹ்யா என்றால் 'வேறுபடுத்தி உணர்தல்', 'தேர்ந்தெடுத்தல்; 'நிர்ணயித்தல்' என்று அர்த்தம்.

இது காதா அஹுனவைத்தி, யாஸ்னா ஹா 31 செய்யுட் பத்தி 11ல் வருகிறது. இங்கு பயன்படுத்தப்பட்டிருக்கும் வரேனெவ் என்னும் சொல் வரேணா என்பதன் இரண்டாம் வேற்றுமை பன்மை; 'கோட்பாடு', 'சமயம்' என்று இதற்குப் பொருள். இந்த செய்யுட்பத்தியில் மனிதன் படைக்கப்பட்ட கோட்பாடு பற்றி ஜராதுஷ்ட்ரர் விரித்துரைக்கிறார். மனிதன் படைக்கப்பட்டது குறித்து எடுத்துரைத்த பின்னர் கடைசி பாதி வரியில் "மனிதன் தன் விருப்பம் போல் சமயத்தைத் தேர்ந்தெடுத்துக் கொள்ள உரிமை அளிக்கப்படுகிறது"என்று ஜராதுஷ்ட்ரர் கூறுகிறார்.

காதா உஷ்தவைத்தி, யாஸ்னா ஹா 45 செய்யுட் பத்தி 1ல் இது வரேணா என்னும் சொல் வடிவத்தில் இடம் பெறுகிறது.

பாபகரமான சமயக் கோட்பாட்டைப் பின்பற்றுபவர்கள் கொடியவர்களாகி கீழ்த்தரமான மொழியில் பேசுகின்றனர்[24] என்று இந்த செய்யுட் பத்தியின் கடைசி வரியில் ஜராதுஷ்ட்ரர் கூறுகிறார்.

காதா உஷ்தாவைத்தி, யாஸ்னா ஹா 45 செய்யுட் பத்தி 2ல் மேலே கூறிய அதே வடிவத்தில் வரேணா என்னும் சொல் நம்பிக்கை, சமயம், கோட்பாடு என்ற பொருளில் வருகிறது. இந்த செய்யுட்பத்தியில் ஜராதுஷ்ட்ரர் நன்மை, தின்மை பற்றிய தமது சித்தாந்தத்தை விளக்கிக் கூறும்போது, மனித மனத்தின் இரட்டை அம்சங்களை எடுத்துரைக்கிறார். இந்த செய்யுட்பகுதியில் இரண்டு மனங்கள்- அதாவது நல்ல மனமும் கெட்ட மனமும் - தமக்குள் பின்வருமாறு பேசிக்கொள்கின்றன: “சிந்தையிலும், வார்த்தையிலும், விவேகத்திலும், சமய நம்பிக்கையிலும், சொல்லிலும், செயலிலும், மனச் சான்றிலும், ஆன்மாவிலும் நம்மிடையே ஒற்றுமை ஏதும் இல்லை.”

காதா ஸ்பெண்டா மைனியு, யாஸ்னா ஹா 49 செய்யுட் பத்தி 3ல் இது நான்காம் வேற்றுமையில் வரேனங் என்று வருகிறது, ‘சமயம்’ என்று இதற்குப் பொருள். இதே செய்யுட் பகுதியில் சமயம், சமயக் கோட்பாடு, சமய சட்ட திட்டங்கள் என்ற அர்த்தத்தில் தகேஷய் என்னும் சொல் இடம் பெறுகிறது. வரேனய், தகேஷா ஆகிய இரண்டு சொற்களும் ஒரே செய்யுட் பத்தியில் வருவது நமது வாதத்துக்கு மேலும் வலுவூட்டுகிறது; ஏனென்றால் தகேஷா என்னும் சொல் போன்றே அஹுரதகேஷா என்னும் கூட்டுச் சொல்லும் அஹுரிய மதத்தைக் குறிக்கிறது. தகேஷா என்னும் சொல் பஹலவி மொழியில் கிஷ் என்று மொழிபெயர்க்கப்பட்டிருக்கிறது. இதுவும் மதத்தையே குறிக்கும். அவெஸ்தா மொழியில் எழுதப்பட்ட ஜரா துஷ்ட்ரியர்களின் சுகாதார சட்ட நூலான வெண்டிடாடில் அன்யோ வரேணா என்னும் சொல்லைக் காண்கிறோம். இங்கு அன்யோ என்பது மற்ற அல்லது வேறுபட்ட என்றும், வரேணா என்பது மதம் என்றும் பொருள்படும். எனவே, வேறுபட்ட மதத்தை, நம்பிக்கையை, கோட்பாட்டைக் கொண்டிருப்பவன் அன்யோ வரேணா எனப்படுகிறான். இவ்வாறே, வெண்டிடாடில் அன்யோ - தகேஷா என்று வரும் சொல்லும் வேறுபட்ட மதத்தினன் என்ற பொருளையே குறிக்கும்.

காதாவில் இந்த வேர்ச் சொல்லிலிருந்து பல வினைச்சொல் வடிவங்களைப் பெறுகிறோம். எடுத்துக்காட்டாக அஹுனவைத்தி

காதா யாஸ்னா ஹா, 31, செய்யுட் பத்தி 3ஐப் பார்ப்போம். இதில் ஜரா துஷ்ட்ரர் யா ஜவன்டோ விஸ்பெங் வவ்ரயா என அறிவிக்கிறார்; இந்த வரியில் வவ்ரயா என்னும் வினைச் சொல் கடவுளின்பால் நம்பிக்கையையும், விசுவாசத்தையும் வைக்கும்படி எல்லா உயிர் ராசிகளையும் நான் தூண்டுவேன் என்னும் பொருளில் பயன்படுத்தப்பட்டிருக்கிறது. யாஸ்னா ஹா, 28: செய்யுட் பத்தி 5ல் வவ்ரோய் மைதி என்னும் வினைச் சொல்லை எதிர்ப்படுகிறோம். 'சமய உணர்ச்சியை ஊட்டுவோம்' என்று இதற்குப் பொருள். இந்தச் சொல்லின் மற்றொரு குறிப்பிடத்தக்க வடிவத்தை யாஸ்னா ஹா, 28; செய்யுட் பத்தி 5ல் காண்கிறோம். துஸ் - வரேனய்ஸ் என்பதே அந்தச் சொல் வடிவம். இதில் துஸ் என்னும் முதல் பகுதி பொய்யான, துன்மார்க்கனான என்றும், வரேனய் மத விசுவாசி என்றும் பொருள்படுகிறது: அதாவது இந்தச் சொல் "பொய்யான, துன்மார்க்கமான மதத்தைச் சேர்ந்தவன் அல்லது பொய்யான, துன்மார்க்கனான மதவிசுவாசி என்பதைக் குறிக்கிறது."

ஜராதுஷ்ட்ரியர்களின் சமய ஏற்புக் கோட்பாட்டை விளக்கும் யாஸ்னா ஹா 12ல் வரும் ஃபரவரனே என்னும் சொல்லுக்கு 'நான் என் சமயத்தை ஏற்கிறேன்' மஸ்தயாஸ்னோ ஜராதுஷ்த்ரிஷ் 'அதாவது ஜராதுஷ்ட்ரிய சமய நெறியை' வழிபடுகிறேன் என்று பொருள். இந்த வாசகம் கிட்டத்தட்ட எல்லா ஜராதுஷ்ட்ர பிரார்த் தனைகளிலும் இடம் பெற்றிருக்கிறது. ஜராதுஷ்ட்ர சமய ஏற்பாட்டுக் கோட்பாட்டின் மற்றொரு வடிவமும் இருக்கிறது. இது யாஸ்னா 12ல் யா - வரேணா என்று காணப்படுகிறது. இங்கு யா என்பது தழுவியல் மறுபெயர்; இதற்கு எது என்று பொருள்; வரேணா என்பதற்கு நம்பிக்கை, மதம் என்று பொருள். எனவே இச்சொல் 'எந்த மதம்' என்பதைக் குறிக்கிறது. யா வரேணா என்னும் இந்தச் சொல் வடிவம் யாஸ்னா 12ல் ஒன்பது முறை பயன்படுத்தப்பட்டிருக்கிறது. சமயக் கோட்பாடு அல்லது சமயம் என்ற தெளிவான பொருளிலேயே அது பயன்படுத்தப்பட்டிருக்கிறது. இங்கும் வரேணா என்னும் சொல், சமயத்தைக் குறிக்கும் தகேஷா என்னும் சொல்லுடன் சேர்த்தே பயன்படுத்தப்பட்டிருக்கிறது.

யாஸ்னா 16ல் ஜராதுஷ்ட்ரஹே வரேஹேம்சா தகேஷெம்சா யாஸமய்தே என்னும் சுவையான குறிப்பு காணப்படுகிறது. இங்கு ஜராதுஷ்ட்ரின் வரேணாவும் தகேஷாவும் வழிபடப்படுகிறது. இந்த ஒத்திசைவான, பரஸ்பரம் ஒன்றுக்கொன்று தொடர்புடைய இந்தச் சொற்கள் பயன்படுத்தப்பட்டிருப்பது ஜராதுஷ்ட்ரரின்

கோட்பாட்டையும் சமயத்தையுமே குறிக்கிறது என்பது தெள்ளத்தெளிவு. "ஜராதுஷ்ட்ரரின் கோட்பாட்டையும் சமயத்தையும் நாங்கள் வழிபடுகிறோம்" என்பதே மேலே கூறிய வாசகத்தின் மொழிபெயர்ப்பாகும்.

ஆதிகாலத்தில் வருணம் என்னும் சொல் ஒரு குறிப்பிட்ட மதத்தைப் பின்பற்றும் ஒரு வகுப்பினரைக் குறித்ததேயன்றி, அந்த சொல்லுக்கும் வருணத்துக்கும் மேனி வண்ணத்துக்கும் எந்த சம்பந்தமும் இல்லை என்பதையே ஜெண்ட் அவெஸ்தா என்னும் பார்சியர் வேதத்திலிருந்து பெறப்படும் இந்த சான்று உறுதி செய்கிறது.

மேலைய கோட்பாட்டின் பரிசீலனையிலிருந்து கிட்டும் முடிவுகளை பின்கண்டவாறு இரத்தினச்சுருக்கமாகக் கூறலாம்:

1. ஆரிய இனம் என்ற எத்தகைய ஓர் இனத்தையும் வேதங்கள் அறியமாட்டா.

2. ஆரிய இனம் இந்தியாவின் மீது படையெடுத்தது என்பதற்கும், இந்தியாவின் சுதேசி மக்கள் எனக் கருதப்படும் தாசர்களையும் தசியுக்களையும் அவர்கள் வென்று கீழ்ப்படுத்தினர் என்பதற்கும் வேதங்களில் எந்தச் சான்றும் இல்லை.

3. ஆரியர்கள், தாசர்கள், தசியுக்களுக்கு இடையேயான வேறுபாடு இன வேறுபாடு என்பதைக் கட்டக் கூடிய சான்று ஏதும் இல்லை.

4. ஆரியர்கள் மேனி வண்ணத்தில் தாசர்களிடமிருந்தும் தசியுக்களிடமிருந்தும் வேறுபட்டவர்கள் என்ற வாதத்தை வேதங்கள் ஏற்கவில்லை.

அடிக்குறிப்பு

1. ரிப்ளே டபிள்யூ.இ.ஐரோப்பாவின் இனங்கள், பக்கம் 400.
2. ரிப்ளே, ஐரோப்பிய இனங்கள், பக்கம் 121.
3. மேற்படி நூல், தொகுதி I. பக்கம் 121.
4. சொற்களின் வரலாறு, பக்கங்கள் 89 மற்றும் 120-121.
5. இது சம்பந்தமாக ரிக் வேதத்தில் காணப்படும் குறிப்புகளின் பட்டியலை அட்டவணை1ல் காண்க.

6. இந்த சொல் எந்த இடத்தில் என்ன பொருளில் பயன்படுத்தப்பட்டிருக்கிறது என்பதற்கு அட்டவணை II பார்க்க.

7. குறிப்புகளின் பட்டியலை அட்டவணை III ல் காண்க.

8. ஐசக் டெய்லர், ஆரியர்களின் மரபுமூலம், பக்கங்கள் 24 -26.

9. ரிப்ளே, ஐரோப்பிய இனங்கள், பக்.436-437.

10. பால கங்காதர திலகர், வேதங்களில் ஆர்க்டிக் தாயகம், 58-60.

11. மாதவாச்சாரியரின் விளக்க உரையுடன் கூடிய யஜுர் வேதத்தைக் காண்க.

12. மந்திரங்கள் காலத்தில் பண்டை இந்தியாவில் வாழ்க்கை, பக்கங்கள் 11-12.

13. ஆரியர்களின் பூர்வீகத் தாயகம், டி.எஸ். திரிவேதா, பண்டர்கரின் கீழை நாட்டு ஆய்வுப் பதிவேடுகள், தொகுதி XX, பக்கம் 62.

14. அய்யங்கார், மேற்படி நூல், பக்கம் 13.

15. ரிக்வேதம்,i.174.2;

16. ரிக்வேதம், V.32.8;

17. ரிக்வேதம், Vii.6.3

18. ரிக்வேதம் Vit18.3.

19. தாசர்களும் தசியுக்களும் யார் என்பது குறித்த விவாதத்தை இயல் பில் காண்க.

20. ஆதியில் ஐரோப்பிய இனங்கள் வெள்ளையர்களாக இருந்தார்களா அல்லது கறுப்பர்களாக இருந்தார்களா என்பது குறித்து பேராசிரியர் ரிப்ளே கூறியுள்ள கருத்துக்களைப் பார்க்க.

21. பேராசிரியர் ரிப்ளே "ஐரோப்பிய இனங்கள்", பக்கம் 466.

22. பார்க்க: மகாராஷ்டி தியானகோஷம், தொகுதி -3, பக்கங்கள் 39-42.

23. பார்க்க : பின் இணைப்பு, VI, பக்கம் 353.

24. இந்தோ-ஈரானிய இலக்கியத்தில் நன்கு பரிச்சயமுள்ள என் நண்பர் தஸ்தூர் போடே 'வமா' என்னும் சொல்லின் பொருளை எனக்கு விளக்கிக் கூறியமைக்காக அவருக்கு நான் பெரிதும் நன்றிக் கடமைப்பட்டுள்ளேன்.

★

இயல் 5
ஆரியர்களுக்கு எதிராக ஆரியர்கள்

மேலைய ஆராய்ச்சியாளர்கள் விவரித்த ஆரியக் கோட்பாடு எவ்வளவு பலவீனமானது என்பதையும், அதனை அவர்களுடைய பிராமண சகாக்கள் எவ்விதம் தங்குதடையின்றி ஏற்றுக் கொண்டுவிட்டார்கள் என்பதையும் மிகவும் விளக்கமாக எடுத்துரைத்தோம். அப்படியிருந்தும் இந்தக் கோட்பாடு எப்படியோ மக்களிடம் பொதுவாக ஒரு பிடிப்பை ஏற்படுத்தி விட்டது. இதனால் அதற்கு எதிராகக் கூறப்பட்ட வாதங்கள் போதிய ஆதரவைப் பெறத் தவறிவிட்டன. பாம்பை அடிப்பது போல் இந்தக் கோட்பாட்டை நசுக்கியாக வேண்டும். எனவே, இந்தக் கோட்பாட்டை மேலும் ஆராய்வதும், இதன் பொய்ம்மையை, வஞ்சக முகமூடியை முற்றிலும் கிழித்தெறிவதும் அவசியமாகிறது.

ஆரியர்கள் இந்தியாவின் மீது படையெடுத்து வந்து, தரசர்களையும், தசியுக்களையும் வெற்றி கொண்டு அவர்கள் மீது தங்கள் ஆதிக்கத்தை நிலைநாட்டினார்கள் என்ற கோட்பாட்டை ஆதரிப்புவர்கள் ரிக் வேதத்திலுள்ள சில செய்யுட்பகுதிகளைக் கணக்கிலெடுத்துக் கொள்ளத் தவறிவிடுகிறார்கள். இந்த செய்யுள் பத்திகள் மிகுந்த முக்கியத்துவம் வாய்ந்தவை. இந்த செய்யுள்களைக் கருத்திற் கொள்ளாமல், வெளியிலிருந்து வந்து இந்தியாவின் மீது ஆரியர்கள் படையெடுத்தார்கள், இங்குள்ள ஆரியரல்லாத சுதேச குலமரபுக் குழுக்களை வெற்றி கொண்டார்கள் என்ற கோட்பாட்டை நிலைநாட்ட முயல்வது முற்றிலும் பயனற்றதாகும். நான் மேலே குறிப்பிட்ட ரிக்வேதப் பாசுரங்களைக் கீழே தருகிறேன்:

1. ரிக்வேதம், vi:33.3 - "இந்திரா, எங்களுடைய இரு பகைவர்களான தாசர்களையும் ஆரியர்களையும் நீ கொன்றும் விட்டாய்."

2› ரிக்வேதம், vi.60.3. - "நன்னெறியையும் நியாயத்தையும் நேர்மையையும் பாதுகாக்கும் ஓ, இந்திரா மற்றும் அக்னி, எங்களுக்குத் தீங்கிழைக்கும் தாசர்களையும் ஆரியர்களையும் அடக்கி ஒடுக்குவீர்களாக."

3. ரிக் வேதம், vii.81.1. - "சுதாசனின் எதிரிகளான தாசர்களையும் ஆரியர்களையும் இந்திரனும் வருணனும் கொன்று, சுதாசனை அவர்களிடமிருந்து காப்பாற்றினார்கள்."

4. ரிக் வேதம், × 38.3. - "ஓ, இந்திரா, ஈவு இரக்கமற்ற கொடியவர்களான ராட்சதர்களிடமிருந்தும் சிந்து நதி தீரங்களில் வதியும் ஆரியர்களிடமிருந்தும் எங்களைக் காப்பாற்றினாய்; இதேபோன்று தாசர்களிடமிருந்து ஆயுதங்களைப் பறித்து எங்களைக் காப்பாற்றுவாயாக."

5. ரிக் வேதம், X. 38.3. - "பெரிதும் பூசித்துப் போற்றுதற்குரிய ஓ, இந்திரா, சமயப் பற்றற்றவர்களும், எங்களுடைய பகைவர்களுமான தாசர்களையும் ஆரியர்களையும் நாங்கள் அடக்குவதற்கு அருள்பாலிப்பாயாக. உனது துணையுடன் அவர்களைக் கொன்று தீர்ப்போம்."

6. ரிக் வேதம், x.86.19. - "ஓ, மாமேயு, உன்னைப் பிரார்த்திப்பவர்களுக்கு எல்லா ஆற்றல்களையும் அருள்வாயாக. உனது உதவியுடன் எங்களுடைய ஆரிய பகைவர்களையும் தசியு பகைவர்களையும் அழித்தொழிப்போம்."

இந்தப் பாசுரங்களைப் படித்துவிட்டு, மேலைய கோட்பாட்டைப் பரிசீலித்துப் பார்ப்பவர்கள் நிச்சயம் அதிர்ச்சியடையவே செய்வர். இந்தப் பாசுரங்களை இயற்றியவர்கள் ஆரியர்கள்தான் என்றால், இப்பாசுரங்களில் தெரிவிக்கப்பட்டிருக்கும் கருத்திலிருந்து இரண்டு வேறுபட்ட ஆரிய வகுப்பினர் இருந்து வந்திருப்பதும், அவர்கள் வேறுபட்டவர்களாக மட்டுமன்றி, பரஸ்பரம் ஒருவரை ஒருவர் எதிர்ப்பவர்களாகவும், ஒருவர் மீது ஒருவர் பகைமை கொண்டவர்களாகவும் இருந்து வந்தனர் என்பதும் தெளிவாகிறது.

ஒரு வகையான ஆரியர்கள் இருந்தனர் என்பது வெறும் ஊகமோ அல்லது கற்பனையோ அல்ல. இது நிதர்சன உண்மையாகும். இதற்கு நிறைய சான்றுகள் உள்ளன.

II

இத்தகைய முதலாவது சான்று பல்வேறு வேதங்களின் புனிதத்தன்மையை அங்கீகரிப்பதில் நீண்ட நெடுங்காலமாகவே இருந்து வரும் பாரபட்சமாகும். உண்மையில் இரண்டு வேதங்கள்தான் இருக்கின்றன என்பது வேதங்களைப் பற்றி ஆராய்ந்து வரும் அனைவருக்கும் தெரியும். அவை: (1) ரிக் வேதம், (2) அதர்வ வேதம். சாம வேதமும் யஜூர் வேதமும் ரிக் வேதத்தின் வேறுபட்ட வடிவங்களே அன்றி வேறல்ல. அதர்வவேதம் ரிக்வேதத்தைப் போன்றே புனிதமானது என்பதை பிராமணர்கள் நீண்டகாலம் வரை அங்கீகரிக்கவில்லை என்பதை வேத ஆராய்ச்சியாளர்கள் நன்கு அறிவர். இந்தப் பாரபட்சம் ஏன்? ரிக் வேதம் மட்டும் ஏன் புனிதமானதாகக் கருதப்பட்டது? அதர்வவேதம் கீழானது என்று ஏன் எண்ணப்பட்டது? இதற்கு நான் அளிக்கக்கூடிய பதில் இதுதான்: இந்த இரண்டு வேதங்களும் இரு வேறுபட்ட ஆரிய இனத்தவர்களுடையவையாக இருந்தன; இந்த இரு பிரிவினரும் ஒன்றாக ஆனபோதுதான் அதர்வ வேதம் ரிக் வேதத்துக்கு இணையாகக் கருதப்படத் தொடங்கியது.

இதுவன்றி, குறிப்பாக சிருஷ்டி பற்றி இரு வேறுபட்ட சித்தாந்தங்கள் இருந்து வந்துள்ளதற்கு பிராமணிய இலக்கியத்தில் ஆங்காங்கு பல சான்றுகள் காணக்கிடக்கின்றன; இரண்டு வேறுபட்ட ஆரிய இனங்கள் இருந்தன என்பதை இவை சுட்டிக் காட்டுகின்றன. இந்த இரு சித்தாந்தங்களில் ஒன்றைப் பற்றி ஏற்கெனவே இயல் 2ல் விவரித்திருக்கிறோம். இப்போது இரண்டாவது சித்தாந்தத்தைப் பற்றிப் பார்ப்போம்.

முதலில் வேதங்களை எடுத்துக் கொள்வோம். பின்கண்ட சித்தாந்தம் தைத்ரீய சம்ஹிதையில் காணப்படுகிறது:[1]

> தை.ச. vi 5.6.1, - ‘புத்திரச் செல்வம் வேண்டி ஒருசமயம் அதிதி தெய்வங்களுக்கு பலி உணவை சமைத்து நிவேதனம் செய்தாள். அந்தத் தெய்வங்கள் அந்த உணவில் எஞ்சிய பகுதியை அதிதிக்கு வழங்கினர். அவள் அதை உண்டாள். நாளடைவில் அவளுக்குக் கருதரித்தது. அவளுக்கு நான்கு

ஆதித்தியர்கள் பிறந்தனர்." பிறகு இரண்டாவது தடவையாக பலி உணவைச் சமைத்தாள். அப்போது அவள் மனத்தில் பின்கண்ட எண்ணம் தோன்றிற்று: 'தெய்வங்களுக்கு படைத்த நைவேத்தியத்தில் எஞ்சிய பகுதியை உண்டு எனக்கு இந்தப் புதல்வர்கள் பிறந்திருக்கிறார்கள். பலி உணவை முதலில் உண்டால் இவர்களை விடவும் மிகவும் புகழ்சான்ற பிள்ளைகள் பிறக்கக் கூடுமல்லவா! இந்த எண்ணம் அவள் மனத்தில் பதியவே பலி உணவை முதலில் உண்டாள்; இதன்பேரில் அவளுக்குக் கருதரித்தது; ஆனால் குழந்தை பிறக்கவில்லை; அரைகுறையான ஒரு முட்டைதான் அவள் வயிற்றிலிருந்து வெளிவந்தது. பின்னர் மூன்றாவது பலி உணவை சமைத்தாள்; 'எனது இந்தப் பிரார்த்தனைக்கு நற்பலன் கிட்டட்டும்' என்று வேண்டிக்கொண்டாள். அப்போது ஆதித்தியர்கள் பின்வருமாறு கூறினர்: 'நாங்கள் ஒரு வரம் தருகிறோம்; இப்போது தோன்றப் போகிறவன் எங்களுக்குரியவனாக இருப்பான்; அவனது வழித்தோன்றல்களில் எவன் வளமிக்க வாழ்வு பெறுகிறானோ அவன் எங்களை மகிழ்விப்பான். இந்த வரத்தின் பலனாக ஆதித்திய வைவசுவதன் பிறந்தான். அவனது வழித்தோன்றல்கள்தான் மனிதர்கள். இவர்களில் வேள்வி செய்பவனே வளம் பெற்று தெய்வங்களை மகிழ்விப்பான்.

இனி அடுத்து பிராமணங்களை எடுத்துக் கொள்வோம். சிருஷ்டி பற்றி சதபத பிராமணங்களில் பின்கண்ட விவரங்கள் காணப்படுகின்றன:[1]

> ச.பி. I 8.1.1 காலையில் மனு உடல் அலம்புவதற்காக தண்ணீர் கொண்டுவந்து கொடுத்தார்கள். கைகளில் தண்ணீரை எடுத்து உடல் அலம்புவதுதான் அப்போது வழக்கம். இந்த வழக்கப்படி மனு கைகளில் தண்ணீரை எடுத்தபோது, அதில் ஒரு மீன் இருந்தது. அந்த மீன் பின்கண்டவாறு பேசிற்று: 'எனக்கு நீங்கள் பாதுகாப்பளித்தால் நான் உங்களைக் காப்பாற்றுவேன்.'[2] 'எதிலிருந்து என்னைக் காப்பாற்றுவாய்?' என்று மனு கேட்டார். 'ஒரு பிரளயம் ஏற்பட்டு உயிர் ராசிகள் அனைத்தையும் அடித்துச் சென்றுவிடும்; அப்போது அந்தப் பிரளயத்திலிருந்து உங்களை நான் காப்பாற்றுவேன்.' "சரி, உன்னைப் பாதுகாப்பதற்கு நான் என்ன செய்ய வேண்டும் என்பதைச் சொல்" என்று கேட்டார் மனு. அதற்கு

மீன் பின்வருமாறு பதிலளித்தது: நாங்கள் சிறு மீன்களாக இருக்கும்வரை எப்போதும் எங்களுக்கு அபாயம்தான்; ஏனென்றால் பெரிய மீன்கள் சின்ன மீன்களை விழுங்கி விடும்; எனவே, நீங்கள் முதலில் என்னை ஒரு ஜாடிக்குள் வைத்துக் காப்பாற்ற வேண்டும். ஜாடியைவிடவும் பெரிதாக நான் வளர்ந்து விடும்போது, ஓர் அகழியை வெட்டி அதில் என்னைப் பாதுகாத்துவையுங்கள். அகழியைவிடவும் நான் வளர்ந்து விடும்போது என்னை மகாடலில் கொண்டுபோய் விட்டுவிடுங்கள். அப்போது நான் அபாய எல்லையைத் தாண்டி விடுவேன். உடனேயே அந்த மீன் படிப்படியாக வளர ஆரம்பித்தது; பிரம்மாண்டமானதாக வளர்ந்ததும் மீன் பின்வருமாறு கூறிற்று: 'இந்த ஆண்டில் வெள்ளம் வரும். வெள்ளம் அதிகரித்ததும் நீங்கள் ஒரு கப்பலில் ஏறிக் கொள்ளுங்கள். பிறகு உங்களை நான் வெள்ளத்திலிருந்து காப்பாற்றுவேன்!' மீன் கூறியபடியே மனு அதனை மாகடலில் கொண்டுபோய்ச் சேர்த்தார். பிறகு மீன் குறிப்பிட்ட அதே ஆண்டில் மனு ஒரு கப்பலை நிர்மாணித்து, மீனிடம் கொண்டு சென்றார். வெள்ளம் அதிகரித்ததும் மனு கப்பலில் ஏறிக் கொண்டார். மீன் அவரை நோக்கி நீந்திச் சென்றது. அவர் கப்பலின் கம்பிவடத்தை மீனின் கொம்புடன் பிணைத்துவிட்டார். இவ்விதமாக மனு வடக்கிலுள்ள இந்த மலைக்கு வந்து சேர்ந்தார். பின்னர் மீன் கூறிற்று: 'நான் உங்களைக் காப்பாற்றிவிட்டேன்.' கப்பலை மரத்துடன் கட்டிப்போடுங்கள். ஆனால் நீங்கள் மலையில் இருக்கும்போது தண்ணீர் உங்களைத் துண்டித்து விடாதபடிப் பார்த்துக் கொள்ளுங்கள். தண்ணீர் வடியும்போது நீங்களும் அதனுடன் சேர்ந்தே கீழே இறங்குங்கள். மீன் கூறியபடியே மனுவும் தண்ணீர்வடியும் போது அதனுடன் சேர்ந்து கீழே இறங்கினார். இவ்வாறு அவர் இறங்கிய காரணத்தால் அந்த வடபுலத்து மலையின் பெயர் அதன் பேரிலேயே வழங்கலாயிற்று. பிரளயம் எல்லா உயிர் ராசிகளையும் அடித்துச் சென்று விட்டது. மனு மட்டும் இப்போது அங்கு தன்னந்தனியாக இருந்தார். புத்திர பாக்கியம் வேண்டி அவர் வழிபடலானார்; பல்வேறு கடினமான சமயச் சடங்குகளை மேற்கொண்டார். பசு படையல் வைப்பதும் இதிடலங்கும். நெய், கெட்டியான பால், பாற்கட்டி ஊறல் நீர், தயிர் முதலியவற்றை நிவேதனமாக தண்ணீரில் இட்டார்.

பின்னர் ஓராண்டில் ஒரு பெண் தோன்றினாள். அவள் வழ வழப்பாகக் காட்சியளித்தாள். அவளது காலடியில் நெய் ஒட்டிக் கொண்டிருந்தது. மித்ரனும் வருணனும் அவளைச் சந்தித்தனர். 'நீ யார்?' என்று அவளைக் கேட்டனர். 'மனுவின் மகள்' என்று அவள் பதிலளித்தாள். 'எங்களுடையவள் என்று சொல்' என்று அவர்கள் எதிர்த்துக் கூறினர். "இல்லை, நான் அவருடையவள். அவர்தான் என்னைத் தோற்றுவித்தவர்" என்று அவள் பதில்மொழி இறுத்தாள். அவள்மீது அவர்கள் உரிமை கொண்டாட விரும்பினர். இதற்கு அவள் 'சரி' என்றும் சொல்லாமல், 'முடியாது' என்றும் சொல்லாமல் அங்கிருந்து அகன்றுவிட்டாள். பின்னர் அவள் மனுவிடம் வந்தாள். 'நீ யார்?' என்று மனு கேட்டார். 'உங்கள் புதல்வி' என்று அவள் பதிலளித்தாள். 'என்ன ஆச்சரியம், நீ என் மகளா?' என்று மனு மிகவும் வியப்போடு மீண்டும் வினவினார். 'வெண்ணெய், கெட்டியான பால், பாற்கட்டி ஊறல் நீர், தயிர் முதலிய இந்தத் திருப்படையல் பொருள்களை நீரில் அர்ப்பணித்து அவற்றிலிருந்து நீங்கள்தான் என்னைப் படைத்தீர்கள். நான் உங்கள் ஆசியால் தோன்றியவள். நீங்கள் என்னை உங்கள் வேள்வியில் பயன்படுத்திக் கொள்ளுங்கள். அவ்வாறு நீங்கள் என்னை வேள்வியில் பயன்படுத்தினால் உங்களுக்குப் புத்திர செல்வமும், கால்நடைச் செல்வமும் பெருகும். என் மூலமாக நீங்கள் கேட்பதெல்லாம் உங்களுக்குக் கிட்டும்' என்று அவள் கூறினாள். அவ்வாறே மனு அவளை - இதாவை - வேள்வியில் பயன்படுத்திக் கொண்டார். புத்திரச் செல்வம் வேண்டி கடுமையான பல சமயச் சடங்குகளைச் செய்தார். இவ்வாறுதான் மனுவுக்கு இந்த உலகில் வழித்தோன்றல்களும், ஏனைய ஜீவ ராசிகளும் மீண்டும் தோன்றின; உலகில் செல்வ வளங்களும் பெருகின."

2. ச.பி.[3]vi, 1.2.11. - "இந்தக் காரணங்களால் பிரஜாபதி அந்த உலகங்களைப் படைத்த பிறகு பூமியைத் தாங்கிக் கொண்டிருந்தார் எனக் கூறுகிறார்கள். அவருக்காக இந்த மூலிகைகள் உணவாக சமைக்கப்பட்டன. அந்த உணவை அவர் உண்டார். அதன் பின்னர் அவர் கருத்தரித்தார். அவர் தமது மேல் உயிர் மூச்சிலிருந்து தேவர்களையும், கீழ் உயிர் மூச்சிலிருந்து மனிதர்களையும் படைத்தார்."

3. ச.பி⁴ vii.5.2.6. - ஆதியில் பிரஜாபதி இந்தப் பிரபஞ்சமாக மட்டுமே இருந்தார். உணவைப் படைத்து இனப்பெருக்கம் செய்ய அவர் விரும்பினார். அவர் தமது மூச்சிலிருந்து விலங்குகளைப் படைத்தார்; தமது ஆன்மாவிலிருந்து மனிதனையும், தமது கண்ணிலிருந்து ஒரு குதிரையையும், தமது மூச்சிலிருந்து ஒரு காளையையும், தமது செவியிலிருந்து ஒரு செம்மறியாட்டையும், தமது குரலிலிருந்து ஒரு வெள்ளாட்டையும் உருவாக்கினார். அவர் தம்முடைய மூச்சுகளிலிருந்து விலங்குகளைப் படைத்ததால் 'மூச்சுகள் என்பவை விலங்குகள்' என மனிதர்கள் கூறுகின்றனர். ஆன்மாதான் இத்தகைய மூச்சுகளில் முதலாவது, 'பிரஜாபதி தம்முடைய ஆன்மாவிலிருந்து மனிதனை உருவாக்கியதால்' மனிதன் மிருகங்களில் முதலாவது 'மிருகமும் மிகவும் வலிமை படைத்த மிருகமும்' என்று கூறுகின்றனர். ஆன்மாதான் அனைத்து மூச்சுகளும்; ஏனென்றால் எல்லா மூச்சுகளும் ஆன்மாவையே ஆதாரமாகக் கொண்டுள்ளன. அவர் மனிதனை தம்முடைய ஆன்மாவிலிருந்து தோற்றுவித்ததால் 'மனிதனே எல்லா மிருகங்களும்' ஏனென்றால் இவையாவும் மனிதனுடையவையே என்று கூறுகின்றனர்."

4. ச.பி⁵.X.1.3.1. - 'பிரஜாபதி எல்லா உயிர் ராசிகளையும் படைத்தார். அவர் தம்முடைய மேல் மூச்சுகளிலிருந்து தேவர்களை உருவாக்கினார்; தமது கீழ் மூச்சுகளிலிருந்து அநித்திய ஜீவன்களைத் தோற்றுவித்தார். பின்னர், உயிரினங்களை விழுங்கக்கூடிய மரணத்தைப் படைத்தார்.'

5. ச.பி.⁶ xiv. 4.2.1. - "இந்தப் பிரபஞ்சம் ஆதியில் ஆன்மாவாக மட்டுமே புருஷன் வடிவத்தில் இருந்தது; உற்று நோக்கியபோது புருஷன் தன்னைத் தவிர (அல்லது ஆன்மவைத் தவிர) வேறு எதையும் பார்க்கவில்லை. அவர் முதலில் இவ்வாறு சொன்னார்: 'இது நான்தான்!' பிறகு அவர் நான் என்ற பெயர் கொண்டவரானார். எனவேதான் இன்றும்கூட ஒரு மனிதனை அழைக்கும்போது 'நான்தான் பேசுகிறேன்' என்று முதலில் கூறுகிறான், பின்னர்தான் தனது மற்ற பெயரைக் கூறுகிறான். இந்தப் பூர்வ பாவங்கள் எல்லாம் எரிக்கப்பட்டுவிட்ட பிறகு அவர் புருஷன் என அழைக்கப்பட்டார். புருஷன் தன்னந்தனியாக இருப்பதற்கு பயப்பட்டார். இன்றும்கூட மனிதன் தனியாக

இருப்பதற்கு அச்சமடையதுவே காரணம். 'என்னைத் தவிர வேறு எவரும் இல்லாதிருக்கும்போது நான் எதற்காகப் பயப்பட வேண்டும்?' என்று புருஷன் தனக்குள் சொல்லிக் கொண்டார். பிறகு இந்த பயம் அவரை விட்டு விலகிச் சென்றது. எனினும் தன்னந்தனியாக இருப்பது புருஷனுக்கு மகிழ்ச்சி அளிக்கவில்லை. எனவே தான் இப்போதும்கூட தனியாக இருப்பவர்கள் மகிழ்ச்சி அடைவதில்லை. புருஷன் இன்னொரு துணையை நாடினார். தானே ஆணாகவும் பெண்ணாகவும் மாறி கட்டித்தழுவிக் கொள்ள வேண்டும் என்று விரும்பினார்; எனவே தன்னைத்தானே இரண்டு பகுதிகளாக ஆக்கிக்கொண்டார். அப்போதிருந்து கணவன் மனைவி தோன்றினர். 'ஒருவர் தன்னந்தனியாக இருப்பது பிளக்கப்பட்ட பயிறைப் போன்றதாகும்' என்று யாக்ஞவல்க்யர் கூறினார். எனவே இந்த வெற்றிடம் பெண்ணைக் கொண்டு நிரப்பப்படுகிறது. புருஷன் அவளுடன் கூடி வாழ்ந்தார். அவர்களிடமிருந்து மனிதர்கள் தோன்றினர். அவள் சிந்திக்கலானாள்: 'தன்னிலிருந்தே என்னை உருவாக்கி எப்படி அவர் என்னுடன் கூடி வாழ முடியும்? ஓ, நான் மறைந்துவிட வேண்டும்!;பிறகு அவள் பசுவாக மாறினாள்; புருஷன் காளையாக மாறினார். அவர் அவளுடன் சுகித்து வாழ்ந்தார். அவர்களிடமிருந்து பசுக்கள் தோன்றின. பிறகு அவர்களில் ஒருவர் பெண்குதிரையாகவும் மற்றவர் ஆண் குதிரையாகவும் மாறினர்; இதேபோல் ஒருவர் பெண் கழுதையாகவும் மற்றவர் ஆண் கழுதையாகவும் மாறினர். புருஷர் அவளுடன் கூடி வாழ்ந்தார். அவர்களிடமிருந்து பிளவுபடாத குளம்புகளுடைய விலங்கினங்கள் தோன்றின. ஒருவர் பெண் வெள்ளாடாகவும் மற்றவர் ஆண் வெள்ளாடாகவும், ஒருவர் பெண் செம்மறியாடாகவும் மற்றவர் ஆண் செம்மறியாடாகவும் மாறினர். அவரும் அவளும் சேர்ந்து வாழ்ந்தனர். அவர்களிடமிருந்து வெள்ளாடுகளும் செம்மறியாடுகளும் பிறந்தன. இவ்வாறாக எறும்புகள் முதல் எல்லா வகையான உயிர் ராசிகளும் ஜோடி ஜோடியாகப் பிறந்தன."

தைத்ரீய பிராமணம் பின்வருமாறு கூறுகிறது:

தை.பி.[7] ii.2.9 - "ஆரம்பத்தில் இந்தப் பிரபஞ்சம் ஒன்றுமில்லாததாக இருந்தது. வானமோ, பூமியோ, காற்று மண்டலமோ இல்லை. எதுவுமில்லாததாக இருந்தபோது

'சரி, இப்படியே இருந்துவிட்டுப் போகிறேன்' என்று அது தீர்மானித்தது. எனினும் பிறகு அது உணர்ச்சி வயப்பட்டது. அதிலிருந்து புகை தோன்றிற்று. மீண்டும் அது உணர்ச்சி வயப்பட்டது. அதிலிருந்து அனற் கொழுந்து தோன்றிற்று. அது மீண்டும் உணர்ச்சி வயப்பட்டது. அதிலிருந்து சுவாலைகள் தோன்றின. அது மீண்டும் உணர்ச்சி வயப்பட்டது. அப்போது அது மேகம் போல் சுருங்கிவிட்டது. அதில் ஒரு துளை போடப்பட்டதும் அது கடலாகிவிட்டது. மக்கள் கடல் நீரை அருந்துவதில்லை. அதனை இனப்பெருக்க இடமாக அவர்கள் கருதுவதே இதற்குக் காரணம். அப்போதிருந்துதான் ஒரு விலங்கு பிறப்பதற்குமுன்னர் தண்ணீர் வெளிப்படுகிறது. இதற்குப் பின்னர் தசஹோத்ரி (ஒரு குறிப்பிட்ட விதி முறை) தோற்றுவிக்கப்பட்டது. பிரஜாபதிதான் அந்த தசஹோத்ரி. தன்னொழுக்கத்தில் எவன் மிகவும் கண்டிப்பைக் கடைப்பிடிக்கிறானோ அவன் வெற்றி பெறுகிறான். அது அப்போது தண்ணீராக இருந்தது. பிரஜாபதி உணர்ச்சி மேலிட "நான் எதற்காகப் பிறந்தேன். அப்படியே பிறந்தாலும் எந்த ஆதாரமுமில்லாமல் ஏன் பிறக்க வேண்டும் என்று கூறி அழுதார். அவர் கண்ணிலிருந்து வழிந்த கண்ணீர்த் துளி நீரில் விழுந்து பூமியாயிற்று. அவர் துடைத்த மற்றொரு கண்ணீர்த் துளி வளிமண்டலமாயிற்று. அவர் மேல் நோக்கித் துடைத்தக் கண்ணீர்த் துளி ஆகாயமாயிற்று. அவர் அழுத (ஆராதித்) சந்தர்ப்ப சூழ்நிலை காரணமாக இந்த இரண்டு உலகங்களும் ரோதஸி எனப் பெயர் பெற்றன. இதை அறிந்தவன் இல்லத்தில் எவரும் அழுவதில்லை. இதுதான் இந்த உலகங்களின் பிறப்பு. இந்த உலகங்களின் பிறப்பை அறிந்தவன் இவ்வுலகங்களில் எத்தகைய இன்னல் இடுக்கண்களுக்கும் துன்ப துயரங்களுக்கும் உள்ளாகமாட்டான். பிரஜாபதி இந்த பூமியை ஆதார மையமாகப் பெற்றார். இவ்வாறு இந்தப் பூமியை ஆதார மையமாகப் பெற்ற பிறகு, இனப்பெருக்கம் செய்ய வேண்டும் என்ற ஆசை அவருக்கு ஏற்பட்டது. அவர் கடும் தவம் புரிந்தார். இதனால் அவர் கருவுற்றார். அடிவயிற்றிலிருந்து அசுரர்களைத் தோற்றுவித்தார். அவர்களுக்கு மண்பாண்டத்தட்டில் உணவு பரிமாறினார். பின்னர் அவர் தனது உடலை விட்டொழித்தார். அது இருட்டாயிற்று. இனப்பெருக்கம் செய்ய வேண்டும் என்ற ஆசை அவருக்கு மீண்டும் ஏற்பட்டது. அவர் கடும்தவம் மேற்

கொண்டார். அவர் கருவுற்றார். தமது பிறப்பு உறுப்பிலிருந்து உயிர் ராசிகளை (பிரஜைகள்) படைத்தார். அவர்களைத் தமது பிறப்பு உறுப்பிலிருந்து படைத்ததால் அவர்கள் எண்ணிக்கையில் மிக அதிகமாக உள்ளனர். அவர்களுக்கு அவர் மரத்தாலான தட்டில் பாலை வழங்கினார். பிறகு அந்த தனது உடலை வீசியெறிந்தார். அது நிலா வெளிச்சம் ஆயிற்று. இனப்பெருக்கம் செய்ய வேண்டுமென்ற ஆசை அவருக்கு ஏற்பட்டது. அவர் கடும் தவம் மேற்கொண்டார். அவர் கருவுற்றார். தமது அக்குள்களிலிருந்து பருவ காலங்களைத் தோற்றுவித்தார். அவர்களுக்கு ஒரு வெள்ளித் தட்டில் வெண்ணெயை வைத்துக் கொடுத்தார். அந்த உடலைத் தூக்கியெறிந்தார். அது பகலையும் இரவையும் பிணைக்கும் காலமாயிற்று. இனப்பெருக்கம் செய்ய வேண்டுமென்ற ஆசை அவருக்கு மீண்டும் ஏற்பட்டது. அவர் கடும்தவம் மேற்கொண்டார். அவர் கருவுற்றார். அவர் தமது வாயிலிருந்து தெய்வங்களைப் படைத்தார். அவர்களுக்கு தங்கக்கோப்பையில் சோமபானம் தந்தார். அத்துடன் அவர் தமது உடலைத் துறந்தார். அது பசுவாயிற்று. இவைதாம் பிரஜாபதியின் இனப்பெருக்கங்கள். இதை அறிந்தவன் சந்ததியைப் பெறுகிறான். 'நமக்குப் பகற்பொழுது (திவம்) வந்துவிட்டது' என்ற இந்தக் குதூகலம் தெய்வங்களின் பரத்துவத்தைக் குறிக்கிறது. இவ்வாறு தெய்வங்களின் பரத்துவத்தை அறிபவன் தெய்வங்களை அடைகிறான். இதுதான் பகற் பொழுதுகளின், இராப்பொழுதுகளின் தோற்றமாகும். இவ்விதம் பகற்பொழுதுகளின், இராப் பொழுதுகளின் தோற்றத்தை அறிபவன் பகலிலும் இரவிலும் எத்தகைய துன்பத்துக்கும் உள்ளாகமாட்டான. மனம் (அல்லது ஆன்மா, மனஸ்) சூன்யத்திலிருந்து உருவாயிற்று. மனம் பிரஜாபதியைத் தோற்றுவித்தது. பிரஜாபதி கால்வழியை உருவாக்கினார். இவையனைத்தும், உள்ளவை யாவும் முற்றிலும் மனத்தையே ஆதார அடிப்படையாகக் கொண்டிருக்கின்றன. இதையே பிரம்மா சுவோவசியசம் எனக் குறிப்பிட்டார். இவ்விதம் வைகறையை (உஷாவை) அறிந்தவன் மேன்மேலும் வெளிச்சம் காண்கிறான்; இனப்பெருக்கத்தையும் கால்நடை வளத்தையும் பெறுகிறான்; பரமேஸ்தின் நிலையை அடைகிறான்."

3. தை. பி.[8]ii. 3.8.1. - "பிரஜாபதி இனப்பெருக்கம் வேண்டுமென்று விரும்பினார். கடும் தவம் மேற்கொண்டார். அவர் கருவுற்றார். மஞ்சள் கலந்த பழுப்பு வண்ணமாக மாறினார். இதனால்தான் கருத்தரித்த ஒரு பெண் மஞ்சள் நிறமாக இருந்து பழுப்பு நிறமாக மாறுகிறாள். கருபூரண வளர்ச்சியடைந்த போது அவர் களைப்படைந்தார்; களைப்படைந்ததால் அவர் கறுப்பு கலந்த பழுப்பு நிறமானார். இதனால்தான் சோர்வடைந்தவர்கள் கறுப்பு கலந்த பழுப்பு நிறமாகிறார்கள். அவரது மூச்சு உயிர்த் துடிப்போடு இருந்தது. அந்த மூச்சோடு (அசு) அவர் அசுரர்களைப் படைத்தார். இதில்தான் அசுரர்களின் அசுரத் தன்மை பொதிந்துள்ளது. இவ்விதம் அசுரர்களின் அசுர இயல்பை அறிந்தவன் உயிர்த்துடிப்புடையவனாகிறான். மூச்சு அவனைக் கைவிட்டு விடுவதில்லை. அசுரர்களைப் படைத்த பிறகு பிரஜாபதி தம்மை மூதாதையாகக் கருதிக் கொண்டார். அதன்பின்னர் அவர் மூதாதையரை (பிதிர்களை) படைத்தார். இதில்தான் மூதாதையர்களின் பிதிர் தன்மை அடங்கியுள்ளது. இவ்விதம் மூதாதையர்களின் பிதிர் தன்மையை அறிந்தவர்தானே மூதாதையாகிறார்; பிதிர்கள் அவருக்கு நைவேத்தியம் படைக்க முற்படுகிறார்கள். மூதாதையர்களைப் படைத்த பிறகு அவர் சிந்தனை செய்தார். இதன் பின்னர் மனிதர்களைப் படைத்தார். இதில்தான் மனிதர்களின் மனிதத் தன்மை பொதிந்துள்ளது. மனிதர்களின் மனிதத்தன்மையை அறிந்தவன் விவேகமிக்க வனாகிறான். அப்போது மனம் அவனைக் கைவிட்டு விடுவதில்லை. அவர் மனிதர்களைப் படைத்துக் கொண்டிருந்தபோது வானுலகில் பொழுது புலர்ந்தது. இதன் பின்னர் அவர் தேவர்களைப் படைத்தார். இதில் தேவர்களின் தெய்வீகத்தன்மை அடங்கியுள்ளது. இவ்விதம் தேவர்களின் தெய்வீகத் தன்மையை அறிந்தவர்களுக்கு வானுலகில் பகற்பொழுது தோன்றுகிறது. இவைதான் நான்கு நீரோடைகள்: அதாவது தேவர்கள், மனிதர்கள், பிதிர்கள், அசுரர்கள், இவை யாவற்றிலும் தண்ணீர் காற்று போல் இருக்கிறது."

4. தை. பி. . 1. 2. 3. 9. - 'சூத்திரன் சூனியத்திலிருந்து தோன்றியிருக்கிறான்.'

சிருஷ்டியின் தோற்றம் பற்றி தைத்ரீய ஆரண்யகத்தில் பின்வருமாறு விவரிக்கப்பட்டிருக்கிறது:[9]

தை.ஆ. i.12.3.1. - “எங்கும் தண்ணீராக இருக்கிறது. பிரஜாபதி தன்னந்தனியாக ஒரு தாமரை இலையில் அமர்ந்திருக்கிறார். ‘இதை நான் சிருஷ்டிப்பேன்’ என்ற ஆசை அவர் மனத்தில் எழுந்தது. எனவேதான் ஒரு மனிதன் தன் மனத்தில் எதைக் குறிக்கோளாகக் கொண்டாலும் அதை சொற்களில் வெளிப்படுத்துகிறான்; செயலில் செய்து முடிக்கிறான். இதனால் தான் இந்தச் செய்யுட்பகுதி இங்கு உரைக்கப்படுகிறது: ‘ஆரம்பத்தில் ஆர்வ வேட்கை மனத்தில் எழுகிறது, இதுதான் மனத்தின் கருமூலம், ஞானிகள் தமது அறிவாற்றல் மூலம் ஆராய்ந்து, இருப்பவற்றுக்கும் இல்லாதவற்றுக்கும் இடையேயான பிணைப்பை இதயத்தில் கண்டுணர்கின்றனர். (ரிக் வேதம் X. 129.4). இதை அறிந்த மனிதன் எதை விரும்புகிறானோ, அதை அடைகிறான். பிரஜாபதி கடும் தவம் மேற்கொண்டார். இவ்வாறு கடும் தவம் மேற்கொண்டு அவர் தமது உடலைக் குலுக்கினார். அதன் தசையிலிருந்து அருணர்கள், கேதுக்கள், வாதரசனர்கள் தோன்றினர். அவரது நகங்கள் வைகாநசர்களாகவும், ரோமங்கள் வாலகில்லியர்களாகவும் மாறின. அவரது சரீரத்தில் கசிந்த வேர்வையிலிருந்து ஓர் ஆமை உருவாகி நீரில் தவழ்ந்து கொண்டிருந்தது. ‘நீ என் சருமத்திலிருந்தும் சதையி லிருந்தும் தோன்றினாய்’ என்று பிரஜாபதி கூறினார். ‘இல்லை, நான் இங்கு முன்னமேயே இருந்து வருகிறேன்’ என்று ஆமை பதிலளித்தது. இந்த ‘முன்னமேயேயில்’தான் அதாவது பூர்வத்தில்தான் ஒரு மனிதனின் புருஷத்தன்மை அடங்கியுள்ளது. ஒரு மனிதனாக மாறிய புருஷன் ஆயிரம் தலைகளுடனும், ஆயிரம் கண்களுடனும், ஆயிரம் பாதங்களுடனும் எழுந்தார். (ரி.வே.X 90.1). ‘நீ என் முன்னால் தோன்றிவிட்டாய்: முதலில் இதைச் செய்’ என்று பிரஜாபதி புருஷனிடம் கூறினார். பிறகு இரு கரங்களின் இடுக்கிலும் தண்ணீரை ஏந்தி கிழக்கே தெளித்து, ‘நீ சூரியனாகக் கடவது’ என்று கூறினார். இதனைத் தொடர்ந்து சூரியன் தோன்றினான். அது கிழக்கு திசை ஆயிற்று. பின்னர் அருணகேது தண்ணீரை எடுத்து தெற்கில் தெளித்து ‘நீ அக்னியாகக் கடவது’ என்ற கூறினார். அதிலிருந்து அக்னி தோன்றினான். அது தெற்கு திசை ஆயிற்று. அடுத்து, அருண கேது நீரை தெற்கில் தெளித்து ‘நீ வாயுவாகக் கடவது’ என்று கூறினார். அதிலிருந்து வாயு தேவன் தோன்றினான். அது மேற்குத் திசை ஆயிற்று.

பிறகு அருண் கேது நீரை வடக்கில் தெளித்து 'நீ இந்திரனாகக் கடவது' என்று கூறினார். அதிலிருந்து இந்திரன் தோன்றினான். அது வட திசை ஆயிற்று. அதன்பின்னர் அருண கேது நீரை மத்தியில் தெளித்து 'நீ புஷனாகக் கடவது' என்று கூறினார். அதிலிருந்து புஷன் தோன்றினான். அதுதான் இந்தத் திசை. பிறகு அருண் கேது நீரை மேலே தெளித்து 'நீங்கள் தேவர்கள் ஆகக் கடவது' என்று கூறினார். அதிலிருந்து தேவர்களும், மனிதர்களும், பிதுர்களும், கந்தருவர்களும், அப்சரசுகளும் தோன்றினர். அது மேல் திசை ஆயிற்று. ஆங்காங்கே சிதறிய நீர்த்துளிகளிலிருந்து அசுரர்களும், ராட்சதர்களும், பிசாசுகளும் உருவாயினர். எனவே அவர்கள் அழிந்துபட்டனர்; நீர்த் திவலைகளிலிருந்து அவர்கள் தோன்றியதே இதற்குக் காரணம். இதிலிருந்துதான் பின்கண்ட செய்யுட்பத்தி உச்சரிக்கப்படுகிறது: 'விவேகம் நிறைந்த நீர்நிலைகள் கருவுற்று சுயவாம்புவைத் தோற்றுவித்தபோது, அவற்றிலிருந்து இந்தப் படைப்புகள்யாவும் உருவாக்கப்பட்டன. இவையனைத்தும் நீரிலிருந்து தோன்றியவை. ஆதலால் இவையாவும் பிரம சுயவாம்பு. இவை தனித்தனியானவையாகவும் நிலையற்றவையாகவும் இருந்தன. தன்னைத்தானே உருவாக்கிக் கொண்ட பிரஜாபதி அவற்றில் பிரவேசித்தார். இதனால்தான் பின்கண்டவாறு கூறப்படுகிறது: 'உலகையும், உலகிலுள்ள அனைத்தையும் படைத்தவரும், முதலில் பிறந்தவருமான பிரஜாபதி தம்முள் தாமே பிரவேசித்தார்."

VI

இந்த விஷயம் குறித்து மகாபாரதத்திலும் கூறப்பட்டிருக்கிறது. மனுதான் சிருஷ்டிகர்த்தா என்ற கோட்பாட்டை அது விவரிக்கிறது:

வனபருவத்தில்[10] கூறப்பட்டிருப்பதாவது:

'மனு என்ற ஒரு மாபெரும் ரிஷி இருந்தார்; அவர் வைவசுவதனின் புதல்வர்; ஆற்றலிலும், மனத்திடத்திலும், வாழ்வு வளத்திலும், கடுமையாக தவம் செய்வதிலும் தம்முடைய தந்தையையும் பாட்டனையும் விஞ்சியவர். பதரியில் இரு கைகளையும் மேலே உயர்த்தியவாறு, ஒற்றைக் காலில் நின்றபடி கடுமையாகத் தவம் செய்தவர். அது மட்டுமல்ல, தலைகீழாக நின்றபடி, கண் இமைக்காமல்

10, 000 ஆண்டுகள் தவம் செய்த பெருமையும் அவருக்கு உண்டு. ஒரு சமயம் அவர் நனைந்து போன கந்தை துணி உடுத்தி, சிக்குப் பிடித்த தலை மயிருடன் சிரிஆற்றங்கரையில் ஏதோ பணியில் மும்முரமாக ஈடு பட்டிருந்தபோது, ஒரு மீன் அவரிடம் வந்து பின்வருமாறு கூறியது: 'மாமுனிவரே, நான் ஒரு சின்னஞ்சிறு மீன்; வலிமை மிக்க பெரிய மீன்களைக் கண்டு நான் பயப்படுகிறேன். அவற்றிடமிருந்து நீங்கள் என்னைக் காப்பாற்ற வேண்டும். பலமான மீன் பலவீனமான மீனை விழுங்கி விடுகிறது; காலம் காலமாக இதுதான் எங்கள் தலைவிதியாக இருந்து வருகிறது. நான் மூழ்கிக்கொண்டிருக்கும் அச்சம் என்னும் இந்த வெள்ளத்திலிருந்து என்னைக் காப்பாற்றுங்கள். இந்த உதவிக்கு நான் கைம்மாறு செய்வேன். இதைக் கேட்டதும் மனு இரக்கம் கொண்டு அந்த மீனை தண்ணீரிலிருந்து வெளியே எடுத்தார்; நிலா ஒளிபோல் பளபளப்பாக இருந்த ஒரு ஜாடிக்குள் அதை இட்டார். அந்த ஜாடிக்குள் மீன் மிகச் சிறந்த முறையில் பராமரிக்கப்பட்டு வளர்ந்து வந்தது; மனு அதனை தனது மகன் போல் பாவித்து கண்ணும் கருத்துமாக வளர்த்து வந்தார். நீண்ட காலத்துக்குப் பிறகு அது மிகப் பெரியதாக வளர்ந்து விட்டது; அந்த ஜாடி அதற்குப் போதவில்லை. பின்னர் மனுவைப் பார்த்து மீன் பின்வருமாறு கேட்டுக் கொண்டது: 'நான் நன்றாக வளர் வதற்கு என்னை வேறு இடத்தில் கொண்டுபோய் விட்டு விடுங்கள், 'மனு அவ்வாறே மீனை ஜாடியிலிருந்து வெளியே எடுத்து ஒரு பெரிய தடாகத்தில் கொண்டு போய் விட்டுவிட்டார். அங்கு மீன் மிகப்பல ஆண்டுக்காலம் வளர்ந்து வந்தது. அந்தத் தடாகம் இரண்டு யோஜனை நீளமும் ஒரு யோஜனை அகலமும் கொண்டதாக இருந்த போதிலும், தாமரை ஒத்த கண்களைக் கொண்ட அந்த மீனுக்கு அந்த இடம் போதவில்லை. எனவே அது மீண்டும் மனுவிடம் பின்வருமாறு கூறிற்று: 'சமுத்திர ராஜனின் அன்பு ராணியான கங்கையில் கொண்டுபோய் என்னை விட்டு விடுங்கள், அங்கு நான் மகிழ்ச்சியோடு வளர்கிறேன்; அல்லது உங்கள் விருப்பம் போல் எங்கேயேனும் கொண்டு போய்விடுங்கள், உங்கள் கட்டளைக்குக் கீழ்ப்படிய நான் கடமைப்பட்டவன், ஏனென்றால் உங்களால்தான் நான் இந்த அளவுக்கு வளர்ந்து பெரியவனாகி உள்ளேன்.' மனு அவ்வாறே மீனை எடுத்துச்

சென்று கங்கையில் விட்டார். அங்கு அது சிறிதுகாலம் வாழ்ந்துவந்தது. பின்னர் அது மீண்டும் மனுவிடம் பின்வருமாறு இறைஞ்சிக் கேட்டுக் கொண்டது: 'எனது பெரிய உடலை வைத்துக் கொண்டு என்னால் கங்கையில் இங்குமங்குமாக நீந்தித் திரிய முடியவில்லை; எனவே, கருணை கூர்ந்து என்னை மா கடலில் கொண்டு போய் விட்டுவிடுங்கள்! மனு அவ்வாறே மீனை கங்கையிலிருந்து வெளியே எடுத்து, மாகடலில் கொண்டுபோய் விட்டார். மீன் மிகப் பெரியதாக இருந்த போதிலும், எளிதாக சுமந்து செல்லக்கூடியதாகவும், தொடுவதற்கும் முகர்வதற்கும் உகந்ததாகவும் இருந்தது. மாகடலில் விடப்பட்டதும் மனுவிடம் மீன் பின்வருமாறு கூறிற்று: 'மகரிஷியே, நீங்கள் எல்லா வகைகளிலும் என்னைப் பாதுகாத்தீர்கள்: உரிய காலம் வரும்போது நீங்கள் என்ன செய்ய வேண்டும் என்பதை இப்போது கூறுகிறேன், கேளுங்கள். இந்த உலகிலுள்ள அனைத்துப் பொருள்களும் அசையும் பொருள்களும் அசையாப் பொருள்களும் விரைவில் அழிந்துபோகும். உலகங்களைத் தூய்மைப்படுத்த வேண்டிய தருணம் இப்போது வந்து விட்டது. எனவே உங்கள் நன்மைக்காக இதைக் கூறுகிறேன். இந்தப் பிரபஞ்சம் அழியும் காலம் வந்துவிட்டது. நீங்கள் ஒரு வலுவான கப்பலைக் கட்டுங்கள்; அதனுடன் ஒரு வடக்கயிறைக் கட்டுங்கள்; ஏழு ரிஷிகளுடன் அதில் ஏறிக் கொள்ளுங்கள். அனுபவமிக்க பிராமணர்கள் வருணித்திருக்கும் எல்லா வகையான மரபினங்களையும் அதில் பத்திரமாக சேகரித்து வையுங்கள். கப்பலில் ஏறிக் கொண்டதும் என்னைத் தேடிப்பாருங்கள், என் கொம்பைக் கொண்டு என்னை அடையாளம் கண்டு கொள்ளலாம். நான் இல்லாமல் இந்த பெருநீர்ப் பரப்பை உங்களால் கடந்து செல்ல முடியாது. என் வார்த்தையை நம்புங்கள். 'நீ கூறியபடியே செய்கிறேன்' என்று மனு பதிலளித்தார். பரஸ்பரம் விடை பெற்றுக் கொண்டு இருவரும் தத்தமது வழியே பிரிந்து சென்றனர். ஏற்கெனவே ஒப்புக் கொண்டபடி பல்வேறு மரபினங்களுடன் அழகிய கப்பலில் மனு அந்த அலைகடலில் பயணம் மேற்கொண்டார். அப்போது அவருக்கு மீனின் ஞாபகம் வந்தது. மீனும் அவரது விருப்பத்தைத் தெரிந்து கொண்டு தனது கொம்பு வெளியே தெரிய மின்னல் வேகத்தில் அங்குவந்து சேர்ந்தது. மலைபோன்ற அந்த

மீனை மனு கண்டதும் கப்பலின் வடக்கயிற்றை அதன் கொம்புடன் இறுகக்கட்டினார். இவ்வாறு கட்டப்பட்டதும் கப்பலை அதி வேகத்துடன் இழுத்துச் சென்றது; அந்த உப்பு நீர் மாகடலில் அதன் மலைபோன்ற அலைகளுடன் சேர்ந்து கப்பல் நடனமாடுவது போல் தோன்றிற்று; கடலுடன் சேர்ந்து அது பேரொலி எழுப்புவது போல் இருந்தது. சூறாவளியால் கப்பல் முன்னும் பின்னுமாக அலைந்தாடிக்கொண்டு சென்றது. குடிவெறியில் ஆடும் ஒரு பெண்ணைப் போல் அது சுழன்று சுழன்று சென்றது. கரையோ திசைகளோ தெரியவில்லை. எங்கும் தண்ணீரையும் காற்றையும் வானத்தையும் தவிர வேறு எதுவும் தென்படவில்லை. இந்த உலகில் மீனும் ஏழு ரிஷிகளும் மனுவும் மட்டுமே தென்பட்டனர். இவ்வாறு மிகப் பல ஆண்டுக்காலம் மீன் சலிக்காமல், சளைக்காமல்கலில் இழுத்துச் சென்றது; முடிவில் ஹிமவத்தின் மிக உயர்ந்த சிகரத்திற்குக் கப்பலை கொண்டு வந்து சேர்த்தது; பின்னர் புன்னகைத்தபடியே ரிஷிகளிடம் பின்வருமாறு கூறிற்று: 'தாமதம் செய்யாமல் உடனே கப்பலை மலை சிகரத்துடன் கட்டுங்கள்.' அவர்கள் அவ்வாறே செய்தனர். எனவேதான் ஹிமவத்தின் அந்த மிக உயரமான சிகரம் இன்றளவும் நௌ பந்தனம் (கப்பலுடன் கட்டுதல்) என்று அழைக்கப்படுகிறது. பின்னர் அந்த நேசமிக்க மீன் (அனிமிஷன் என்னும் தேவன்) ரிஷிகளிடம் பின்வருமாறு கூறிற்று: 'நான்தான் பிரஜாபதி பிரம்மன். மீன் வடிவமெடுத்து இந்த மாபெரும் அபாயத்திலிருந்து உங்களைக் காப்பாற்றினேன். மனு இனி எல்லா உயிர் ராசிகள், தேவர்கள், அசுரர்கள், மனிதர்கள், அனைத்து உலகங்கள், சகல அசையக்கூடிய, அசையாத பொருள்கள் முதலியவற்றைப் படைப்பார். என் அருளாலும், கடும் தவத்தாலும் தனது படைப்புத் தொழிலில் முழு நுண்ணறிவுத் திறத்தைப் பெறுவார், எவ்வகையிலும் மனம் குழம்ப மாட்டார், இவ்வாறு கூறிவிட்டு மீன் உடனே மறைந்து விட்டது. பிறகு மனு கடும் தவம் புரிந்து, எல்லா உயிர் ராசிகளையும் படைக்கத் தொடங்கினார்.'

மகாபாரதம் ஆதி பருவத்தில் சிருஷ்டி பற்றிச் சற்று வேறுபட்ட விவரம் காணப்படுகிறது:[11]

"வைசம்பாயணர் பின்வருமாறு கூறினார்: சுவாயம்புவை வணங்கிய பிறகு, தேவர்களும் ஏனைய உயிர் ராசிகளும்

எவ்வாறு படைக்கப்பட்டனர் என்பதையும், பின்னர் எவ்வாறு அழிக்கப்பட்டனர் என்பதையும் உங்களுக்கு எடுத்துக் கூறுவேன். மரீசி, அத்திரி, ஆங்கிரசன், புலத்தியன், புலகன், கிருது ஆகிய இந்த ஆறு மாபெரும் ரிஷிகளும் பிரமாவின் மானச புத்திரர்களாவர். கசியபர் மரீசியின் புதல்வர், கசியபரிடமிருந்து தான் உயிரினங்கள் எல்லாம் தோன்றின. தக்ஷனுக்கு பதின் மூன்று புதல்விகள் பிறந்தனர். அவர்கள் வருமாறு: அதிதி, திதி, தனு, காலா, தனயு, சிம்மிகை, குரோதவசை, பிராதை, விசுவை, வினதை, கபிலை, கத்துரு, முனி, கத்துருவை, இவர்களுக்கு வீரதீரமிக்க புதல்வர்களும், எண்ணற்ற பேரப்பிள்ளைகளும் இருந்தனர்.

புகழ் பெற்றவரும், சாந்த சொரூபியும், கடும் தவம் புரிவதில் தலை சிறந்தவருமான ரிஷி தக்ஷன் பிரம தேவனின் வலது கட்டை விரலிலிருந்து தோன்றினார். இடது கட்டை விரலிலிருந்து அந்த மாபெரும் முனிவருடைய மனைவி தோன்றினாள். அவள் மூலமாக ரிஷிக்கு ஐம்பது புதல்விகள் பிறந்தனர். இவர்களில் பத்துப் புதல்விகளை தருமனுக்கும், இருபத்தியேழு புதல்விகளை இந்துவுக்கும் (சோமன்), பதின்மூன்று புதல்விகளை கசியபருக்கும் மணம் முடித்து வைத்தார். பிதாமகரின் வழித்தோன்றலும், உயிரினங்களின் அதிபதியும், படைப்பாளருமான மனு அவருடைய (யார் என்று தெளிவாகத் தெரியவில்லை) புதல்வர். அட்ட வசுக்கள் மனுவினுடைய பிள்ளைகள். பிரமதேவனின் வலது மார்பைப் பிளந்து கொண்டு மானுட வடிவத்தில் தருமன் (நேர்மை) பிறந்தான்; அவன் அனைத்து மக்களுக்கும் மகிழ்ச்சியைக் கொண்டுவந்தான். அவனுக்கு சமன், காமன், ஹர்ஷன் (சாந்தி, அன்பு, மகிழ்ச்சி) ஆகிய மூன்று புகழ்பெற்ற புதல்வர்கள் இருந்தார்கள்; அவர்கள் அனைத்து ஜீவராசிகளுக்கும் உவகை ஊட்டுபவர்களாகத் திகழ்ந்தார்கள்; தங்கள் வலிமையால் உலகைத் தாங்கி நின்றார்கள்... மனுவின் புதல்வியான அருஷி பிருகுவின் புதல்வரான சியவனனின் மனைவி ஆவாள்... பிரமதேவனுக்கு தாத்ரியன், வைதாத்திரன் வேறு இரண்டு புதல்வர்களும் உண்டு; இவர்கள் மனுவுடன் இருந்தனர். இவர்களுடைய தங்கைதான் லட்சுமி தேவி; தாமரை மலர்தான் அவளுடைய உறைவிடம், அவளுடைய மானசப் புதல்வர்கள்தான் வானில் திரியும் புரவிகள்...

உணவுக்காக அலைந்து திரிந்த உயிரினங்கள் ஒன்றையொன்று விழுங்கியபோது அதர்மம் தோன்றிற்று. இவனுயை மனைவி நிர்ரிதி; எனவேதான் ராட்சதர்கள் நைரிதாக்கள் அல்லது நிர்ரிதியின் வழித்தோன்றல்கள் என அழைக்கப்படுகின்றனர். நிர்ரிதிக்கு மூன்று பயங்கரமான பிள்ளைகள்; எப்போதும் தீய செயல்களில் ஈடுபடுவதே அவர்களது தொழில்; பயம், மகா பயம், மிருத்தியு (மரணம்) ஆகியவர்களே அம் மூவரும். இவர்களில் மிருத்தியுவுக்கு மனைவி, மக்கள் கிடையாது; ஏனென்றால் அவன்தான் உயிரினங்களின் முடிவு.”

“மாபெரும் முனிவர்களைப் போல் சீரும் சிறப்புடன் பிறந்தவர்கள் பிரசேதசர்கள்; இவர்கள் பதின்மர் சகோதரர்கள்; நல்லொழுக்கமும் தூய்மையுமிக்கவர்கள்; ஒரு சமயம் இவர்களது வாயிலிருந்து வெளிப்பட்ட நெருப்பால் மதிப்பு வாய்ந்த உயிரினங்கள் எரிந்து போயின. இவர்களுக்குப் பிறந்தவன்தான் தக்ஷ பிரசேதசன். உலகின் மூலமான இவனிடமிருந்துதான் உயிரினங்கள் தோன்றின. முனி தக்ஷன் விரிணியுடன் கூடி வாழ்ந்து, தன்னைப் போல் சமயக் கோட்பாடுகளை வழுவாது பிறழாது பின்பற்றுவதில் புகழ் பெற்ற ஆயிரம் புதல்வர்களைத் தோற்று வித்தான். நாரதர் அவர்களுக்கு முக்தி சித்தாந்தத்தையும், சாங்கிய ஞானத்தையும் போதித்தார். சந்ததியைப் பெருக்கும் நோக்கத்தோடு பிரஜாபதி தக்ஷன் அடுத்து ஐம்பது புதல்விகளைப் பெற்றான். இவர்களில் பத்துப் பேரை தருமனுக்கும், பதின்மூன்று பேரை கசியபருக்கும், இருபத்தி ஏழு பேரை இந்துவுக்கும் (சோமன்) திருமணம் செய்து வைத்தான்... மரீசியின் புதல்வரான கசியபர் தன்னுடைய பதின்மூன்று மனைவிகளில் மிகச்சிறந்தவளான தக்ஷயாணி மூலம் இந்திரன் தலைமையில் ஆதித்தியர்களையும், விவஸ்வதனையும் ஈந்தெடுத்தார். விவஸ்வதனுக்கு வல்லமைமிக்க யமவைவஸ்வதன் மகனாகப் பிறந்தான். மார்த்தாண்டனுக்கு (விவஸ்வதன் அல்லது சூரியனுக்கு) வல்லமையும் மதிநுட்பமும் மிக்க மனுவும் அவனுடைய சகோதரனான யமனும் பிறந்தனர். அறிவுக் கூர்மையும் நேர்மையுமுடைய இந்த மனுவை ஆதாரமகக் கொண்டு ஓர் இனம் உருவாயிற்று. எனவே இந்த இனம் மனு இனம் என்று பெயர் பெறலாயிற்று. பிராமணர்களும், சத்திரியர்களும் ஏனையோரும் இந்த மனுவிடமிருந்து

உதித்தனர். இவர்களில் பிராமணர்கள் வேதங்களையும் வேதாங்கங்களையும் கற்றுத் தேர்ந்தனர். வேணன், திரிஷ்னு, நரிஷ்யந்தன், நபாகன், இவாகு, கருஷன், சர்யாதி, இளை, சத்திரியர்களுக்குரிய கடமைகளில் ஈடுபாடு கொண்ட பிரிஷத்ரன், நபாகரிஷ்டன் ஆகியோர் மனுவின் குழந்தைகள் எனக் கூறப்படுகிறது. இவர்களை அன்றி மனுவுக்கு மேலும் ஐம்பது புதல்வர்கள் இருந்தனர்; ஆனால் அவர்கள் அனைவரும் பரஸ்பரம் தங்களுக்குள் சண்டையிட்டுக் கொண்டு அழிந்து போயினர். பின்னர் இளையிடத்து விவேக மிக்க புரூரவன் பிறந்தான். இளைதான் தாயும் தந்தையுமாக இருந்து அவனை ஒப்பற்ற அறிஞனாக, வீரனாக வளர்த்து ஆளாக்கினாள்."[12]

VII

உலகப் படைப்பு குறித்த விஷயம் ராமாயணத்திலும் இடம்பெற்றிருக்கிறது. இரண்டாவது காண்டத்தில் பின்வருமாறு கூறப்பட்டிருக்கிறது:'[13]

"ராமர் சினமடைவார் என்பதை உணர்ந்து கொண்டு வசிஷ்டர் பின்கண்டவாறு பதிலளித்தார்: 'இந்த உலகின் அழிவையும் புனருத்தாரணத்தையும் பற்றி ஜாபாலிக்கும் தெரியும். ஆனால் நீ நாடு திரும்புவதற்குத் தூண்டும் பொருட்டே அவர் இவ்வாறு பேசினார். பூவுலகின் அதிபதியே, உலக சிருஷ்டி பற்றிக் கூறுகிறேன், கேள். இந்தப் பிரபஞ்சம் முழுவதும் தண்ணீரைத் தவிர வேறு எதுவும் இல்லாமலிருந்தது. அதில் பூமி உருவாகிக் கொண்டிருந்து. பின்னர் பிரமன் சுவயம்பு தெய்வங்களுடன் தோன்றினார். அடுத்து அவர்வராக உருவெடுத்து, பூமியை மேலே உயர்த்தி, ஞானிகள், தம்முடைய புதல்வர்கள், பிரம்மா முதலியோருடன் அனைத்து உலகையும் என்றும் நிலையான, மாறாத, அழியாத விசும்பிலிருந்து படைத்தார். பிரம்மனிட மிருந்து மரீசி தோன்றினார். அவருடைய புதல்வர் கசியபர், கசியபரிடமிருந்து விவஸ்வதன் உதித்தார்; அவரிடமிருந்து மனு தோன்றினார்; அவர் முன்னர் பிரஜாபதியாக இருந்தவர். இக்ஷ்வாகு மனுவினுடைய புதல்வர் . இந்த வளம் கொழிக்கும் பூமி அவருக்கு அவருடைய தந்தையால் வழங்கப்பட்டது. இந்த இக்ஷுவாகு முன்னர் அயோத்தியின் மன்னராக இருந்தவர்."

இதுதவிர, உலகப் படைப்பு குறித்து ராமாயணத்தில் மற்றொரு தகவலும் காணப்படுகிறது. மூன்றாவது காண்டத்தில் இடம் பெற்றுள்ள அந்தத் தகவல் வருமாறு:

"ராமர் கூறியதைக் கேட்டதும் ஜடாயு பறவை தனது சொந்த இனத்தையும், தன்னையும், உயிர் இனங்கள் அனைத்தின் தோற்றத்தையும் எடுத்துரைத்தது. ஆரம்ப காலத்தில் தோன்றிய பிரஜாபதிகளைப் பற்றிக் கூறுகிறேன் கேள். கர்த்தமன்தான் முதல் பிரஜாபதி; பின்னர் விக்ரிதன், சேஷன், சம்ஸ்ரயன், பஹுபுத்ரன், ஸ்தாணு, மரீசி, அத்ரி, கிருது, புலஸ்தியன், ஆங்கீரசன், பிரசேதசன், புலகன், தக்ஷன், விவஸ்வதன், அரிஷ்தநேமி, கடைசியாக புகழ்பெற்ற கசியபர் ஆகியோர் தோன்றினர். பிரஜாபதி தக்ஷனுக்கு அறுபது புத்திரிகள். இவர்களில் எழில்மிகு எட்டு மங்கையர்களை கசியபர் திருமணம் செய்து கொண்டார்; அவர்கள் வருமாறு: அதிதி, திதி, தனு, கலகை, தமிரை, குரோதவசை, மனு, அனலை. கசியபர் தன் மனைவிகளை அழைத்துப் பின்வருமாறு கூறினார்: 'மூவுல கங்களையும் பராமரிக்கக்கூடிய என்னைப் போன்ற புத்திரர்களை நீங்கள் எனக்குப் பெற்றுத் தர வேண்டும். அதிதி, திதி, தனு, கலகை ஆகியோர் இதற்கு சம்மதித்தனர்; மற்றவர்கள் இதற்கு இணங்கவில்லை. ஆதித்தியர்கள், வசுக்கள், ருத்ரர்கள், இரு அசுவினிகள் ஆக முப்பது மூன்று தேவர்கள் அதிதிக்குப் பிறந்தனர்.' கசியபரின் மனைவியான மனு மனிதர்கள், பிராமணர்கள், சத்திரியர்கள், வைசியர்கள், சூத்திரர்களை ஈன்று தந்தாள். 'பிராமணர்கள் வாயிலிருந்தும்; சத்திரியர்கள் மார்பிலிருந்தும், வைசியர்கள் தொடையிலிருந்தும், சூத்திரர்கள் பாதங்களிலிருந்தும் பிறந்தனர்' என்று வேதம் கூறுகிறது. கலகை தூய பழங்களைத் தரும் எல்லா மரங்களையும் பெற்றெடுத்தாள்."

VIII

இது சம்பந்தமாக புராணங்கள் என்ன கூறுகின்றன என்பதற்கு விஷ்ணு புராணத்திலிருந்து ஒரு பகுதியை இங்கு தந்திருக்கிறேன்:[14]

"எல்லா உலகங்களின் சாசுவதமான மூலகராகவும், பிரமாவின் வடிவமாகவும், உட்பொருள் சாரமாகவும், விஷ்ணுவை தன்னுடன் கொண்டவராகவும், ரிக், யஜூர், சாம,

அதர்வ வேதங்களாகத் திகழ்பவருமான இரணியகர்ப்பனின் வலது கட்டை விரலிலிருந்து பிரஜாபதி தக்ஷன் தோன்றினான்; தக்ஷன் புதல்வி அதிதி; அவளிடமிருந்து விவஸ்வதன் பிறந்தான்; அவனிடமிருந்து மனு உதித்தான். மனுவுக்கு இக்ஷ்வாகு, நிரிகன், திரிஷ்டன், சர்யாதி, நரிஷ்யந்தன், பிராம்சு, நாபகனெதிஷ்டன், கருஷன், பிரிஷத்ரன் ஆகிய புதல்வர்கள் இருந்தனர். மேலும் ஒரு மகன்வேண்டி மனு மித்திரனுக்கும் வருணனுக்கும் வேள்வி நடத்தினான். ஆனால் வேள்வியை நடத்திய புரோகிதன் வேண்டுதல் வாசகத்தைத் தவறாக உச்சரித்ததன் காரணமாக இளை என்னும் மகள் பிறந்தாள். எனினும் மித்திரன், வருணன் ஆகிய இருவரின் கிருபையால் அவள் மனுவின் புதல்வனாக மாறி சுத்தியுமனன் என்ற பெயரைப் பெற்றாள். எனினும் ஈஸ்வரனது (மகாதேவன்), கோபத்தால் மீண்டும் பெண்ணாக மாறி சோமனுடைய (சந்திரன்) புதல்வனான புதனது ஆசிரமத்துக்கு அருகே அலைந்து திரிந்து கொண்டிருந்தாள். அப்போது புதன் அவளிடம் மனத்தைப் பறிகொடுத்தான். இருவருக்கும் புரூரவன் பிறந்தான். அவன் பிறந்த பிறகு, வசிஷ்டர் மற்றும் இதர ரிஷி களின் பிரயத்தனத்தால் இளை புருஷ ரூபம் பெற்று மீண்டும் சுத்தியுமனன் ஆனாள்.'

அடுத்து, விஷ்ணு புராணம் மனுவின் புத்திரர்கள் குறித்துப் பின்கண்ட விவரங்களைத் தருகிறது:

i. பிரிஷத்ரன் தன்னுடைய சமய குருவின் பசுவைக் கொன்ற காரணத்தால் சூத்திரன் ஆனான்.

ii. கருஷனின் வழித்தோன்றல்களாக கருஷர்கள் அதாவது மகத்தான வலிமை படைத்த சத்திரியர்கள் தோன்றினார்கள்.

iii. நெதிஷ்டனின் மகனாகிய நாபகன் வைசியனானான்.

இதுதான் சூரிய வம்சத்தின் வரலாறு. விஷ்ணு புராணத்தில் சந்திர வம்ச வரலாறும் கூறப்பட்டிருக்கிறது. இதன்படி சூரிய வம்சம் மனுவிடமிருந்து தோன்றியது போன்றே சந்திர வம்சம் அத்ரியிட மிருந்து தோன்றியது. அதன் வரலாறு வருமாறு:[15]

"அத்ரி பிரமதேவனின் புதல்வன், சோமனின் (சந்திரன்) தந்தை. பிரமா சோமனை தாவரங்கள், பிராமணர்கள்,

நட்சத்திரங்களின் அதிபதியாக ஆக்கினார். சோமன் ராஜசூய யாகத்தைச் செய்து முடித்த பிறகு மிகுந்த இறுமாப்புப் பிடித்தலைந்தான். இந்த வெறியில் தேவர்களின் குருவான பிரகஸ்பதியின் மனைவி தாரையைக் கவர்ந்து சென்றான். பிரமாவும் இதர தேவர்களும் ரிஷிகளும் நயமாகக் கண்டித்து எவ்வளவோ புத்தி மதி கூறியபோதிலும் சோமன் தாரையைத் திரும்பக் கொண்டு வந்து ஒப்படைக்க மறுத்துவிட்டான். உசனர்கள் சோமனுக்கு ஆதரவாக இருந்தனர்; ஆங்கீரசனிடம் படித்த ருத்ரன் பிரகஷ் பதிக்குத் துணையாக நின்றான். இரு தரப்பாருக்குமிடையே கடும் மோதல் ஏற்பட்டது; தேவர்களும் தைத்தியர்களும் இந்த மோதலில் பங்கு கொண்டனர். பின்னர் பிரமா தலையிட்டு சோமனை நிர்ப்பந்தித்து தாரையை அவளுடைய கணவனிடம் ஒப்படைக்கச் செய்தார். இதற்கிடையே தாரை கர்ப்பமுற்று புதன் என்ற புதல்வனைப் பெற்றாள்; பெரிதும் வலியுறுத்தியதன் பேரில் சோமன்தான் இக்குழந்தையின் தந்தை என்பதை ஒப்புக் கொண்டாள். இந்த புதனுக்கு மனுவின் புத்திரியான இளையிடம் பிறந்தவன்தான் புரூரவன்[16]. புரூரவனுக்கு[17] ஆறு புதல்வர்கள்; மூத்தவன் ஆயு. இவனுக்கு நகுஷன், க்ஷத்திர விருத்தன், இரஜி, இரம்பன், அநேனசெனன் என ஐந்து புதல்வர்கள் இருந்தனர்.

க்ஷத்திரவிருத்தனின் புதல்வன் சுனஹோத்ரன், இவனுக்கு காசியன், குலெசன், கிருத்தினமதன் என மூவர் புத்திரர். கடைசியாகக் குறிப்பிடப்பட்டவனிடமிருந்து தோன்றியவன் சௌனகன். இவன்தான் நான்கு சாதிகள் அமைப்பை உருவாக்கியவன். காசியன் புதல்வன் காசிராஜன்; அவனுடைய மகன் தீர்க்க தன்மன்; தன்வந்தரி தீர்க்கதன்மனுடைய புத்திரன்."

உலகப் படைப்பு குறித்த இந்த சித்தாந்தங்களை இயல் 2ல் விவரிக்கப்பட்டிருக்கும் சித்தாந்தங்களுடன் ஒப்பிட்டுப் பார்க்கும்போது நாம் என்ன காண்கிறோம்? இந்த ஒப்பீட்டின் முடிவை பின்கண்டவாறு தொகுத்துக் கூறலாம் என்று கருதுகிறேன்: (1) ஒன்று சமய சார்புடையதாக இருக்கிறது, மற்றது சமய சார்பற்றதாக இருக்கிறது; (2) ஒன்று மனு என்ற மனிதனை உயிரினத்தின் மூல கர்த்தா என்று வருணிக்கிறது, மற்றது பிரம தேவனை அல்லது பிரஜாபதியை சிருஷ்டி கர்த்தா என்று விவரிக்கிறது; (3) ஒன்று அதன் போக்கில் வரலாற்றுத் தன்மை

கொண்டதாக இருக்கிறது, மற்றது இயல் நிலை கடந்த தெய்வீக அரு நிகழ்வாக, தெய்வீக ஆற்றலாகச் சித்திரிக்கப்படுகிறது; (4) ஒன்று ஊழி வெள்ளத்தைப் பற்றிப் பேசுகிறது, மற்றது

இது குறித்து முற்றிலும் மௌனம் சாதிக்கிறது; (5) ஒன்று நான்கு வருண ஏற்பாட்டை விளக்கும் குறிக்கோளைக் கொண்டிருக்கிறது, மற்றது சமுதாயத்தின் தோற்றத்தை மட்டுமே விளக்கும் நோக்கத்தைக் கொண்டிருக்கிறது.

இந்த வேறுபாடுகள் அதிகமாக இருப்பதோடு அடிப்படையானவையாகவும் உள்ளன. அதிலும் குறிப்பாக சதுர் வருண அமைப்பு முறை குறித்த வேறுபாடு மிகவும் அடிப்படையானதாக உள்ளது. சமய சார்புடைய சித்தாந்தம் இந்த ஏற்பாட்டை அங்கீகரிகிறது. ஆனால் சமய சார்பற்ற சித்தாந்தமோ அதனை நிராகரிக்கிறது. மனுவின் சந்ததியினர் எவ்வாறு நான்கு வருணங்களாகப் பரிணமித்தனர் என்பதை விளக்குவதன் மூலம் இவ்விரு சித்தாந்தங்களையும் இணைத்துப் பிணைப்பதற்கு முயற்சி நடைபெற்றிருக்கிறது என்பதில் ஐயமில்லை. ராமாயணத்திலும் புராணங்களிலும் இது தான் நடைபெற்றிருக்கிறது. இது இவ்விரு சித்தாந்தங்களையும் ஒரே சித்தாந்தமாக உருவாக்கும் முயற்சியே தவிர வேறல்ல என்பது தெள்ளத் தெளிவு. இது வேண்டுமென்றே திட்டமிட்டு மேற்கொள்ளப்பட்டுள்ள முயற்சியே ஆகும். எனினும் இவ்விரு சித்தாந்தங்களுக்கும் இடையேயான வேறுபாடு மிகவும் அடிப்படையானதாக இருப்பதால், என்னதான் முயற்சி செய்தபோதிலும் அவை இரண்டும் தனிச் சித்தாந்தங்களாகவே தொடர்ந்து நீடித்து வருகின்றன. இதனால் இன்று சதுர்வருண ஏற்பாட்டிற்கு ஒரு விளக்கத்துக்குப் பதிலாக இரண்டு விளக்கங்கள் அளிக்கப்படுவதைப் பார்க்கிறோம். ஒன்று புருஷன் உருவாக்கிய இயல் நிலை கடந்த தெய்வீக சதுர் வருணம், மற்றது மனுவின் புதல்வர்கள் உருவாக்கிய இயல்பான சதுர்வருணம். இதன் விளைவு மிகவும் ஏடாகோடமானதாக, அலங்கோலமானதாக இருப்பது இரண்டு சித்தாந்தங்களும் அடிப்படையிலேயே பெரிதும் வேறுபட்டவை, எவ்வகையிலும் ஒத்துப் போக முடியாதவை என்பதையே உள்ளங்கை நெல்லிக்கனிபோல் காட்டுகிறது. இத்தகைய இரண்டு சித்தாந்தங்கள் பிராமணீய இலக்கியத்திலேயே இருந்து வருவதை இவ்விஷயம் குறித்து ஆராய்ந்து வரும் அறிஞர்கள் கவனிக்கத் தவறியது மிகவும் வருந்தத்தக்கதாகும். எனினும் இத்தகைய வேறு பட்ட, முரணான சித்தாந்தங்கள் இருந்து

வருவதையும் அதன் முக்கியத்துவத்தையும் உதாசீனம் செய்துவிட முடியாது. இவ்வாறு அடிப்படையிலேயே அறவே வேறுபட்ட, இணைந்து போக முடியாத இரண்டு சித்தாந்தங்கள் இருந்து வருவதன் முக்கியத்துவம் என்ன? இந்த இரு சித்தாந்தங்களும் இரண்டு வேறுபட்ட ஆரிய இனங்களின் சித்தாந்தங்கள் என எனக்குத் தோன்றுகிறது. ஒரு ஆரிய இனம் சதுர்வருணத்தில் நம்பிக்கை வைத்திருந்தது, மற்றொரு ஆரிய இனம் அவ்வாறு நம்பிக்கை வைக்கவில்லை என்பது என் கருத்து. இந்த இரு ஆரிய இனங்களும் பின்னால் ஒரு கட்டத்தில் ஒன்றிணைந்திருக்கக்கூடும் என்றும் எண்ணுகிறேன். இந்த வாதம் வலுவானதாக இருக்குமாயின் பிராமணிய இலக்கியம் வெளிப்படுத்தியுள்ள இந்த சித்தாந்த வேறுபாடு புதிய கோட்பாட்டுக்கு மேலும் சான்று வழங்கு வதாக உள்ளது எனலாம்.

IX

என் கருத்துக்கு ஆதரவான அசைக்கமுடியாத மூன்றாவது சான்றை இந்திய மக்களின் உடலமைப்பு குறித்து நடத்தப்பட்ட ஆய்வு வழங்கியுள்ளது. இத்தகைய ஆய்வு 1901ல் முதல் முறையாக சர் ஹெர்பர்ட் ரிஸ்லேயால் மேற்கொள்ளப்பட்டது. மண்டை ஓட்டு அமைப்புக் குறியீட்டின் அடிப்படையில் இந்திய மக்கள் பின்கண்ட நான்கு வெவ்வேறு இனங்களைச் சேர்ந்தவர்கள் என்ற முடிவுக்கு அவர் வந்தார். (1) ஆரியர்கள், (2) திராவிடர்கள், (3) மங்கோலியர்கள், (4) சித்தியர்கள். இவர்கள் பெருவாரியாக எங்கு வாழ்கின்றனர் என்பதை நிர்ணயித்துக் கூறுமளவுக்குக்கூட அவர் சென்றார். அந்த ஆய்வு தோராயமானது. அவரது முடிவுகள் எந்த அளவுக்குச் சரியானவை என்பதை 1936-ஆம் ஆண்டில் டாக்டர் குஹா சோதித்துப் பார்த்தார். இந்த விஷயம் குறித்த அவரது அறிக்கை மனித இன ஆராய்ச்சித் துறையில் மிகவும் பெருமதிப்பு வாய்ந்த ஓர் ஆவணமாகத் திகழ்கிறது. இந்திய மக்கள் அவர்களது மண்டை ஓடுகள் அளவுகளின்படி எங்கெங்கு பரவியிருந்தனர் என்பதைக் காட்டுவதற்கு டாக்டர் குஹா தயாரித்திருந்த தேசப்படம்[18]இந்திய மக்களின் இன இயைபு குறித்து ஏராளமான தகவல்களை அளிக்கிறது. இந்திய மக்கள் இரண்டு இனமூலங்களைச் சேர்ந்தவர்கள்; இவர்களில் ஓர் இனத்தினர் நீண்ட தலையை உடையவர்கள்; இவர்கள் இந்தியாவின் உட்புறப்பகுதிகளில் வாழ்கின்றனர்; இன்னொரு

இனத்தினர் குறுகிய தலையைக் கொண்டவர்கள்; இவர்கள் எல்லைப்புறப்பகுதிகளில் வாழ்கின்றனர் என்பது டாக்டர் குஹா கண்டுள்ள முடிவுகளாகும்.

இந்தியாவின் பல்வேறு பகுதிகளில் கண்டெடுக்கப்பட்டுள்ள மண்டை ஓடுகள் தரும் சான்று இதனை உறுதிப்படுத்துவதாக இருக்கிறது. இது குறித்து டாக்டர் குஹா கூறுவதாவது:

"சிந்து நதிப் பள்ளத்தாக்கு தவிர ஏனைய ஆய்விடங்களில் கண்டுபிடிக்கப்பட்ட மனித எச்சமிச்சங்கள் மூலம் மிகக் குறைந்த தகவல்களே கிடைத்துள்ளன; எனினும் அக்காலத்திய இந்திய இனவரலாறு குறித்த ஒரு பரந்த, தோராயமான படப்பிடிப்பைப் பெறுவது இதன் வாயிலாக சாத்தியமாகி உள்ளது. கி.மு. 4 ஆயிரம் ஆண்டுத் தொடக்கம் முதல் நீண்ட தலையும் குறுகிய எடுப்பான மூக்கும் கொண்ட இனத்தினர் வட மேற்கு இந்தியாவில் வாழ்ந்து வந்தனர் என்று தோன்றுகிறது. அவர்களுடன் கூடவே மிகவும் திடகாத்திரமான மற்றொரு இனத்தினரும் வாழ்ந்ததைப் பார்க்கிறோம். அவர்களும் நீண்ட தலை உடையவர்கள், ஆனால் அவர்களது மண்டை ஓட்டின் கவிகைமோடு தாழ்வானது. அவர்களும் நீண்ட முகமும் குறுகிய நாசியும் கொண்டவர்கள். ஆனால் முந்தியவர்களைப் போல் அவ்வளவு உயரமில்லாதவர்கள்.

அகன்ற தலையுடன் கூடிய மூன்றாவதொரு இனத்தினரும் வாழ்ந்து வந்தனர். இவர்கள் ஆர்மீனியர்களுடன் இன உறவு கொண்டவர்களாக இருக்கக்கூடும். ஆனால் இவர்கள் பிற்காலத்தில் வந்திருக்கலாம். இவர்களது மண்டை ஓடுகளில் பெரும்பாலானவை கிடைத்த ஹரப்பா அகழ்வாய்வு இடத்தின் காலத்தைக் கணக்கிட்டுப் பார்க்கும்போது இந்த முடிவுக்குத் தான் வர வேண்டியிருக்கிறது."

மலைவாழ் இனத்தினர் மற்றும் மத்தியதரைக்கடல் இனத்தினர் என்ற அடிப்படையில் பார்க்கும்போது இந்திய மக்களை இரண்டு இனமரபைச் சேர்ந்தவர்கள் எனக் கூறலாம்: (1) மத்திய தரைக்கடல் இனத்தினர், அல்லது நீண்ட தலை கொண்ட இனத்தினர்; (2) மலைவாழ் இனத்தினர் அல்லது குறுகிய தலை கொண்ட இனத்தினர்.

மத்தியதரைக் கடல் இனத்தினரைப் பொறுத்தவரையில் சில உண்மைகள் ஏற்றுக் கொள்ளப்பட்டுள்ளன. இவர்கள் ஆரிய மொழி பேசும் இனம் என்பது ஒப்புக் கொள்ளப்பட்டுள்ளது. இவர்களது பூர்வீக தாயகம் ஐரோப்பாவில் மத்தியதரைக் கடலை ஒட்டிய பகுதியில் அமைந்திருக்க வேண்டும் என்பதும், அங்கிருந்து அவர்கள் இந்தியாவுக்குக் குடிபெயர்ந்திருக்கக் கூடும் என்பதும் ஏற்றுக் கொள்ளக் கூடியதே. அவர்களது பூர்வீக தாயகத்தின் இருப்பிடத்தைக் கணக்கிலெடுத்துக் கொண்டு பார்க்கும்போது, மலைவாழ் இனத்தவர் வருவதற்கு முன்பே இவர்கள் இந்தியாவுக்கு வந்திருக்கக்கூடும் என்பது தெளிவாகிறது.

மலை வாழ் இனத்தினரைப் பற்றிய இதே போன்ற உண்மைகளும் உறுதிப்படுத்தப்பட வேண்டியிருக்கிறது. முதலாவது இந்த மக்களின் பூர்வீகத் தாயகம் பற்றியது. இரண்டாவது அவர்களது சொந்த மொழியைப் பற்றியது. அவரது கருத்துப்படி மலைவாழ் இனத்தினரின் தாயகம் ஆசியாவில் இமாலயத்தில் எங்கோ ஓரிடத்தில் இருந்திருக்க வேண்டும். இந்த முடிவுக்கு தாம் வருவதற்கான காரணங்களை பேராசிரியர் ரிப்ளே பின்வருமாறு கூறுகிறார்:[19]

> "கிழக்கிலிருந்து நடைபெற்ற இந்த மக்கள் ஊடுருவல் ஆசியாவின் திசையிலிருந்து ஏராளமான மக்கள் வந்ததைக் குறிக்கிறது; இது ஒரு படையெடுப்பல்ல, மாறாக, ஜன சஞ்சார மற்ற பிரதேசத்தில் மக்கள் அமைதியான முறையில் படிப்படியாக வந்து குடியேறியதையே குறிக்கிறது என்று துணிந்து கூற நமக்கு என்ன உரிமை இருக்கிறது? இந்தக் கண்டத்தைச் சேர்ந்த மக்களைப் பற்றி, குறிப்பாக பாமிர் பிராந்தியத்தையும், மேற்கத்திய இமாலய மேட்டு நிலப் பகுதிகளையும் சேர்ந்த மக்களைப் பற்றி நாம் தெரிந்துள்ள தகவல்களையே இது பெரிதும் ஆதாரமாகக் கொண்டிருக்கிறது. ஆரிய நாகரிகத்தின் பூர்வீகத் தாயகம் என்று மாக்ஸ் முல்லரும் இதர பல தொடக்ககால மொழி நூல் வல்லுநர்களும் குறிப்பிட்டிருக்கும் 'உலகின் கூரையான இங்கு மலை வாழ் இனத்தவரை அல்லது ஐரோப்பிய கெல்ட்டிய இனத்தவரை கிட்டத்தட்ட ஒத்த ஓர் இன மக்கள் இருந்து வருவதை இன்று நாம் காண்கிறோம். டி உஜ் ஃபால்வி, டோபினார்டு, மற்றும் பலர் மேற்கொண்ட ஆராய்ச்சிகள் இங்கு ஒரு பரந்த பிரதேசத்தில் ஒரு குறிப்பிட்ட தனி அம்சங்கள்

நிலவி வருவதை வெளிப்படுத்தியுள்ளன. கால்சாஸ்களும் மலைவாழ் தாஜிக்குகளும், ஏனையோரும் சாம்பல் நிறக் கண்களுடனும், கருநிற கேசத்துடனும், கட்டை குட்டையான ஆகிருதி கொண்டவர்களாகவும், மண்டை ஓடு குறியீடுகள் பெரும்பாலும் 86 சதவீதத்துக்கு அதிகம் கொண்டவர்களாகவும் உள்ளனர். இத்தகைய உடலமைப்பு கொண்ட மக்கள் இந்தப் பிராந்தியத்திலிருந்து தொடங்கி மேற்கு நோக்கி ஆசியாமைனர் மற்றும் ஐரோப்பா வரையிலும் தொடர்ச்சியாக வியாபித்துள்ளனர். மலைவாழ் வகையைச் சேர்ந்த மக்கள் மேற்கு ஆசியாவின் ஒரு பரந்த பிரதேசத்தில் வாழ்ந்து வருகின்றனர் என்ற கண்டுபிடிப்பு இந்தக் குறிப்பிட்ட இனத்தவரின் மொழிகளிடையே காணப்படும் அடிப்படை அமைப்பு ஒற்றுமையைச் சுட்டிக் காட்டுகிறது. டாப்பெய்னர் குறிப்பிட்டிருப்பது போல் ஆசியாவிலிருந்து நேரடியான குடியமர்வு நடைபெற்றதற்கு ஒரு சான்றாக இதனைக் கொள்ள முடியாது. எனினும் பரந்த தலையைக் கொண்ட இனத்தினரின் பூர்வீகத் தாயகம் எது என்பதைக் கண்டுபிடிக்க நாம் முயலும்போது நமது கண்களை இது கிழக்கு நோக்கித் திரும்பச் செய்கிறது. மனித இனத்தின் மூலஅடித்தளம் இங்கு எங்கேயாவதுதான் இருக்க வேண்டும் என்பதை சில உண்மைகள் மேலெழுந்த வாரியாக சுட்டிக்காட்டுகின்றன. இந்த அடித்தளம் மேற்கு திசையில் இருக்க முடியாது; ஏனென்றால் அட்லாண்டிக்கை ஒட்டி எல்லா இடங்களிலும் இந்த இனம் படிப்படியாக அருகி வருகிறது. குறிப்பாக தலையின் வடிவமைப்பிலும், தலை மயிர், நிறம், ஆகிருதி முதலியவற்றிலும் மலைவாழ் வகை இனம் ஆசியக் கண்டத்திலுள்ள இதர எல்லா மக்களினங்களையும் நெருங்கிவருவது இந்த விஷயத்தில் நாம் தவறான கருத்துக்கொள்வதற்கு இட்டுச் செல்லுகிறது; இவ்வாறுதான், மத்திய தரைக் கடல் பிராந்திய இனம் நீண்ட தலையும், கரிய அல்லது மாநிற முடியுடன் மாநிற மேனியும் கொண்டிருப்பது அந்த இனம் ஆப்பிரிக்க நீக்ரோ இனத்துக்கு மூதாதையரான ஏதோ ஓர் இனத்திலிருந்து தோன்றியிருக்கக்கூடுமோ என்று முன்னர் நாம் எண்ணும்படிச் செய்தது. இப்போது விஷயங்கள் நிர்ணயிக்கப்பட்டு விட்டன; மலை வாழ் இனத்தின் வேர்கள் கிழக்கு நோக்கியும் மத்தியதரப்பிராந்திய இனத்தின் வேர்கள் தெற்கு நோக்கியும் செல்கின்றன என்பது உறுதியாகி விட்டது.”

இந்த இனத்தாரின் மொழி எது என்பதிலும், ஐரோப்பாவில் ஆரிய மொழியைப் புகுத்தியவர்கள் (இந்தோ-ஜெர்மானியர்களின் கலப்படமில்லாதவர்களான) நார்திக் மக்களா அல்லது ஆல் பைன் மக்களா என்பதிலும் முடிவான கருத்தொற்றுமை இல்லை. ஆயினும், ஆல்பையின் இனத்தாரின் மொழி ஆரிய மொழி என்பதிலும் மொழியியல் நோக்கில் இவர்களை ஆரிய இனத்தார் என்பதிலும் வாதத்திற்கு இடமில்லை.[20]

X

இந்தியாவில் ஓர் ஆரிய இனமல்ல, இரண்டு ஆரிய இனங்கள் இருந்தன என்ற ரிக் வேதத்தின் கூற்றுக்கு மனித உடல் அமைப்பு இயலிலும், வரலாற்றிலும் உறுதியான ஆதாரங்கள் உள்ளன என்பதை மேலே தரப்பட்டுள்ள விவரங்களிலிருந்து தெரிந்து கொள்ளலாம். இந்த விஷயத்தில் மேற்கத்திய கோட்பாட்டுக்கும் ரிக் வேத சான்றுரைக்கும் இடையே முரண்பாடு இருப்பதை ஒப்புக்கொள்வதற்கு எவரும் மறுக்க முடியாது. ஒரே ஒரு ஆரிய இனம்தான் இருந்தது என்று மேற்கத்திய கோட்பாடு கூறுகிறது; ஆனால் ரிக்வேதமோ இரண்டு ஆரிய இனங்கள் இருந்ததாகக் குறிப்பிடுகிறது. இவ்வாறு ஒரு பிரதானமான பிரச்சினையில் மேலைய கோட்பாடு ரிக்வேதத்துடன் முரண்படுகிறது. இந்த விஷயத்தில் ரிக் வேதமே மிகச் சிறந்த சான்றாதாரமாகக் கருதப்படுவதால் அதனுடன் முரண்படும் கோட்பாடு நிராகரிக்கப்பட வேண்டும், இதைத் தவிர வேறு வழியில்லை.

பிரதானமான பிரச்சினையில் எழுந்துள்ள இந்த முரண்பாடு படையெடுப்பு மற்றும் வெற்றி கொள்ளுதல் பிரச்சினையிலும் முரண்பாட்டைத் தோற்றுவிக்கிறது. இந்த இரு ஆரிய இனங்களில் முதலாவதாக இந்தியாவுக்கு வந்த ஆரிய இனம் எது என்பது நமக்குத் தெரியாது. ஆனால் அது மலைவாழ் இனத்தைச் சேர்ந்ததாக இருந்தால், அதன் தாயகம் இமாலயத்துக்கு அருகில்தான் இருந்திருக்க வேண்டும்; இதனால் வெளியிலிருந்து படையெடுப்பு என்ற கோட்பாடு அடிப்பட்டுப் போகிறது. ஸ்தல குல மரபுக் குழுக்கள் வெற்றி கொள்ளப்பட்டன என்ற விஷயத்தைப் பொறுத்தவரையில் இதனை உண்மை என்று எடுத்துக் கொண்டாலும் அப்போதும் மேலைய எழுத்தாளர்கள் நினைப்பது போன்று இது அவ்வளவு எளிதான விஷயமல்ல, தாசர்களும் தசியுக்களும் இனரீதியில்

ஆரியர்களிடமிருந்து வேறுபட்டவர்கள் என்ற அடிப்படையில் பார்த்தோமானால், படையெடுத்து வெற்றி கொள்ளுதல் என்னும் கோட்பாடு தாசர்களும் தசியுக்களும் ஆரியர்களால் வெற்றி கொள்ளப்பட்ட சாத்தியக்கூறைக் கணக்கிலெடுத்துக் கொள்வது மட்டுமன்றி, ஆரியர்கள் ஆரியர்களால் வெற்றி கொள்ளப்பட்ட சாத்தியக்கூறையும் கவனத்திற் கொள்ள வேண்டும். அப்படியே ஆரியர்கள் ஒருக்கால் தாசர்களையும் தசியுக்களையும் வெற்றி கொண்டிருந்தாலும் இவ்விரு ஆரிய இனங்களில் எந்த ஆரிய இனம் அவர்களை வெற்றி கொண்டது என்பதையும் அது விளக்கியாக வேண்டும்.

மேலைய கோட்பாடு சில விஷயங்களைப் போதிய அளவு ஆராயாமல், ஆழமாகப் பரிசீலிக்காமல் அவசர கோலமாக மேற்கொள்ளப்பட்ட முடிவே என்பதில் ஐயமில்லை. பண்டைய ஆரியர்களின் மனோபாவம் பற்றிய சில குறிப்பிட்ட கண்ணோட்டங்கள் அவர்களது வழித்தோன்றல்கள் என்று கருதப்படும் இந்தோ ஜெர்மன் இனங்களின் மனோபாவம் சம்பந்தப்பட்ட கண்ணோட்டங்களுடன் ஒத்துப் போவதால் இந்த முடிவு சரியானதாகவே இருக்கும் என்ற நம்பிக்கையின் அடிப்படையில் அமைந்ததே இந்த மேலைய கோட்பாடாகும். மிகச்சில விஷயங்களின் அடிப்படையிலேயே இந்தக் கோட்பாடு அமைந்துள்ளது. மேலைய அறிஞர்கள் ஆராய்ச்சித் துறையில் நீண்ட நெடுங்காலமாகவே ஈடுபட்டு வருபவர்கள். அப்படிப்பட்டவர்கள் இத்தகைய வலுவற்ற, பலவீன மானஅஸ்திவாரத்தின்மீது ஒரு கோட்பாட்டை உருவாக்க முனைந்திருப்பது வியப்பிலும் வியப்பாக இருக்கிறது. இந்த அத்தியாயத்தில் ஏராளமான, அசைக்க முடியாத, உறுதியான சான்றுகள் தரப்பட்டுள்ள நிலைமையில் இந்த மேலையக்கோட்பாடு இனியும் செல்லுபடியாகாது; இதனைக் குப்பைக் கூடையில்தான் தூக்கி எறிய வேண்டும்.

அடிக்குறிப்பு

1. முயிர், தொகுதி 1, பக்கம் 26
2. முய்ர், தொகுதி1, பக்கங்கள் 181-184.
3. முயிர், தொகுதி 1, பக்கம் 30
4. மேற்படி நூல், பக்கம் 24
5. மேற்படி நூல், பக்கம் 31
6. மேற்படி நூல், பக்கம் 25

7. மேற்படி நூல், பக்கம் 28-29.

8. முய்ர், தொகுதி, பக்கம் 21.

9. முயர், தொகுதி 1, பக்கம் 32.

10. முயிர், தொகுதி 1, பக்கங்கள் 199-201

11. முயர், தொகுதி, பக்கங்கள் 122-126

12. முயர், தொகுதி1, பக்கங்கள் 115.

13. முய்ர், தொகுதி1, பக்கம் 116.

14. முய்ர், தொகுதி I, பக்கங்கள் 220 - 2:21.

15. முய்ரி, தொகுதி 1, பக்கங்கள் 225-226.

16. புரூரவனுக்கும் ஊர்வசிக்கும் இடையே ஏற்பட்ட காதல் பற்றி சதபத பிராமணத்திலும் xi:5.1.II; விஷ்ணு புராணத்திலும் vi. 6.19; பாகவத புராணத்திலும் ix.1; ஹரிவம்சம் பகுதி 26லும் கூறப்பட்டுள்ளது. புரூரவனுக்கும் பிராமணர்களுக்கும் இடையே ஏற்பட்ட மோதல் பற்றி மகாபாரதம் ஆதிபருவம் 75ல் குறிப்பிடப்பட்டிருக்கிறது.

17. விஷ்ணு புராணம், iv 7.1.

18. பின் இணைப்பு V பார்க்க.

19. ஐரோப்பிய இனங்கள், பக்கங்கள் 473-74.

20. மாடிசன் கிரான்ட், பேரினத்தின் பயணம், (1922) பக்.138 - 139.

★

இயல் 6

சூத்திரர்களும் தாசர்களும்

மேற்கத்தியத் தத்துவம் எவ்வளவு தவறானது என்பது ஏற்கெனவே காட்டப்பட்டுள்ளது. அத்தத்துவத்தின் பரிசீலனைக்கு எடுத்துக்கொள்ளக்கூடிய ஒரே பகுதி: சூத்திரர்கள் எனப்படுபவர் யார்? இது குறித்து திரு. ஏ.சி. தாஸ்[1] கூறுவதாவது:

“தாசர்களும் தசியுக்களும் நாகரிகமற்றவர்களாகவோ அல்லது வேதகால ஆரியரல்லாதப் பழங்குடியினராகவோ இருந்தனர். யுத்தத்தில் சிறைப்பிடிக்கப்பட்ட அவர்கள், ஒருவேளை அடிமைகளாக்கப்பட்டு சூத்திர ஜாதியினராக உருவாக்கப்பட்டிருக்கக்கூடும்.

மற்றுமொரு வேத விற்பன்னரும் மேற்கத்தியத் தத்துவத்தின் தீவிர ஆதரவாளருமான திரு. கானே[2] கொண்டிருக்கும் கருத்து வருமாறு:

> “பிற்கால இலக்கியத்தில் வரும் ‘தாசர்’ என்ற சொல்லுக்கு ‘ஊழியன் அல்லது அடிமை’ என்று அர்த்தமாகும். நாம் காணும் தாசர் பழங்குடியினர் ரிக்வேதத்தில் ஆரியர்களுக்கு எதிரானவர்களாக இருந்தனர் என்று தெரியவருகிறது. இவர்கள் படிப்படியாகத் தோற்கடிக்கப்பட்டு பின்னர் ஆரியர்களுக்கு சேவைபுரிபவர்களாக ஆக்கப்பட்டனர். மனு ஸ்மிருதியில் (Viii, 413) பிராமணர்களுக்கு சேவை (தாசியா) புரிவதற்காக சூத்திரர்கள் கடவுளால் உருவாக்கப்பட்டவர்கள் என்று சொல்லப்படுகிறது. தைத்ரீய சம்ஹிதை, தைத்ரீய பிராமணம் ஆகியவற்றிலும் இதர பிராமணீயப் படைப்புகளிலும் ஸ்மிருதிகளில் உள்ள அதே நிலையையே சூத்திரர்கள் பெற்றுள்ளனர். ஆகவே, ஆரியர்களால் வெற்றி கொள்ளப்பட்ட

தாசர்களும் தசியுக்களும் படிப்படியாக சூத்திரர்களாக மாற்றப்பட்டனர் என்று ஊகிப்பது நியாயமானதாக இருக்கும். "

இக்கண்ணோட்டத்தின்படி சூத்திரர்கள் தாசர்களையும் தசியுக்களையும் போன்றவர்கள்தான் என்றும், மேலும் சூத்திரர்கள் இந்தியாவின் ஆரியர்கள் அல்லாத பூர்வகுடிமக்கள் என்றும், அவர்கள் நாகரிகத்தின் தொடக்கநிலையில் காட்டுமிராண்டிகளாக இருந்தனர் என்றும் தெரிகிறது. இக்கருத்துக்களைத்தான் நாம் இப்போது ஆராய முற்பட வேண்டும்.

தொடக்கமாக, முதலாவது கருத்தை எடுத்துக்கொள்வோம். இது ஒரே கருத்தல்ல, உண்மையில் இரு கருத்துக்கள் ஒன்றாக்கப்பட்டதாகும். தாசர்களும் தசியுக்களும் ஒருவரே என்பது ஒரு கருத்து. இரண்டாவது கருத்து அவர்களும் சூத்திரர்களும் ஒரே மக்கள்தான் என்பதாகும்.

தாசர்களும் தசியுக்களும் ஒரே மக்கள்தான் என்ற கருத்தின் செல்லுபடித்தன்மை ஐயத்திற்கிடமானது. ரிக் வேதத்தில் காணப்படுவதாக கூறப்படும் மேற்கோள்கள் தீர்மானகரமானவை அல்ல. சில இடங்களில் தாசர் மற்றும் தசியு என்னும் இந்த இரண்டுக்கும் வேறுபாடு இல்லாததுபோல் பயன்படுத்தப்படுகிறது. ஷம்பரர், ஷுஷ்னர், விரித்ரர்கள், பிப்ரு ஆகியோர் தாசர்கள் என்றும் தாசியுக்கள் என்றும் விவரிக்கப்படுகின்றனர். தாசர்களும் தசியுக்களும் இந்திரன் மற்றும் தேவர்களின் குறிப்பாக அசுவினி தேவர்களின் எதிரிகளாக விவரிக்கப்படுகின்றனர். தாசர்கள் மற்றும் தசியுக்களின் நகரங்கள், இந்திரனாலும் தேவர்களாலும் தரைமட்டமாக்கப் பட்டன என்று விவரிக்கப்படுகின்றன. தாசர்கள் மற்றும் தசியுக்களின் தோல்வியானது நீரை விடுவிப்பது, ஒளி தோன்றுவது போன்ற அதே பலனை ஏற்படுத்தியதாக விவரிக்கப்படுகிறது. தபிதியின் விடுதலையை விவரிக்கும்போது இரண்டுமே குறிப்பிடப்படுகின்றன. ஒரு இடத்தில் அவர் தாசர்களிடமிருந்து விடுவிக்கப்பட்டதாகவும் மற்றொரு இடத்தில் அவர் தாசியுக்களிடமிருந்து விடுவிக்கப்பட்டதாகவும் விவரிக்கப்படுகிறது.

தாசர்களும் தசியுக்களும் ஒருவரே என்று இந்த மேற்கோள் கூறும் அதேசமயம் வெவ்வேறானவர்கள் என்று இதர மேற்கோள்கள் கூறுகின்றன. தாசர்கள் தனியாக 54 இடங்களிலும் தசியுக்கள்

தனியாக 78 இடங்களிலும் குறிப்பிடப்படுகின்றனர் என்ற உண்மையிலிருந்து இது தெளிவாகிறது. இவர்கள் இருவரும் இரு தெளிவான கூறுகளாக இல்லாவிடில் ஏன் இவ்வளவு தனித்தனியான மேற்கோள்கள் காணப்படுகின்றன? அவை இருவேறு வகுப்பினரைக் குறிப்பிடுகின்றன என்பதே சரியாக இருக்கக்கூடும்.

தாசர்களையும் தசியுக்களையும் போன்று சூத்திரர்களும் ஒருவரே என்ற இரண்டாவது கருத்தைப் பற்றிக் கூறும்போது அதற்கு எந்தவிதமான ஆதாரமும் இல்லை என்று ஒருவரால் நிச்சயமாகக் கூறமுடியும்.

தாசர்களையும் தசியுக்களையும் போன்று சூத்திரர்களும் ஒருவரே என்பதை நியாயப்படுத்துவதற்காக, சூத்திரர் என்ற சொல் மருவியசொல் என்று கூறும் முயற்சி செய்யப்படுகிறது. இச்சொல் ஷுக் (வருத்தம், துன்பம்) மற்றும் துரு (ஆட்படுதல்) என்பதிலிருந்து பெறப்பட்டதாகக் கூறப்படுகிறது, துன்பத்துக்கு ஆளானவன் என்று இதற்கு அர்த்தமாகும். இது தொடர்பாக வேதாந்த சூத்திரத்தில் (1.3.34) கூறப்பட்டுள்ள கதை ஆதாரமாகக் கொள்ளப்பட்டுள்ளது, இக்கதையில் தன்னைப் பற்றி[3] நாரைகள் இழிவாகப் பேசியதைக் கேட்டு ஜனஸ்ருதி துயரம் அடைந்ததாகக் கூறப்பட்டிருக்கிறது விஷ்ணு புராணத்திலும்[4] இதே அர்த்தம் வழங்கப்பட்டுள்ளது.

இக்கருத்துக்கள் எந்த அளவுக்கு ஆதாரப்பூர்வமானவை? சூத்திரர் என்பது சரியானபெயரல்ல. ஆனால் அது மருவியசொல் என்று கூறுவது அர்த்தமற்றது. தவறான சொல் வரலாறுகளைப் புனையும் கலையில் பிராமண எழுத்தாளர்கள் அனைவரையும் மிஞ்சிவிடுகின்றனர். அவர்கள் சொல் விளக்கம் புனையாத வார்த்தைகளே இல்லை எனலாம். பிராமண எழுத்தாளர்கள் உபநிடதம் என்னும் சொல்லுக்கு அளித்த வெவ்வேறான விளக்கங்கள் பற்றிப் பேராசிரியர் மாக்ஸ்முல்லர்[5] கூறுவதாவது:

'இந்த விளக்கங்கள் வேண்டுமென்றே தவறானவையாகத் தரப்பட்டுள்ளது போல் தோன்றுகிறது, இந்த அறிஞர்களின் ஒருமித்த எண்ணத்தைப் புரிந்துகொள்வதும் கடினமாக இருக்கிறது. ஆனாலும் ஒரு வார்த்தையின் நடைமுறை அர்த்தத்தை விளக்கும் சொல்லிணக்கத்தை இசைவுடன் ஏற்றுக்கொள்ளும் அரைகுறைக் கல்வியறிவுடைய

மக்களின் பொதுவான போக்கை நாம் கணக்கிலெடுத்துக் கொள்ளவேண்டும். இத்தகைய சொல்லிலக்கணங்கள் ஆரண்யகாக்களில் ஏராளமாகக் காணக் கிடக்கின்றன. அவை ஒருவேளை ஒருபோதும் உண்மையான சொல்லிணக்கங்களாக இருக்க வேண்டுமென்று கூறப்பட்டவையல்ல, ஆனால் வெறும் அலங்காரச் சொற்களாக, அவற்றின் அர்த்தத்தை எப்படியேனும் நியாயப்படுத்துவதற்காகக் கூறப்படுபவை.'[6]

சூத்திரர் என்ற சொல்லை 'துன்பம் நிறைந்த மக்கள்' என்று அர்த்தப்படுத்தும் ஒரு மருவிய சொல்லாக ஆக்கும் வேதாந்த சூத்திரம் மற்றும் வாயு புராணத்தின் முயற்சிகளுக்கும் இந்த எச்சரிக்கை சம அளவில் பொருந்தும். ஆகவே இதை நாம் அபத்தமானது, அர்த்த மற்றது என்று கருதி நிராகரிக்க வேண்டும்.

சூத்திரர் என்பது ஒரு பழங்குடியினர் அல்லது இனத்தினர் பெயரேயன்றி சிலர் கூறமுயலுவதுபோன்று மருவியசொல் அல்ல என்ற கருத்துக்கு ஆதரவான நேரடி சான்று நம்மிடம் இருக்கிறது.

இக்கருத்துக்கு ஆதரவாக பல்வேறு ஆதாரங்களைக் கூற முடியும். இந்தியாவின்மீது அலெக்சாண்டர் படையெடுத்தலைப் பற்றி எழுதிய பல வரலாற்றாசிரியர்கள் அலெக்சாண்டர் வெற்றி கொண்ட பல குடியரசுகளை சுதந்திரமானவை, தற்சார்புடையவை, சுயாட்சியுரிமை பெற்றவை என்று விவரித்துள்ளனர். இவை பல்வேறு பழங்குடியினரைக் கொண்டிருந்தன. இக்குடியரசுகள் அப்பழங்குடியினரின் பெயரால் அழைக்கப்பட்டன என்பதில் ஐயமேதும் இல்லை. இவர்களில் சொடாரி என்றழைக்கப்பட்ட ஒரு மக்களும் குறிப்பிடப்படுகின்றனர். அவர்கள் ஓரளவுக்கு ஒரு முக்கியமான பழங்குடியினராக இருந்துள்ளனர். அலெக்சாண்டரிடம் தோல்வியடைந்த போதிலும்கூட அவர்கள் அவரை எதிர்த்துப் போரிட்ட ஒரு பழங்குடியினராவர். பண்டைக்கால சூத்திரர்களுடன் அவர்களை லாஸ்ஸன் அடையாளம் காட்டுகிறார். தம்முடைய மஹாபாஷ்யத்தில் 1.2.3.இல் பதஞ்சலி சூத்திரர்களைப்பற்றிக் குறிப்பிடுகிறார். அபிராக்களுடன் அவர்களை இணைக்கிறார். சபா பருவம் இயல் XXXII இல் மகாபாரதம் சூத்திரர்களின் குடியரசைப் பற்றிக் கூறுகிறது. விஷ்ணுபுராணமும் அதேபோன்று மார்க்கண்டேய புராணமும் பிரஹ்ம புராணமும் சூத்திரர்களை இதர பல இனங்களிடையே ஒரு தனிப்பட்ட பழங்குடியினராகக் காட்டுவதுடன் விந்தியமலைகளுக்கு மேலே உள்ள நாட்டின் மேற்கத்தியப் பகுதியில் அவர்கள் வாழ்ந்ததாகவும் நிர்ணயிக்கின்றன.

II

இப்போது நாம் இரண்டாவது கருத்தின் பக்கம் திரும்பி அதில் அடங்கியுள்ள பல்வேறு கூறுகளை ஆய்வு செய்வோம். அக்கருத்தில் இருகூறுகள் உள்ளன. முதலாவது, தசியுக்கள் மற்றும் தாசர்கள் என்ற சொற்கள் இனத்தைக் குறிக்கும் அர்த்தத்தில், ஆரியர்கள் அல்லாத பழங்குடியினர் என்பதைக் குறிக்கும் விதத்தில் பயன்படுத்தப்பட்டனவா? இரண்டாவது கூறு என்னவெனில் மேற்கூறப்பட்ட கருத்து உண்மை என்றே வைத்துக்கொண்டாலும் அவர்கள் இந்தியாவின் பூர்வப்பழங்குடியினர் என்பதைச் சுட்டிக் காட்டுவதற்கு ஆதாரங்கள் ஏதேனும் உள்ளனவா? இரு கேள்விகளுக்கும் 'ஆம்' என்ற பதில் கிடைக்காதவரை தசியுக்களையும் தாசர்களையும் சூத்திரர்களுடன் இணைத்து அடையாளம் காட்டப்படும் சாத்தியக்கூறுகள் இல்லை.

தசியுக்களைப் பற்றிக்கூறும்போது, இவர்கள் ஆரியர்கள் அல்லாத மக்கள் என்பதைச் சுட்டிக்காட்டும் விதத்தில் அவர்கள் ஓர் இனம் என்ற அர்த்தத்தில் இச்சொல் பயன்படுத்தப்படுவதைக் காட்டும் சான்றுகள் இல்லை. மறுபுறத்தில், ஆரியர்களின் சமயத்தைப் பின்பற்றாதவர்களைக் குறிக்க அது பயன்படுத்தப்பட்டது என்ற முடிவுக்கு ஆதரவாக ஆக்கப்பூர்வமான சான்றுகள் உள்ளன. இது தொடர்பாக மகாபாரதத்தின் சாந்திபருவத்தில் 65 ஆவது அத்தியாயத்தில் 23ஆவது செய்யுளை மேற்கோள் காட்ட முடியும். அது வருமாறு

दृश्यन्ते मानुषे लीके सर्ववर्णेषु वस्यवः ।
लिंगान्तरे वर्तमाना आश्रमेषुचतुर्ष्वपि ॥

அச்செய்யுள் கூறுவதாவது: "எல்லா வருணங்களிலும் எல்லா ஆசிரமங்களிலும் தசியுக்கள் இருப்பதை ஒருவர் காணமுடியும்.'

தசியு என்ற சொல்லின் மூலம் என்ன என்பதைக் கூறுவது கடினம். ஆனால் அது இந்தோ -ஈரானியர்களுக்கு எதிராக இந்தோ-ஆரியர்கள் பயன்படுத்திய பழிச்சொல் என்ற ஒரு கருத்தும் முன் வைக்கப்படுகிறது. இதில் இயற்கைக்கு மாறானதோ அல்லது கற்பனையோ எதுவும் இல்லை என்று கூறலாம். இந்த இரு இனங்களும் ஒன்றுடன் ஒன்று மோதிக்கொண்டதற்கு வரலாறு சான்று பகர்கிறது. ஆகவே, இந்தோ-ஆரியர்கள் தங்களது பகைவர்களை இத்தகைய ஓர் இழிவான சொல்லால் அழைத்திருப்பது சாத்தியமே. இது உண்மை எனில் தசியுக்களை இந்தியாவின் பூர்வகுடிமக்களாகக் கருத முடியாது."

தாசர்களைப் பொறுத்தவரை, அவர்களுக்கும் ஜெண்ட் அவெஸ்தா என்னும் பார்சிகளுடைய மத நூலில் வரும் ஆழி-தஹகாவுக்கும் இடையில் ஏதேனும் தொடர்பு இருந்ததா என்பது தான் பிரச்சினை. ஆழி-ஹகா என்ற பெயர் இருபாகங்களைக் கொண்ட ஒரு கூட்டுப்பெயராகும். ஆழி என்றால் பாம்பு, டிராகன் அதாவது பறக்கும் நாகம் என்று அர்த்தம். தஹகா என்ற சொல் டாஹ் என்ற மூலச்சொல்லிலிருந்து வருகிறது. அதற்கு 'கொட்டுதல்' 'தீங்கு விளைவித்தல்' என்று அர்த்தமாகும். இவ்வாறு, ஆழி தஹகா என்றால் தீண்டும் டிராகன் என்று அர்த்தமாகும். இந்தோ ஈரானிய மரபுப்படி ஜொஹாக் எனப் பொதுவாக அறியப்படும் ஒரு நபரது பெயராகும் இது. யஷ்த் இலக்கியத்தில் அவர் பல முறை குறிப்பிடப்படுகிறார். அவர் பாபிலோனில் வாழ்ந்ததாகவும் அங்கு அவர் ஓர் அரண்மனையைக் கட்டியதாகவும் பெருமையுடன் கூறப்படுகிறார். பாபிலோனில் ஒருமகத்தான வானிலை ஆராய்ச்சிக் கூடத்தைக் கட்டிய பெருமையும் அவருக்கு உண்டு. இந்த பலசாலிப் பிசாசான ஆழி-தஹகா உலகின் புனித ராஜாங்கத்தை அழிப்பதற்காக தலைமைப் பேயான அங்கீராமைனியுவினால் உருவாக்கப்பட்டதாகும். புகழ் பெற்ற மன்னனானயிமாவுக்கு எதிராகப் போருக்குச் சென்று அவனைத் தோற்கடித்ததுடன் அம்மன்னனைப் போரில் கொன்றும் விட்டது.

அவெஸ்தாவில் யிமா எப்போதும் க்ஷியேதா என்று சொல்லப்படுகிறான். ஆட்சி புரிவதில் பிராகாசமானவன் என்று இதற்கு அர்த்தமாகும். மூலச்சொல்லான க்ஷி இரு அர்த்தங்களைக் கொண்டுள்ளது: பிரகாசிப்பது அல்லது ஆட்சிபுரிவது என்பதே அவை. யிமாவுக்கு மற்றுமொரு அடைமொழி பொதுவாகப் பயன்படுத்தப்படுகிறது, அதுவே ஹிவன்த்வா என்பதாகும், அதற்கு 'நல்ல மக்களைக் கொண்டிருப்பவர்' என்பது அர்த்தம். இந்த அவெஸ்தா யிமா க்ஷியயேதா பின்னாளைய பெர்சிய மொழியில் ஜாம்ஷித் என்று மாறியது. பாரம்பரியங்களின்படி விவங்கவந்தின் மகனான ஜாம்ஷித் மன்னன் ஈரானிய வரலாற்றில் மிகப் பெரிய வீரனாக இருந்தான். மகத்தான பெர்சிய நாகரிகத்தைத் தோற்றுவித்தவனும் அவனே. பெஷ்தியதியான் அரசு குலத்தின் மன்னனாக அவன் இருந்தான். யஸ்னா 9 மற்றம் 5 இல் (கோயெமா யாஷி) இந்த சடப் பொருளாலான உலகில் ஹஸ்மா (ஸ்க்-சஸ்மா) முரட்டுத்தனமாகத் தாக்கிய முதலாவது மனிதன் "விவன்ஷாஸ்" தான் என்றும் அதற்காக அவனுக்குக் கிடைத்த பரிசுதான் அவனுக்கு சிறந்த மக்களைக் கொண்ட மகன் யிமா பிறந்ததாகும்.

அந்த யிமா வாழும் மனித குலத்திலேயே அவன் ஒளிதரும் சூரியனைப் போன்றிருந்தான். அவனுடைய அரசாட்சியின்போது அவன் உன்னதமான மனிதர் களையும் கால்நடைகளையும் (பிராணிகள்) சாகாவரம் பெற்றவர்களாக்கினான். நீரும் மரங்களும் சாய்ந்துவிடாதிருக்கச் செய்தான். அவன் என்றும் குறையாத புனிதப் புகழுடன் (எப்போதும் புதுப் பொலிவுடன்) விளங்கினான். புகழ் பெற்ற யிமாவின் அரசாட்சியின் போது அதிகக் குளிரோ அல்லது அதிக வெப்பமோ இருக்கவில்லை, முதுமை, இறப்பு, பொறாமை ஆகியவையும் இருக்கவில்லை.

ரிக்வேதத்தின் தாசனும் ஜென்டா அவெஸ்தாவின் தஹகாவும் ஒன்றுதானா? ஒரேமாதிரியாக உள்ள பெயரை சான்றாக எடுத்துக்கொண்டால், அப்போது அது ஒரே நபரின் இருபெயர்கள் தான் என்பதை அது சுட்டிக்காட்டுகிறது. சமஸ்கிருதத்தில் தாசா எனப்படுவது அவெஸ்தாவில் அது தஹாவாக இருப்பது சாத்தியம். ஏனெனில் முன்னதில் சா எனப்படுவது பின்னதில் ஹா என்று இயற்கையிலேயே மாறுபடுகிறது. இது ஒன்று மட்டுமே சான்றாக இருக்குமானால், ரிக்வேதத்தின் தாசாவும் ஜென்டா அவெஸ்தாவின் தஹகாவும் ஒன்றுதான் என்ற கருத்து ஓர் ஊகத்தைத்தவிர வேறாக இருக்கமுடியாது. ஆனால் இதர, கூடுதல் பொருத்தமான சான்றும் இருக்கிறது. அது அவர்களை அடையாளங்காட்டுவதில் எந்தவித ஐயத்திற்கும் இடமில்லாமல் செய்கிறது. யஸ்னாஹா 9 இல் (ஹார்ன் யாஷேயைப் போன்றது) ஆழி -தஹகா மூன்று வாய்களை யும், மூன்று தலைகளையும், ஆறு கண்களையும் கொண்டிருந்தாகக் கூறப்படுகிறது. அவெஸ்தாவில் உள்ள தஹகாவின் இந்த உடற்கூறியல் விளக்கம், ரிக்வேதத்தில் (X.99.6) வரும் தாசாவின் விளக்கமும் ஒரேமாதிரியாக இருப்பதுதான் அதிசயமாக இருக்கிறது. ரிக்வேதத்தில் தாசாவும்கூட மூன்று தலைகளும் ஆறு கண்களும்[7] கொண்டிருந்ததாக விளக்கப்படுகிறது. ரிக்வேதத்தில் வரும் தாசாவும் அவெஸ்தாவில் வரும் தஹகாவும் ஒன்றேதான் என்ற கருத்து ஏற்றுக்கொள்ளப் படுமானால் அப்போது தாசர்கள் இந்தியாவின் பூர்வகுடியினர் அல்ல என்பது தெளிவாகும்.

III

அவர்கள் நாகரிகமற்றவர்களாக இருந்தனரா? தாசர்களும் தசியுக்களும் நாகரிக காலத்திற்கு முற்பட்டவர்கள் அல்லர். ஆரியர்களைப் போன்றே அவர்கள் நாகரிகமடைந்தவர்களாக

இருந்தனர். உண்மையில் ஆரியர்களை விடவும் சக்திவாய்ந்தவர்களாக இருந்தனர். இதற்கு ரிக்வேதம் சான்று பகருகிறது. திரு.அய்யங்கார் அதை சுருங்கக் கூறி நன்கு விளக்குகிறார். அவர் கூறுவதாவது:

"தசியுக்கள் நகரங்களில் வாழ்ந்தனர். ரி.வே..53.8., i. 103.3) அவர்கள் மன்னர்களின்கீழ் வாழ்ந்தனர். அந்த மன்னர்கள் பலரின் பெயர்கள் குறிப்பிடப்பட்டுள்ளன. அவர்கள் பசுக்கள், குதிரைகள், ரதங்கள் ஆகியவற்றின் வடிவத்தில் "சொத்துகளைக் குவித்து" (ரி.வே.ii.15.4) வைத்திருந்தனர், அவற்றை அவர்கள் ஆயிரம் வாசல்களைக்கொண்ட நகரங்களில் வைத்திருந்தபோதிலும் (ரி.வே, . X.99.3) அவற்றை இந்திரன் கைப்பற்றித் தமது பக்தர்களான ஆரியர்களுக்கு (ரி. வே.1.176.4) வழங்கினான். தசியுக்கள் வசதிபடைத்தவர்களாக இருந்தனர் (ரி.வே., 33.4). அவர்களுக்கு "சமவெளிகளிலும் மலைப்பகுதிகளிலும்" ஆஸ்திகள் இருந்தன (ரி.வே.,.69.6). அவர்கள் பலவகையான தங்க ஆபரணங்களை அணிந்திருந்தனர் (ரி.வே. i. 33-8). அவர்கள் பல மாளிகைகளைச் சொந்தமாக வைத்திருந்தனர் (ரி.வே., i.33.13; viii17.14), தசியு பூதங்களும் ஆரியக் கடவுளர்களும் ஒரே மாதிரியான தங்கம், வெள்ளி மற்றும் இரும்பாலான மாளிகைகளில் வசித்தனர் (எஸ்.எஸ். எஸ். VI. 23; அ.வே.v.28.9); ரி.வே..20.8) தசியுக்களுக்குச் சொந்தமான 'கல்லாலான நூறு மாளிகைகளை' (ரி.வே. iv 30.20) வேதங்களில் அடிக்கடி குறிப்பிடப்படும் திவோதாசன் என்ற தமது பக்தனுக்காக கைப்பற்றினான். ஆரியர்கள் வழிபடும் அக்னி அவர்கள் சார்பாக சுட்டெரிக்கும் அனலாக வீரமற்ற தசியுக்களின் நகரங்களைத் தகர்த்து தீக்கிரையாக்கினான். (ரி.வே. vii.5.3). ஆரியர்களிடமிருந்து கைப்பற்றப்பட்ட கால்நடைகள் அடைக்கப்பட்டிருந்த கற்சிறைகளை பிரகஸ்பதி தகர்த்தெறிந்தார் (ரி.வே.iv.67.3). ஆரியர்களைப் போன்று தசியுக்களும் ரதங்கள் வைத்திருந்தனர். அவற்றைப்போரில் பயன்படுத்தினர், ஆரியர்களைப்போன்று அதேமாதிரியான ஆயுதங்களையும் கொண்டிருந்தனர். (ரி.வே.VIII 24.27; 30.5; if; 15.4)"

சூத்திரர்களைப் போன்று தாசர்களும் தசியுக்களும் ஒருவரே என்ற கூற்று அப்பட்டமான கற்பனைக்கூற்றாகும். அது ஒரு ஆதாரமற்ற ஊகமே. அவ்வாறு கூறுபவர்கள் மதிப்பிற்குரிய அறிஞர்களாக இருப்பதால் அக்கூற்று பொறுத்துக்கொள்ளப்படுகிறது. அதற்கான

சான்றுகளைப் பொறுத்தவரை அதற்கு ஆதரவாக மேற்கோள் காட்டக்கூடிய இம்மியளவு சான்றுகூடக்கிடையாது. ஏற்கனவே கூறப்பட்டதுபோன்று ரிக்வேதத்தில் தாசா என்ற சொல் 54 முறையும் தசியு என்றசொல் 78 முறையும் பயன்படுத்தப்படுகிறது. தாசர்களும் தசியுக்களும் சிலசமயங்களில் ஒன்றாகப் பேசப்படுகின்றனர். சூத்திரர் என்ற சொல் ஒரே ஒரு இடத்தில்தான் டம்பெற்றுள்ளது. அதுவும்கூட தாசர்களும் தசியுக்களும் இடம் பெறாத பின்புலத்தில் வருகிறது. இப்பரிசீலனைகளினடிப்படையில், தாசர்களையும் தசியுக்களையும் போன்று சூத்திரர்களும் ஒருவரே என்று எவ்வாறு தெளிந்த சிந்தனையுடைவர் எவரும் கூற முடியும் என்பதைப் புரிந்து கொள்வது கடினமாக இருக்கிறது. பிற்கால வேத இலக்கியத்தில் தாசர்கள், தசியுக்களின் பெயர்கள் முற்றிலுமாக மறைந்து விட்டதைக் குறிப்பிட வேண்டியது மற்றுமொரு உண்மையாகும். வேதகால ஆரியர்கள் அவர்களை முற்றிலுமாகக் கிரகித்துக் கொண்டனர் என்பதே இதற்கு அர்த்தமாகும். ஆனால் சூத்திரர்களின் விஷயமே வேறு. ஆரம்பகால வேத இலக்கியம் அவர்களைப் பற்றி மவுனம் சாதிக்கிறது. ஆனால் பிற்கால வேத இலக்கியத்தில் அவர்கள் நிறைந்து காணப்படுகின்றனர். ஆகவே தாசர்கள் மற்றும் தசியுக்களிடமிருந்து சூத்திரர்கள் வேறுபட்டவர்கள் என்பதை இது காட்டுகிறது.

IV

சூத்திரர்கள் ஆரியர்கள் அல்லாதவர்களா? திரு.கானே கூறுகிறார்:[8]

"பிராமணப் படைப்புகள் மற்றும் தர்மசூத்திரங்களின் காலங்களிலும்கூட ஆரியர்களுக்கும் சூத்திரர்களுக்கும் இடையில் ஒரு தெளிவான எல்லைக்கோடு இருந்துவந்தது. தந்தியா பிராமணம் ஒரு பொய்யான சண்டையைப் பற்றிக் கூறுகின்றது. 'ஓர் ஆரியனும் ஒரு சூத்திரனும் ஒரு தோலின்மீது சண்டை போடுகின்றனர். அந்த இருவரில் ஆரியனே வெற்றிபெறும் விதத்தில் எல்லாமே ஏற்பாடுசெய்யப்படுகிறது. ஆபஸ்தம்ப சூத்திரம்' (i.3.4041) பின்வருமாறு கூறுகிறது: யாசகம் கேட்டுத் தான் கொணர்ந்த எல்லா உணவையும் ஒரு பிரம்மச்சாரியினால் உண்ண முடியவில்லை என்றால் அதை அவன் ஓர் ஆரிய னுக்கு அருகில் வைக்க வேண்டும்

(அவனது உபயோகத்திற்காக) அல்லது தனது குருவுக்குத் தாசனாக இருக்கும் ஒரு சூத்திரனுக்கு அதை வழங்கலாம். அதேபோன்று, கவுதமர் X.69 சூத்திரருக்குப் பதிலாக 'அனாரியன்' என்ற சொல்லைப் பயன் படுத்தினார்."

சூத்திரர்களுக்கும் ஆரியர்களுக்கும் இடையிலான எல்லைக் கோட்டுப்பிரச்சினை சம்பந்தமாக, அந்த விஷயம் மிகக்கவனமாக ஆய்வு செய்யப்படவேண்டும். ஆரியர்கள் அல்லாதவர்கள்தான் சூத்திரர்கள் என்றவாதத்தின் பலம் பின்வரும் வாசகங்களில் காணப்படுகிறது:

அ.வே., IV.20.4. "ஆயிரம் கண்கொண்ட கடவுள் இச்செடியை எனது வலதுகரத்தில் வைப்பார்; அதைக்கொண்டு நான் அனைவரையும், சூத்திரர்களையும் அதேபோன்று ஆரியர்களையும் காண்கிறேன்."

கதக சம்ஹிதை, XXXIV, 5. - "சூத்திரர்களும் ஆரியர்களும் தோலைப்பற்றிச் சண்டையிட்டுக் கொள்கின்றனர். கடவுளர்களும் அசுரர்களும் சூரியன் சம்பந்தமாக சண்டையிட்டுக் கொண்டனர். கடவுளர்கள் வெற்றி பெற்றனர் (சூரியனைப் பெற்றனர்). சூத்திரர்களுடன் சண்டையிட்ட இச்செயல் மூலமாக ஆரியர்கள் ஆரிய வருணத்தை வெற்றி பெறச் செய்கின்றனர். ஆரியன் வெற்றிகரமானவனாகத் தன்னைத்தானே ஆக்கிக்கொள்கிறான். ஆரியன் பலி பீடத்தில் இருக்க வேண்டும். சூத்திரன் பலி பீடத்துக்கு வெளியே இருந்திருக்க வேண்டும். தோலின் நிறம் வெள்ளையாக சூரியன் வடிவத்தில் வட்ட வடிவில் இருக்கும்."

வாஜசனேயி சம்ஹிதை, XXIII.30-31 - "வயலில் உள்ள பார்லியை ஒரு மான் உண்ணும்போது அந்த வயலின் உரிமையாளன் அக்கொழுத்த பிராணியைக்கண்டு மகிழ்ச்சியடைவதில்லை. ஒரு சூத்திரப் பெண் ஓர் ஆரியனைக் காதலனாகக் கொண்டிருந்தால் அதன் பலனாக அவளது கணவன் வசதியைத் தேடிக் கொள்ள விரும்புவதில்லை."

ஒரு மான் பார்லியை மேயும்போது அந்தவயலின் உரிமையாளன் அக்கொழுத்த பிராணியை அங்கீகரிப்பதில்லை. ஓர் ஆரியப் பெண்ணின் காதலனாக ஒரு சூத்திரன் இருக்கும்போது, அதனால் கிடைக்கும் வசதிகளை அவளுடைய கணவன் ஏற்றுக் கொள்வதில்லை.

சூத்திரர்களும் ஆரியர்களும் தனித்தனியானவர்கள், எதிரும் புதிருமானவர்கள் என்று கூறும் இந்தப் பத்திகள், சூத்திரர்கள் ஆரியர்கள் அல்லாதவர்கள் என்ற தத்துவத்தின் அடித்தளமாக அமைகின்றன. ஆனால் இத்தகைய ஒரு முடிவு அவசரமுடிவாக இருக்கும். மேற்கூறப்பட்ட பத்திகளிலிருந்து எந்த முடிவுக்கும் வருவதற்கு முன்னர் கருத்துக்களை மனதில் கொள்ளவேண்டும். முன்னர் கூறப்பட்டதற்கு ஏற்பவும், ரிக் வேதத்தில் காணக்கிடக்கும் சான்றுகளின் படியும் இருவகையான ஆரியர்கள் - வேதகால ஆரியர்கள், வேத காலத்தைச் சாராத ஆரியர்கள் இருந்தனர் என்பதை மனதில் கொள்ள வேண்டும். இந்த உண்மையைப் பார்க்கும்போது ஒரு இனத்தைச் சேர்ந்த ஆரியன் மற்றொரு இனத்தைச் சேர்ந்த ஆரியர் பற்றி வரும் தனித்தனியானவர்கள், எதிரும் புதிருமானவர்கள் என்று கூறுவது எளிதானதாக இருக்கும். சூத்திரர்கள் ஆரியர்களுக்கு எதிரானவர்கள் எனும் மேற்கூறப்பட்ட அறிக்கைகளை இந்த வகையில் பார்க்கும்போது, அவர்கள் ஆரியர்கள் அல்ல என்று அர்த்தமாகாது. அவர்கள் வெவ்வேறு பிரிவு அல்லது இனத்தைச் சேர்ந்த ஆரியர்களாவர்.

இது சாத்தியமே என்பதை இந்துக்களின் புனிதஇலக்கியங்களில் வரும் பின்வரும் அறிக்கையிலிருந்து காணமுடியும்.

1. அ.வே. xix. 32.8 -: ஓ, தர்பையே, பிராமணனுக்கும் ரஜனியனுக்கும் (அதாவது சத்திரியன்), சூத்திரனுக்கும் ஆரியனுக்கும் நாம் நேசிக்கும் அவனுக்கும், காணமுடியக்கூடிய அனைவருக்கும் என்னை நெருக்கமானவனாக, ஆக்குவாயாக.

2. அ.வே. xix.62.1-கடவுளர்களிடையே என்னை அன்பிற்குரியவனாக்குவாயாக, இளவரசர்களிடையே என்னை அன்பிற்குரியவனாக்குவாயாக, காணக்கூடிய அனைவருக்கும், சூத்திரர்களுக்கும், ஆரியருக்கும் என்னைப் பிரியமானவனாக்குவாயாக.

3. வாஜசனேயி சம்ஹிதை, XVili.48 "ஓ அக்னி, பிராமணர்களிடையே எங்களுக்கு மேன்மை வழங்குவாயாக; மன்னர்களிடையே எங்களுக்கு மேன்மை வழங்குவாயாக; வைசியர்களுக்கும் சூத்திரர்களுக்கும் இடையே எங்களுக்கு மேன்மை வழங்குவாயாக; எனக்கு மேன்மைக்கு மேல் மேன்மை வழங்குவாயாக.

4. வாஜசனேயி சம்ஹிதை XX.17 - "கிராமத்தில், வனத்தில், சபையில் சூத்திரர் அல்லது ஆரியர்களுக்கு எதிராக நாங்கள் என்ன பாவம் செய்திருந்தாலும், தனது கடமை விஷயத்தில் (ஒருவர் மற்றவர்பால்) எங்களில் ஒருவர் என்ன பாவம் செய்திருந்தாலும் (இருவர் பலிகொடுப்பவரும் அவரது மனைவியும்) - அப்பாவத்தை அழிப்பவன் நீயே."

5. வாஜசனேயி சம்ஹிதை XVIII.48. "இப்புனிதமான சொற்களை மக்களுக்கும், பிராமணனுக்கும், ராஜன்யனுக்கும், சூத்திரனுக்கும், ஆரியனுக்கும், எனது சொந்த எதிரிக்கும் நான் சொல்லும்போது, கடவுளர்களுக்கும் இந்த உலகில் தட்சிணை கொடுப்பவர்களுக்கும் நான் அன்பானவனாக இருப்பேனாக. அந்த எனது எதிரி எனக்குக் கீழ்படிந்து நடப்பானாக."

இந்த வாசகங்கள் எதைக் காட்டுகின்றன? முதலாவது வாசகம் பிராமணர்களுக்கும் ஆரியர்களுக்கும் இடையில் உள்ள வேறுபாட்டைக் காட்டுகின்றது. அதனால் பிராமணர்கள் ஆரியர்கள் அல்லாதவர்கள் என்று கூறமுடியுமா? இதர வாசகங்கள் சூத்திரர்களின் அன்புக்கும் நல்லெண்ணத்திற்கும் பிரார்த்திக்கின்றன. சூத்திரன் நாகரிக காலத்துக்கு முந்திய பூர்வகுடியைச் சேர்ந்த ஆரியனல்லாதவனாக இருந்திருந்தால் இத்தகைய ஒரு பிரார்த்தனை சாத்தியம் தானா? நம்பிக்கை வைக்கப்படும் இந்த வாசகங்கள் சூத்திரர்கள் ஆரியர்கள் அல்லாதவர்கள் என்பதை நிரூபிக்கவில்லை.

தர்மசூத்திரங்கள் சூத்திரனை அனாரியன் என்று அழைக்கின்றன என்பதும், வாஜசனேயி சம்ஹிதையில் காணப்படும் வாசகங்கள் சூத்திரப் பெண்மீது வெறுப்பை உமிழ்கின்றன என்பதும் எதையும் அர்த்தப்படுத்துவதில்லை. தர்மசூத்திரத்தின் கூற்றை ஏற்றுக் கொள்வதற்கு எதிராக இரு வாதங்கள் உள்ளன. முதலாவதாக பின்னர் கூறப்பட விருப்பதைப் போன்று, தர்மசூத்திரங்களும் இதர நூல்களும் சூத்திரர்களின் எதிரிகளால் எழுதப்பட்டவையாகும். ஆகவே அவற்றிற்கு சான்றளிக்கும் மதிப்பு எதுவும் கிடையாது. இத்தகைய சூத்திரர்- எதிர்ப்பு வாசகங்கள் வெறும் பழித்துரைகள்தானா என்பதும் ஐயத்திற்கிடமாக உள்ளது. இதர படைப்புக்களில் கூறப்பட்டுள்ள உண்மைகளுக்கு அவை முரணாக இருப்பது போல் தோன்றுகிறது.

உபநயன நிகழ்ச்சிகளை நடத்தவும் பூணூல் அணியவும் ஒரு சூத்திரன் உரிமை படைத்தவனல்ல என்று தர்மசூத்திரங்கள் கூறுகின்றன. ஆனால் சம்ஸ்கர கணபதி சூத்திரர்கள் உபநயனங்களுக்குத்[9] தகுதியுடைவர்கள் என்று கூறும் ஒரு ஷரத்தைக் கொண்டிருக்கிறது.

சூத்திரனுக்கு வேதங்களைக் கற்றுக்கொள்ளும் உரிமை இல்லை என்று தர்மசூத்திரங்கள் கூறுகின்றன. ஆனால் சாந்தோக்கிய உபநிடதம் (iv. 1-2) ஜனஸ்ருதி என்பவருடைய கதையை விவரிக்கிறது. அதில் அவருக்கு குரு ரைக்வர் என்பர் வேதவித்தையைக் கற்றுக் கொடுக்கிறார். இந்த ஜனஸ்ருதி ஒரு சூத்திரர். இன்னும் சொல்லப்போனால் கவஷா அய்லுஷாவும்[10] ஒரு சூத்திரரே. அவர் ஒரு ரிஷியாக இருந்தார்; ரிக் வேதத்தின் பத்தாவது நூலில் ஏராளமான செய்யுள்களை எழுதியவரும் அவரே.

வேத நிகழ்ச்சிகளை நடத்தவோ பலிகொடுக்கவோ ஒரு சூத்திரனுக்கு எந்த உரிமையும் கிடையாது என்று தர்மசூத்திரங்கள் கூறுகின்றன. ஆனால் பூர்வமீமாம்சையின்[11] ஆசிரியரான ஜைய்மினி, பதாரி என்ற பெயர் கொண்ட ஒரு பழங்கால குருவைப் பற்றிக் குறிப்பிடுகிறார் - இவருடைய படைப்புகள் கிடைக்கவில்லை - இவர் சூத்திரர்ளும்கூட வேதபலிகளை நடத்தலாம் என்று மாறுபட்ட கருத்தின் சொந்தக்காரராக இருந்திருக்கிறார். பரத்வாஜ சிரௌத் சூத்திரம் (வி.28), ஒரு வேதபலியை நடத்துவதற்குத் தேவையான மூன்று புனித யாகங்களை ஒரு சூத்திரன் நடத்த முடியும் என்று கூறும் மற்றுமொரு கருத்து நிலவியதாக ஒப்புக் கொள்கிறது. அதேபோன்றுவேதச் சடங்குகளைச் செய்யும் தகுதி சூத்திரனுக்கு உண்டு என்ற ஊகத்துக்கு இட்டுச் செல்லும் சில வேத வாசகங்கள் இருப்பதாக காத்தியாயன சிரௌத்த சூத்திரத்தின் (1.41.6) விமர்சகர் ஒப்புக்கொள்கிறார்.

ஒரு சூத்திரன் புனிதமான சோமபானத்தை அருந்தத் தகுதியற்றவன் என்று தர்மசூத்திரங்கள் கூறுகின்றன. ஆனால் அச்சுவினிகளின் கதையில் புனிதமான சோமபானத்தை அருந்தும் உரிமை சூத்திரர்களுக்கு உண்டு என்று நிச்சயமான சான்று உள்ளது. அச்சு வினிகள் ஒருமுறை அப்போதுதான் ஸ்னானம் செய்து முடிந்திருந்த சுகன்யாவின் பிறந்த மேனியைப் பார்க்க நேர்ந்தது எனது அக்கதை கூறுகிறது. எந்த நாளிலும் இறந்துவிடக்கூடிய அளவுக்கு திருமணத்தின் போது மிகவும் முதியவராக இருந்த சியவனர் என்ற ரிஷியை மணம் செய்துகொண்ட ஓர்

இளம்பெண்ணாக அவள் இருந்தாள். சுகன்யாவின் அழகில் மயங்கிய அச்சுவினிகள் "எங்களில் ஒருவரைக் கணவனாக ஏற்றுக் கொள். உன்னுடைய இளமையைப் பயனற்றவிதத்தில் கழிப்பது உனக்கு நல்லதல்ல" என்று கூறினர். "நான் எனது கணவனுக்கு என்னை அர்ப்பணித்துக் கொண்டிருக்கிறேன்" என்றுகூறி அவள் மறுத்தாள். அவர்கள் அவளிடம் திரும்பவும் பேசினர், இந்த முறை அவர்கள் ஒருபேரத்தை முன்வைத்தனர்: "நாங்கள் இருவரும் புகழ் பெற்ற தெய்வீக மருத்துவர்களாவோம். உன்னுடைய கணவனை இளமையும் கவர்ச்சியும் உடையவராக மாற்றுவோம். அப்போது நீ எங்களில் ஒருவரை உன் கணவனாகத் தேர்வு செய்துகொள்வாயாக. அவள் தனது கணவனிடம் சென்று அச்சுவினிகளின் பேரத்தைப் பற்றிய நிபந்தனைகளைத் தெரிவித்தாள். சியவனர் "நீ அவ்வாறே செய்வாயாக" என்று சுகன்யாவிடம் கூறினார். அந்த பேரம் நிறை வேற்றப்பட்டது, அச்சுவினிகள் சியவனரை ஓர் இளைஞனாக மாற்றினர். அதைத் தொடர்ந்து அச்சுவினிகளுக்கு கடவுளர்களின் பானமான சோமபானத்தைப் பெறும் உரிமை உண்டா என்று ஒரு கேள்வி எழுந்தது. அச்சுவினிகள் சூத்திரர்கள், ஆகவே அவர்களுக்கு சோமபானத்தைப்பெறும் உரிமை கிடையாது என்று கூறி இந்திரன் ஆட்சேபித்தான். அச்சுவினிகளிடமிருந்து மாறா இளமையைப் பெற்ற சியவனர் அக்கூற்றை ஒதுக்கித் தள்ளிவிட்டு அவர்களுக்கு சோம பானத்தை[12] வழங்குமாறு இந்திரனைக் கட்டாயப்படுத்தினார்.

சூத்திரர்கள் ஆரியரல்லாதவர்கள் என்ற தர்மசூத்திரங்களின் சான்றுகளை ஏன் ஏற்றுக்கொள்ளக்கூடாது என்பதற்கு மற்றுமொரு காரணமும் உண்டு. முதலாவதாக அது மனுவின் கண்ணோட்டத்திற்கு முரண்பட்டதாக இருக்கிறது. சூத்திரன் எனப்படுவன் ஓர் ஆரியனா அல்லது ஆரியனல்லாதவனா என்ற பிரச்சினைக்கு முடிவு காண்பதில் மனுவின் பின்வரும் செய்யுள் வரிகளை கவனமாகப் பரிசீலனை செய்ய வேண்டிய தேவை ஏற்படுகிறது:

> "ஒரு பிராமணனுக்கும் ஒரு சூத்திரப் பெண்ணுக்கும் பிறந்த ஒரு பெண் உயர் ஜாதியைச் சேர்ந்த ஒருவனுக்குக் குழந்தை பெற்றால், கீழ் குலத்தைச் சேர்ந்த ஏழாவது தலைமுறைக்குள் அக்குழந்தை உயர் ஜாதியைச் சேர்ந்தவனாகி விடுவான்."

"(இவ்வாறு) ஒரு சூத்திரன் ஒருபிராமணனின் அந்தஸ்தைப் பெறுகிறான், (அதேபோன்று) ஒரு பிராமணன் சூத்திரனின் நிலைக்குத் தாழ்ந்துவிடுகிறான்; ஆனால் ஒரு சத்திரியனுக்கும் அல்லது ஒரு வைசியனுக்கும் பிறக்கும் குழந்தைக்கும் இதேநிலைமைதான் என்பதை அறிவீர்களாக."

ஓர் ஆரியன் சந்தர்ப்பவசத்தால் ஆரியரல்லாத ஒரு பெண்ணுடன் தொடர்பு கொண்டு ஒரு மகன் பிறந்தால் அல்லது ஒரு பிராமணப்பெண்ணுக்கும் ஓர் ஆரியரல்லாத ஆணுக்கும் மகன் பிறந்தால் இவர்களில் யாருக்கு முக்கியத்துவம் தர வேண்டும் என்று சந்தேகம் எழுமானால், இதன் முடிவு பின்வருமாறு அமைந்திருக்கும் : ஓர் ஆரியனுக்கும் ஆரியரல்லாத ஒரு பெண்ணுக்கும் பிறந்த ஒருவன் தனது குணநலன்களில் ஓர் ஆரியனாக மாறக்கூடும்; ஓர் ஆரியரல்லாத தந்தைக்கும் ஓர் ஆரியத் தாய்க்கும் பிறந்த ஒருவன் ஆரியனாக இருக்க முடியாது.[13]

மனுவின் 64 ஆவது செய்யுள் வரிகளை கவுதம தர்ம சூத்திரத்திலும் (யு.வி.22) காணமுடியும். இந்த செய்யுள் வரியை சரியானவிதத்தில் புரிந்து கொள்வதில் சில கருத்து வேறுபாடுகள் இருப்பதுபோல் தோன்றுகிறது. பல்வேறு கருத்துகளையும் தொகுத்து வழங்கும் புஹ்லர் பின்வருமாறு சுருங்கக் கூறுகிறார்:

"மெத்., கோவ்., குல்.., ராக், , ஆகியவற்றின்படி, ஒரு பிராமணனின் மகளும், ஒருசூத்திர ஆணும் அவளுடைய வழித்தோன்றல்களும் பிராமணர்களை மணந்து கொண்டால், முதலாவது தம்பதியினரின் ஆறவாது பெண்வழித்தோன்றலின் குழந்தை பிராமணனாக இருப்பான் என்று இதற்கு அர்த்தமாகும். இந்த விளக்கம் கவுதமரின் ஹரதத்தா வழங்கும் கருத்துடன் ஒத்துப்போகிறது. அதேசமயம் நர். மற்றும் நன். இந்த செய்யுள் வரிகளை மிகவும் வித்தியாசமாகக் காண்கின்றன. ஒரு பிராமணனுக்கும் ஒரு சூத்திரப் பெண்ணுக்கும் பிறக்கும் மகனான பரசவன், மிகச் சிறந்த நன்னெறிகளையும் இதர நற்குணங்களையும் கொண்ட ஒரு பரசவப் பெண்ணை மணப்பானேயானால், அவனுடைய வழித்தோன்றல்களும் அவ்வாறே இருப்பார்களேயானால், ஆறாவது தலைமுறையில் பிறக்கும் குழந்தை ஒரு பிராமணனாக இருப்பான் என்று அவை கூறுகின்றன. தமது கருத்துக்கு ஆதரவாக நந்தனர், போதாயணரை (*i*.16. 13-14) (கீழை நாடுகளின் புனித

நூல்களின் எனது மொழியாக்கத்தில் விடுபட்டது, ii, பக்.197) மேற்கோள் காட்டி, 'ஒரு நிஷாதனுவுக்கும் ஒரு நிஷாதிக்கும் பிறக்கும் குழந்தை, ஐந்து தலைமுறைகளுக்குள் சூத்திரத் தன்மையை அகற்றி விடுகிறது' அதை ஒருவர் சமய மரபினுள் சேர்க்கலாம் (ஐந்தாவது வழித்தோன்றலுக்காக வேள்வி நடத்தலாம்.) மதராசிலிருந்து கிடைத்துள்ள புதிய ஆவணங்களால் ஆதரிக்கப்படும் போதாயணரின் இந்த பகுதியானது, பிராமணர்களுக்கு சூத்திரப் பெண்களுக்கும் பிறக்கும் ஆண் குழந்தைகளை ஆரியர்களின் அந்தஸ்துக்கு உயர்த்த போதாயனம் அனுமதித்தது என்பதை இது தெளிவாகக் காட்டுகிறது. மனுவின் செய்யுள் வரிகள் ஒரேமாதிரியான அர்த்தத்தை வழங்கக்கூடும் என்பது சாத்தியமற்றது அல்ல. அதன் மொழியாக்கம் பின்வருமாறு இருக்க வேண்டும்: "ஒரு பிராமணனுக்கும் ஒரு சூத்திரப் பெண்ணுக்கும் பிறக்கும் குழந்தை, மிகச் சிறந்த குழந்தைகளைப் பெற்றெடுக்குமேயானால் (பிராமண ஜாதியைச் சேர்ந்த ஆண் அல்லது பரசவா இனத்தைச் சேர்ந்த பெண்) கீழ் ஜாதி தனது ஏழாவது தலைமுறையின்போது மிக உயர்ந்த ஜாதி என்ற அந்தஸ்தைப் பெறுகிறது."

விளக்கம் எதுவாக இருந்தாலும் ஏழாவது தலைமுறையில்[14] ஒரு சூத்திரன் சில சூழ்நிலைகளில் ஒரு பிராமணனாக மாறமுடியும் என்ற உண்மை விளங்குகிறது. சூத்திரன் ஓர் ஆரியனாக இல்லாதிருந்தால் இத்தகைய ஒரு கருத்து சாத்தியமற்றதாக இருந்திருக்கும்.

சூத்திரன் ஆரியனல்ல என்ற கருத்து அர்த்தசாஸ்திரத்தின் கண்ணோட்டத்திற்கு முரணானதாகும். அக்கண்ணோட்டத்தின் ஒரு பிரதிநிதி என்ற முறையில் இப்பிரச்சினை குறித்த கவுடில்யரின் கருத்து மிகவும் மதிப்பு வாய்ந்ததாகும். அடிமைத்தனத்தின் சட்ட விதிகளை வரையும்போது கவுடில்யர் பின்வருமாறு கூறுகிறார்:[15]

பிறவி அடிமையாக இல்லாத, வயதுக்குவராத ஆனால் பிறவியில் ஆரியனாக இருக்கும் ஒரு சூத்திரனின் வாழ்வை அவனுடைய ரத்த உறவினர்கள் விற்பது அல்லது அடமானம் வைப்பது, 12 பணம் அபராதத்துடன் தண்டனைக்குரியதாகும்.

ஓர் அடிமையின் பணத்தை ஏமாற்றுவது அல்லது ஓர் ஆரியன் என்றமுறையில் அவன் அனுபவித்துவரும்

சலுகைகளை அவனிடம் இருந்து பறிப்பது ஆகியவை ஓர் ஆரியனின் வாழ்வை அடிமைப்படுத்தியதற்காக விதிக்கப்படும் அபராதத்தில் பாதி அபராதத்துடன் கூடிய தண்டனைக்கு உரியதாகும்.

தேவையான மீட்புப் பணத்தைப் பெற்றுக் கொண்ட பின்னரும் ஓர் அடிமையை விடுதலை செய்யத் தவறுவது 12 பணம் அபராதம் செலுத்தும் தண்டனைக்குரியதாகும்; காரணமின்றி ஓர் அடிமையை அடைத்துவைப்பதும் கூட அதேபோன்ற தண்டனைக்குரியதாகும்.

தன்னைத்தானே ஓர் அடிமையாக விற்றுக்கொண்ட ஒரு மனிதனுடைய குழந்தை ஓர் ஆரியனாக இருப்பான். தனது எஜமானரின் பணிகளுக்குத் தீங்கு விளைவிக்காதவாறு தான் ஈட்டிய பொருளுக்கும் தந்தையிடமிருந்து மரபுரிமையாகப் பெறப்பட்ட பொருளுக்கும் ஓர் அடிமை உரிமையாளனாவதற்கு உரிமை உண்டு.

இங்கு கவுடில்யர் சூத்திரனை ஓர் ஆரியனென்று கூடுமானவரை மிகத் தெளிவாக வலியுறுத்திக் கூறுகிறார்.

V

சூத்திரர்கள் அடிமைகளாக்கப்பட்டதாகக் கூறப்படும் பிரச்சினையைப் பார்க்கும்போது அது அர்த்தமற்றது என்பதுடன் வடிகட்டிய பொய்யுமாகும். இது இரு ஊகங்களை ஆதாரமாகக் கொண்டுள்ளது. முதலாவதாக, ரிக்வேதத்தில் தாசர்கள் அடிமைகளாகச் சித்தரிக்கப்படுகின்றனர். இரண்டாவதாக தாசர்களும் சூத்திரர்களும் ஒருவரே என்பது.

ரிக்வேதத்தில் தாசன் என்ற சொல் அடிமை அல்லது வேலையாள் என்ற அர்த்தத்தில் பயன்படுத்தப்படுகிறது. இந்த அர்த்தத்தில் இச்சொல் ஐந்து இடங்களில் மட்டுமே வருகிறது. ஆனால் இச்சொல் ஐந்துமுறைக்கு மேல் பயன்படுத்தப்பட்டிருந்தாலும்கூட அது சூத்திரர்கள் அடிமையாக்கப்பட்டிருந்தார்கள் என்பதை நிரூபிக்குமா? இந்த இருவரும் ஒருவரே என்பது நிரூபிக்கப்படாதவரை இந்தக் கருத்து அபத்தமானதாகவே இருக்கும். இது நமக்குத் தெரிந்த உண்மைகளுக்கு முரணானதாக உள்ளது.

மன்னர்களின் முடிசூட்டு விழாக்களில் சூத்திரர்கள் பங்கு கொண்டனர். வேதகாலத்திற்கு முன்பு அல்லது பிராமணர்களின் காலத்தில் ஒரு மன்னனின் முடிசூட்டுவிழா என்பது உண்மையில் மக்களால் மன்னருக்கு அரசுரிமை வழங்கும் ஒரு விழாவாகும். ரத்னிகள் எனப்படும் பிரதிநிதிகளால் இது செய்யப்பட்டது. மன்னரைப் பதவியலமர்த்துவதில் அவர்கள் முக்கியமான பாத்திரம் வகித்தனர். ரத்னிக்கள் என்று அவர்கள் அழைக்கப்பட்டதற்குக் காரணம், அரசுரிமையின் சின்னமாகத் திகழ்ந்த ரத்தினம் (அணிகலன்) அவர்களிடம்தான் இருந்தது. அரசுரிமையின் சின்னமான அந்த அணிகலனை மன்னரிடம் ரத்னிக்கள் ஒப்படைக்கும்போதுதான் அந்தமன்னர் அரசுரிமையைப் பெறுவார், தமது அரசுரிமையைப் பெற்றபின்னர் அந்த மன்னர் ஒவ்வொரு ரத்னிக்கள் வீட்டுக்கும் சென்று அவருக்கு வெகுமதிகள் வழங்கினார். அந்த ரத்னிக்களில் ஒருவர் எப்போதுமே ஒரு சூத்திரராக[16] இருந்தார் என்ற உண்மை குறிப்பிடத்தக்கதாகும்.

பிந்திய காலத்தின் முடிசூட்டுவிழா நிகழ்ச்சியை நீதிமயுகாவின் ஆசிரியரான நீலகந்தா விவரிக்கிறார். அவருடைய கூற்றுப்படி நான்கு முதலமைச்சர்கள், பிராமணர், சத்திரியர், வைசியர், சூத்திரர் ஆகியோர் புதிய மன்னருக்கு முடிசூட்டினர். பின்னர் ஒவ்வொரு வருணத்தையும் இன்னும் கீழ்ஜாதியையும் சேர்ந்தவர் களும் அவருக்கு புனிதநீராட்டு செய்வித்தனர். பின்னர்தான் அந்த இருமுறை பிறந்த மன்னர் அதிகாரத்தை ஏற்றுக்கொள்கிறார்.[17]

மன்னரின் மூடிசூட்டுவிழாவிற்கு பிராமணர்களுடன் சேர்ந்து சூத்திரர்களும் அழைக்கப்பட்டனர் என்பதைப் பாண்டவர்களின் மூத்த சகோதரரான யுதிஷ்டிரரின் முடிசூட்டுவிழா வருணனையிலிருந்து தெரிந்து கொள்ளலாம். அது மகாபாரதத்தில்[18] வருகிறது.

பண்டைக்காலங்களில், ஜனபதம், பவுரா என்றழைக்கப்பட்ட இரு அரசியல் சபைகளில் சூத்திரர்கள் உறுப்பினர்களாக இருந்தனர், இந்த சபைகளின் உறுப்பினர்கள் என்ற முறையில் ஒரு சூத்திரன் பிராமணர்களிடமிருந்தும்[19] கூட சிறப்பான மரியாதைக்குரியவனாக இருந்தான்.

மனுஸ்மிருதியின் (Vi. 61) கூற்றுப்படியும் விஷ்ணு ஸ்மிருதியின் (XXI.64) கூற்றுப்படியும் மேற்கண்ட நிலைமைதான் இருந்தது. இல்லாவிடில் ஒரு சூத்திரன் அரசனாக இருக்கக்கூடிய ஒரு நாட்டில் ஒரு பிராமணன் வசிக்கக்கூடாது என்று மனு கூறுவது

அர்த்தமற்றதாகிவிடும். ஆகவே சூத்திரர்கள் மன்னர்களாக இருந்திருக்கின்றனர் என்றே இதற்கு அர்த்தம்.

மகாபாரதத்தின்[20] சாந்தி பருவத்தில் யுதிஷ்டிரருக்கு அரசியல் கற்றுத் தந்த பீஷ்மர் கூறுகிறார்:

> "நீ எத்தகைய மந்திரிகளை நியமிக்க வேண்டுமென்று உனக்குச் சொல்லுகிறேன். வேதங்களைக் கற்றுத் தேர்ந்த, கவுரவ உணர்வுமிக்க, ஸ்நதாகா பிரிவைச்சேர்ந்த, அப்பழுக்கற்ற நன்னடத்தைக் கொண்ட நான்கு பிராமணர்களையும், உடல் வலுவும் ஆயுதங்களைப் பிரயோகிக்கவல்ல திறமையும் கொண்ட எட்டு சத்திரியர்களையும், பெருஞ்செல்வந்தர்களாக உள்ள 21 வைசியர்களையும், பணிவும் அப்பழுக்குமற்ற நடத்தையும் தனது அன்றாடக் கடமைகளுக்குத் தம்மை அர்ப்பணித்துக் கொண்ட மூன்று சூத்திரர்களையும், புராணங்களைப் பற்றிய அறிவும் தலைசிறந்த எட்டு நற்குணங்களையும் கொண்ட சூதர் சாதியைச் சேர்ந்த ஒருவரும் உன்னுடைய அமைச்சர்களாக இருக்கக்கடவதாக."

சூத்திரர்கள் அமைச்சர்களாக இருந்ததையும் எண்ணிக்கையில்[21] கிட்டத்தட்ட பிராமணர்களுக்கு சமமானவர்களா இருந்துள்ளனர் என்பதையும் இது நிரூபிக்கிறது.

சூத்திரர்கள் ஏழைகளாகவோ கீழ்ச் சாதிக்காரர்களாகவோ இருக்கவில்லை. அவர்கள் செல்வந்தர்களாக இருந்தனர். இந்த உண்மைக்கு மைத்திராயணி சம்ஹிதையும் (*iv.2.7.10*) பஞ்சவிம்ச பிராமணமும் (*vi.1.11*)[22] சான்று பகருகின்றன.

இப்பிரச்சினைக்கு மேலும் இரு அம்சங்கள் உள்ளன. சூத்திரர்களை அடிமைப்படுத்துவதற்கு, அது உண்மை என்று வைத்துக்கொண்டாலும் கூட, என்ன முக்கியத்துவம் இருக்க முடியும்? ஆரியர்களுக்கு அடிமைத்தனத்தைப் பற்றித் தெரிந்திருக்கவில்லை என்றால் அல்லது ஆரியர்களை அடிமைகளாக மாற்றத் தயாராக இல்லை என்றால் அதில் சிறிது முக்கியத்துவம் இருக்கக்கூடும். ஆனால் உண்மை என்னவெனில் ஆரியர்களுக்கு அடிமைத்தனத்தைப் பற்றித் தெரிந்திருந்தது. ஆரியர்கள் அடிமைகளாக்கப்படுவதற்கு அனுமதித்தனர். ரிக் வேதத்திலிருந்து (*vii.86.7; viii, 19.36* மற்றும் *viii 56.3*) இது தெளிவாகிறது. நிலைமை இவ்வாறிருக்க அவர்கள் ஏன் சூத்திரர்களை அடிமைகளாக்க விரும்புவதில் குறியாக இருக்கவேண்டும்? இதில் முக்கியமானது

என்னவெனில் அவர்கள் ஏன் சூத்திர அடிமைகளுக்கென்று வித்தியாசமான சட்டங்களை உருவாக்க வேண்டும்?

சுருக்கமாகக் கூறினால், நமது கேள்விகளுக்கு மேற்கத்தியத் தத்துவங்களால் பதிலளிக்க உதவமுடியவில்லை. சூத்திரர்கள் என்பவர்கள் யார்? அவர்கள் நான்காவது வருணமாக எப்படி மாறினர்?

அடிக்குறிப்பு

1. ரிக் வேதக் கலாசாரம், பக். 133
2. தர்ம சாஸ்திரம். II (1) பக். 33
3. கானேயின் தர்மசாஸ்திரத்தில் மேற்கோள் காட்டப்பட்டுள்ளது, II (I) பக். 155
4. முய்ர், தொகுதி 1, பக். 97
5. உபநிடதங்கள், , அறிமுகம், பக்.1xxix - 1xxxi
6. பண்டைய இந்தியாவின் பழங்குடியினர் என்ற நூலில் மேற்கோள்களைக் காண்க. பி.சி.லா, பக். 350.
7. தஹகாவுடன் தாசாவை அடையாளம் காட்டியதற்காக நான் மஹாராஷ்டிரா தியான சே காஷா, தொகுதி iii, பக்.53க்குக் கடமைப்பட்டிருக்கிறேன்.
8. கானே, தர்மசாஸ்திரம் II (1), p. 35.
9. பண்டைய சமஸ்கிருத இலக்கியத்திலிருந்து மாக்ஸ் முல்லர் மேற்கோள்காட்டுகிறார் (1860) பக்.207.
10. அதே நூல்: பக். 38.
11. அத்தியாயம் 6, பாடம், 1, சூத்திரம் 27.
12. வி.ஃபௌஸ்போல், இந்திய புராணங்கள், பக். 128-134.
13. அலகு X, செய்யுள் வரிகள் 64-67.
14. பண்டைக் காலத்தில் தனது மேன்மையை நிலைநாட்டுவதற்குத் தேவையான ஒரு விதியாக, ஒரு மனிதன் தனது தங்குதடையற்ற களங்கமற்ற ஆறு மரபுவழிகளை கூறக் கூடியவனாக இருக்க வேண்டும். சுதந்திரமாகப் பிறந்தவனாக மட்டுமன்றி முழுமை யாகப் பிறந்தவனாகவும் இருக்க வேண்டும் என்பது பொதுவான விதியாக இருந்திருக்க வேண்டும் என்று தோன்றுகிறது. டபிள்யூ.இ. ஹியர்ன், ஆரியக் குடும்பம், இயல் VIII.
15. நூல் III, இயல் 13.
16. இது சம்பந்தமாக ஜயஸ்வாலின், இந்து ஆட்சி அமைப்பு முறை என்ற நூலைக் காண்க (1943), பக்.200-201.
17. அதே நூல் பக்.223 (1943)

18. மகாபாரதம், சபாபர்வம், இயல் xxxiii, செய்யுள் வரிகள் 41-42.
19. ஜயஸ்வால் - இந்து அரசியல், பக்.248.
20. ராயின் மொழியாக்கம் தொகுதி II, பக். 197.
21. பீஷ்மர் வகுப்புவாரி பிரதிநிதித்துவத்தில் நம்பிக்கை கொண்டிருந்தார்.
22. வேத அகராதியில் குறிப்பிடப்பட்டுள்ளது. தொகுதி [1], பக். 390.

★

இயல் 7

சூத்திரர் என்போர் யார்?

சூத்திரர்கள் ஆரியரல்லாத பூர்வகுடி இனத்தவராக இல்லையெனில் அவர்கள் யார்? இக்கேள்வியை இப்போது நாம் எதிர்கொள்ள வேண்டும். நான் முன்வைக்கப் போகும் கொள்கை நிலையை பின்வரும் மூன்று கருத்துக்கள் தெளிவுபடுத்தக்கூடும்:

1. சூத்திரர்களும் ஆரியர்களே.
2. சூத்திரர்கள் சத்திரிய வர்க்கத்தைச் சேர்ந்தவர்களாக இருந்தனர்.
3. பழங்கால ஆரிய சமுதாயத்தினரின் மிகச் சிறந்த சக்தி வாய்ந்த மன்னர்களில் சிலர் சூத்திரர்களாக இருந்தனர் என்பதால் சூத்திரர்களும் சத்திரியர்களின் ஒரு முக்கிய வர்க்கத்தினராக இருந்தனர்.

சூத்திரர்களின் தோற்றுவாய் சம்பந்தப்பட்ட இந்த ஆய்வுக் கட்டுரை ஒரு புரட்சிகரமான ஆய்வுக்கட்டுரையாக இல்லாவிடினும் திகைப்படையச் செய்யும் ஆய்வுக் கட்டுரையாக இருக்கும். இக்கருத்துக்கு ஆதரவாகப் போதுமான சான்றுகள் இருந்தபோதிலும்கூட பலர் இதை ஏற்றுக்கொள்ளமுடியாத அளவுக்கு இது திகைப்பூட்டக் கூடியதாகும். எனது கடமை சான்றுகளை எடுத்துவைப்பதேயாகும். அதன்மதிப்பை சீர்தூக்கிப்பார்க்கும் பொறுப்பை மக்களிடம் விட்டுவிடுகிறேன்.

இந்த ஆய்வுக்கட்டுரை ஆதாரமாகக் கொண்டுள்ள முக்கியச்சான்று மகாபாரதத்தின் இயல் 60இல் செய்யுள்வரிகள் 38-40 இல் வருகிறது. அது வருமாறு:

"பழங்காலத்தில் பைஜவனன் என்ற பெயர்கொண்ட சூத்திரன் ஒருவன், ஐந்தரக்னி என்றழைக்கப்பட்ட ஒருவிதியின்படி ஒரு நூறுஆயிரம் புராணபத்திரங்களடங்கிய (தனது சொந்த பலிப் பொருளாக) தட்சிணையை வழங்கினான் என்று நாம் கேள்விப்பட்டிருக்கிறோம்"

இப்பத்தியில் அடங்கியுள்ள முக்கியக் கருத்துகள் மூன்றாகும்:

1. பைஜவனன் ஒரு சூத்திரன் என்பது, 2. இந்த சூத்திரனான பைஜவனன் வேள்விகளை நடத்தினான் என்பது, 3. அவனுக்காக பிராமணர்கள் வேள்விகளை நடத்திக் கொடுத்து, அவனிடமிருந்து தட்சிணைகளை ஏற்றுக் கொண்டர் என்பது.

மேலே கூறப்பட்ட பத்தி திரு.ராயின் மகாபாரதப் பதிப்பிலிருந்து எடுக்கப்பட்டதாகும். முதலாவது விஷயம் என்னவெனில் இந்த வாசகம் துல்லியமானதுதானா அல்லது இதற்கு வேறு ஏதேனும் அர்த்தங்கள் உள்ளனவனா என்பதேயாகும். தமது வாசகத்தின் நம்பகத்தன்மையைப் பொறுத்தவரை திரு. ராய்[1] கூறுவது இதுதான்:

"எனது பதிப்பைப் பொறுத்தவரை, புகழ்பெற்ற ஓர் ஆங்கிலேய கீழையியல் வல்லுநரின் உதவியுடன் சில கற்றறிந்த வங்காள பண்டிட்டுகளின் மேற்பார்வையில் கிட்டத்தட்ட நாற்பத்தைந்து ஆண்டுகளுக்கு முன்னர் பிரசுரிக்கப்பட்ட வங்காளத்தின் ராயல் ஆசியாடிக் சொசைட்டியைக் கணிசமான அளவில் ஆதாரமாகக் கொண்டுள்ளது. இந்தியாவின் எல்லாப் பகுதிகளிலும் இருந்தும் (தெற்கு விதிவிலக்காக்கப்பட வில்லை) சேகரிக்கப்பட்ட கையெழுத்துப்பிரதிகள் மிகக் கவனமாகத் தொகுக்கப்பட்டன. மிகவும் கவனமாகப் பதிப்பிக்கப்பட்ட போதிலும் கூட நான் தற்பண்பின்றி சொசைடியின் பதிப்பைப் பின்பற்றவில்லை. இன்னும் அதிக கவனத்துடன் பதிப்பிக்கப்பட்ட பர்த்வான் மகாராஜாவின் வங்காளித் தன்மை கொண்ட வாசகத்துடன் இதை நான் கவனமாக ஒப்பிட்டுப் பார்த்திருக்கிறேன். இந்தியாவில் பல்வேறு பகுதிகளிலிருந்து சேகரிக்கப்பட்ட கிட்டத்தட்ட 18கையெழுத்துப்பிரதிகள் (தெற்கு விதி விலக்காக்கப்படவில்லை) பர்த்வான் பண்டிட்டுகளினால் மிகவும் கவனமாக ஒப்பிட்டுப்பார்க்கப்பட்டன. ஒவ்வொரு சுலோகத்தையும் உண்மையானது என்று அவர்கள் ஒப்புக் கொள்ளுமுன் மிகக் கவனமாக ஆராய்ந்தார்கள்."

விமர்சனத்துக்குரிய மகாபாரதப் பதிப்பில் ஆழ்ந்த புலமை கொண்ட ஆசிரியரான பேராசிரியர் சுக்தங்கர், மகாபாரதத்தின் பல பதிப்புகளை ஆய்வு செய்த பின்னர் பின்வருமாறு கூறிமுடித்தார்:[2]

> "தி எடியோ பிரின்செப்ஸ் (கல்கத்தா - 1856), கிட்டத்தட்ட ஒரு நூற்றாண்டுக்குப் பின்னர் மிகச் சிறந்த பதிப்பாக இருக்கிறது."

திரு. ராயின் மகாபாரதத்தினுடைய நம்பகத்தன்மையில் ஐயமேதும் இருக்கமுடியாது என்றபோதிலும்கூட, சூத்திரர்களுடைய தோற்றுவாய் குறித்த இப்புதிய தத்துவத்திற்கு அடிப்படையாக ஆக்கப்பட்டுள்ள இந்த வாசகத்திற்குப் பின்னர் எந்த இதர கையெழுத்துப்பிரதிகளின் ஆதரவு உள்ளது என்பதை அறிய விரும்புவதாக விமர்சகர்கள் கூறுவார்களேயானால் அது நியாயமற்றதாக இருக்கமுடியாது. இத்தகைய ஒரு விசாரணையை மேற்கொள்வதில் இரு கருத்துக்களைச் சுட்டிக்காட்டுவது அவசியமாகும்: முதலாவது,[3] எல்லா பதினெட்டு பருவங்களையும் உள்ளடக்கிய கையெழுத்துப்பிரதிகளின் முழுமையான தொகுதி என்ற அர்த்தத்தில் ஒரு மகாபாரதக் கையெழுத்துப்பிரதி என்று எதுவும்இல்லை. ஒவ்வொரு பருவமும் ஒரு தனிப்பட்ட யூனிட்டாகக் கருதப் படுகிறது, அதன்பயனாக வெவ்வேறு பருவங்களது பிரதிகளின் எண்ணிக்கை பெரிய அளவில் மாறுபடுவதைக் காணமுடிகிறது. அதன் விளைவாக, எந்த வாசகம் சரியானது என்பதைத் தீர்மானிப்பதற்கு ஓர் அடித்தளமாக எடுத்துக்கொள்ளப்பட வேண்டிய கையெழுத்துப் பிரதிகளின் எண்ணிக்கை ஒவ்வொரு பருவத்துடனும் வேறுபடுகிறது.

இரண்டாவதாக,[4] மகாபாரதத்தின் வாசகம் இருவேறுபட்ட வடிவங்களில் வழங்கப்படுகிறது என்ற உண்மையின்பால் கவனம் ஈர்க்கப்படவேண்டும் என்ற கருத்தாகும். திருத்தப்பட்ட ஒரு வடக் கத்திய மற்றும் தெற்கத்திய பதிப்புகள், வாசகங்கள் ஆரியவர்த்தம் மற்றும் தக்ஷிணபாதத்துக்கே உரியவையாகும்.

திருத்தப்பட்ட வடக்கத்திய மற்றும் தெற்கத்தியப் பதிப்புக்கிடையில் உள்ள நியாயமான எண்ணிக்கையிலான கையெழுத்துப்பிரதிகளிலிருந்து ஒப்பீடு செய்யப்பட்டதை ஆதாரமாகக் கொண்ட கையெழுத்துப்பிரதியின் ஆதரவை ஆராய வேண்டியது அவசியம் என்பது தெளிவாகும். இக்கருத்துக்களை மனதில் கொண்டு, நாம் அக்கறை கொண்டுள்ள பல்வேறு கையெழுத்துப் பிரதிகளுடன் மகாபாரதம் சாந்தி பருவம் 60ஆவது

இயல் 35ஆவது சுலோகத்தின் வாசகத்தை ஒப்பிட்டுப் பார்த்ததன் விபரம் கீழே கொடுக்கப்பட்டுள்ளது:

1. ஷூத்ர பைஜவனோ நாம் (K)s
2. ஷூத்ர பைலவனோ நாம் (m/1:m/2)s
3. ஷூத்ர யைலன்னோ நாம் (M/3:m/4)
4. ஷூத்ர யைஜன்னோ நாம் (F)
5. ஷூத்ரோபியஜனே நாம் (L)
6. ஷூத்ர பவுன்ஜால்கா நாம (TC)S
7. ஷூத்தோவை பவனோ நாம் (G)N
8. புராவைஜவனோ நாம் (A, D/2)
9. புராவைஜனனோ நாம் (M)N

ஒன்பது கையெழுத்துப்பிரதிகளை ஒப்பீடு செய்ததில் கிடைத்த முடிவு இதுதான். வெவ்வேறு விதமான வாசிப்பு முறைகளைக் கொண்ட ஒன்பது கையெழுத்துப்பிரதிகளைக் கொண்டு ஒரு வாசகத்தை அமைக்க முடியுமா? மகாபாரதத்தின் வெவ்வேறு பருவங்களை விமர்சன ரீதியாகப் பதிப்பிப்பதற்கு எடுத்துக்கொள்ளப்பட்ட கையெழுத்துப்பிரதிகளின் எண்ணிக்கை ஒன்பதை விஞ்சுகின்றன என்பது உண்மைதான். மகாபாரதம் முழுவதன் வாசகத்தை அமைப்பதற்கு எடுத்துக்கொள்ளப்பட்ட கையெழுத்துப் பிரதிகளின் குறைந்தபட்ச எண்ணிக்கை பத்துமட்டுமேயாகும். இந்த ஒன்பது கையெழுத்துப் பிரதிகள் இரு புவியியல் பிரிவுகளில் அடங்குகின்றன. வடக்கு மற்றும் தெற்கு எம்1, எம்2, எம்3, எம்4 மற்றும் டிசி தெற்கத்திய திருத்தப்பட்ட பதிப்பிற்கு உரியவையாகும். ஏ.எம்.ஜி.டி2 ஆகியவை வடக்கத்திய திருத்தப்பட்ட பதிப்பிற்கு உரியவையாகும். ஆகவே கையெழுத்துப்பிரதிகளின் தேர்வுகள் நிபுணர்கள் விதித்த சோதனைகளைத் திருப்தி செய்கின்றன.

வாசிப்புமுறையை ஆய்வு செய்யும்போது தெரியவருவது வருமாறு:

1. பைஜவனன் விளக்கத்தில் வேறுபாடு உள்ளது;
2. பைஜவனன் பெயரில் வேறுபாடு உள்ளது;
3. ஒன்பது வாசகங்களில் ஆறுவாசகங்கள் அவனை ஷூத்ர என்று வர்ணிப்பதில் உடன்படுகின்றன. ஒரு வாசகம்

அவனை ஷூத்தோ என்றும் இருவாசகங்கள் அவர் எந்த வர்க்கத்தைச் சேர்ந்தவன் என்பதைக் கூறுவதற்குப் பதிலாக அவன் வாழ்ந்த காலத்தைக் குறிக்கும் "புரா" என்ற சொல்லைப் பயன்படுத்துகின்றன.

4. பெயரைப் பொறுத்தவரை இந்த ஒன்பது கையெழுத்துப் பிரதிகளிடையே எந்த ஒற்றுமையும் இல்லை. ஒவ்வொன்றும் வித்தியாசமான வாசிப்புமுறையை வழங்குகின்றது.

இந்த முடிவைப் பார்க்கும்போது, எழும்கேள்வி, உண்மையான வாசகம் எது என்பதுதான். பெயர் சம்பந்தப்பட்ட வாசகங்களை முதலில் எடுத்துக் கொண்டோமானால் அர்த்தம் சம்பந்தமான பிரச்சினை உள்ள விஷயம் இது அல்ல என்பது தெளிவாகிறது. விளக்கம், பிழை நீக்கம் அல்லது இதரவாசிப்பு முறைகள் எவ்வாறு தோன்றியிருக்கக்கூடும் என்பதைக் கூறும் ஒரு வாசிப்பு முறைக்கு முக்கியத்துவம் வழங்குதல் போன்ற எந்தக்கேள்விகளையும் அது எழுப்பவில்லை. பிரச்சினை என்னவெனில் எது சரியான பெயர், எந்த வாசிப்புமுறை எழுதியவர்கள் புரிந்த வரிவடிவத் தவறுகளைக் கொண்டுள்ளது என்பதேயாகும். மிகச் சரியான வாசகம் பைஜவனன் என்பதில் ஐயமேதும் இல்லைபோல் தோன்றுகிறது. அது வடக்கு மற்றும் தெற்கத்திய திருத்தப்பட்ட பதிப்புகளினாலும் ஆதரிக்கப்படுகிறது. எண் 8 இல் வரக்கூடிய வைஜவனோவும் பைஜவனோவும் ஒன்றேதான். மற்றவை எல்லாம் வெவ்வேறு வடிவங்களேயாகும். முதல் பிரதியை சரியானமுறையில் வாசிக்க முடியாமல் எழுத்தாளர்கள் அறியாமையினால் தமக்குத் தெரிந்த வழியில் வாசகத்தை அமைத்துக் கொண்டுள்ளனர்.

பைஜவனின் வர்ணனையைப் பார்த்தோமானால் ஷூத்ராவிலிருந்து மாறிச் செல்வது திடீரென்று ஏற்பட்டதல்ல என்பதை ஒப்புக்கொள்ளவேண்டும். இது வேண்டுமென்றே செய்யப்பட்டதுபோல் தோன்றுகிறது. ஏன் இந்த மாற்றம் ஏற்பட்டது என்பதை அறுதியிட்டுக்கூறுவது கடினம். இரு விஷயங்கள் மிகத் தெளிவாகத் தோன்றுகின்றன. முதலாவதாக இந்த மாற்றம் மிகவும் இயற்கையானது போல் தோன்றுகிறது. இரண்டாவதாக, பைஜ வனன் ஒரு சூத்திரன் என்ற முடிவுக்கு இந்த மாற்றம் முரண்பாடாக இல்லை.30-40 செய்யுள் வரிகளின் பின்புலம் மனதில் கொள்ளப்படுமானால் மேற்கூறப்பட்ட முடிவு

தெளிவாகும். அவற்றிற்கு முன்பாக வரும் பின்வரும் செய்யுள் வரிகளிலிருந்து அப்பின்புலம் தெளிவாகும்:

> "தனது எஜமானன் எத்தகைய துன்பத்தில் இருந்தாலும் அல்லது அத்துன்பத்தின் தன்மை எத்தகையதாக இருந்தாலும் சூத்திரன் ஒருபோதும் அவரைக் கைவிட்டுவிடக்கூடாது. எஜமானன் தனது செல்வத்தை இழந்துவிட்டால் சூத்திரனான வேலையாள் அவரை மிகுந்த உத்வேகத்துடன் ஆதரிக்க வேண்டும். ஒரு சூத்திரன் தனக்கென்று சொந்தமாக செல்வம் எதையும் கொண்டிருக்கக்கூடாது. அவன் எது வைத்திருந்தாலும் அது அவனுடைய எஜமானனுக்குச் சொந்தமானதாகும். வேள்விகள் செய்வது மூன்று வருணத்தினருக்கும் ஒரு கடமையாகக் கூறப்பட்டுள்ளது. ஓ பரதா! சூத்திரர்களுக்கும் அவ்வாறே ஆணையிடப்பட்டுள்ளது. ஆனாலும் ஒரு சூத்திரன் ஸ்வாஹா, ஸ்வாதா அல்லது வேறு இதர மந்திரங்களை உச்சரிக்கத் தகுதியானவன் அல்ல. இக்காரணத்திற்காக, சூத்திரன் வேதங்களில் கூறப்பட்டுள்ள சூளுரைகளைக் கடைப்பிடிக்காமல் பாகயக்ஞங்கள் எனப்படும் சிறிய வேள்விகள் நடத்தி தெய்வங்களை வழிபட வேண்டும். பூரண பத்ரம் என அழைக்கப்படும் வெகுமதி இத்தகைய வேள்விகளில் தட்சிணையாக அளிக்கப்படுகிறது.

முந்திய செய்யுள் வரிகளின் பின்புலத்தில் 38-40 வரையிலான செய்யுள் வரிகளை எடுத்துக்கொண்டால் அந்தப் பத்தி முழுவதுமே சூத்திரர் சம்பந்தப்பட்ட கருத்துக்களையே கூறுவது தெளிவாகிறது. பைஜவனனின் கதை ஒரு வெறும் எடுத்துக்காட்டேயாகும். இப்பின்புலத்தில் பைஜவனனுக்கு முன்னர் 'சூத்திரர்' என்ற சொல்லைத் திரும்பத் திரும்பக் கூறுவது தேவையற்றதாகும். இரு கையெழுத்துப்பிரதிகளிலும் பைஜவனனுக்கு முன்னர் சூத்திரா என்றசொல் வராததன் காரணத்தை இது விளக்குகிறது. சூத்திரன் என்ற சொல் இருக்க வேண்டிய இடத்தில் புரா என்ற சொல் பயன்படுத்தப்பட்டிருப்பதற்கான காரணத்தைப் பொறுத்தவரை, பைஜவனன் சம்பவம் மிகத் தொன்மையான காலத்தில் நிகழ்ந்திருக்க வேண்டும் என்பதை நினைவில் கொள்ளவேண்டும். ஆகவே அந்த எழுத்தாளர் இந்த உண்மையை மிகத் தெளிவாக விளக்கவேண்டும் என்று விரும்பியிருப்பது இயற்கையேயாகும். பைஜவனனை சூத்திரன் என்று விளக்குவதற்கான தேவை இல்லை என்று உணர்ந்திருந்த அந்த எழுத்தாளர் அப்பின்புலத்திலிருந்து அது

தெளிவாக்கப்பட்டிருந்த காரணத்தினால் அதை வலியுறுத்துவது தேவை இல்லாததாக இருந்தது. மறுபுறத்தில், பைஜவனன் மிகத்தொன்மையான காலத்தில் வாழ்ந்தான் என்பதைத் தெரிந்து வைத்திருந்ததனாலும் அப்பின்புலத்தில் அந்த உண்மை மிகத்தெளிவாகக் கூறப்படவில்லை என்பதனாலும் புரா என்ற சொல்லைச்சேர்ப்பது பொருத்தமானது என்றும் அப்பின்புலம் சம்பந்தமாக அது தேவையற்றது என்பதனால் சூத்திரன் என்ற சொல்லைத் தவிர்ப்பது அவசியமென்றும் அந்த எழுத்தாளர் கருதியிருக்கக்கூடும்.

இந்த விளக்கம் நன்கு ஆதாரப்பட்டது என்றால் மகா பாரதத்தின் சாந்தி பருவத்தில் வரும் பத்தியில் குறிப்பிடப்பட்டுள்ள இந்த நபர் பைஜவனன் என்றும் இந்த பைஜவனன் ஒரு சூத்திரனாக இருந்தான் என்றும் நிரூபிக்கப்பட்டதாக நாம் எடுத்துக் கொள்ளலாம்.

II

நமது அடுத்த பரிசீலனைக்கு உரிய பிரச்சினை பைஜ வனனை அடையாளம் காட்டுவதாகும். யார் இந்த பைஜவனன்?

யஸ்கரின் நிருக்தத்தில் நமக்கு ஒரு குறிப்பைத் தருவதுபோல் தோன்றுகிறது. நிருக்தம் *ii.24*இல் யஸ்கர் கூறுகிறார்:[6]

> "முனிவரான விசுவாமித்திரர் பைஜவனனின் மகனான சுதாசனின் புரோகிராக இருந்தார். விசுவாமித்திரர் அனைவருக்கும் நண்பராக இருந்தார். அனைவரும் ஒன்றாக சென்றனர். சூதாசனன் தாராளமாக வாரி வழங்கும் வள்ளலாக இருந்தான். பிஜவனனின் மகன்தான் பைஜவனன். மேலும் பிஜவனன், அவனுடைய வேகம் பொறாமைப்படத்தக்கதாக இருந்தது, அவனுடைய நடை ஒப்பற்றதாக இருந்தது."

யஸ்கரின் நிருக்த்திலிருந்து நாம் இரு முக்கியமான உண்மைகளைப் பெறுகிறோம்:

1) பைஜவனன் என்றால் பிஜவனனின் மகன் என்று அர்த்தம். 2) சுதாசன் பைஜவனனின் மகனாவான். யஸ்கரின் உதவியுடன் இக்கேள்விக்கு நம்மால் பதிலளிக்க முடிகிறது. மகாபாரதத்தின் சாந்தி பருவத்தில் வரும் பத்தியில் குறிப்பிடப்படும் பைஜவனன் யார்? சுதாசனின் மற்றொரு பெயர்தான் பைஜவனன் என்பதே பதிலாகும்.

அடுத்த கேள்வி என்னவெனில், யார் இந்த சுதாசன், அவனைப் பற்றி நமக்கு என்ன தெரியும்? பிராமண இலக்கியத்தைத் தேடிப் பார்த்ததில் சுதாசன் என்ற பெயர்கொண்ட மூன்று நபர்கள் இருந்ததை அறிகிறோம். ஒரு சுதாசன் ரிக்வேதத்தில் குறிப்பிடப்படுகிறான். அவனுடைய குடும்பத்தைப் பற்றிய விபரங்கள் ரிக் வேதத்தின்[7] பின்வரும் செய்யுள் பத்திகளில் வழங்கப்படுகின்றன:

1. ரிக்வேதம், VII 18.21. - "பல்லாயிரக்கணக்கான ராட்சசர்களை அழித்தவரான பராசரரும், வசிஷ்டரும், தங்களுக்கு அர்ப்பணித்துக் கொண்டவர்களான அவர்கள், ஒவ்வொரு வீட்டிலும் தங்களைப் பெருமைப்படுத்தியுள்ளனர். ஆகவே நற்செயல் புரிபவரே, அவர்களுடைய நட்பை உதாசீனப்படுத்தாதீர்கள். எனவே பக்திமான்களின் மீது வளமான நாட்கள் விடியலை ஏற்படுத்துவதாக."

2. ரிக்வேதம் VII 18.22 – "பைஜவனனின் மகனும் தேவவதனின் பேரனுமான சுதாசனின் தாராளகுணத்தை இருநூறு பசுக்களையும், இரு மனைவியருடன் இரு ரதங்களையும் கொடையாகக் கொடுத்த தாராள குணத்தைப் பாராட்டும் போது, அந்த வெகுமதிகளுக்குத் தகுதியுடையவனான நான் ஓ, அக்னி, பலிபீடத்தில் ஊழியம் செய்யும் புரோகிதரைப் போல் உங்களை வலம் வருகிறேன்."

3. ரிக்வேதம், VII 18.23 – "தங்கத்தாலான சேணங்களை அணிந்த நான்கு குதிரைகள் கடினமான சாலையில் சீராகச் செல்லுகின்றன. புவியெங்கும் கொண்டாடப்பட்ட பிஜவனனின் மகன் சுதாசன் எனக்கு வெகுமதிகள் அளித்தான். உணவையும் வாரிசுகளையும் பெறுவதற்கு ஒரு மகனை வழங்குவாயாக."

4. ரிக்வேதம் VII 18.24 அவன் இந்திரனைப் போன்றவன் என்று கருதி ஏழுலகமும் சுதாசனைப் பாராட்டுகின்றன; அண்ட சராசரங்கள் முழுவதும் அவன் புகழ் பரவுகிறது; வரையா வள்ளன்மையுடைய அவன் ஒவ்வொரு தலைசிறந்த நபருக் கும் செல்வத்தை வாரிவழங்குகிறான். பாயும் நதிகள் அவனுக் காகப் போரில் யுதியமதியை அழித்துள்ளன.

5. ரிக்வேதம், VII 18.25 - "சூதாசனின் தந்தையான திவோ தாசனுக்கு நீங்கள் செய்ததைப் போல இந்த

அரசகுமாரனுக்கும்சடங்குகளின் தலைவர்களான மருத்துக்கள் சேவை புரி கின்றனர்; பிஜவனனின் பக்தியுள்ள மகனின் வேண்டுதல்களை நிறைவேற்றுங்கள், அவனுடைய ஆரோக்கியம் நலிந்து விடாமல், அழிந்துவிடாமல் இருப்பதாக."

இன்னும் இருவருடைய விபரங்கள் விஷ்ணு புராணத்தில் குறிப்பிடப்படுகின்றன. ஒரு சுதாசன் சகரனின் வழித்தோன்றல் என்றமுறையில் இயல் IV இல் குறிப்பிடப்படுகிறான். இந்த சுதாசனை சகரனுடன் தொடர்புபடுத்தும் மரபு வரிசை பின்வருமாறு:[8]

"கஷியபரின் புதல்வியான சுமதியும், ராஜா விதர்ப்பனின் புதல்வியான கேசினியும் சகரனின் இரு மனைவிகளாக இருந்தனர். வாரிசுகள் இல்லாத அந்த மன்னன் ஔர்வன் முனிவரின் உதவியை மிகவும் பக்தி சிரத்தையுடன் நாடினான். அந்த முனி வரும் பின்வரும் வரமளித்தார்: ஒரு மனைவி ஒரு மகனை ஈன்றெடுப்பாள், அவனே அவனது இனத்தை உயர்த்திப் பிடிப்பான். இன்னொரு மனைவி அறுபதாயிரம் புதல்வர்களை ஈன்றெடுப்பாள், இந்த வரங்களில் அந்த இரு மனைவிகளும் தங்களுக்கு வேண்டியதைத் தேர்வுசெய்து கொள்ளலாம் என்று அந்த முனிவர் கூறிவிட்டார். ஒரே ஒரு மகனை ஈன்றெடுக்க கேசினி தேர்வு செய்தாள்; சுமதி அறுபதாயிரம் மகவுகளை ஈன்றெடுக்கும் வரத்தைத் தேர்வுசெய்தாள்; சிறிதுகாலத்திற்குப் பின்னர் கேசினி அசமஞ்சகன் என்ற மகனைப் பெற்றெடுத்தாள். அந்த இளவரசன் மூலமாக அந்த வம்சம் தழைத்தது; வினதாவின்மகளான சுமதி அறுபதாயிரம் புதல்வர்களை ஈன்றெடுத்தாள். அசமஞ்சகனின் மகன்தான் அனுசுமத்.

★ ★ ★

அனுசுமத்தின் மகன்தான் திலீபன்; அவனுடைய மகன் பகீரதன். இவன்தான் கங்கையை பூமிக்குக் கொண்டு வந்தான். அதனால் தான் கங்கை பாகீரதி என்றழைக்கப்படுகிறாள். பகீரதனின் புதல்வன்தான் சுருதன்; அவனுடைய மகன் நபகன்; அவனுடைய மகன் அம்பரீஷன்; அவனுடைய மகன் சிந்துத்விபன்; அவனுடைய மகன் ஆயுதஷ்வன்; அவனுடைய மகன் ரிது பர்னன்; சூதாட்டத்தில் தேர்ந்தவனான நளன் அவனது நண்பன். ரிது பர்னனின் மகன் சர்வகாமன்;

அவனுடைய மகன் சுதாசன். அவனுடைய மகன் சௌதாசன், அவனுக்கு மித்திரசகன் என்ற பெயரும் உண்டு.''

இயல் XIX இல் புருவின் வழித்தோன்றல் என்று மற்றுமொரு சுதாசன் குறிப்பிடப்படுகிறான். புருவுடன் சுதாசனைத் தொடர்புபடுத்தும் மரபுவழி பின்வருமாறு:[9]

> "புருவின் மகன் ஜனமேஜயன்; அவனுடைய மகன் பிராசின்னவாதன்; அவனுடைய மகன் பிரவீரன், அவனுடைய மகன் மனசியன்; அவனுடைய மகன் பாயதன்; அவனுடைய மகன் சுதும்னன்; அவனுடைய மகன் பஹுகவன்; அவனுடைய மகன் சமியாதி; அவனுடைய மகன் பமியாதி; அவனுடைய மகன் ரவுத்ரஷ்வன்; அவனுக்குப் பத்து புதல்வர்கள்: ரிதேயு, கக்ஷேயு, ஸ்தண்டிலேயு, கிரித்தேயு, ஜலேயு, ஸ்தலேயு, தனேயு, வனேயு, மற்றும் விராதேயு. ரிதேயுவின் மகன் ரண்டினரன், அவனுடைய புதல்வர்கள் தன்சு, அப்ரிதரன் மற்றும் துருவன். இதில் இரண்டாமவரின் மகன் கண்ணுவன். அவனுடைய மகன் தான் மேதாதிதி. அவனுடைய வழித்தோன்றல்கள்தான் தகாண்வாயன பிராமணர்களாவர். தன்சுவின் மகன்தான் அனிலன் அவனுக்கு நான்கு புதல்வர்கள், அவர்களில் மூத்தவன்தான் துஷ்யந்தன். துஷ்யந்தனின் மகன்தான் சக்கரவர்த்தி பரதன்;
>
> பரதனுக்கு வெவ்வேறு மனைவியர் மூலம் ஒன்பது புதல்வர்கள் பிறந்தனர். ஆனால் அவர்களனைவரையும் அவர்களது அன்னையர்களே கொன்றுவிட்டனர். ஏனெனில் அவர்கள் யாரும் தன்னுடைய சாயலில் இல்லை என்று பரதன் கூறியதே காரணம். அப்பெண்கள், தங்களுடைய கணவன் தங்களை விட்டுப் பிரிந்துவிடுவாரோ என்று அஞ்சியதானாலேயே அவ்வாறு செய்தனர். தனக்கு புதல்வர்கள் பிறந்தும் பயனில்லாமல், போகவே பரதன் மருத்துகளுக்கும் வேள்வி நடத்தினான். அவர்கள் அவனுக்கு ஊதத்தியின் மனைவி மமதையின் மூலமாக பிரகஸ்பதியின் புதல்வனான பரத்வாஜனை வழங்கினர்....

★ ★ ★

அவனுக்கு விததன் என்றும் பெயரிடப்பட்டது. பரதனின் புதல்வர்கள் பிறந்தும் பயனற்றுப்போனதைக் குறிக்கும்

வகையில் அப்பெயர் இடப்பட்டது. விததனின் மகனான பவன் மனியு; அவனுக்குப் பல புதல்வர்கள் பிறந்தனர். அவர்களில் முக்கியமானவர்கள் பிருஹத்க்ஷத்ரன், மஹாவீர்யன், நரன் மற்றும் கர்க்கன். நரனின் மகன் சாங்கிரிதி; அவனுடைய புதல்வர்கள் ருசிகரதி, ரந்திதேவன், கர்க்கனின் மகன் சினி; அவர்களது வழித்தோன்றல்கள் கர்க்கியாக்கள் என்றும் சய்னியார்கள் என்றும் அழைக்கப்பட்டனர். பிறப்பால் சத்திரியர்களாக இருந்தபோதிலும் அவர்கள் பிராமணர்களாக மாறினர். மஹாவீர்யனின் மகன் உருக்ஷயன், அவனுக்கு மூன்று புதல்வர்கள், தீரய்யருனன், புஷ்கரின் மற்றும் கபி. இவர்களில் கடைசி நபர் பிராமணனாக மாறினான். பிரிஹத்க்ஷத்ரன் மகன் சுகோத்ரன், அவனுடைய மகன் ஹஸ்தின், ஹஸ்தினாபுரத்தைத் தோற்று வித்தவன் இவனே. ஹஸ்தினின் மகன்கள் அஜமிதன், தீவிமிதன் மற்றும் புருமிதன். அஜிமிதனின் ஒருமகன் கன்வன், அவனுடைய மகன் மேதாதிதி, அவனுடைய இன்னொரு மகன் பிரிஹதிசு. அவனுடைய மகன் பிரிஹத்துவசு. அவன் மகன் பிரிஹத்கர்மன். அவனுடைய மகன் ஜயத்ரதன். அவனுடைய மகன் விஷ்வஜித். அவனுடைய மகன் சேனஜித். அவனுடைய புதல்வர்கள் ருசிராசுவன், காசியன், திரிததனுஷ், வசாஹனு. ருசிராசுவனின் மகன் மேதாதிதி, அவனுடைய மகன் பிரிது சேனன்; அவனுடைய மகன் பாரன்; அவனுடைய மகன் நீபன்; அவனுக்கு நூறுபுதல்வர்கள். அவர்களில் முக்கியமானவனான சமரன் கம்பிலியாவின் மன்னனாக இருந்தான். சமரனுக்கு பாரன், சம்பரன், சதசுவன் என்ற மூன்று புதல்வர்கள். பாரனின் மகன் பிரிது. அவனுடைய மகன் சுக்ருதி; அவன் மகன் விபரத் திரன்; அவன் மகன் அனுஹன். அவன் வியாசரின் மகனான சுகரின் மகள் கிரித்வியை மணம் செய்து கொண்டான். அவள் பீரமதத்தனை ஈன்றெடுத்தாள். அவனுடைய மகன் விஷ்வ க்ஷேனன். அவனுடைய மகன் உதக்சேனன். அவனுடைய மகன் பால்லதன்.

திவிமிதன் மகன் யவீனரன்; அவனுடைய மகன் திரிதிமத்; அவனுடைய மகன் சத்தியதிருதி; அவனுடைய மகன் திரிதனேமி; அவனுடைய மகன் சுபர்ஷ்வன்; அவனுடைய மகன் சுமாதி; அவனுடைய மகன் சன்னதிமதி; அவனுடைய மகன் கிரிதன்; அவனுக்கு ஹிரண்யநபகன் யோகாவின் தத்துவத்தைக் கற்றுத் தந்தான். அவன் இருபத்தி நான்கு

சம்ஹிதைகளை (அல்லது சுருக்கப்பதிப்பை) தொகுத்தான். அது கிழக்கிந்திய பிராமணர் களுக்கானது. அவர்கள் சாம வேதம் கற்பவர்கள். கிரிதனின் மகன் உக்ரயுதன், அவனுடைய வல்லமையினால் சஷத்திரியர் களின் நிபா இனம் அழிக்கப்பட்டது. அவனுடைய மகன் க்ஷேம்யன்; அவனுடைய மகன் சுவிரன்; அவனுடைய மகன் நிரிபஞ்சயன். அவனுடைய மகன் பஹுரதன். இவர்கள் அனை வரும் பவுரவர்கள் என்று அழைக்கப்பட்டனர்.

★★★

அஜமிதனுக்கு நிளினி என்ற மனைவி இருந்தாள். அவள் மூலமாக அவனுக்கு நிலன் என்ற மகன் பிறந்தான். அவனுடைய மகன் சந்தி. அவனுடைய மகன் சுசாந்தி. அவனுடைய மகன் புருஜனு. அவனுடைய மகன் சாக்சு. அவனுடைய மகன் ஹரியஷ்வன்; அவனுக்கு முத்கலன். சிரிஞ்சயன், பிரிஹதிஷு, பிரவீரன், காம்பிலியன் என்று ஐந்து புதல்வர்கள் இருந்தனர். அவர்களுடைய தந்தை கூறினார். எனது இந்த ஐந்து புதல்வர்களும் நாடுகளைப் பாதுகாக்கவல்லவர்கள். ஆகவே அவர்கள் பாஞ்சாலர்கள் என்று அழைக்கப்பட்டனர். முட்கலனின் வழித்தோன்றல்கள்தான் மௌத்கல்லிய பிராமணர்கள்; அவனுக்கு பஹ்வஷ்வன் என்ற பெயர் கொண்ட ஒரு மகனும் இருந்தான். அவனுக்கு இரு குழந்தைகள். இரட்டையர்கள். ஒரு மகன், ஒரு மகள், திவோதாசன், அகலிகை ஆகியோரே அவர்கள்.

திவோதாசனின் மகன் மித்ராயு; அவனுடைய மகன் சியவனன்; அவனுடய மகன் சுதாசன், அவன் சகதேவன் என்றும் அழைக்கப்பட்டான்; அவனுடைய மகன் சோமாகன்; அவனுக்கு நூறு புதல்வர்கள், மூத்தவன் பெயர் ஜன்ட்டு, இளையவன் பெயர் பிரிதன். பிரிஷதனின் மகன் துருபதன். அவனுடைய மகன் திரிஷ்டத்யும்னன். அவனுடைய மகன் திரிஷ்டகேது.

அஜமிதனின் இன்னொரு மகனின் பெயர் ரிக்ஷன்; அவனுடைய மகன் சம்வருணன்; அவனுடைய மகன் குரு; புனிதத்தலமான குருக்ஷேத்திரத்துக்குத் தனது பெயரை அவன் வழங்கினான்; அவனுடைய புதல்வர்கள் சுதனுஷ்; பரிக்ஷித் மற்றும் பலர். சுதனுஷவின் மகன் சுஹோத்ரன்; அவனுடைய மகன் சியவனன்; அவ னுடைய மகன் கிரிதகன்; அவனுடைய மகன் உபரிசரவசு; அவனுக்கு பிருகத்திரதன், பிரதியக்ரன், குஷம்பன், மாவெல்லன்,

மத்சியன், உள்ளிட்ட ஏழு குழந்தைகள். பிருகத்திரதனின் மகன் குசக்ரன்; அவனுடைய மகன் ரிஷபன்; அவனுடைய மகன் புஷ்பவத்; அவ னுடைய மகன் சத்தியதிரிதன்; அவனுடைய மகன் சுதன்வன்; அவ னுடைய மகன் ஜன்டு; பிருகத்திரனுக்கு இன்னொரு மகன் இருந்தான், இரு பகுதிகளாகப் பிறந்த அவனை ஜரா என்ற ஒரு சிநேகிதி. ஓர் உருவமாக்கினாள் (சந்திதா) அவனுக்கு ஜரா சந்தன் என்று பெயரிடப்பட்டது. அவனுடைய மகன் சஹதேவன்; அவனுடைய மகன் சோமபி; அவனுடைய மகன் ஸ்ருதஸ்வரவாஸு; இவர்கள் மகத நாட்டின் மன்னர்களாக இருந்தனர்.

மூன்று சுதாசன்களும் ஒருவரேதானா அல்லது வெவ்வேறான மூவரா என்ற பிரச்சினையைத் தீர்க்க வசதியாக அந்த மூவரின் உடனடி மூதாதையர் மரபு இணைப்பத்திகளில் கீழே கொடுக்கப்படுகிறது.

ரிக்வேதத்தில் நிலைமை			விஷ்ணுபுராணத்தில் சுதாசன்	
VII.18:22	VII.18.23	VII18:25	சாகரன் குடும்பத்தில்	புரு குடும்பத்தில்
தேவவதன் | பிஜவனன் | சுதாசன்	பிஜவனன் | சுதாசன்	திவோதாசன் = பிஜவனன் | சுதாசன்	| ரிதுபர்னன் | சர்வகாமன் | சுதாசன் | சௌதாசன் = மித்திரசகன்	| பஹ்வஷ்வன் | திவோதாசன் | மித்ராயு | சியவனன் | சுதாசன் | சௌதாசன் | சோமகன்

இந்த அட்டவணையிலிருந்து இரு விஷயங்கள் தெளிவாகத் தெரியவருகின்றன. விஷ்ணுபுராணத்தில் குறிப்பிடப்பட்டுள்ள சுதாசனனுக்கும் ரிக்வேதத்தில் குறிப்பிடப்பட்டுள்ள சுதாசனனுக்கும் எந்த விதமான சம்பந்தமுமில்லை என்பது

முதலாவது கருத்து. இரண்டாவது மிகத் தெளிவான விஷயம் என்னவெனில் மகாபாரதத்தில் குறிப்பிடப்பட்டுள்ள பைஜவனனை பழங்காலத்தில் வாழ்ந்த எவருடனேனும் சம்பந்தப்படுத்தலாம் எனில் அது பைஜவனன் என்று அழைக்கப்பட்ட, ரிக்வேதத்தில் குறிப்பிடப்பட்ட சுதாசனுடன் மட்டுமேயாகும். ஏனெனில் திவோதாசன்[10] என மற்றொரு பெயரில் அழைக்கப்பட்ட பிஜவனனின் மகன் அவனேயாவான்.

அதிருஷ்டவசமாக எனது முடிவும் பேராசிரியர் வெபரின் முடிவும் ஒரேமாதிரியானவையாக உள்ளது. எனது ஆய்வுக் கட்டுரை ஆதாரமாகக் கொண்டுள்ள மகாபாரதத்தின் சாந்தி பருவத்தில் வரும் பத்தியின் மீது கருத்துக் கூறும் பேராசிரியர் வெபர்[11] குறிப்பிடுவதாவது.

பைஜவனன், அதாவது தனது வேள்விகளுக்காக மிகவும் புகழ் பெற்று விளங்கிய, விஸ்வாமித்திரருக்குப் புரவலனாக இருந்த தாகவும் வசிஷ்டருக்கு எதிரியாக இருந்ததாகவும் ரிக் வேதத் தில் கூறப்பட்டிருப்பவனாகிய சுதாசன், ஒரு சூத்திரன் என்று பதியப் பெற்ற அற்புதமான பாரம்பரியம் இங்கு உள்ளது.

பேராசிரியர் வெபர் துரதிருஷ்டவசமாக இப்பத்தியின் முக்கியத்துவத்தை முழுமையாக உணரவில்லை. இது வேறொரு விஷயம். அவரும்கூட, மகாபாரதத்தில் வரும் பைஜவனனும் ரிக் வேதத்தில் வரும் சுதாசனும் ஒருவரே என்று கருதுவதைக் காண்பது எனது நோக்கத்திற்குப் போதுமானது.

III

பைஜவனன் என்ற சுதாசனைப் பற்றி நமக்கு என்ன தெரியும்.

அவனைப் பற்றிய பின்வரும் விபரங்கள நமக்குக் காணக் கிடைக்கின்றன:

I. சுதாசன் தாசனோ அல்லது ஆரியனோ அல்ல. தாசர்களும் ஆரியர்களும் அவனுடைய எதிரிகளாக[12] இருந்தனர். ஆகவே அவன் ஒரு வேதகால ஆரியனாக இருந்தான் என்று இதற்கு அர்த்தமாகும்.

II. சுதாசனின் தந்தைதான் திவோதாசன். அவன் வத்ரி யாஷ்வனின்[13] தத்துப்பிள்ளை போல் தோன்றுகிறது.

திவோதாசன் ஓர் அரசனாவான். துர்வாசர்கள் மற்றும் யாதுக்கள்[14], ஷம்பாராக்கள்[15], பரவாக்கள் மற்றும் கரஞ்சாக்கள்[16] மற்றும் குங்குகள்[17] ஆகியோருக்கு எதிராக அவன் பல போர்முனைகளில் சமர்புரிந்தான். துரியவன னுக்கும் திவோதாசன் மற்றும் அவனது கூட்டாளியான ஆயு மற்றும் குத்சனுக்கும் இடையில் ஒரு யுத்தம் நடைபெற்றது. அதில் துரிய வனன் வெற்றிவாகை சூடினான்.[18]

ஒரு சமயத்தில் குறிப்பாக துரியவனன் யுத்தத்தில் இந்திரன் அவனுக்கு எதிரியாக இருந்ததுபோல் தோன்றுகிறது. அவனுடைய புரோகிதன் பரத்வாஜன்.[19] அவனுக்கு திவோதாசன் பல வெகுமதிகளை வழங்கினான்.[20] திவோதாசனுக்கு[21] எதிராக துரியவனனுடன் சேர்ந்து பரத்வாஜன் துரோகியின் பாத்திரத்தை வகித்ததாகத் தோன்றுகிறது.

சுதாசனின் தாயைப்பற்றி எந்தக் குறிப்பும் இல்லை. ஆனால் சுதாசனின் மனைவியைப்பற்றிய ஒரு குறிப்பு இருக்கிறது. அவனுடைய மனைவியின் பெயர் சுதேவி[22] என்று கூறப்படுகிறது. அவளை சுதாசனுக்காக அச்சுவினிகள் கொண்டு வந்ததாகக் கூறப்படுகிறது.

III. சுதாசன் ஓர் அரசனாக இருந்தான். அவனது முடிசூட்டு விழாவை பிரம்மரிஷியான வசிஷ்டர் நடத்திவைத்தார்.

மஹாபிஷேக விழாவை நடத்திய மன்னர்களின் பட்டியலையும் அதை நடத்திவைத்த புரோகிதர்களின் பெயர்களையும் ஐத்ரேய பிராமணம் வழங்குவது வருமாறு:[23]

> "மனுவின் மகனான சரியாதிக்கு இந்த விழாவுடன் பிருகுவின் மகன் சியவனன் முடிசூட்டினான். பின்னர், சரியாதி புவியெங்கும் சென்று வெற்றிவாகை சூடினான். அசுவமேதக் குதிரையையும் பலிகொடுத்தான். தேவர்களும் ஆச்சாரியரும் நடத்திய பலிசடங்கின் போதும் கலந்து கொண்டான்."

> "இந்தவிழாவுடன் வஜ்ரத்னனின் மகனான சமசுஷாமன் சத்ரஜித்தின் மகனான ஷதனிகனுக்கு முடிசூட்டினான். பின்னர் ஷதனிகன் புவியெங்கிலும் எல்லா இடங்களையும் வெற்றி கொண்டு அசுவேதக் குதிரயைப் பலிகொடுத்தான்."

"இந்த விழாவுடன் பர்வதனும், நாரதரும், அம்பஷ்தியனுக்கு முடிசூட்டினர். பின்னர் அம்பஷ்தியன் பூவுலகின் கடைக்கோடி வரை சென்று எல்லா இடங்களிலும் வெற்றிவாகை சூடியதுடன் அசுவமேதக் குதிரையையும் பலிகொடுத்தான்."

"இந்த விழாவுடன் பர்வதனும் நாரதரும், உக்ரசேனனின் மகனான யுதாமஸ்ரௌஷ்டிக்கு முடிசூட்டினர். பின் யுதாமஸ் ரௌஷ்டி பூவுலகின் கடைக்கோடி வரை சென்று எல்லா இடங்களிலும் வெற்றிவாகை சூடினான். தனது அஸ்வமேதக் குதிரையையும் பலிகொடுத்தான்."

"இத்தொடக்க விழாவுடன் புவனனின் மகனான விஷ்வ கர்மனுக்கு கசியபர் முடிசூட்டினார். பின்னர் விஷ்வகர்மன் உலகின் மூலைமுடுக்களுக்கெல்லாம் சென்று எல்லா இடங்களிலும் வெற்றிவாகை சூடினான். அசுவமேதக் குதிரையையும் பலி கொடுத்தான்."

பின்வரும் செய்யுளை விஸ்வகர்மனுக்காக இப்பூமி பாடியதாகக் கூறுகின்றனர்:

"எந்த மனிதனும் என்னை தானமாகக் கொடுக்க அனுமதிக்கப்படுவதில்லை. "ஓ, விஷ்வகர்மனே, நீ என்னை தானமாகக் கொடுத்துவிட்டபடியால் நான் நடுக்கடலில் குதிப்பேன். கசியபருக்கு நீ கொடுத்த வாக்குறுதி வீணாயிற்று."[24]

இந்த விழாவுடன் பிஜவனனின் மகனான சுதாசனுக்கு வசிஷ்டர் முடிசூட்டினார். பின்னர் சுதாசன் உலகின் மூலைமுடுக்கெல்லாம் சென்று எல்லா இடங்களிலும் வெற்றிவாகை சூடினான். அசுவமேதக் குதிரையைப் பலிகொடுத்தான்."

"இந்த விழாவுடன் அவிக்ஷித்தின் மகனான மருத்தனுக்கு அங்கிராசனின் மகனான சம்வர்த்தன் முடிசூட்டினான். பின்னர் மருத்தன் உலகில் மூலைமுடுக்கெல்லாம் சென்று எல்லா இடங்களிலும் வெற்றிவாகை சூடினான், தனது அசுவமேதக் குதிரையைப் பலிகொடுத்தான்."

இப்பட்டியலில் சுதாசனைப் பற்றியும் அவனுடைய முடிசூட்டு விழாவை வசிஷ்டர் நடத்தி வைத்ததைப் பற்றியும் சிறப்பாக குறிப்பிடப்பட்டுள்ளது.

ரிக் வேதத்தில் விவரிக்கப்பட்டுள்ளபடி, புகழ்பெற்ற தசரஞ்னயுத்தம் அல்லது பத்து மன்னர்களுடனான போரில் சுதாசன் வெற்றி வீரனாகத் திகழ்ந்தான். ரிக்வேதத்தின் ஏழாவது மண்டலத்தின் பல்வேறு சூக்தங்களில் இப்புகழ்பெற்ற போரைப் பற்றிய குறிப்புகள் காணப்படுகின்றன.

சூக்தம் 83 கூறுவதாவது:

4. “இந்திரா, வருணா, நீங்கள் இதுவரை தாக்கப்படாத பேதனை உங்களுடைய அழிவுகரமான ஆயுதங்களைக் கொண்டு தாக்கி சுதாசனைப் பாதுகாத்தீர்கள்; போர்க்காலத்தில் இந்த திரித்சுசின் வேண்டுகோளுக்கு செவிமடுங்கள். அப்போதுதான் என்னுடைய ஊழியம் அவர்களுக்குப் பயனைப் பெற்றுத்தரும்.”

6. “போர்க்களத்தில் செல்வம் சேர்ப்பதற்கும், பத்து ராஜாக்கள் தாக்கும்போது திரித்சுடன் சேர்ந்து சுதாசனையும் நீங்கள் பாதுகாக்கவும் உங்களிருவரையும் (இந்திரனையும் வருணனையும்) சுதாசனும் திரித்சுசும் அழைக்கின்றனர்.”

7. “சுதாசனையும் அவனுக்கு ஆதரவாக இருந்த இந்திரனையும் வருணனையும் எதிர்த்து ஒன்றுபட்ட அந்த பத்து மதநம்பிக்கையற்ற ராஜாக்களும் வெற்றிபெற முடியவில்லை; சடங்குகளை நடத்தியவர்களின் புகழாரங்களும், பலி பூஜையில் உணவளித்தவர்களின் வேண்டுதல்களும் பலனளித்தன. அவர்களுடைய பலி நிகழ்ச்சியில் கடவுளர்கள் பிரசன்னமாயிருந்தனர்.”

9. “உங்களில் ஒருவர் போரில் பகைவர்களை அழிக்கிறார், மற்றொருவர் மதவழிபாடுகளைப் பாதுகாக்கிறார். எங்களுக்கு அனுகூலங்களை வாரிவழங்கும் உங்களைப் புகழுரைகளால் வழிபடுகிறோம்; இந்திரனே, வருணனே, எங்களுக்கு மகிழ்ச்சியைத் தாருங்கள்.”

சூக்தம் 33 கூறுவதாவது:

2. “அவமானப்பட்ட அவர்கள் உக்கிரமான இந்திரனை வெகுதொலைவிலிருந்து பானத்தைப் பெறுவதற்காக கொணர்ந்தனர். சுதாசனின் சோமபானத்தை அகப்பையில் எடுத்துஇந்திரன் குடித்துக் கொண்டிருந்தான். வயதாவின் மகனான பஷதியும்னனின் பொங்கிக்கொண்டிருந்த

சோமபானத்தை விட்டுவிட்டு வசிஷ்டர்களிடம் அவசரமாகச் சென்றான்."

3. "இதேமுறையில் அவர்களது உதவியுடன் சுதாசன் சிந்துநதியை எளிதில் கடந்தான். இதேமுறையில் அவர்கள் மூலமாக அவன் தனது எதிரிகளைக் கொன்று குவித்தான்;"

ஆகவே இதேமுறையில் உங்களுடைய பிரார்த்தனைகள் மூலமாக வசிஷ்டர்கள், பத்து மன்னர்களுடனான போரில் சுதாசனைக் காக்குமாறு இந்திரனை வேண்டினர்.

"பத்து ராஜாக்களுடனான போரில், தாகத்தினால் அவதிப்பட்டுக் கொண்டு, மழை வரம்வேண்டி, திரித்சுசின் ஆதரவு பெற்று, வசிஷ்டர்கள் இந்திரனை சூரியன்போல் பிரகாசிக்கச் செய்தனர். தன்னைப் புகழ்ந்து போற்றிய வசிஷ்டரின் புகழுரைகளை செவிமடுத்த இந்திரன் திரித்சுசுக்கு ஒரு பரந்த பிராந்தியத்தை வெகுமதியாக வழங்கினான்."

சூக்தம் *19* கூறுவதாவது:

3. "துணிச்சல் மிக்க இந்திரனே, உன்னுடைய சக்தியை எல்லாம் பயன்படுத்தி நீ காணிக்கைகள் செலுத்துபவனான சுதாசனைப் பாதுகாத்தாய், இப்பூமியைக் கைவசப்படுத்துவதற்காக எதிரிகளுடனான போரில் புருக்குத்சாவின் மகனான திரசதஸ்யுவையும் புருவையும் நீ பாதுகாத்திருக்கிறாய்."

6. "கொடைவள்ளலும், காணிக்கை செலுத்துபவனுமான சுதாசனுக்கு நீ அளித்துவரும் உதவிகள் எல்லையற்றவை, ஓ இந்திரனே, அருளைப் பொழிபவனே, நான் உன்னுடைய ஆற்றல்மிக்க குதிரைகளுக்கு ஊழியம் செய்வேன். எங்களுடைய பிரார்த்தனைகள் பலசாலியாகிய உன்னைச் சென்றடைவதாக, உனக்குத்தான் பல சடங்குகள் செய்யப்படுகின்றன."

ஏழாவது மண்டலத்தின் சூக்தம் *8* கூறுவதாவது:

5. "வந்தனைக்குரிய இந்திரன் ஆழமான பருஷ்னி நதியை சுதாசன் கடந்து செல்லக்கூடியதாக ஆக்கினான்; வேள்வி நடத்துபவனைப் பற்றிய கடுமையான பழிச் சொற்களை நதிகளைப் பற்றிய தூஷணைகளாக மாற்றினான்".

6. "பலியில் விடாமுயற்சியுடன் முந்திக்கொண்டிருந்த துர்வாஷன் செல்வம்வேண்டி சுதாசனிடம் சென்றான்; ஆனால் எப்படி

மீன்கள் நீருக்குள் முடங்கிக்கிடக்கின்றனவோ அப்படி பிருகுக்களும் துருகியுக்களும் பதுங்கியிருந்து அவர்களைத் தாக்கினர். இவ்வாறு எல்லா இடங்களுக்கும் சென்று கொண்டிருந்த இந்த இருவரில் சுதாசனின் நண்பனான இந்திரன் தனது நண்பனை மீட்டான்."

7. "யாரொருவர் படையல் படைக்கின்றாரோ, யாரொருவர் புனிதச் சொற்களை உச்சரிக்கின்றாரோ, யார் கழுவாயிலிருந்து விலகியிருக்கிறாரோ, யார் ஊதுகுழலைக் கையில் பிடிக்கின்றாரோ, பலிகள் மூலம் உலகிற்கு யார் மகிழ்ச்சியைக் கொணருகிறாரோ, அவர் கொள்ளையர்களிடமிருந்து ஆரியர்களின் கால்நடைகளைப் பெற்றுத்தந்த, யுத்தங்களில் எதிரிகளைக் கொன்றுகுவித்த இந்திரனைப் பெருமைப்படுத்துகின்றவர் ஆவார்"

8. "கெட்ட எண்ணம் கொண்டவர்களும் அற்பர்களுமான சுதாசனின் எதிரிகள் அடக்கமாகப் பாய்ந்து கொண்டிருந்த பருஷ்னி நதியைக் கடக்கும்போது அதனுடைய கரைகளை உடைத்துவிட்டனர்; ஆனால் தனது மேன்மையால் புவியெங்கும் சர்வவியாபகமாக நிறைந்திருக்கும் கடவுளும், சயமனாவின் மகனான காவியும் வீழ்ந்துபடும் பலியாளைப் போன்று மரண நித்திரையில் ஆழ்ந்திருக்கின்றனர்."

9. "நீர் தனது வழக்கமான பாதையில் பருஷ்னி நதியில் சென்றது, அதற்கப்பால் அந்த நீர் எங்கும் அலையவில்லை; மன்னனின் வேகமான போக்கு எளிதில் சென்றடையக்கூடிய இடங்களுக்கெல்லாம் சென்றது, இந்திரனோ சோம்பிப் பேசித் திரியும் எதிரிகளையும் அவர்களின் எண்ணற்ற வழித்தோன்றல் களையும் சுதாசனுக்கு அடிமைகளாக்கினான்."

10. "பிரிஷ்னியால் அனுப்பப்பட்ட பலவண்ணக் கால்நடைகளில் சவாரிசெய்யும் மருத்துக்கள், தங்களது நண்பனான இந்திரனுடன் செய்துகொண்ட வாக்குறுதியை நினைவு கூர்ந்து, மேய்ச்சலிலிருந்து வரும் கால்நடைகளைப் போன்று வந்தனர். அவர்கள் மேய்ப்பன் இன்றிவிடப்பட்டபோது, மகிழ்ச்சியில் திளைத்த நியுத் புரவிகள் அவர்களை எதிரிகளிடமிருந்து விரைவில் பாதுகாத்துக் கொணர்ந்தன."

11. "ராஜாவுக்கு உதவுவதற்காக வீரனான இந்திரன் மருத்துக்களை உருவாக்கினான், புகழடையவேண்டும் என்று பேராசை

கொண்டிருந்த அவர்கள் பருஷ்னி நதியின் இரு கரைகளிலும், பலிபீடத்தில் புனிதப் புல்லை எறியும் நல்ல தோற்றமுடைய பூசாரியைப் போன்று நூற்றி இருபது பேரைக் கொன்று குவித்தான்."

12. "இடிமின்னலைத் தாங்கியிருப்பவனாகிய நீ ஷுருதன், கவஷன், விருத்தன், பின்னர் துருஹியு ஆகியோரை நீரில் மூழ்கடித்தாய்; ஏனெனில் இந்திரனே, அவர்கள் உனக்காகத் தங்களை அர்ப்பணித்துக் கொண்டவர்கள். உன் புகழ்பாடுபவர்கள், உன்னுடைய நட்பை விரும்பி, அதைப் பெருமையாக நினைப்பவர்கள்."

13. "தனது வலிமையைப் பயன்படுத்தி இந்திரன் அவர்களுடைய பலமிக்க நிலைகளனைத்தையும், அவர்களுடைய ஏழுவகையான நகரங்களையும் தரைமட்டமாக்கினான், அனுவின் மகனுடைய மாளிகையை திரித்சுவுக்கு அவன் கொடுத்துள்ளான். அதை ஈடுசெய்யும் விதமாக இந்திரனே, தவறாகப் பேசும் மனிதனை நாங்கள் போரில் வெற்றி கொள்ள அருள்வாயாக."

14. அனுஸ், துருஷியுஸ் ஆகியோரின் போர்வீரர்கள், பக்திமானான சுதாசன் மீது பகைகொண்டு கால்நடைகளை அபகரிக்க விழைந்தனர். அதானல் அறுபத்து ஆறாயிரத்து அறுநூற்று அறுபத்து வீரர்கள் மடிந்தனர்; இந்திரனின் புகழார்ந்த செயல் இத்தகையவையாகும்.

15. "பகையுணர்வு கொண்ட இந்த திரித்சுக்கள் அறியாமையினால் இந்திரனுடன் போட்டியிட்டு, மலையிலிருந்து கீழ்நோக்கிப்பாயும் நதிகளைப் போன்று வேகமாக நிர்மூலமாக்கப்பட்டு தலைதெறிக்க ஓடினர். தோல்வியுற்ற அவர்கள் தங்களுடைய உடமைகளனைத்தையும் சுதாசனுக்கு விட்டுச் சென்றனர்."

16. வீரனான சுதாசனின் பகையுணர்வுகொண்ட எதிரிகளை இந்திரன் இப்புவியெங்கும் சிதறி ஓடச்செய்தான், நைவேத்தியத்தை ஏற்றுக்கொள்பவனான மூத்த இந்திரன் இவன்; சீற்றம் கொண்ட எதிரியின் சீற்றத்தை இந்திரன் குழப்பமடையச் செய்தான். சுதாசனை எதிர்த்து முன்னேறி வந்த எதிரிபுறமுதுகிட்டோடினான்.

17. “ஒரு மதிப்புவாய்ந்த நன்கொடையை ஓர் ஏழை வழங்கும்படி இந்திரன் செய்தான்; ஓர் ஆட்டைக்கொண்டு ஒரு வயதான சிங்கத்தைக் கொல்லச் செய்தான்; பலிபீடத் தூணின் கூம்புகளை ஓர் ஊசியைக் கொண்டு அறுத்தெறிந்தான்; எதிரியின் செல்வங்களனைத்தையும் சுதாசனுக்குக் கொடுத்தான்.”

18. “ஓ இந்திரனே, உன்னுடைய எண்ணற்ற எதிரிகள் அடிமைப்படுத்தப்பட்டுள்ளனர். உன்னைப் போற்றுவோரைக் குற்றம்சாட்டும் கீழ்ப்படியாத பேதனை ஏதேனும் ஒரு சமயத்தில் நீ அடிமைப்படுத்து; ஓ இந்திரனே, அவனுக்கு எதிராக உன்னுடைய கூர்மையான இடியைச் செலுத்து.”

19. “போரில் பேதனை இந்திரன் கொன்றபோது யமுனை நதிக்கரையில் வாழுபவர்களும் திரித்சும் இந்திரனைப் புகழ்ந்து போற்றினர். போரில் கொல்லப்பட்ட குதிரைகளின் தலைகளை இந்திரனுக்குப் பலியாக அஜாஸ், ஷிக்ருஸ், யக்ஷுர்கள் ஆகியோர் வழங்கினர்.”

20. “ஓ இந்திரனே, உனது உதவிகள், பழையனவானாலும் புதியனவானாலும் உனது வெகுமதிகள் மீண்டும் மீண்டும் தோன்றும் விடியலைப்போன்று எண்ண முடியாதவையாகும்; மனியமனனின் மகனான தேவகனை நீ கொன்றாய். உனது சொந்த விருப்பப்படி பரந்த மலையிலிருந்து ஷம்பாரனை கீழே வீசி எறிந்தாய்.”

இப்போரில் சுதாசனை எதிர்த்துப் போட்டியிட்ட மன்னர்கள் வருமாறு:[25] 1. ஷினியு, 2. துர்வாசன், 3. துருஹியு, 4. கவஷன், 5. புரு, 6. அனு, 7. பேதன், 8. ஷம்பாரனன், 9. வைகர்னன், 10. மற்றுமொரு வைகர்னன், 11. யது, 12. மத்சியன், 13. பக்தன், 14. பலனான், 15. அலீனன், 16. விஷானின், 17. அஜா, 18. ஷிவா, 19. ஷிக்ரு, 20. யக்ஷன், 21. யுதிய மதி, 22. யத்வன், 23. தேவக மனியமனன், 24. சயமனாகா, 25. சுதுகன், 26. உச்சதன், 27. ஷ்ருதன், 28. விரித்தன், 29. மானியு, 30. பிருது.

அந்த யுத்தம் அதனுடைய பெயர் குறிப்பிடுவதை விடவும் மிகப்பெரிய யுத்தமாக இருந்திருக்கவேண்டும். இந்தோ-ஆரியர்களின் வரலாற்றில் அந்த யுத்தம் மிகப்பெரியதொரு சம்பவமாக இருந்திருக்க வேண்டும். வெற்றிவாகை சூடிய சுதாசன் தனது காலத்தின் மிகப்பெரிய வீரனாகத் திகழ்ந்தான் என்பதில் வியப்பேதும் இல்லை[26]. என்ன காரணத்திற்காக

இப்போர் நடைபெற்றது என்பது நமக்குத் தெரியாது. ரிக்வேதத்தில் (*VII.83.7*) சில தகவல்கள் கொடுக்கப்பட்டுள்ளன, சுதாசனை எதிர்த்து நின்ற மன்னர்கள் மத நம்பிக்கையற்றவர்கள் என்று விவரிக்கப்படுகின்றனர், இது ஒருவேளை மதம் சம்பந்தப்பட்ட யுத்தமாகவும் இருக்கக்கூடும் என்பதையே இது சுட்டிக்காட்டுகிறது.

IV. ரிக்வேதத்தின் பின்வரும் செய்யுள்கள் தங்களுடைய ரிஷிகளுக்காகக் கீழே குறிப்பிடப்பட்டுள்ள அரசர்கள் இயற்றியதாக சாயனாச் சாரியாரும், பாரம்பரியமும் பிரகடனம் செய்கின்றன:

> "விதகாவ்யன் (அல்லது பரத்வாஜன்) *X 9*, சிந்துத்வீபன், அம்பரிஷன் மகன் (அல்லது துவஷ்த்ரியின் மகனான திரிசிராஸ்) *X. 75*, பிரியமேதனின் மகனான சிந்துக்ஷித்; *X.133*, பிஜவனனின் மகனான சுதாசன்; *X.134*, யுவனாசாவின் மகனான மந்தாத்ரி; *x.179*, உசீனரனின் மகனான சிபி; திவோதாசனின் மகனும் காசி மன்னனுமான பிரதர்த்தன், ரோகிதசுவனின் மகனான், வாசுமனாஸ்; மற்றும் *X.148* பிரிதி வைனியன் இயற்றியதாகவும் பிரகடனம் செய்யப்பட்டுள்ளது.

இப்பட்டியலில் சுதாசனின் பெயர் வேதச் செய்யுள்களை இயற்றுபவனாக இடம்பெற்றுள்ளதைக் காணமுடியும்.

V.9. சுதாசன் அஸ்வமேத யாகத்தை நடத்தினான். ரிக் வேதம், *iii. 53* இல் இது சம்பந்தமான குறிப்பு உள்ளது:

9. "கடவுளர்களை உருவாக்குபவரான மாபெரும் ரிஷி, புனிதச் சடங்குகளை முன்னின்று நடத்திவைப்பவர்களைக் கண்காணிப்பவர், தெய்வங்களினால் கவரப்பட்டவர் ஆகிய விஷ்வாமித்திரர், சுதாசனுக்காக வேள்வி நடத்தித் தந்தபோது நீரோடைகளில் நீர் பாய்ந்து செல்வதையே தடுத்து நிறுத்தினார்; குஷிகாசுடன் இந்திரனும் மகிழ்ச்சியடைந்தனர்."

11. "சுதாசனின் குதிரையான குஷிகாசை அணுகுங்கள், அவனை செயல்படத் தூண்டுங்கள், ராஜாவுக்காக செல்வங்களைப் பெற்றுத் தருவதற்கும் வெற்றி பெறுவதற்கும் அதனை அவிழ்த்துவிடுங்கள்; ஏனெனில் தேவர்களின் மன்னனான அவன் கிழக்கிலும், மேற்கிலும், வடக்கிலும் விருத்திரனை துவம்சம் செய்தான். ஆகவே பூமியின் மிகச்சிறந்த பிராந்தியங்களில் அவனை வழிபட சுதாசனை அனுமதியுங்கள்."

VI. பிராமணர்களுக்குத் தானம் செய்வதில் சுதாசன் புகழ் பெற்று விளங்கினான், அவர்கள் அவனை அதிதிக்வா, கொடை வள்ளல்களிலேயே முதன்மையானவன் என்று அழைத்தனர். ரிக்வேதத்தில் வரும் கீழே கொடுக்கப்பட்டுள்ள குறிப்புகள் அவனுடைய கொடைக்குணத்தைப் பிராமணர்கள் எவ்வாறு பாராட்டியுள்ளனர் என்பதைக் காட்டுகின்றன:

i.47.6. வாயுவேகத்தில் செல்லும் ஓ அச்சுவினிகளே, உங்களுடைய ரதத்தில் செல்வங்களைக் கொண்டிருக்கும் நீங்கள் சுதாசனுக்கு ஆதாரப் பொருள்களைக் கொணருங்கள். வானமெனும் மாகடலிலிருந்து, அல்லது வானத்திலிருந்து மிகவும் போற்றப்படும் செல்வங்களை எங்களுக்கு அனுப்புங்கள்.

i.63.7. "ஓ. இடிபோன்ற இந்திரனே, புருகுத்சனுக்காக ஏழு நகரங்களைப் போரில் நீ தகர்த்தெறிந்தாய், ஓ, மன்னவனே, சுதாசனுக்கு ஏற்பட்டுள்ள இன்னல்களை கைப்பிடிப் புல்லைப் போன்று மிக எளிதில் தூக்கி எறிந்து, புருவுக்கு செல்வத்தையும் வழங்குவாயாக."

i.112.19. "ஓ அச்சுவினிகளே, சுதாசனுக்கு செய்த மகத்தான அந்த உதவிகளுடன் வருவீர்களாக."

vii.19.13. "ஓ உக்கிரமான இந்திரனே, உனக்குப் படையல்களை செலுத்திய சுதாசனை எல்லாவிதமான உதவிகளுடன் விரைந்து சென்று பாதுகாத்தாய். புருகுத்சனின் மகன் திரசதஸ்யுவையும் புருவையும் நாட்டைப் பிடிப்பதற்கான போரிலும், எதிரிகளை துவம்சம் செய்வதிலும் நீ பேணிக் காத்திருக்கிறாய்."

vii.20.2. "வலிமையில் சிறந்த இந்திரன் விருத்திரனைக் கொல்கிறான்; தன்னைப் புகழ்பவர்களை அந்த வீரன் பாதுகாக்கிறான்; சுதாசனுக்கு (அல்லது தாரளமாக வாரிவழங்கு பவனுக்கு - சாயனர்) அவன் தன்மனதில் இடமளிக்கிறான்; தன்னை வணங்குபவர்களுக்குத் திரும்பத் திரும்ப செல்வங்களை வாரி வழங்குகிறான்."

vii.25.3. "சுதாசனுக்கு நூற்றுக்கணக்கான உதவிகளும், ஓராயிரம் விரும்பத்தக்க வெகுமதிகளும், வளவாழ்வும் வந்தடையட்டும். கொலைகாரர்களின் ஆயுதங்கள்

அழிந்துபடட்டும். எங்களுக்குக் கீர்த்தியும் செல்வமும் வழங்குவாயாக."

vii.32.10. "சுதாசனின் ரதத்தை யாரும் எதிர்க்கவோ, தடுக்கவோ முடியாது. எவனொருவனை இந்திரனும், மருத்துக்களும் பாதுகாக்கின்றனரோ, அவன் கால்நடைகள் நிரம்பிய புல்வெளியில் நடக்கிறான்."

Vii.53.3. "ஓ வானமும் பூமியுமாக நீ சுதாசனுக்காகப் பல வெகுமதிகளையும் செல்வத்தையும் கொண்டிருக்கிறாய்."

Vii.60.8. "அதிதி, மித்ரன், வருணன் ஆகியோர் சுதாசனுக்கு (அல்லது தாராளமான மனிதனுக்கு) பாதுகாப்பு வழங்குகின்றனர். அவனுக்குக் குழந்தைப் பேறுக்கான வரமளிக்கின்றனர். ஓ வலிமைமிக்க தேவதைகளே, கடவுளர்களுக்கு எதிராக நாங்கள் எந்தத் தவறும் செய்யாதிருப்போமாக. எங்களை எதிரிகளிடமிருந்து ஆரியமான் காப்பாராக. ஓ, வலிமையான கடவுளர்களே, சுதாசனுக்கு ஒருபரந்த இடத்தை வழங்குவீர்களாக"

ரிக்வேதம் என்ற அதிகாரப்பூர்வமான ஆதாரத்திலிருந்து திரட்டப்பட்டு மகாபாரதம் சாந்திபருவத்தில் குறிப்பிடப்பட்டுள்ள பைஜவனனின் வாழ்க்கை வரலாற்றுக் குறிப்புகள் இவையேயாகும். ரிக்வேதத்திலிருந்து அவனுடைய உண்மைப்பெயர் சுதாசன் என்றும் அவன் ஒரு க்ஷத்திரியன் என்றும் நாம் அறிகிறோம். அவன் க்ஷத்திரியனை விடவும் மேலவனாக இருந்தான். அவன் ஒரு மன்னனாக, வலிமை கொண்ட மன்னனாக இருந்தான். இதற்காக, மகாபாரதம் ஒரு புதிய விபரத்தைச் சேர்க்கிறது. அதாவது அவன் ஒரு சூத்திரனாக இருந்தான் என்பதே அது. ஒரு சூத்திரனை ஆரியன் என்றும், ஒரு சூத்திரனை க்ஷத்திரியன் என்றும், ஒரு சூத்திரனை ஓர் அரசன் என்றும் கூறுவது விந்தையே!! இதைவிட வியப்புக்குரிய செய்தி ஏதேனும் இருக்கமுடியுமா? இதைவிடக் கூடுதல் புரட்சிகரமானதாக வேறு ஏதேனும் இருக்க முடியுமா?

பின்வரும் மூன்று முக்கியப் பிரச்சினைகளை விவாதிப்பதுடன் இந்த வாழ்க்கை வரலாற்று விபரங்களைத் தேடுவதை முடித்துக் கொள்ளலாம். சுதாசன் ஆரியனா? சுதாசன் ஆரியனெனில் அவன் எந்த இனக்குழுவைச் சேர்ந்தவன்? சுதாசன் ஒரு சூத்திரனெனில், சூத்திரன் என்ற சொல் எதைக் குறிக்கிறது?

இரண்டாவது கேள்வியிலிருந்து தொடங்குவது நல்லதாக இருக்கும். இப்பிரச்சினை குறித்து ஒரு முடிவுக்கு வருவதற்கு ரிக் வேதத்தில் வரும் சிலகுறிப்புகளிலிருந்து சற்று உதவி பெறுவது சாத்தியமாகும். ரிக்வேதம் பல இனக்குழுக்களைக் குறிப்பிடுகிறது. அவற்றில் மிக முக்கியமானவை திரித்சுக்கள், பரதர்கள், துர்வாசர்கள், துர்ஹியுக்கள், யதுக்கள், புருக்கள், மற்றும் அனுஸ்கள் ஆகியவை. ஆனால் ரிக்வேதத்தில் வரும் குறிப்புகளின்படி மூன்று இனக்குழுக்கள்தான் சுதாசுடன் சம்பந்தப்பட்டவையாக உள்ளன. அவை திரித்சுஸ், புருக்கள் மற்றும் பரதர்கள். இந்த மூன்று இனக் குழுக்களுடன் நிறுத்திக் கொண்டு, முடிந்தால் இந்த மூன்றில் அவன் எந்த இனக்குழுவைச் சேர்ந்தவன் என்பதைக் கண்டறிய முயலுவோம். திரித்சுக்கள் மற்றும் சுதாசனுக்கு இடையிலான உறவை விளக்கும் ரிக்வேதத்தின் மிகமுக்கியமான செய்யுள்கள்.*1.63, 7;1, 130.7; vii.18.15; vii.33.5; vii.33.6; vii.83.4.6* ஆகியவையாகும்.

i.63.7 இல் திவோதாசன் புருக்களின் மன்னன் என்றும் *i.130.7*இல் திவோதாசன் பவுர்வி அதாவது புருக்களைச் சேர்ந்தவன் என்றும் கூறப்படுகிறான்.

ரிக்வேதம் *vii.18.15.* மற்றும் *vii 83.6.* ஆகியவை சுதாசன் திரித்து இனக்குழுவைச் சேர்ந்தவனல்ல என்று கூறுகின்றன. திரித்சுவின் முகாமை சுதாசன் தாக்கினான் என்றும், திரித்சு ஓடி ஒளிந்தான் என்றும், அவர்களுடைய செல்வத்தை சுதாசன் தனதாக்கிக் கொண்டான் என்றும் கூறுகிறது. இரண்டாவது செய்யுள், பத்து மன்னர்களுக்கு எதிரான போரில் திரித்சுவும் சுதாசனும் ஓரணியில் இருந்த தாகவும் ஆனால் அவர்கள் தனித்தனியானவர்கள் என்றும் கூறுகிறது. ஆனால் *vii.35.5.* இலும் *vii.83.4.*இலும் சுதாசன் முழுமையாக திரித்சுக்களுடன் இணைத்துக் காட்டப்படுகிறான்; உண்மையில் முதலாவது செய்யுளில் சுதாசன் திரித்சுக்களின் மன்னாக ஆகிறான்.

திரித்சுக்களுக்கும் பரதர்களுக்கும் இடையிலும், அவர்களுக்கும் சுதாசனுக்கும் இடையிலும் உள்ள தொடர்பு சம்பந்தமான இப்பிரச்சினை குறித்து நமக்கு அத்தாட்சியாக ரிக்வேதம் *vii.33.6.* மற்றும் *v. 16.4., 6, 19* ஆகியவை விளங்குகின்றன. முதலாவது செய்யுளின் கூற்றுப்படி திரித்சுக்களும் பரதர்களும் ஒரே இனக்குழுவினர்தான். இரண்டாவது செய்யுளின் கூற்றுப்படி சுதாசனின் தந்தையான திவோதாசன் பரதர்கள் இனக்குழுவைச் சேர்ந்தவன் என்று கூறப்படுகிறது.

இக்குறிப்புகளிலிருந்து ஒரு விஷயம் நிச்சயமாகத் தெரியவருகிறது: அதாவது புருக்கள், திரித்சுக்கள், பரதர்கள் ஆகியோர் ஒரே இனக்குழுவின் வெவ்வேறு பிரிவினைச் சேர்ந்தவர்கள் அல்லது, அவர்கள் வெவ்வேறு இனப்பிரிவுகளாகச் சேர்ந்தவர்களாக இருந்து, காலப்போக்கில் ஒரே இனமக்களாக மாறினர். இது சாத்தியமானதே. ஒரே கேள்வி இதுதான்: அவர்கள் வெவ்வேறு இனக்குழுவினர் என்று வைத்துக்கொண்டாலும்கூட, சுதாசன் அசலில் எந்த இனக் குழுவைச் சேர்ந்தவன்? புருக்கள், திரித்சுக்கள் அல்லது பரதர்கள் இனத்தைச் சேர்ந்தவனா? திவோதாசனுடன் புருக்கள் மற்றும் பரதர்கள் இனக்குழுக்கள் கொண்டிருந்த தொடர்பைப் பார்க்கும்போது சுதாசன், புருக்கள் அல்லது பரத இனக்குழுக்களைச் சேர்ந்தவனாக இருந்திருக்க வேண்டும் என்று கருதுவது இயற்கையே என்று தோன்றுகிறது. ஆயினும் எந்த இனக்குழுவைச் சேர்ந்தவன் என்று அறுதியிட்டுக் கூறுவது கடினம்.

அவன் புரு இனத்தைச் சேர்ந்தவனா அல்லது பரதர்கள் இனத்தைச் சேர்ந்தவனா என்பது ஒருபுறமிருக்க, அவனுடைய தந்தை திவோதாசன் பரத இனத்தைச் சேர்ந்தவன் என்று கூறப்படுகிறது. அடுத்த கேள்வி என்னவெனில், யார் இந்த பரதர்கள், அவர்கள் பெயரால்தான் இந்தியா பாரதபூமி அல்லது பரதர்கள் நாடு என்று வழங்கப்பட்டதா? இக்கேள்வி மிக முக்கியமானது, ஏனெனில் பெரும்பாலான மக்கள் உண்மை விபரங்களை அறியாதவர்களாக உள்ளனர். பரதர்களைப் பற்றிப்பேசும்போது இந்துக்கள் தவுஷியந்தி பரதர்களையே மனதில் கொண்டிருக்கின்றனர். பரதர்கள் துஷ்யந்தன் மற்றும் சகுந்தலையின் வழித்தோன்றல்கள் என்றும் அவர்கள் போரில் ஈடுபட்டனர் என்றும் மகாபாரதம் கூறுகிறது. வேறு எந்த பரதர்களைப் பற்றியும் அவர்கள் அறிந்திருக்கவில்லை என்பது மட்டுமன்றி, இந்தியாவுக்கு தவுஷியந்தி பரதர்களின் பெயரால்தான் பாரதபூமி என்ற பெயர் வழங்கப்பட்டது என்றும் அவர்கள் கருதுகின்றனர்.

ஒருவருக்கொருவர் முற்றிலும் வேறுபட்ட இரு பரதர்கள் உள்ளனர். ஒரு இனக்குழுவைச் சேர்ந்த பரதர்கள் ரிக்வேதத்தில் குறிப்பிடப்படும் பரதர்களாவர். அவர்கள் மனுவின் வழித்தோன்றல்கள், சுதாசன் அவர்களைச் சேர்ந்தவன். மற்றொரு இனக் குழுவைச் சேர்ந்த பரதர்கள்தான் தவுஷியந்தி பரதர்கள். இதில் முக்கியமானது என்னவெனில் இந்தியாவுக்குப் பாரதபூமி

என்ற பெயர் வழங்கப்பட்டிருப்பது ரிக்வேதத்தின் பரதர்களைக் கொண்டுதானேயன்றி தவுஷியந்தி பரதர்களின் பெயரைக் கொண்டு அல்ல. பாகவத் புராணத்திலிருந்து கீழே கொடுக்கப்பட்டுள்ள செய்யுளிலிருந்து அது தெளிவாகிறது:[27]

प्रियंवी गाम सुतो मनोः स्वायंभुवस्य ह ।
तस्याग्नीप्रस्ततो नाभिर्क्रषभश्व सुतस्ततः ॥
अवतीर्ण पुत्रशतं तस्यासीद्रष्टयपारगम् ।
तेषां वै भरतो ज्येष्ठो नारायणपरायणः ।
विख्यातं वर्षमेतद्यन्नाम्ना भारतमुत्तप्रम् ॥

"சுவாயம்புவின் மகனாகிய மனுவுக்கு பிரியவிரதன் என்ற மகன் இருந்தான்; அவனுடைய மகன் ஆக்கினித்திரன்; அவனுடைய மகன் நாபி; அவனுடைய மகன் ரிஷபன்; அவனுக்கு நூறு புத்திரர்கள் பிறந்தனர். அனைவரும் வேதம் பயின்றனர்; அவர்களில் நாராயணனுக்குத் தன்னை அர்ப்பணித்துக் கொண்ட பரதன்தான் மூத்தவன், அவனுடைய பெயரால்தான் இந்த அற்புதமான நாடு பாரதம் என்றழைக்கப்படுகிறது."

சூத்திரனான இந்த சுதாசன் எத்தகைய புகழ்பெற்ற மன்னர்களின் பரம்பரையில் வந்தவன் என்பது இது தெளிவுபடுத்துகிறது.

அடுத்தபடியாக நாம் கண்டறியவேண்டிய விஷயம் சுதாசன் ஆரிய இனத்தைச் சேர்ந்தவனா என்பதாகும். பரதர்கள் ஆரியர்கள்தாம். எனவே சுதாசனும் ஓர் ஆரியனாகத்தான் இருந்திருக்க வேண்டும். ரிக்வேதம் VII 18.7. இல் உள்ள குறிப்புகளைப் பார்க்கும் போது ஆரியர்களுடன் திரித்சுக்களுக்கு இருந்த தொடர்பு அவனுடைய ஆரிய மூலத்தின்மீது சில ஐயப்பாடுகளை ஏற்படுத்துவது போல் தோன்றுகிறது. ஆரியர்களின் பசுக்களை திரிச்சுக்களிடமிருந்துஇந்திரன் மீட்டதாகவும், திரித்சுக்களைக் கொன்றதாகவும் கூறுகிறது. அதன்மூலம் திரித்சுக்கள் ஆரியர்களின் எதிரிகளாக இருந்தனர் என்பதைக் காட்டுகிறது. திரித்சுக்கள் ஆரியர்களல்லாதவர்களாகக் காட்டப்படுவதை கண்டு கிரிஃபித்ஸ் மிகவும் வருத்தப்படுகிறார். இதற்குக் காரணம் அச்செய்யுளை சொல்லுக்குச் சொல் அப்படியே பெயர்த்ததாகும். இதைத் தவிர்ப்பதற்காக அவர் பசுக்கள் என்பதைத் தோழர்கள் என்று அர்த்தப்படுவதாகப் புரிந்து கொள்கிறார்.[28] ரிக்வேதத்தில் இருவகையான ஆரியர்களைப்

பற்றிய கதை அடங்கியுள்ளது என்பதைக் கருதிப்பார்க்கும்போது இது தேவையற்றதாகும். அவர்கள் இனத்தாலும் மதத்தாலும் வேறுபட்டவர்களாகக் கூட இருந்திருக்கலாம். எது சரி என்பதைக் கூறுவது கடினம். இந்த உண்மையின் பின்புலத்திலிருந்து பார்க்கும்போது இந்த செய்யுள் அர்த்தப்படுத்துவதெல்லாம், அது எழுதப்பட்ட காலத்தில் திரித்சுக்கள் மதத்தால் ஆரியர்களாக மாறவில்லை என்பதேயாகும். இனத்தால் அவர்கள் ஆரியர்கள் அல்ல என்பதை அது அர்த்தப்படுத்தவில்லை. ஆகவே சுதாசனை ஒரு பரதனாகவோ அல்லது திரித்சுவாகவோ எடுத்துக்கொண்டாலும் கூட அவன் ஓர் ஆரியன என்பது விவாதத்திற்கு அப்பாற்பட்டது என்பது தெளிவாகிறது.

இப்போது இறுதிக்கேள்வியைப் பார்ப்போம். ஆனாலும் இது எந்த வகையிலும் முக்கியத்துவத்தில் குறைந்ததல்ல. சூத்திரன் என்ற சொல் எதைக் குறிக்கிறது? சுதாசன் ஒரு சூத்திரனாக இருந்தான் என்ற இப்புதிய கண்டுபிடிப்பின் பின்புலத்தில் இச்சொல் இப்போது முற்றிலும் ஒரு புதிய வெளிச்சத்தில் இருப்பதைக் காண்கிறோம். இச்சொல் வெறும் அடிமைப்பட்டுக்கிடந்த, பூர்வகுடிவர்க்கத்தின் பெயர் என்று கூறிக் கொண்டிருந்த பழைய அறிஞர்களுக்கு இப்புதிய கண்டுபிடிப்பு ஆச்சரியமாக இருக்க வேண்டும். ஏனெனில் இதற்கு கடந்தகால ஆராய்ச்சியாளர்கள் ஒரு பதிலைக் கண்டுபிடிக்க முடியாமல் இருந்தனர். என்னைப் பொறுத்தவரை நானும் அதே நிலைமையில்தான் இருக்கிறேன். அதற்குக் காரணம் வேதகால ஆரியர்களின் சமூக அமைப்புமுறை இன்னமும் ஆராயப்பட வேண்டியுள்ளதேயாகும். பண்டைய சமுதாயங்கள் குழுக்களாக அமைக்கப்பட்டிருந்தன. அவர்கள் குழுக்களாகவே செயல்பட்டனர் என்பதை ஆய்வுகளிலிருந்து நாம் அறிகிறோம். அக்குழுக்கள் பல்வேறு வகைப்பட்டனவாக இருந்தன. சிறுகுழுக்கள், குலமுறைகள், குலமுறைப்பிரிவுகள், இனக்குழுக்கள் என்று இருந்தன. சில சந்தர்ப்பங்களில் இனக்குழுதான் முக்கிய அலகாக இருந்தது. மற்ற சந்தர்ப்பங்களில் சிறுகுழுக்களும், இன்னும் இதர சந்தர்ப்பங்களில் குலமுறைகளும் முக்கிய இடத்தை வகித்தன. சில இடங்களில் இனக்குழுக்கள் சிறுகுழுக்களாகப் பிரிந்திருந்தன. இன்னும் சில இடங்களில் சிறு குழுக்களாக இல்லாமல் ஒரே இனக் குழுவாக இருந்தது.

சிறுகுழு என்பது ஒரே முன்னோரின் வழித்தோன்றல்களைக் கொண்டது. ஒரு பொதுவான ரத்த உறவினர் என்ற உணர்வினால்

ஒன்றாகப் பிணைக்கப்பட்டதாக இருந்தது. இக்குழுக்கள் அடிக்கடி பொதுவான சமூக மற்றும் திருவிழா சம்பந்தப்பட்ட அக்கறைகளினால் குலமுறைகள் அல்லது சோதர உணர்வு கொண்ட சிறுகுழுக்களின் பெரிய அமைப்பின் மூலமாக உறவு கொண்டவையாக மாறின. இக்குலமுறைகளுக்கிடையிலான இப்பிணைப்பு நெருக்கமானதாகவோ நெருக்கமற்றதாகவோ இருந்திருக்கக் கூடும், அதாவது, இக்கூட்டு ஓர் இயல்பான, முன்னுரிமை கொண்ட நட்புணர்வை விடக் கூடுதலாக எதையும் அர்த்தப்படுத்தாதிருந்திருக்கக்கூடும். ஆனால் எந்தவிதமான உபபிரிவுகளும் இன்றி குலமுறைப்பிரிவுகள் ஏற்படக்கூடும். அதாவது ஒரு சிறு குழு முழுவதும் இரு சிறு குழுக்களாகக் கொண்டிருக்கலாம். இந்த அமைப்புகளனைத்தும் அவை, சிறுகுழுக்களாக, குலமுறைகளாக, குலமுறைப் பிரிவுகளாக அல்லது இனக்குழுக்களாக இருந்த போதிலும் அவையனைத்தும் ரத்தசம்பந்தமான உறவை ஆதாரமாகக் கொண்டிருந்தன.

இத்தகைய சமூக அமைப்பு வடிவங்கள் இருந்தன என்பதில் வேதகால ஆரியர்களுக்கு ஐயமேதும் இருக்கவில்லை. சொல் வழக்கிலிருந்து இது தெளிவாகிறது. பேராசிரியர் செனார்ட் சுட்டிக் காட்டியது போன்று:[29]

"வெளியுறவு, சமூக வாழ்வு போன்ற விவரங்களில் வேதகாலச் செய்யுள்கள் நிச்சயமற்றவையாக உள்ளன. ஆரியமக்கள் தொகை பல இனக்குழுக்கள் அல்லது சிறிய மக்கள் பிரிவினராகப் (ஜனங்கள்) பிரிக்கப்பட்டிருந்தது. அவர்கள் சிறுகுழுவினராகப் பிரிக்கப்பட்டு ரத்தசம்பந்தமான பந்தங்களின் மூலம் பிணைக்கப்பட்டிருந்தனர். பதிலுக்கு அவர்கள் குடும்பங்களாகப் பிரிக்கப்பட்டிருந்தனர். இந்தவகையில் ரிக்வேதத்தில் சொல்வழக்கு ஓரளவுக்குத் தீர்மானகரமாக இல்லை. ஆனால் பொதுவான உண்மை தெளிவாக இருக்கிறது. சாஜதா, அதாவது 'ரத்த உறவுள்ளவர்' அல்லது ஒரே இனத்தின் 'ஒரே ஜாதிக்காரன்' ஆகிய சொற்கள் அதர்வண வேதத்தில் ஒரு சிறு குழுவைச் சேர்ந்தவன் என்று அர்த்தப்படுத்துவது போல் தோன்றுகிறது. பரந்த முக்கியத்துவத்தைப் பெறுகின்ற 'ஜனம்' என்ற சொல் சிறு குழு என்பதற்கு இணையான அவெஸ்தி சொல்லான ஜாண்டு, ஜாதி என்ற சொல்லை நினைவு கூர்கிறது. விரா, வ்ரிஜனா, வ்ரஜா, வ்ரதா ஆகிய சொற்கள் ஒரே சொல்லை அர்த்தப்படுத்துகிறது

அல்லது சிறு குழு அல்லது இனக்குழுக்களின் உட்பிரிவுகளை அர்த்தப்படுத்துவதாகத் தோன்றுகிறது. இச்செய்யுள்கள் குறிப்பிடும் சகாப்தங்களில் அப்போது வாழ்ந்த ஆரிய மக்கள் தொகை ஓர் இனக்குழுவின் பாரம்பரியங்களினாலும், கீழான, அல்லது அதேபோன்ற குழுவினரின் பாரம்பரியங்களினாலும் ஆதிக்கம் பெற்ற ஓர் அமைப்பில் ஆட்சியை நடத்தியது. இந்த அமைப்பு ஓரளவுக்கு நிலையற்றதாக இருந்தது என்பதை பல்வகைத் தான பெயர்கள் சுட்டிக்காட்டுகின்றன.''

இப்பெயர்களில் எது சிறு குழுவிற்கு, எது குலமுறைக்கு, எது இனக்குழுவுக்கு[30] இணையானதாக இருக்கிறது என்பதைத் தீர்மானிக்கும் தகவல்கள் எதுவும் நம்மிடம் இல்லை. இது இவ்வாறு இருக்க, சூத்திரன் என்றசொல் ஒரு சிறுகுழுவை, ஒரு குலமரபை அல்லது இனக்குழுவைக் குறிக்கும் பெயரா என்று தீர்மானிப்பது கடினம். சதபத பிராமணத்திலிருந்து (i.1.4.12) ஒரு பகுதியைப் பற்றி பேராசிரியர் வெபர் கருத்து கூறும்போது, அதை மேற்கோள் காட்டுவது ஆர்வமூட்டுவதாக உள்ளது. வேள்வி செய்பவனை வேள்வியைத் தொடங்குமாறு அழைக்கும்போது பல்வேறு வகையான சொற்கள் பயன்படுத்தப்பட்டன என்று அது கூறுகிறது. அவன் பிராமணனாக இருந்தால் அவனை ''வாருங்கள்'' என்று அழைக்க வேண்டும். அவன் ஒரு க்ஷத்திரியனாக இருந்தால் 'வேகமாக இங்கு வா' என்றும், அவன் ஒரு வைசியனாக இருந்தால் அவனை 'இங்கு வேகமாக வா' என்றும், அவன் ஒரு சூத்திரனாக இருந்தால் 'இங்கு ஓடிவா' என்றும் அழைக்க வேண்டும்.

பேராசிரியர் வெபர் கூறுகிறார்:

''இந்தப் பகுதி முழுவதும் மிகுந்த முக்கியத்துவம் வாய்ந்ததாகும். (இந்த ஏட்டின் முதலாவது தொகுதியில் பக்கம் 83இல் ரோத் கூறுவதற்கு மாறாக) அப்போது சூத்திரர்கள் ஆரியர்களின் புனித வேள்விகளுக்கு அனுமதிக்கப்பட்டனர். சூத்திரர்களுக்கு ஆரியர்களுடைய மொழியில் பேச முடியாவிட்டாலும் கூட அவர்களால் புரிந்துகொள்ள முடிந்தது என்பதை அப்பகுதி காட்டுகிறது. பின்னர் கூறிய விஷயம் நிச்சயமாகத் தேவையான பின்விளைவாகக் கருதப்பட முடியாது. ஆனாலும் கூட மற்றவர்களை விட முன்னதாக இந்தியாவில் குடியேறிய ஆரிய இனக்குழுதான் சூத்திரர்கள் என்று கருதக் கூடிய வர்களின் கண்ணோட்டத்துடன் நான் உடன்படுகிறேன்.''[31]

சூத்திரர்களும் ஆரியர்களே என்ற அவரது முடிவு நெத்தியடியாக விளங்குகிறது. ஐயப்பாட்டிற்குரிய ஒரே விஷயம் என்னவெனில் சூத்திரர்கள் என்பவர்கள் ஒரு தனிப்பட்ட இனக் குழுவினரா என்பதுதான். அவர்கள் ஆரியர்களாகவும் க்ஷத்திரியர்களாகவும் இருந்தனர் என்பது ஐயத்திற்கு அப்பாற்பட்டதாகும்.

அடிக்குறிப்பு

1. சுக்தங்கர் நினைவுப் பதிப்பில் மேற்கோள் காட்டப்பட்டது. தொகுதி 1, பக்.43-44.
2. சுக்தங்கர் நினைவுப் பதிப்பில் மேற்கோள் காட்டப்பட்டது- தொகுதி 1, பக். 131.
3. சுக்தங்கர் ஓபி.ஐடி., பக்.14.
4. அதே நூல், பக். 9-42
5. தங்களுடைய ஒப்பீட்டு ஆவணத்தைப் பயன்படுத்த என்னை அனுமதித்ததற்காக பண்டர்கர் கீழ்த்திசை ஆராய்ச்சிக் கழகத்திற்கு நான் நன்றிக் கடன்பட்டிருக்கிறேன். அடைப்புக் குறிகளில் உள்ள எழுத்துக்கள் கையெழுத்துப் பிரதிகளுக்கு அக்கழகம் வழங்கிய குறியீட்டு எண்ணைக் குறிக்கின்றன. என் அல்லது எஸ் என்பது அக் கையெழுத்துப் பிரதி தெற்கு அல்லது வடக்கில் இருந்து வந்தது என்பதைக் குறிக்கிறது. கே என்ற எழுத்து கும்பகோணத்தைக் குறிக்கிறது.
6. லக்ஷ்மண் ஸ்ரூப், நிகண்டும் நிருக்தமும் பக். 35-36.
7. வில்சனின் ரிக்வேதம், தொகுதி IV (புனா மறுபதிப்பு), பக். 146
8. வில்சனின் விஷ்ணு புராணம், பக். 377-380.
9. வில்சனின் விஷ்ணு புராணம், பக். 447-456.
10. ரிக் வேதத்தில் இந்த சுதாசனின் மரபுவழியைப் பற்றிய சில சிரமங்கள் உணரப்படுகின்றன. திவோதாசனுடன் தேவவதனை அடையாளம் காட்டுவதன் மூலம் இதைச் சமாளிக்க முயலப்படுகிறது. செய்யுள்கள் 22, 23 மற்றும் 25ன் பல்வேறு வாசகங்களின் காரணமாக இச்சிரமம் தோன்றியுள்ளது. இச்செய்யுள்களை யாரும் முறையாகச் சேக ரிக்கவில்லைபோல் தோன்றுகிறது. சித்ரவ சாஸ்திரியின் ரிக் வேதப் பதிப்பில் பிஜவனன் முழுமையாக இடம்பெறுகிறான். சதவலேகரின் பதிப்பிலும் பைஜவனன் முழுமையாக இடம்பெறுகிறான். 22 மற்றும் 23 ஆம் செய்யுளில் பைஜவனனையும் 25இல் பிஜவனனை யும் வில்சன் இடம்பெறச் செய்திருக்கிறார். வில்சனின் வாசகம் துல்லியமானதுபோல் தோன்றுகிறது. யஸ்கர் கூட, தமது நிருக்கத்தில் பைஜவனன் இருந்துள்ளதாகத் தெரிவிக்கிறார். அதை அவர் விளக்கவும் முயல்கிறார். செய்யுள் 25இல் வில்சனின் வாசகம் சரியானதாக இருக்குமானால் எந்தச் சிரமமும் தோன்றாது. அப்போது பிஜவனர், திவோதாசனின் மற்று மொரு பெயராகவும், பைஜவனன் சுதாசனின் மற்றொரு பெயராகவும் தோன்றக்கூடும்.
11. முய்ர், தொகுதி. 1 பக். 366.

12. ரிக் வேதம், VII, 83.1
13. ரிக் வேதம், IX, 61, 2
14. ரிக் வேதம், VI, 61.1;VII 19.8
15. ரிக் வேதம், I, 130.7
16. ரிக் வேதம், 1, 53.10
17. ரிக் வேதம், X.48
18. ரிக் வேதம், 1.53, 8;VI.18.13
19. ரிக் வேதம், I, 116.18
20. ரிக் வேதம், VI, 16.5
21. ரிக் வேதம், VI, 18.13
22. ரிக் வேதம், 1.112.19
23. மார்டின் ஹாக், தொகுதி II. தொகுதி 523–524
24. மார்டின் ஹாக், தொகுதி II, தொகுதி 523–524.
25. இப்பட்டியல் சித்ரவ சாஸ்திரியின் பிரசின் சரித்திர கோஷ் என்ற நூலிலிருந்து எடுக்கப்பட்டது, பக். 624. இப்பெயர்களெல்லாம் மன்னர்களின் பெயர்கள்தானா என்பதில் ஒருமித்த கருத்து இல்லை. 13–16 எண்களில் வரும் பெயர்கள் புரோகிதர்களின் பெயர்கள் என்று சாயனாச்சாரியர் கூறுகிறார். 27–29 பற்றியும் ஐயப்பாடுகள் உள்ளன.
26. ரிக் வேதத்தில் சுதாசனின் பெயர் 27 இடங்களில் வருகிறது. வேதகாலத்து மக்கள் மதிக்குமளவுக்கு அவன் மிகப்பெரிய வீரனாகத் திகழ்ந்திருக்கிறான்
27. மகாபாரதச்ச உபசம்ஹாரத்தில் வைத்தியாகாட்டியுள்ள மேற்கோள், தொகுதி ப.200.
28. அவருடைய மொழிபெயர்ப்பு, "திரித்சுக்களிடம் ஆரியர்களின் தோழர்கள் வந்தன. செல்வத்தின் மீதுள்ள ஆசையினாலும் வீரர்களின் போரில் அவர்களுக்குத் தலைறை தாங்கவும்."
29. "இந்தியாவில் ஜாதிகள்" எமைல் செனார்ட் பக்.192.
30. ஆரிய இனக்குழுக்கள் என்று அழைக்கப்படுபவை அவற்றின் மாறிவரும் கூட்டணிகளிலிருந்து பார்க்கும்போது அவை குலமுறைகளாகத் தோன்றுகின்றன.
31. முய்ர், தொகுதி 1. பக். 366

★

இயல் 8

வருணங்களின் எண்ணிக்கை மூன்றா, நான்கா?

I

இந்தோ-ஆரிய சமுதாயத்தில் தொன்றுதொட்டே நான்கு வருணங்கள் இருந்துவந்தன என்பது அனைத்து வகுப்பினர்களையும் சேர்ந்த இந்துக்களினாலும் ஐரோப்பிய அறிஞர்களினாலும் ஒப்புக்கொள்ளப்பட்ட கருத்தாகும். முந்தைய இயலில் முன்வைக்கப்பட்ட கருத்தைப் போன்று, அதாவது சூத்திரர்கள் சத்திரியர்களாக இருந்தனர் என்ற கருத்து ஏற்றுக்கொள்ளப்படுமானால், அப்போது அக்கருத்து தவறானது என்பதும், இந்தோ-ஆரிய சமுதாயத்தில் மூன்று வருணங்கள் மட்டுமே, அதாவது பிராமணர்கள், சத்திரியர்கள், வைசியர்கள் என்று மூன்று வருணங்கள் மட்டுமே இருந்து வந்தன என்பதும் தெளிவாகிறது. இவ்வாறு இக்கருத்து, ஒரு பிரச்சினையைத் தீர்க்கும் அதேசமயம் மற்றுமொரு பிரச்சினையை உருவாக்குகிறது. வேறு எவரேனும் இப்பிரச்சினையின் முக்கியத்துவத்தைக் காண்கிறார்களோ இல்லையோ நான் காண்கிறேன். ஆரம்பத்தில் மூன்று வருணங்களே இருந்தன என்ற கருத்தை நிரூபிப்பதில் நான் வெற்றியடையாவிடில், சூத்திரர்கள் சத்திரியர்களாக இருந்தனர் என்ற எனது கருத்து ஐயத்திற்கிடமின்றி நிரூபிக்கப்படுவதாகக் கூறமுடியாது என்ற உண்மையை நான் உணர்ந்திருக்கிறேன்.

இப்பிரச்சினை உறுதியாகத் தீர்க்கப்படும் என்ற நிலைமை இருக்கும்போது அது மற்றொன்றை உருவாக்குகிறது என்ற கருத்தில் நான் ஈடுபட்டிருப்பது துரதிருஷ்டவசமானதுதான் என்ற

அதே சமயம், இந்தோ-ஆரியர்களிடையே மூன்று வருணங்கள் மட்டுமே இருந்தன என்பதைக் காட்டும் வலுவான, கோர்வையான சான்று இருப்பதைக் கண்டு நான் அதிருஷ்டசாலியாக இருப்பதை உணருகிறேன்.

நான் ஆதாரமாகக் கொண்டிருக்கும் முதலாவது சான்று ரிக் வேதமேயாகும். ரிக் வேத காலத்தில் வருணாசிரம முறை நடப்பில் இருக்கவில்லை என்று கூறும் அறிஞர்கள் சிலரும் இருக்கின்றனர். ரிக்வேதம் முடிவுக்கு வந்து வெகுகாலத்திற்குப் பின்னர் நடைபெற்ற இடைச்செருகலே புருஷ சூக்தம் என்ற கருத்தை இக்கூற்று ஆதாரமாகக் கொண்டுள்ளது. புருஷ சூக்தம் ஒரு பிற்காலத்திய இடைச்செருகல் என்பதை ஒப்புக்கொண்டாலும்கூட, ரிக் வேத காலத்தில் வருணாசிரம அமைப்பு இருக்கவில்லை என்ற கருத்தை ஏற்றுக்கொள்வது சாத்தியமல்ல. இத்தகைய ஓர் அமைப்பு ரிக்வேத வாசகத்திற்கு நேர்முரணாக உள்ளது. ஏனெனில் புருஷ சூக்தம் ஒருபுறமிருக்க, ரிக்வேதம் ஒருமுறையல்ல, பலமுறை பிராமணர்களையும், சத்திரியர்களையும், வைசியர்களையும் குறிப்பிடுகிறது. பிராமணர்கள் தனிப்பட்ட வருணமாக பதினைந்து முறையும் க்ஷத்திரியர்கள் ஒன்பது முறையும் குறிப்பிடப்படுகின்றனர். இதில் முக்கியமானது என்னவெனில் ரிக்வேதம் சூத்திரர்களை ஒரு தனிப்பட்ட வருணமாகக் குறிப்பிடுவதில்லை என்பதேயாகும். சூத்திரர்கள் ஒரு தனிப்பட்ட வருணமாக இருந்திருப்பார்களேயானால், ரிக்வேதம் அவர்களை அவ்வாறு குறிப்பிடாமல் இருப்பதற்கு எந்த விதக் காரணமுமில்லை. ரிக் வேதத்திலிருந்து நாம் பெறக்கூடிய உண்மையான முடிவு என்னவெனில், வருணாசிரம முறை நடைமுறையில் இருக்கவில்லை என்பதல்ல, மாறாக மூன்று வருணங்கள் மட்டுமே நடைமுறையில் இருந்தன, சூத்திரர்கள் நான்காவது வருணமாக, ஒரு தனிப்பட்ட வருணமாகக் கருதப்படவில்லை என்பதேயாகும்.

நான் ஆதாரமாகக் கொண்டிருக்கும் இரண்டாவது அத்தாட்சி, சதபதம், தைத்ரீயம் என்ற இரு பிராமணங்களின் சான்றுரைகளாகும். இவ்விரண்டுமே மூன்று வருணங்கள் மட்டுமே உருவாக்கப்பட்டதாகக் கூறுகின்றன. அவை சூத்திரர்கள் என்ற தனிப்பட்ட வருணம் உருவாக்கப்பட்டதைப் பற்றிக் கூறவில்லை.

சதபத பிராமணம் கூறுகிறது:[1]

II.1.4.11 - "பிரஜாபதியானவர் 'பூஹ்' என்று கூறி இப்பூவுலகை தோற்றுவித்தார். 'புவாஹ்' என்று கூறி அவர் காற்றைத் தோற்றுவித்தார், 'ஸ்வாஹ்' என்று கூறி வானத்தைத் தோற்றுவித்தார். இந்த மூன்று உலகங்களையும் உள்ளடக்கியதுதான் இப்பிரபஞ்சம் (அக்னி) மொத்தத்திற்கும் பொதுவாக வைக்கப்பட்டது. 'பூஹ்' என்று கூறி பிரஜாபதி பிராமணனைத் தோற்றுவித்தார்; 'புவாஹ்' என்று கூறி அவர் சத்திரியனைத் தோற்றுவித்தார்; 'ஸ்வாஹ்' என்று கூறி அவர் ஆற்றலைத் தோற்றுவித்தார். அனைவருக்கும் பொதுவாக அக்னி தோற்றுவிக்கப்பட்டது. 'பூஹ்' என்று கூறி பிரஜாபதி தன்னைத் தானே தோற்றுவித்துக் கொண்டார்; 'புவாஹ்' என்று கூறி அவர் தனது குழந்தைகளைத் தோற்றுவித்தார்; 'ஸ்வாஹ்' என்று கூறி அவர் பிராணிகளைத் தோற்றுவித்தார். இந்த உலகமே அவர் அவருடைய சந்ததிகள், குழந்தைகள், பிராணிகள் ஆகியவற்றை உள்ளடக்கியதுதான். (அக்னி) அனைத்திற்கும் பொதுவாகத் தோற்றுவிக்கப்பட்டது."

தைத்திரீய பிராமணம் கூறுகிறது:[2]

"இப்பிரபஞ்சம் முழுவதையுமே பிரம்மா உருவாக்கினார். வைசிய இனம் ரிக் வேதச் செய்யுள்களிலிருந்து உருவானதாகக் கூறுகின்றனர். யஜுர் வேதம் என்ற கர்ப்பப் பையில் இருந்துதான் சத்திரியர் தோன்றியதாக அவர்கள் கூறுகின்றனர். சாம வேதம் என்ற மூலாதாரத்திலிருந்துதான் பிராமணர்கள் தோன்றினார்கள். இதைத்தான் பண்டைக்காலத்தவர் பண்டைக்காலத்தவருக்குக் கூறினர்."

என்னுடைய அத்தாட்சி இங்குதான் உள்ளது. ரிக் வேதத்திலிருந்து பெறப்பட்ட ஒரு கருத்தையும் இரு பிராமணங்களிடமிருந்து பெறப்பட்ட இரு கூற்றுகளையும் அது உள்ளடக்கியுள்ளது. அதிகாரபூர்வமான விஷயம் என்ற விதத்தில் இப்பிராமணங்கள் வேதங்களுக்குச் சமமானவையாக உள்ளன. ஏனெனில் இரண்டுமே ஸ்ருதிகள் தாம். இரண்டுமே நிச்சயமான, துல்லியமான சொற்களில், மூன்று வருணங்கள் மட்டுமே இருந்தன என்பதைக் கூறுகின்றன. சூத்திரர்கள் ஒரு தனிப்பட்ட, தெளிவான ஒரு வருணமாக நான்காவது வருணமாக இருக்கவில்லை என்பதை இரண்டுமே ஒப்புக்கொள்கின்றன. ஆகவே, மூன்று வருணங்கள் மட்டுமே இருந்தன, சூத்திரர்கள் இரண்டாவது வருணத்தின்

ஓர் அங்கமாகவே இருந்தனர் என்ற எனது கூற்றுக்கு ஆதரவாக இதைவிடச் சிறந்த சான்றுகள் இருக்க முடியாது.

II

இதுவே என்னுடைய அத்தாட்சியாகும். மறுபுறத்தில் ரிக் வேதத்தின் புருஷ சூக்தத்தில் அடங்கியுள்ள சான்று, ஆரம்பம் முதலே நான்கு வருணங்கள் இருந்ததாகச் சாதிக்கின்றது. பிரச்சினை என்னவெனில், இந்த இரு கூற்றுக்களில் எதைச் சரியானது என்று எடுத்துக் கொள்வது? இப்பிரச்சினையை எப்படித் தீர்மானிப்பது? மீமாம்சையின் விதிகளை பிரயோகித்து இதற்குத் தீர்வு காண முடியாது. அதை நாம் பிரயோகித்தால், நான்கு வருணங்கள் இருந்ததாகக் கூறும் புருஷ சூக்தத்தின் கூற்றையும், மூன்று வருணங்களே இருந்தன என்ற இரு பிராமணங்களின் கூற்றையும் நாம் உண்மை என்று ஒப்புக்கொள்ள வேண்டியிருக்கும். இது ஓர் அபத்தமான நிலை. காலவரிசைக் கிரமம், உள்ளார்ந்த திறனாய்வு போன்ற வரலாற்றுரீதியான திறனாய்வு விதிகளின் பின்னணியில் இந்த விஷயத்தை நாம் தீர்மானிக்க வேண்டும். முக்கியப் பிரச்சினை என்னவெனில், புருஷ சூக்தம் பின்னாளில் அசல் ரிக்வேதத்துடன் சேர்க்கப்பட்டதா என்பதேயாகும். இப்பிரச்சினை தோன்றியதற்கான மூல காரணமே, ரிக் வேதத்தின் இதர பகுதிகளுடன் ஒப்பிடும் பொழுது, சூக்தத்தின் நடை வித்தியாசமாக இருப்பதுதான். அது ரிக் வேதத்துடன் பின்னாளில் சேர்க்கப்பட்டது என்பதுதான் அறிஞர்களனைவரின் கருத்தாகும். இதைத்தான் கோல்புரூக் பின்வருமாறு கூறுகிறார்:[3]

"அந்த அற்புதமான செய்யுள் பகுதியான (புருஷ சூக்தம்) நடையிலும் யாப்பிலும் பாணியிலும், அது சம்பந்தப்பட்டுள்ள பிரார்த்தனைகளின் இதர பகுதிகளிலிருந்து மிகவும் மாறுபட்டிருக்கிறது. அது நிச்சயமாக நவீன நடையில் உள்ளது; சமஸ்கிருத மொழி பண்படுத்தப்பட்டு அதன் இலக்கணமும் லயமும் செம்மைப்படுத்தப்பட்ட பின்னர் அது இயற்றப்பட்டிருக்க வேண்டும். இப்போது உள்ளது போன்று வேதங்கள் தொகுக்கப்பட்டதானது, சமஸ்கிருத மொழி அதன் கரடு முரடான, ஒழுங்கற்ற சொல் வழக்கிலிருந்து முன்னேற்றமடைந்த நிலைக்கு வந்த பின்னர் நிகழ்ந்ததாகும் என்ற முக்கியமான உண்மையை தெளிவுபடுத்துவதற்குரிய சான்றுகளை இது வழங்குகின்றது. வேதத்தின் எண்ணற்ற

துதிப்பாடல்களும் வழிபாடுகளும் பழைய பாணியில் இயற்றப்பட்டிருந்ததை பண்படுத்தப்பட்ட உரத்து ஒலிக்கக்கூடிய சொல் வழக்கில் புராணக்கதைகளாகவும், புராணங்களாகவும் காவியங்களாகவும் எழுதப்பட்டுள்ளன."

பேராசிரியர் மாக்ஸ்முல்லரின் கருத்தில்:[5]

"உதாரணமாக பத்தாவது நூலின் 90ஆவது துதிப்பாடல் அதன் தன்மையிலும் நடைவளத்திலும் நவீனமானதாக இருப்பதில் யாருக்கும் ஐயப்பாடு இருக்க முடியாது. அது பலிச் சடங்குகள் சம்பந்தமான குறியீடுகள் நிறைந்ததாக உள்ளது, தத்துவரீதியான சொற்களைப் பயன்படுத்துகிறது, மூன்று பருவ நிலைகளான வசந்தம், கிரிஷ்மா - கோடை, ஷரத் - இலையுதிர் காலம் ஆகியவற்றைக் குறிப்பிடுகிறது; நான்கு ஜாதிகள் இருப்பதாகக் கூறும் ஒரே ஒரு பத்திதான் ரிக் வேதத்தில் அடங்கியுள்ளது. இப்பாடல்கள் இயற்றப்பட்டது நவீன காலத்தின் சொல்வழக்கில்தான் என்பதற்கான சான்றுகள் வலுவாக இருக்கின்றன. உதாரணமாக, கோடைகாலத்தைக் குறிக்கும் கிரிஷ்மா என்ற சொல் ரிக் வேதத்தின் வேறு எந்தப் பாடல் வரியிலும் இடம்பெறவில்லை; அதேபோன்று வசந்த காலத்தைக் குறிக்கும் சொல்லான வசந்தாவும் கூட வேதகாலக் கவிஞர்களின் தொன்மையான சொல்வழக்கிற்கு உரியதல்ல. அது ரிக்வேதத்தில் (X.161.4). மேலும் ஒரே ஒரு இடத்தில் அதாவது மூன்று பருவங்களான முறையே ஷரத் - இலையுதிர்காலம், ஹேமந்தா - பனிக்காலம்; வசந்தா - வசந்த காலம் என்று குறிப்பிடப்படும் பத்தியில் இடம் பெறுகிறது."

பேராசிரியர் வெபர் கூறுகிறார்:[4]

"ரிக் வேதத்தின் ஒரு துதிப்பாடல் என்று கருதப்படும் புருஷ சூக்தம், அத்தொகுப்பின் அண்மைக்கால சேர்க்கையாகும் என்பது அதன் உள்ளடக்கத்திலிருந்து தெளிவாகக் காணப்படுகிறது. அதிலிருந்து எந்த ஒரு செய்யுள் வரியையும் சாம சம்ஹிதை கையாளவில்லை என்ற உண்மை முக்கியத்துவம் அற்றது அல்ல (நான் எனது ஆய்வுக் கட்டுரையில் குறிப்பிட்டுள்ளதுடன் ஒப்பிடுக). உண்மையில் நைகியா கோட்பாட்டு மரபானது (இது நிச்சயமற்றது என்றபோதிலும் கூட) முதலாவது அர்ச்சிகாவின் ஏழாவது பிரபாதகாவில் முதலாவது ஐந்து செய்யுள் வரிகளை

கையாண்டிருப்பது போல் தோன்றுகிறது, ஏனெனில் அவை அதற்கு புதுமையானவையாக உள்ளன.''

III

இது வாதத்தின் ஒரு வகையாகும். புருஷ சூக்தமானது பண்டைய நூல்தானா அல்லது பின்னாளில் உருவாக்கப்பட்டதா என்பதைத் தீர்மானிப்பதில் நமக்கு உதவக்கூடிய மற்றொரு வாதமும் உள்ளது. இதற்கு புருஷ சூக்தத்தை ஏற்றுக்கொண்ட வேதத்தின் எத்தனை சம்ஹிதைகள் உள்ளன என்பதைக் கண்டறிவது அவசியம். வெவ்வேறு வேதங்களையும் சம்ஹிதைகளையும் ஆய்வு செய்யும்போது ஏற்படும் நிலைபாடு வருமாறு:[6]

புருஷ சூக்தத்திலிருந்து சாமவேதம் ஐந்து செய்யுள்களைத் தான் எடுத்துக் கொண்டுள்ளது. வெள்ளை யஜுர் வேதத்தைப் பொறுத்தவரை, வாஜசனேயி சம்ஹிதை அதை உள்ளடக்கியுள்ளது, ஆனால் இரண்டிற்கும் இடையிலான வேறுபாடு மகத்தானது. ரிக் வேதத்தில் உள்ளது போன்று, புருஷ சூக்தம் 16 செய்யுள்களை மட்டுமே கொண்டிருக்கிறது. ஆனால் வாஜசனேயி சம்ஹிதையில் புருஷ சூக்தமானது 22 செய்யுள்களைக் கொண்டிருக்கிறது. கறுப்பு யஜுர் வேதத்தில் தற்போது மூன்று சம்ஹிதாக்கள் மட்டுமே காணக்கிடக்கின்றன. ஆனால் இந்த மூன்று சம்ஹிதைகளான தைத்ரீயம், கதகம் மற்றும் மைத்ராயணி ஆகியவை எதுவும் புருஷ சூக்தத்துக்கு இடம் தரவில்லை. ரிக் வேதத்தில் வரும் புருஷ சூக்தத்தின் கிட்டத்தட்ட அதே மறுபதிப்பை உள்ளடக்கியுள்ள ஒரே வேதம் அதர்வண வேதமேயாகும்.

வெவ்வேறு வேதங்களில் இடம்பெறும் புருஷ சூக்தத்தின் வாசகம் ஒரேமாதிரியானதல்ல. வாஜசனேயி சம்ஹிதையின் ஆறு கூடுதல் செய்யுள்கள் அதற்கு விசேடமானவையாகும், அது ரிக் வேதம், சாம வேதம், அதர்வண வேதம் ஆகியவற்றில் இடம்பெறவில்லை. 16 ஆவது செய்யுள் சம்பந்தமாக மற்றுமொரு வேறுபாடும் உள்ளது. ரிக் வேதத்தின் 16ஆவது செய்யுளை அதர்வண வேதத்திலோ அல்லது சாம வேதத்திலோ அல்லது யஜுர் வேதத்திலோ காணமுடியவில்லை. அதேபோன்று அதர்வண வேதத்தில் இடம் பெற்றுள்ள செய்யுளை ரிக் வேதத்திலோ அல்லது யஜுர் வேதத்திலோ காணமுடியவில்லை. மூன்று வேதங்களுக்கும் பொதுவான செய்யுள்களின் வாசகங்கள் ஒரே மாதிரியானவை அல்ல. மூன்று வேதங்களில் இடம்பெற்றுள்ள செய்யுள்களின்

வரிசைக்கிரமமும் கூட ஒரேமாதிரியானதல்ல என்பதைப் பின்வரும் அட்டவணையிலிருந்து காணலாம்:

யஜுர் வேதம்	ரிக் வேதம்	சாம வேதம்	அதர்வண வேதம்
1	1	3	1
2	2	5	4
3	3	6	3
4	4	4	2
5	5	7	9
6	8	★	10
7	9	★	11
8	10	★	14
9	7	★	13
10	11	★	12
11	12	★	5
12	13	★	6
13	14	★	7
14	6	★	8
15	15	★	15
16+	16	★	16+
17	★	★	★
18	★	★	★
19	★	★	★
20	★	★	★
21	★	★	★
22	★	★	★

★ இந்தச் செய்யுள்கள் காணப்படவில்லை என்று இதற்குப் பொருள்.

+ இவை ஒரே மாதிரியானவையாக இல்லை என்று இதற்குப் பொருள்.

இதில் விஷயம் என்னவெனில் புருஷ சூக்தம் ஒரு முதிய, பழமையான வாசகத்தைக் கொண்டிருந்திருக்குமேயானால் தொன்மையான மரபினால் தெய்வீகத் தன்மையைப் பெற்றிருந்திருக்குமேயானால் இதர வேதங்கள் அதனிடம்

இத்தனை தாராளமாக நடந்து கொண்டிருக்குமா? அதை அவை மாற்றியிருக்குமா? அதை சின்னாபின்னமாக்கியிருக்குமா?

வெவ்வேறு வேதங்களின் செய்யுள்களில் புருஷ சூக்தத்துக்குள்ள இடமும் கூட மிக முக்கியமானதாகும். ரிக் வேதத்தில் அது பல செய்யுள் திரட்டுப் பகுதியில் வருகிறது. அதர்வண வேதத்தில் அது அனுபந்தப் பகுதியில் வருகிறது. ரிக் வேதத்தின் தொன்மையான அங்கமாக அது இருந்திருக்குமேயானால் ஏன் அது இத்தகைய முக்கியத்துவமற்ற தொகுப்பில் இடம்பெற வேண்டும்? இவை எதைக் குறிக்கின்றன? அவை நமக்குக் கூறுவது இதுதான்:

1. "கறுப்பு யஜுர் வேதத்தின் தைத்திரீய, கதக, மைத்ராயணி சம்ஹிதைகளில் புருஷ சூக்தம் சேர்க்கப்படவில்லை என்றால், கறுப்பு யஜுர் வேதத்தின் தைத்திரீய சம்ஹிதை, கதக சம்ஹிதை, மைத்ராயணி சம்ஹிதை ஆகியவற்றுக்குப் பின்னர் புருஷ சூக்தத்தை ரிக்வேதத்துடன் சேர்த்திருக்க வேண்டும் என்பது தெரியவருகிறது."

2. "வேதங்களின் பல்வகைத் திரட்டுப் பகுதியிலும் பிற்சேர்க்கைப் பகுதியிலும் அது சேர்க்கப்பட்டிருப்பது அது பிற்காலத்தில் இயற்றப்பட்டது என்பதைக் காட்டுகிறது."

3. "வெவ்வேறு சம்ஹிதைகளின் ஆசிரியர்கள் செய்யுள் களைசேர்ப்பதிலும், நீக்குவதிலும், பதிவு செய்வதிலும் எடுத்துக் கொண்ட சுதந்திரமானது, அதை அவர்கள் ஒரு தொன்மையான செய்யுளாகக் கருதவில்லை என்பதைக் காட்டுகிறது. அது தொன்மையானதாக இருந்திருக்குமானால் அதை அதன் அசல் வடிவத்தில் மறுபிரசுரம் செய்ய வேண்டிய கட்டாயம் அவர்களுக்கு ஏற்பட்டிருக்கும்."

புருஷ சூக்தம் பின்னாளில் சேர்க்கப்பட்டது என்று பேராசிரியர் மாக்ஸ் முல்லரும் மற்றவர்களும் கூறிய கருத்துக்களுக்கு ஆதரவாக இந்த விஷயங்கள் ஆணித்தரமான சான்றுகளை வழங்குகின்றன.

IV

புருஷ சூக்தம் செய்யுள் பத்திகளின் வடிவங்களில் உள்ள வேறுபாடும் கூட குறிப்பிடத்தக்கதாகும். புருஷ சூக்தத்தைப் படிக்கும் எவரும் 11 மற்றும் 12 ஆகிய இரு செய்யுள்களைத் தவிர, மீதமுள்ளவை அனைத்தும் கதை வடிவில் இருப்பதைக்

காணமுடியும். ஆனால் நான்கு வருணங்களின் தோற்றத்தை விளக்கும் இந்த இரு செய்யுள்களும் கேள்வி-பதில் வடிவத்தில் உள்ளன. இதில் முக்கியமான விஷயம் என்னவெனில், ஏன் இந்த இரு செய்யுள்கள் மட்டும் இதர செய்யுள்களைப்போல் கதை வடிவில் இல்லாமல் கேள்வி வடிவில் அறிமுகப்படுத்தப்பட்டுள்ளன? இதற்கு ஒரே விளக்கம் அந்த எழுத்தாளர் ஒரு புதிய விஷயத்தை ஒரு குறிப்பிட்ட விதத்தில் அறிமுகப்படுத்த விரும்பினார் என்பதேயாகும். புருஷ சூக்தமானது ரிக் வேதத்துடன் பின்னாளில் சேர்க்கப்பட்டது என்பது மட்டுமன்றி, இக்குறிப்பிட்ட செய்யுள்கள் புருஷ சூக்தம் இயற்றப்பட்டதற்குப் பின்னர் சேர்க்கப்பட்டதேயாகும் என்பதேஇதற்கு அர்த்தம்.

தங்களது மேலாண்மை நிலைக்கு வலுசேர்ப்பதற்காக பிராமணர்கள் செய்த பித்தலாட்டமே புருஷ சூக்தம் என்று கூறுமளவிற்கு சில திறனாய்வாளர்கள் சென்றுள்ளனர். மத குருமார்கள் பல பித்தலாட்டங்களை செய்துள்ளனர் என்பது தெரிந்ததே. கத்தோலிக்க மதத்தின் வரலாற்றில் கான்ஸ்டான்டின் மற்றும் சூடோ-இசிடோர் டிக்ரெடால்ஸ் ஆகியோரின் நன்கொடைகள் பிரபலமான பித்தலாட்டங்கள் என்பது அனைவருக்கும் தெரியும். இந்தியாவின் பிராமணர்கள் இத்தகைய சூழ்ச்சியிலிருந்து விதிவிலக்கானவர்கள் அல்ல. விதவைகள் எரிக்கப்பட்டதற்கு ரிக்வேதத்தை ஆதரவு வழங்கச் செய்வதற்காக அவர்கள் எவ்வாறு மூலச்சொல்லான 'அக்ரி'யை 'அக்னி' என்று மாற்றினார்கள் என்பதை பேராசிரியர் மாக்ஸ் முல்லர் போன்ற மிகச் சிறந்த அறிஞர் சுட்டிக்காட்டியுள்ளார். கிழக்கிந்தியக் கம்பெனியின் காலத்தில் ஒரு வாதியின் வழக்கிற்கு ஆதரவாக ஒரு ஸ்மிருதி முழுவதுமே திரித்து எழுதப்பட்டது என்பது பிரபலமானதாகும். ஆகவே, நான்காவது வருணம் நடப்பிற்கு வந்த வெகுகாலத்திற்குப் பின்னர், புருஷ சூக்தத்தின் மொத்தப் பகுதிகளை அல்லாவிட்டாலும், குறைந்தபட்சம் 11 மற்றும் 12 ஆகிய இரு செய்யுள்களேயானும் பிராமணர்கள் போலியாகத் தயாரித்திருந்தால் அதில் ஆச்சரியப்படுவதற்கு ஏதுமில்லை. அவர்களுடைய நோக்கமே சதுர்வர்ண அமைப்பிற்கு வேதங்களின் அங்கீகாரத்தை வழங்குவதேயாகும்.

V

புருஷ சூக்தம் பிராமணங்களுக்கு முந்தியதா? இக்கேள்வி முதலாவதினின்றும் தனியானது, வேறுபட்டது. புருஷ சூக்தமானது

ரிக்வேதத்தின் பிற்பகுதிக்குச் சொந்தமானதாக இருக்கக்கூடும். ஆயினும் ஒட்டுமொத்தமாக ரிக்வேதமானது பிராமணங்களைவிட முந்தியதாக இருக்குமானால் புருஷ சூக்தம் பிராமணங்களைவிடவும் இன்னமும் முந்தியதாக இருக்கும். ஆகவே இப்பிரச்சினையைத் தனித்தனியாகப் பரிசீலிக்க வேண்டிய தேவை உள்ளது.

வேதகால இலக்கியத்தின் வளர்ச்சியில் இருந்த ஒழுங்குமுறையானது முதலில் வேதங்கள், பின்னர் பிராமணங்கள், அதற்குப் பின்னர்தான் சூக்தங்கள் என்பது பேராசிரியர் மாக்ஸ் முல்லரின் கருத்தாகும். இக்கருத்து ஏற்றுக்கொள்ளப்படுமானால் புருஷ சூக்தமானது பிராமணங்களுக்கு முந்தியதாக இருக்க வேண்டுமென்று அர்த்தமாகும். பிரச்சினை என்னவெனில்: பேராசிரியர் மாக்ஸ் முல்லரின் கருத்தை அறுதியானதாக ஏற்றுக்கொள்ள முடியுமா? அது அறுதியானது என்று ஏற்றுக்கொள்ளப்படும் பட்சத்தில் அக்கருத்து இரு முடிவுகளுக்கு இட்டுச் செல்லும்:

1. ரிக்வேத காலத்தில் நான்கு வருணங்கள் இருந்தன; சதபத் பிராமண காலத்தில் அது மூன்றாயிற்று; அல்லது

2. சதபாத பிராமணத்தில் அப்பாரம்பரியம் முழுமையாகப் பதிவு செய்யப்படவில்லை.

இந்த இரு முடிவுகளுமே அபத்தமானவை, நிராகரிக்கப்பட வேண்டியவை என்பது தெளிவு. முதலாவது முடிவு எடுத்த எடுப்பிலேயே அபத்தமானது. இரண்டாவது முடிவு ஏற்றுக்கொள்ளப்பட முடியாதது, ஏனெனில் இரண்டு பிராமணங்களும் வழங்கும் வருணங்களின் பரிணாம வளர்ச்சித் தத்துவம், முழுமை பெற்றதாகத் திகழும் புருஷ சூக்தத்தில் கூறப்படுவதிலிருந்து முற்றிலும் வேறுபட்டதாகும். மாக்ஸ் முல்லரின் கருத்தை அறுதியானது என்று ஒருவர் எடுத்துக்கொள்வாரேயானால், ஏற்படும் பலனின் அபத்தம் இன்றியமையாததாகும். அனைத்து சம்ஹிதைகளும் நடப்பிற்கு வரும் வரை எந்த பிராமணமும் இயற்றப்படவில்லை என்று அர்த்தப்படுத்தும் விதத்தில் இக்கருத்தை அறுதியானதாக எடுத்துக் கொள்ள முடியாது. மறுபுறத்தில், பேராசிரியர்கள் பேல்வால்கரும்ரானடேயும் சுட்டிக்காட்டியிருப்பது போல இப்பாடல்களில் பெரும்பாலானவை கலவையானவையாகவும் ஒன்றுக்கொன்று இசைவானவையாகவும் உள்ளன. ஆகவே வேதத்தின் ஒரு பகுதி மற்றொரு பகுதியைவிட முந்தியதாக இருக்கக் கூடும். பிராமணங்களின் ஒரு பகுதியானது வேதங்களின்

சில பகுதிகளைவிட முந்தியதாக இருக்கக்கூடும் என்பதும் சாத்தியமே. இக்கருத்து சரியானதாக இருக்கு மானால், ஒருகாலத்தில் மூன்று வருணங்கள் மட்டுமே இருந்தன என்ற கருத்தைப் பதிவு செய்த சதபத பிராமணம் மற்றும் தைத்திரீய பிராமணத்தின் சில பகுதிகள் ரிக் வேதத்தின் புருஷ சூக்தத்தைவிடவும் முந்தியதாக இருக்கக்கூடும் என்று கருதுவதில் உள்ளார்ந்த சாத்தியக்கூறுகள் இல்லாமல் இல்லை.

புருஷ சூக்தத்தை ஆய்வு செய்ததிலிருந்து நாம் பெறும் முடிவு என்ன? இதில் ஒரே ஒரு முடிவுக்குத்தான் வர முடியும். அதாவது சூக்தமானது பிற்காலத்தில் ரிக்வேதத்துடன் சேர்க்கப்பட்டதாகும் என்பதே அந்த முடிவு. ஆகவே ஆரிய சமுதாயத்தில் தொடக்கம் முதலே நான்கு வருணங்கள் இருந்தன என்ற வாதத்திற்கே இடமில்லை.

மேலே கொடுக்கப்பட்டுள்ள காரணங்களுக்காக, இந்த இயலின் தொடக்கத்தில் குறிப்பிடப்பட்டுள்ளது போன்று சூத்திரர்களின் மூலத்தைப் பற்றிய எனது ஆய்வுக் கட்டுரை எந்தப் பிரச்சினையையும் உருவாக்கவில்லை என்பதைக் காணமுடியும். அது ஒரு பிரச்சினையை உருவாக்குவதுபோல் தோன்றுமானால் அதற்குக் காரணம், தான் கூற விரும்புவதன் ஓர் அறுதியான, உண்மையான ஆவணமாக புருஷ சூக்தம் விளங்குகின்றது என்ற ஊகமேயாகும். அந்த ஊகம் எந்த வகையிலும் ஆதாரமற்றது என்பது இப்போது காட்டப்பட்டுள்ளது. ஆகவே ஆரிய சமுதாயம் மூன்று வருணங்களை மட்டுமே கொண்டிருந்த ஒரு காலம் இருந்தது. சூத்திரர்கள் இரண்டாவது வருணத்தைச் சேர்ந்தவர்களாக இருந்தனர் அல்லது. சத்திரிய வருணத்தைச் சேர்ந்தவர்களாக இருந்தனர் என்ற முடிவுக்கு வருவதில் எந்த சிரமமும் எனக்குத் தெரியவில்லை.

அடிக்குறிப்பு

1. முய்ர். தொகுதி I, பக்கம் 17.
2. முய்ர் மேற்கோள், தொகுதி 1, பக்கம் 17.
3. முய்ரால் மேற்கோள் காட்டப்பட்டது, தொகுதி.1 பக்.13
4. முய்ரால் மேற்கோள் காட்டப்பட்டது, தொகுதி.1 பக். 13.
5. முய்ரால் மேற்கோள் காட்டப்பட்டது, தொகுதி.1 பக். 14.
6. முய்ரானால் மேற்கோள் காட்டப்பட்டது, தொகுதி–1, பக். 14.

★

இயல் 9

பிராமணர்களுக்கு எதிராக சூத்திரர்கள்

சூத்திரர்கள் சத்திரியர்களாக இருந்தனர் என்றும், பின்னர் அவர்கள் நான்காவது வருணத்தைச் சேர்ந்தவர்களாக மாறினர் என்றும் அந்த நிலைக்கு அவர்கள் தாழ்த்தப்பட்டதே இதற்குக் காரணம் என்றும் கூறுவது இப்பிரச்சினையை முழுமையாகத் தீர்த்து விடவில்லை. அது மற்றுமொரு பிரச்சினையைத் தோற்றுவிக்கிறது. இப்பிரச்சினை என்னவெனில் சூத்திரர்கள் ஏன் தாழ்த்தப்பட்டனர்?

இது புதிய பிரச்சினையாகும். இதற்கு முன்னர் எழுப்பப்பட்டதில்லை. ஆகவே இந்த விஷயம் குறித்து நம் கைவசம் உள்ள ஆவணங்கள் இதற்கு விடையளிக்கும் என்று எதிர்பார்க்க முடியாது. இப்பிரச்சினை முதல்முறையாக என்னால் எழுப்பப்படுகிறது. இது சூத்திரர்கள் குறித்த எனது ஆய்வு ஆதாரமாகக் கொண்டிருக்கக்கூடிய பிரச்சினை என்பதால் ஒரு திருப்திகரமான பதில் வழங்க வேண்டிய பொறுப்பும் எனக்கு உள்ளது. இப்பிரச்சினைக்கு என்னால் ஒரு திருப்திகரமான பதில் வழங்க முடியும் என்று கருதுகிறேன். எனது பதில் என்னவெனில், சூத்திரர்கள் தாழ்த்தப்பட்டதானது சூத்திரர்களுக்கும் பிராமணர்களுக்கும் இடையில் நேர்ந்த வன்மையான மோதலின் விளைவேயாகும். அதிருஷ்டவசமாக எனக்கு அதை நிரூபிக்கும் ஏராளமான சான்றுகள் உள்ளன.

I

சூத்திர இனத்தவனான மன்னன் சுதாசனுக்கும், பிராமணரிஷியான வசிஷ்டருக்கும் இடையில் கடுமையான

மோதல் நிகழ்ந்ததற்கு நேரடி அத்தாட்சி உள்ளது. இந்த மோதல் சம்பந்தமான உண்மைகள் மிகவும் குழப்பமானவிதத்தில் கூறப்பட்டுள்ளன. பின்வரும் எனது கருத்துரையில் அவற்றை நான் தெளிவாகவும் வரிசைக்கிரமமாகவும் எடுத்துக்கூற முயற்சி செய்துள்ளேன்.

இந்த மோதலின் தன்மையைப் புரிந்து கொள்வதற்கு முதலாவதாக வசிஷ்டருக்கும் விசுவாமித்திரருக்கும் இடையிலான உறவுகளைப் புரிந்து கொள்வது அவசியமாகும்.

வசிஷ்டரும் விஸ்வாமித்திரரும் பரம வைரிகளாக இருந்தனர். அவர்கள் இருவரும் எதிரும் புதிருமாக சம்பந்தப்படாத சம்பவங்களே இல்லை எனலாம். அவர்களுடைய பகைமைக்குச் சான்றாக நான் சில சம்பவங்களைக் குறிப்பிடுகிறேன். முதலாவது சம்பவம் திரிசங்கு என அழைக்கப்படும் சத்தியவிரதன் சம்பந்தப்பட்டதாகும். இதுகுறித்து 'ஹரிவம்சத்தில்' சொல்லப்பட்டுள்ள கதை வருமாறு:[1]

"சத்தியவிரதனின் தந்தையான மன்னருக்கும் தமக்கும் இடையில் சிஷ்யன் - ஆன்மிக குரு என்ற முறையில் நிலவிய உறவின் அடிப்படையில் வசிஷ்டர் அயோத்தி நகரிலும் நாட்டிலும் மன்னரின் அரண்மனையின் உள்விவகாரங்களிலும் ஆதிக்கம் செலுத்தி வந்தார். ஆனால் மடமையினாலோ அல்லது விதியின் வலிமையினாலோ தமது தந்தையின் ராஜாங்க அதிகாரத்திலிருந்து தாம் ஒதுக்கப்பட்டதை தடுக்க முயற்சி எடுக்காததை (நியாயமான காரணத்திற்காக) கருத்தில் கொண்டு அவருக்கு எதிராக சத்தியவிரதன் எப்போதும் சினங்கொண்டிருந்தான். "ஏழாவது அடியெடுத்து வைத்தால் மட்டுமே திருமண சடங்குகள் கட்டுப்படுத்துவனவாகின்றன. ஆயினும் நான் அப்பெண்ணைக் கரம் பிடித்தபோது இது செய்யப்படவில்லை; சட்ட விதிகளை நன்கு அறிந்திருந்த வசிஷ்டர் எனது உதவிக்கு வரவில்லை", என்று சத்தியவிரதன் கூறினான். இவ்வாறு சத்தியவிரதனின் மனத்தில் வசிஷ்டருக்கு எதிராக ஆத்திரம் பொங்கிக் கொண்டிருந்த போதிலும், அவரோ அது சரி என்ற உணர்விலிருந்து செயல்பட்டு வந்தார். சத்தியவிரதனும் தனது தந்தையினால் தன்மீது திணிக்கப்பட்ட அந்த மௌனதவத்தின் சரியான காரணத்தைப் புரிந்து கொள்ளவில்லை இக்கடுமையான சடங்கை ஆதரித்த போது அவர் தமது குடும்ப கவுரவத்தை மீட்டுவிட்டதாகக் கருதினார். மதிப்பிற்குரிய முனிவரான வசிஷ்டரும் ஏற்கெனவே

கூறியதுபோன்று சத்திய விரதனை ஒதுக்குவதிலிருந்து அவனது தந்தையைத் தடுக்கவில்லை. மாறாக தனது மகனை மன்னனாக முடிசூட்ட உறுதி பூண்டார். சக்தி வாய்ந்த இளவரசனான சத்தியவிரதன் பன்னிரண்டு ஆண்டுகள் தவமிருந்து முடிந்த நிலையில் சாப்பிட இறைச்சியின்றி கேட்டதனைத்தையும் கொடுத்துவந்த வசிஷ்டரின் பசுவைக் கைப்பற்றி, கோபம், ஏமாற்றம், விரக்தி ஆகியவற்றின் உந்துதலாலும் பசியினால் ஆத்திரப்பட்டும், பத்துக் கடமைகளில் தவறியவனாக அப்பசுவைக் கொன்று அதன் இறைச்சியை எடுத்துக் கொண்டதுடன் அதை உண்பதற்காக விசுவாமித்திரரின் புதல்வர்களுக்கும் கொடுத்தான். இதைக் கேள்வியுற்ற வசிஷ்டர் அவன்மீது அளவில்லாக் கோபமடைந்து அவன் மூன்று பாவங்களை செய்ததால் அவன் மீது திரிசங்கு என்ற பெயரைத் திணித்தார். வீடு திரும்பிய விசுவாமித்திரர் தமது மனைவி தந்த ஆதரவினால் களிப்படைந்தவராக[2] திரிசங்குவிற்கு ஒரு வரமளித்தார். இந்த வரத்தைப் பெற்ற திரிசங்கு தனது ஊனுடலுடன் சொர்க்கத்திற்கு செல்வதைத் தேர்வு செய்தான். பன்னிரண்டு ஆண்டு காலப் பஞ்சம் முடிவுக்கு வரும் வேளையில் விசுவாமித்திர முனிவர் திரிசங்குவை அவனது தந்தையின் ராஜ்யத்திற்கு மன்னனாக்கினார். அவனது சார்பாக வேள்வி நடத்தினார். சக்திமிக்க கவுசிகர் அப்போது தேவர்களின், வசிஷ்டரின் எதிர்ப்புகளையும் மீறி அந்த உன்னத மன்னனை உயிருட சொர்க்கத்திற்கு அனுப்பி வைத்தார்.''

அவர்கள் எதிரும் புதிருமாக இருந்த மற்றொரு சம்பவம் திரிசங்குவின் மகனான ஹரிச்சந்திரன் சம்பந்தப்பட்டதாகும். இக்கதை விஷ்ணு புராணத்திலும் மார்க்கண்டேய புராணத்திலும் வருகிறது. அக்கதை கூறுவதாவது:

''ஒரு சமயம் மன்னர் வேட்டையாடிகக் கொண்டிருந்தபோது பெண்ணின் அழுகுரலை செவிமடுத்தார். அக்குரல் முற்றும் துறந்த முனிவரான விஸ்வாமித்திரரால் உருவாக்கப்பட்ட விஞ்ஞானங்களிடமிருந்து வந்ததுபோல் தோன்றியது. இதற்கு முன்னர் வேறு எவரும் செய்திராத மிகக்கடுமையான தவத்தில் விசுவாமித்திரர் ஈடுபட்டிருப்பதை அவை கண்டன; அவருடைய மேதாவிலாசத்தைக் கண்டு அஞ்சி அவை கூக்குரல் எழுப்பின. ஒரு சத்திரியன் என்ற முறையில்

நலிந்தவர்களைக் காக்கும் கடமையை நிறைவேற்றுவதற்காகவும் தன்னுள் நிரம்பியிருந்த கடவுள் கணேசரது ஆவியால் உத்வேகமூட்டப்பட்டும் ஹரிச்சந்திரன் கூறினான்: 'உக்கிரமான சக்தியையும் வீரியத்தையும் கொண்டிருக்கும் அவனுடைய எஜமானாகிய நான் இருக்கும்போது தனது ஆடையின் விளிம்பில் நெருப்பைக் கட்டிக் கொண்டிருக்கும் இவன் எத்தகைய பாபத்தைச் செய்தவன்? எனது வில்லிலிருந்து ஏவப்பட்ட அம்புகள் அவனுடைய கால்களையும் கைகளையும் துளைக்க அவன் இன்றைக்கு ஆழ்ந்த நித்திரையில் ஆழ்ந்துவிடுவான், வான்வெளியின் எல்லாப் பகுதிகளையும் அவை பிரகாசமடையச் செய்யும்'. இந்த உரையைக் கேட்டு விசுவாமித்திரர் ஆத்திரமடைந்தார். அவருடைய கோபாவேசத்தின் காரணமாக விஞ்ஞானங்கள் உடனடியாக மடிந்தன. அஸ்வத மரத்தின் இலையைப் போல நடுங்கிக் கொண்டிருந்த ஹரிச்சந்திரன் மிகவும் பணிந்து ஒரு மன்னன் என்ற முறையில் தான் தனது கடமையை மட்டுமே செய்ததாகக் கூறினான். தலைசிறந்த பிராமணர்களுக்கு வெகுமதிகள் வழங்கியும் துன்பத்தில் இருக்கும் மற்றவர்களுக்கு உதவியும் அப்பாவிகளைப் பாதுகாத்தும் எதிரிகளுக்கு எதிராகப் போர் தொடுத்தும் வந்தது தனது கடமைகளில் அடங்கும் என்றும் கூறினான். அதைக்கேட்ட விசுவாமித்திரர் பிராமணர்களுக்கு அளிக்கப்படுவது போன்ற ஒரு வெகுமதியைக் கேட்கிறார், அதைப் பெறுவதில் உறுதியாகவும் இருக்கிறார். அந்த முனிவர் கேட்பதை எல்லாம் பொன், அவனுடைய சொந்த மகன், மனைவி, உடல், உயிர், ராஜ்யம், செல்வங்கள் அனைத்தையும் வழங்க மன்னன் தயாராக இருக்கிறான். ராஜசூய யாகத்திற்காக அந்த முனிவர் முதலில் வெகுமதிகளைக் கேட்கிறார். அதை வழங்குவதாக உறுதிமொழி வழங்கப்பட்டவுடன், இன்னும் சில வெகுமதிகள் வழங்கப்படுகின்றன. ஹரிச்சந்திரன், அவனது மனைவி, மகன், அவர் தேடி வைத்த புண்ணியம் ஆகியவற்றைத் தவிர சாம்ராஜ்யம் உள்ளிட்ட அனைத்தையும் முனிவர் கேட்கிறார். ஹரிச்சந்திரன் மகிழ்ச்சியுடன் ஒப்புக்கொள்கிறான். அவன் அணிந் திருந்த ஆடை அணிகலன்களை எல்லாம் விசுவாமித்திரர் வேண்டுமென்கிறார். மரவுரி தரித்து மனைவி சந்திரமதியுடனும் மகனுடனும் ராஜ்யத்தை விட்டே வெளியேறுமாறு கோருகிறார். அவன் புறப்பட்டுச் செல்கையில்

முனிவர் அவரைத் தடுத்து நிறுத்தி இன்னமும் தனக்குக் கொடுக்கப்படாதயாகத்திற்கான கட்டணத்தைச் செலுத்துமாறு கோருகிறார். தன்னிடம் தன்னுடைய உடலும் மனைவி, மகன் ஆகியோருடைய உடல்களும் மட்டுமே எஞ்சியிருப்பதாக அவன் பதிலளிக்கிறான். எது எப்படியானாலும் அவர் தனக்குத் தரவேண்டிய கட்டணத்தைச் செலுத்த வேண்டுமென்றும் பிராமணர்களுக்குக் கொடுப்பதாக வாக்குறுதியளித்து விட்டு வெகுமதி தரப்படவில்லை எனில் அது அழிவையே கொணரும் என்றும் விசுவாமித்திரர் கூறுகிறார். சாபமிடப்படும் என்று அச்சுறுத்தப்பட்ட அந்த துரதிருஷ்டம் நிறைந்த மன்னன் ஒரு மாதத்தில் அக்கட்டணத்தைச் செலுத்திவிடுவதாக உறுதியளிக்கிறான்; தனது பிரஜைகளின் அழுகுரல்களுக்கிடையே, துன்பம் என்பதை அறியாத மனைவியுடன் தனது பயணத்தைத் தொடங்குகிறான். தனது ராஜ்யத்தைத் துறந்து செல்வதற்கு எதிரான அன்பான தடுப்புரைகளைக் கேட்டுக்கொண்டே அவன் சோகத்துடன் நடந்து சென்றபோது, விசுவாமித்திரர் வருகிறார். தாமதத்தினால் கோபமுற்றும் மன்னரின் தயக்கத்தைக் கண்டும் ராணியைத் தமது கமண்டலத்தினால் அடித்தார். மன்னன் அதைப் பொருட்படுத்தாமல் ராணியை இழுத்துக் கொண்டு சென்றான். பின்னர் ஹரிஷ்சந்திரன் தமது மனைவியுடனும் மகனுடனும் காசியை நோக்கிச் சென்றான். சிவனின் சிறப்பு ஆஸ்தியான புனிதநகரமாம் காசியில் எந்த ஒரு மனிதனின் சாபமும் செல்லுபடியாகாது என்று அவன் நம்பினான். ஆனால் அங்கும் விஸ்வாமித்திரர் அவனுக்காகக் காத்திருந்தார். காலகெடு முடிவடைவதற்கு முன்னரே தமது யாகசாலைக் கட்டணத்தைச் செலுத்துமாறு வற்புறுத்திக் கோருவதற்குத் தயாராக இருந்தார். இந்த நிலைமையில் ராணி சந்திரமதி அழுதுகொண்டே தன்னை விற்றுவிடுமாறு தனது கணவனுக்கு யோசனை கூறினாள். இந்த யோசனையைக் கேட்டு ஹரிச்சந்திரன் மூர்ச்சையடைந்தான். பின்னர் நினைவு வரப்பெற்றவனாக மீண்டும் அழுது திரும்பவும் மயக்கமடைந்தான். அவனது துர்பாக்கிய நிலையைக் கண்டு சோகமுற்ற அவனது மனைவியும் மயக்கமடைந்தாள். அவர்கள் மூர்ச்சையயடைந்து மயங்கிக் கிடக்கும் வேளையில் பசியால்வாடும் அவர்களது குழந்தை துடித்துக் கதறி, 'ஓ தந்தையே எனக்கு உணவு தாருங்கள், ஓ தாயே எனக்கு

உணவு தாருங்கள். பசியால் என் நாக்கு வறண்டுவிட்டது' என்று ஓலமிட்டான். அந்த நேரத்தில் விசுவாமித்திரர் திரும்பிவந்து, ஹரிச்சந்திரன் முகத்தில் நீர்தெளித்து நினைவு திரும்பச் செய்தார். திரும்பவும் தமது வெகுமதியைத் தருமாறு கோரினார். அந்த மன்னன் திரும்பவும் மூர்ச்சையடைந்தான். மீண்டும் அவனுக்கு நினைவு திரும்பச் செய்யப்பட்டது. சூரியன் மறைவதற்குள் தமக்கு அளிக்கப்பட்ட வாக்குறுதி நிறைவேற்றப்படாவிடில் அவனுக்கு சாபமிடப்போவதாக அந்த முனிவர் அச்சுறுத்துகிறார். இப்போது தனது மனைவியின் வற்புறுத்தலின்பேரில் அவளை விற்றுவிட அந்த மன்னன் ஒப்புக்கொள்கிறான். 'எனது குரல் அத்தகைய மோசமான சொல்லை உச்சரிக்குமானால், மனிதாபிமானமற்ற கயவர்கள் கூடச் செய்யத் துணியாததை நான் செய்வேன்'. பின்னர் அவன் நகருக்குள் சென்று தன்னைத் தானே குற்றம் சாட்டிக் கொள்ளும் சொல்வழக்கில் தனது ராணியை அடிமையாக விற்கமுனைகிறான். செல்வந்தனான முதிய பிராமணன் ஒருவன் தனது வீட்டு வேலைகள் செய்வதற்காக அந்த ராணியின் மதிப்புக்கு உகந்த ஒரு விலை கொடுத்து வாங்க முன்வருகிறான். தனது தாய் இழுத்துச் செல்லப்படுவதைக் கண்ட அந்தக் குழந்தை கண்ணில் வடியும் கண்ணீர் பார்வையை மங்கச்செய்ய அவளுக்குப் பின்னால், 'அம்மா' என்று கத்திக்கொண்டே ஓடுகிறான். அக்குழந்தை அருகில் வரவும் அவளை விலைக்கு வாங்கிய பிராமணன் அதைக் காலால் உதைக்கிறான்; ஆனாலும் அக்குழந்தை தன் தாயை விடவில்லை, 'அம்மா, அம்மா' என்று கூக்குரலிட்டு அழுகிறான். அந்த பிராமணனை நோக்கி ராணி சொல்லுகிறாள்: "எனது எஜமானரே, அருள்கூர்ந்து இக்குழந்தையையும் விலைக்கு வாங்கிக்கொள்ளுங்கள், இவனின்றி நீங்கள் என்னை விலை கொடுத்துவாங்கியது உபயோகமற்றதாகிவிடும். எனது இந்த நிலையில் என்மீது இரக்கம் காட்டுங்கள், பசுவுடன் கன்றையும் இணைப்பதுபோல் என்னுடன் எனது மகனையும் ஒன்று சேருங்கள்." அந்த பிராமணன் அதற்கு ஒப்புக்கொள்கிறான்: 'இப்பணத்தைப் பெற்றுக்கொண்டு அந்தப் பையனை என்னிடம் ஒப்படை.' தான் வாங்கிய பொருள்களுடன் அந்தப் பிராமணன் சென்றுவிட்ட பொழுது, விசுவாமித்திரர் மீண்டும் தனது கோரிக்கைகளைப் புதுப்பித்தார். தனது மகனையும் மனைவியையும் விற்றுக்

கிடைத்த சிறிய தொகையை துன்பத்தில் உழலும் ஹரிச்சந்திரன் முனிவருக்கு வழங்கியபோது, முனிவர் கோபத்துடன் பதிலளித்தார்: 'ஏய் இழிவான சத்திரியனே, எனது தவ வலிமையின் சக்தியையும் எனது புண்ணிய வேள்வியின் பயனையும் நீ விரைவிலேயே உணருவாய்,' என்று கூறினார். ஹரிச்சந்திரன் கூடுதல் வெகுமதிகளைத் தருவதாக உறுதியளிக்கிறான். அந்த உறுதிமொழியை நிறைவேற்ற மேலும் மீதமுள்ள கால்நாள் அவகாசம் தருகிறார். தன்னைத்தானே விற்பதற்கு மனமுவந்த அந்த அஞ்சி நடுங்கிய, துன்பசாகரத்தில் மூழ்கிய மன்னன் இக்கொடுமையான கோரிக்கையை நிறைவேற்றுவதற்கான வழிகளைத் தேடிக் கொண்டிருந்தபோது தர்மதேவன் (நேர்மையின் சின்னம்) ஒரு சண்டாளன் வடிவில் அவன் முன் தோன்றுகிறான். விலை எவ்வளவாக இருந்தாலும் அவனை விலைக்கு வாங்க முன்வருகிறான். இத்தகையதொரு இழிநிலையை ஹரிச்சந்திரன் நிராகரிக்கிறான். இத்தகைய ஒரு இழிநிலைக்கு உடன்படுவதைவிடத் தன்னைத் துன்புறுத்துபவரின் சாபம் என்ற தீயில் கருகிச்சாவதே மேல் என்று பிரகடனம் செய்கிறான். மீண்டும் விசுவாமித்திரர் அங்கு தோன்றுகிறார். சண்டாளன் கொடுக்க முன்வரும் பெருந்தொகையை ஏன் அவன் ஏற்றுக்கொள்ள மறுக்கிறான் என்று கேட்கிறார். தான் சூரியவம்சத்தில் சேர்ந்தவன் என்று மன்றாடியபோது, தனது கடனை அடைக்கும் அந்த வழிவகையை ஏற்றுக் கொள்ளாவிடில் அவனுக்கெதிராகச் சாபமிடப்போவதாக அச்சுறுத்துகிறார். தன்னை இந்த இழிநிலையிலிருந்து விடுவித்திடுமாறு ஹரிச்சந்திரன் மன்றாடுகிறான். தான் செலுத்த வேண்டிய மீதத்தொகைக்காக விசுவாமித்திரரின் அடிமையாக இருக்க முன்வருகிறான். அதைச் செவிமடுத்த அந்த முனிவர் கூறுகிறார்: 'நீ எனக்கு அடிமையாக இருப்பாயானால், உன்னை இந்தநிலையிலேயே பத்துகோடிப் பணத்துக்கு சண்டாளனிடம் விற்றுவிடுகிறேன்.' இதைக் கேட்டு அகமகிழ்ந்த சண்டாளன் ஹரிஷ்சந்திரனின் கைகால்களைக் கட்டி, அடித்துத் துன்புறுத்தி அவனைத் தன் இருப்பிடத்திற்குத் தூக்கிச் செல்கிறான். அச்சண்டாளன் ஹரிச்சந்திரனைக் கல்லறையில், புதைகுழியில் பிணங்களின் மீதுள்ள துணிகளைத் திருடி வருமாறு கூறுகிறான். அதற்குப் பகரமாக அத்துணிகளின் மதிப்பில் ஆறில் இருபங்கை

அவனுக்குத் தருவதாகவும் மீதமுள்ள ஆறில் ஒரு பங்கு அரசனுக்குப்போகும் என்றும் அவனிடம் கூறப்படுகிறது. இந்த பயங்கரமான இடத்தில் தனது இழிவான தொழிலில் பெரும் துன்பத்திற்கிடையில் 12 மாதங்களைக் கழித்தான். அது அவனுக்கு நூறு ஆண்டுகளைப்போல் இருந்தது. பின்னர் அவன் நித்திரையில் ஆழ்ந்துவிடுகிறான். தன்னுடைய வாழ்க்கைநிலையைப் பற்றிக் கொடுங்கனாக்கள் காண்கிறான். அவன் தூக்கத்திலிருந்து விழித்தெழுந்தபோது அவனுடைய மனைவி அவர்களது மகனின் இறுதிச் சடங்குகளை நடத்தவதற்காக கல்லறைக்கு வந்தாள். சர்ப்பம் தீண்டியதால் அப்பாலகன் இறந்து போயிருந்தான். முதலில் கணவனும் மனைவியும் ஒருவருக்கொருவர் அடையாளம் தெரிந்துகொள்ளவில்லை. அவர்களது துன்பங்கள் அவர்கள் தோற்றத்தில் ஏற்படுத்தியிருந்த மாற்றங்களே அதற்குக் காரணம். அவளது அழுகுரலின் தொனியிலிருந்து அவளே தனது மனைவி என்று விரைவிலேயே ஹரிச்சந்திரன் கண்டுகொண்டான். பின்னர் மூர்ச்சையாகி விழுந்தான்; அதேபோன்று அந்த ராணியும் தனது கணவனை அடையாளம் தெரிந்து கொண்டபோது மூர்ச்சையடைந்தாள். நினைவு திரும்பியபொழுது இருவரும் பெருங்குரலில் அழத்தொடங்கிவிட்டனர். தனது மகன் இறந்த துக்கம் தாங்காமல் தந்தை அழ, மன்னனின் இழிநிலையைக் கண்டு ராணி அழுது புலம்பினாள். பின்னர் அவள் அவனது கழுத்தின்மீது விழுந்து அவனைக் கட்டியணைத்து “இவையனைத்தும் ஒரு கனவுதானா அல்லது நிஜமா?” என்று முற்றிலும் குழப்பமடைந்தவளாகக் கேட்கிறாள்; பின்னர் தொடர்ந்து, “இது நிஜமாக இருக்குமானால் நேர்மையானவர்களுக்குப் புண்ணியம் கிட்டாது போகிறதே” என்று புலம்பினாள். தனது எஜமானனின் அனுமதியின்றி மகனின் சிதையில் தன்னையும் மாய்த்துக் கொள்வதற்குத் தயங்கிய பின்னர், எந்த விளைவுகள் வந்தாலும் அவற்றை மீறி சிதையில் உயிரை மாய்த்துக் கொள்ள ஹரிச்சந்திரன் தீர்மானம் செய்கிறான். எல்லாமே நலமாக முடியும் என்ற நம்பிக்கையில் தன்னைத்தானே தேற்றிக் கொள்கிறான். ‘நான் வெகுமதிகளை வழங்கியதும், யாகங்களை நடத்தியதும், எனது மதாசிரியர்களுக்கு திருப்தியடையும் விதத்தில் நன்றி செலுத்தியதும் உண்மையானால் அடுத்த பிறவியில் நானும்

எனது மகனும் மனைவியும் ஒன்றாக வேண்டும்' என்று பிரார்த்திக்கிறான். தனது கணவனைப் போலவே ராணியும் உயிரை மாய்த்துக் கொள்ளத் தீர்மானிக்கிறாள். தனது மகனை சிதையில் கிடத்திய பின்னர் ஹரிச்சந்திரன் தலைமைக் கடவுளான ஹரிநாரயண கிருஷ்ணனை மனத்தில் நினைத்துத் தியானம் செய்கிறான். தர்மதேவனின் தலைமையில் எல்லாக் கடவுளர்களும் வருகின்றனர். விசுவாமித்திரரும் உடன் வருகிறார். தமது எண்ணாது துணிந்துள்ள செயலைக் கைவிடுமாறு தர்மதேவன் வேண்டுகிறார்; தங்களது நற்செயல்களால் அவனும் மனைவியும் மகனும் வானுலகையே வெற்றி கொண்டுவிட்டதாக இந்திரன் அறிவித்தான். வானிலிருந்து கடவுளர்கள் சாகா மருந்தான அமிழ்தத்தையும் பூக்களையும் சொரிந்தனர்; அந்த மன்னனது மகனின் போன உயிர் திரும்பி வந்தது. அவன் இளமைப் பொலிவுடன் தோன்றினான். தேவலோக ஆடைகளையும் மாலைகளை அணிந்த நிலையில் அந்த மன்னனும் ராணியும் தங்களது மகனை ஆரத்தழுவிக் கொள்கின்றனர். தனது எஜமானனான சண்டாளனின் அனுமதியைப் பெறாதவரை, அவனுக்குச் செலுத்த வேண்டிய தொகையைத் திருப்பித்தராதவரை தன்னால் விண்ணுலகிற்குச் செல்லமுடியாது என்று கூறுகிறான். அப்போது தரும தேவன் தானே சண்டாளன் வடிவில் வந்ததாக மன்னனிடம் கூறுகிறான். தன்னுடைய இன்பதுன்பங்களிலெல்லாம் பங்கு கொண்ட தனது விசுவாசமான பிரஜைகள் ஒருநாளைக்கேனும் தன்னுடன் விண்ணுலகிற்கு வர அனுமதிக்கப்பட வேண்டு மென்று அந்த மன்னன் நிபந்தனை விதிக்கிறான். அந்த வேண்டுகோள் இந்திரனால் ஏற்றுக்கொள்ளப்படுகிறது. பின்னர் அம்மன்னனின் மகனான லோகிதாசியனுக்கு விசுவாமித்திரர் முடிசூட்டுவிழா நடத்திவைத்தார். ஹரிச்சந்திரன், அவனது நண்பர்களும் பிரஜைகளும் ஒருசேர விண்ணுலகை நோக்கிச் சென்றனர். இந்த மகத்தான சம்பவம் முடிந்த பின்னரும் கூட ஹரிஷ்சந்திரனின் குலகுருவான வசிஷ்டர் கங்கை நதி நீரில் 12 ஆண்டுகள் கடுந்தவம் இருந்தபோது நடந்து முடிந்தவற்றை எல்லாம் கேள்வியுற்று, அந்த அற்புதமான மன்னருக்கு ஏற்பட்ட அவமானங்களைக் கண்டு கடும் ஆத்திரம் கொண்டார். ஹரிச்சந்திரனுடைய நற்பண்புகளும், கடவுள் பால் கொண்டிருந்த பக்தியும் பிராமணர்பால் கொண்டிருந்த

மரியாதையும் போற்றற்குரியதாகும். விஸ்வாமித்திரனால் தமது 100 புதல்வர்கள் கொல்லப்பட்டபோதுகூட அவர்மீது தமக்கு இவ்வளவு வெறுப்பு ஏற்படவில்லை என்று பிரகடனம் செய்கிறார். பின்னர் பின்வரும் சொற்களால் விஸ்வாமித்திரர் ஒரு நாரையாக மாற சாபமிடுகிறார்: "ஆகவே பழி பாவத்திற்கஞ்சாத அந்த மனிதன், பிராமணர்களின் பகைவன், எனது சாபத்திற்குக் கட்டுண்டு அறிவாளிகள் வாழும் சமுதாயத்திலிருந்து வெளியேற்றப்படுவானாக, தனது புரிந்துகொள்ளும் சக்தியை இழந்து ஒரு பகாவாக மாறக்கடவதாக. விஸ்வாமித்திரர் பதிலுக்குச் சாபமிடுகிறார். வசிஷ்டரை ஆரி என்னும் இனத்தைச் சேர்ந்த பறவையாக மாற்றுகிறார். தங்களுடய புதிய உருவங்களில் இருவரும் கடும் சமர்புரிகின்றனர். ஆரி வியத்தகு விதத்தில் மூவாயிரம் யோஜனைகள் உயரம் இருந்தது (18, 000 மைல்கள்); பகா 3090 யோஜனை உயரம் இருந்தது. முதலில் அவை தங்களுடைய இறக்கைகளைக் கொண்டு தாக்கிக் கொண்டன; பின்னர் பகா தனது கூர்நகத்தால் எதிரியைத் தாக்கியது, பதிலுக்கு ஆரியும் தனது கூரிய நகங்களைக்கொண்டு தாக்குதல் தொடுத்தது. அவற்றின் இறக்கைகள் சிறகடிப்பதனால் ஏற் பட்ட காற்றின் வேகத்தில் மலைகள் நொறுங்கி உருண்டன, உலகமே அதிர்ந்தது. கடல் கொந்தளித்தது. இந்த பூமியே கூட செங்குத்தான மலைகளிலிருந்து பாதாளம் எனப்படும் தாழ்வான பகுதிகளை நோக்கி வீசப்பட்டது. இப்பல்வேறு வகையான நடுக்கங்களினால் பல உயிரினங்கள் வீழ்ந்துபட்டன. இந்த மோசமான ஒழுங்கீனத்தால் வெகுண்ட பிரமா அனைத்துக் கடவுளர்களும் புடைசூழ அந்த இடத்தை வந்தடைந்தார். இருவரையும் சண்டையை நிறுத்த கட்டளையிட்டார். அந்த இருவரும் இந்தத் தடையுத்தரவினால் கடும் ஆத்திரமடைந்தனர்; ஆனால் பிரமாவே அவர்களை நிஜவடிவத்திற்கு மாற்றியதுடன் அவர்களை சமாதானப்படுத்தி மோதலுக்கு முடிவு கட்டினார்.

அவர்கள் எதிரிகளாக வந்த அடுத்த சம்பவம் அயோத்தியின் மன்னனான அம்பரீஷனுடன் சம்பந்தப்பட்டதாகும். அது வருமாறு:

"இக்கதை[3] அம்பரீஷன் ஒரு யாகம் நடத்திக் கொண்டிருந்தபோது இந்திரன் அந்த யாகப் பலியை எடுத்துச் சென்றுவிட்டான் என்பது சம்பந்தமானது. மன்னனின்

மோசமான ராஜ்யபரிபாலனத்தின் காரணமாகத்தான் இந்த மோசமான சகுனத்தைக் குறிக்கும் சம்பவம் நடைபெற்றுள்ளது என்று புரோகிதன் கூறினான். இதற்கு இன்னும் பெரிய பரிகாரமாக ஒரு மானுடனைப் பலியிட வேண்டும் என்றும் கூறினான். வெகு காலம் தேடியபின்னர் ராஜரிஷியான அம்பரீஷன், பிராமண ரிஷியான ரிச்சிகனிடம் வந்தடைந்தான். ரிச்சிகன் பிருகுவின் வழித்தோன்றலாவான். பலியிடுவதற்காக அவனுடைய புதல்வர்களில் ஒருவனைத் தனக்கு விற்றுவிடுமாறு கோரினான். அதற்கு விலையாக நூறாயிரம் பசுக்களைத் தருவதாக ஒப்புக்கொண்டான். தனது மூத்தமகனைத் தன்னால் விற்கமுடியாது என்று ரிச்சிகன் பதிலளித்தான். அவனுடைய மனைவியோ தன்னால் தனது இளைய மகனை விற்கமுடியாது" என்று கூறினாள்; "பொதுவாகத் தங்களது இளைய மகன்களின்மீது அன்னையர்கள் மிகவும் பாசமாக இருப்பர்" என்றும் கூறினாள். அவ்வாறெனின் விற்பனைக்குத் தானே முன்வருவதாக இரண்டாவது மகன் ஷுனஷெப்பா கூறினான். தன்னை அரசன் இட்டுச் செல்லலாம் என்றும் கூறினான். புஷ்கரத்தை அவர்கள் கடந்துசென்று கொண்டிருந்தபோது ஷுனஷெப்பா, தனது தாய்மாமன் விசுவாமித்திரர் இதர ரிஷிகள் புடைசூழயாகவேள்விகளில் ஈடுபட்டிருந்தபோது அவரிடம் தஞ்சமடைந்து தன்னுடைய அநாதையான, நட்பற்ற, உதவியற்ற நிலைமையைக் கூறி தன்னைக் காப்பாற்றுமாறு வேண்டிக்கொண்டான். விசுவாமித்திரர் அவனை சமாதானப்படுத்தினார்; ஷுனஷெப்பாவுக்குப் பதிலாக தனது சொந்த மகன்களை பலியாக முன்வருமாறு வற்புறுத்தினார். இந்த யோசனைக்கு மதுசியந்தனிடமிருந்தும் இதர புதல்வர்களிடமிருந்தும் சாதகமான பதில் வரவில்லை, அவர்கள் இகழ்ச்சியுடனும் ஆணவத்துடனும் பதிலளித்தனர்: "உங்களுடைய சொந்த மகன்களைப் பலிகொடுத்து மற்றவர்களை மீட்க நீங்கள் துணிந்தது எங்ஙனம்? இதை நாங்கள் தவறானது என்றும் ஒருவன் தனது சொந்த சதையை உண்பதுபோன்றது என்றும் கருதுகிறோம்." தமது உத்தரவை இவ்வாறு அவமதித்ததைக் கண்டு கோபமடைந்த அந்தமுனிவர் வசிஷ்டரின் புதல்வர்களைப்போல மிகவும் இழிவான குலங்களில் பிறக்கவும் ஓராயிரம் ஆண்டுக்காலம் நாயின் இறைச்சியை உண்ணவும் சாபமிட்டார். பின்னர் அவர் ஷுனஷெப்பாவிடம் கூறியதாவது: "நீ கயிறுகளால்

238 சூத்திரர்கள் யார்?

கட்டப்பட்டு, சிவப்பு மாலையணிவிக்கப்பட்டு, தைலங்கள் தடவப்பட்டு, விஷ்ணுவின் பலிபீடத்தில் பிணைக்கப்படும்போது அக்னியை வழிபடுவாயாக. அம்பரீஷனின் பலியாகத்தின்போது இந்த இரு சுலோகங்களைக் கூறுவாயாக (கதாக்கள்). அப்போது நீ எண்ணியது நிறைவேறும். அந்த இரு சுலோகங்களையும் மனதில் இருத்திக் கொண்ட ஷுனஷெப்பா உடனே மன்னரான அம்பரீஷனிடம் தங்களது இலக்கிற்குச் செல்லலாம் என்று கூறினான். சிவப்பு ஆடைஉடுத்தி தீக்கிரைக்காக்கப்படுவதற்காகக் கழுமரத்தில் பிணைக்கப்பட்டபோது அவன் இந்திரனையும் அவனது இளவலான (விஷ்ணுவையும்) எண்ணி அந்த இரு சுலோகங்களையும் உச்சரித்துத் தொழுதான். அந்த ரகசிய சுலோகங்களைச் செவிமடுத்த ஆயிரம் கண்கொண்ட இந்திரன் மனமிரங்கி ஹுனசெப்பாவுக்கு நீண்ட ஆயுள் அளித்தான்.''

இந்த இரு முனிவர்களும் எதிரிகளாக இருந்ததாகக் கூறும் இறுதிச் சம்பவம் மன்னன் கல்மாஷபாதனுடன் சம்பந்தப்பட்டதாகும். இச்சம்பவம் மகாபாரதத்தின்[4] ஆதிபருவத்தில் பதிவு செய்யப்பட்டுள்ளது:

''கல்மாஷபாதன், இக்ஷ்வாகு வம்சத்தைச் சேர்ந்த ஓர் அரசனாக இருந்தான். அவனுடைய ஆஸ்தான குருவாகத் தம்மை அவன் வைத்துக்கொள்ள வேண்டும் என்று விசுவாமித்திரர் விரும்பினார். ஆனால் அந்த மன்னனோ வசிஷ்டரை குருவாகக் கொள்ள விரும்பினான். ஒருமுறை மன்னன் வேட்டைக்குச் செல்லநேர்ந்தது. ஏராளமான வனவிலங்குகளைக் கொன்ற பின்னர் அம்மன்னன் மிகவும் சோர்வடைந்தான். பசியாலும் தாகத்தாலும் வாடினான். பாதையில் வசிஷ்டரின் நூறு புதல்வர்களில் மூத்தவனான சக்தியைச் சந்தித்த அவன் தனது பாதையில் குறுக்கிடாதவாறு செல்லுமாறு உத்தரவிட்டான். அந்த ரிஷிபுதல்வன் மிகவும் அசட்டையாகக் கூறினான்: 'இந்தப் பாதை என்னுடையது, ஓ, மன்னனே, இதுவே நினைவுக் கெட்டாத காலந்தொட்டு சட்டமாக இருக்கிறது; எப்படிப் பார்த்தாலும் மன்னன்தான் ஒரு பிராமணனுக்கு வழிவிட வேண்டும்.' இரு தரப்புமே விட்டுக்கொடுப்பதாக இல்லை. பிரச்சினை முற்றியபோது அந்த மன்னன் முனிவரைத் தன் சாட்டையால் அடித்தான். பாதிக்கப்பட்ட ரிஷிகள் வழக்கமாக மேற்கொள்ளக்கூடிய

விதத்தில் அந்த முனிவரும் கடுவாயாக மாறுமாறு சபித்தார். அச்சமயத்தில் கல்மாஷபாதனின் குருவாக நியமிக்கப்படுவதில் விஸ்வாமித்திரருக்கும் வசிஷ்டருக்கும் இடையில் பகைமை நிலவியது. விசுவாமித்திரர் அந்த மன்னனைப் பின்தொடர்ந்துவந்தார். அந்த மன்னர் சக்தியுடன் வாதிட்டுக் கொண்டிருந்தபோது அவர்களை விசுவாமித்திரர் நெருங்கினார். தமது எதிரியான வசிஷ்டரின் மகனே அவன் என்பதை அறிந்துகொண்ட அவர், யாருடைய கண்ணுக்கும் புலப் படாதபடி மறைந்துகொண்டு, சந்தர்ப்பத்தைப் பயன்படுத்தி அவர்களைக் கடந்துசென்றார். அம்மன்னன் சக்தியிடம் மன்னித்தருளுமாறு கெஞ்சினான்; அவர்கள் சமாதான மாவதைத் தடுக்கவிரும்பிய விசுவாமித்திரர் ஒரு ராட்சசனை அந்த மன்னனின் உடலுக்குள் புகுந்து கொள்ளுமாறு கட்டளை யிட்டார். பிராமண ரிஷியின் சாபமும் விசுவாமித்திரரின் கட்டளையும் இணைந்த காரணத்தினால் அந்த உத்தரவுக்கு ராட்சசன் கீழ்ப்படிந்தான். தனது நோக்கம் நிறைவேறியதை உணர்ந்துகொண்ட விசுவாமித்திரர் சம்பவங்களை அதன் போக்கிற்கே விட்டுவிட்டு நாட்டைவிட்டே வெளியேறிவிட்டார். பசியுடன் இருந்த ஒரு பிராமணனைச் சந்திக்க நேர்ந்த அம்மன்னன், அவனை உண்பதற்கு நரமாமிசம் வேண்டித் தனது சமையல்காரனுடன் அனுப்பி வைத்தான் (அவனுக்கு வேறு எதுவும் கிடைக்கவில்லை). அம்மன்னனே கூட சக்தியின் சாபத்தினால் நரமாமிசம் உண்ணவேண்டியதாயிற்று. அந்த சாபத்தின் வலிமை அதிகரித்து செயல்படுத்தப்பட்டபோது அந்த சக்தியே அதற்கு முதல் பலியாகி மன்னனால் கபளீகரம் செய்யப்பட்டான். விஸ்வாமித்திரரின் தூண்டுதலின்பேரில் வசிஷ்டரின் இதர அனைத்துப் புதல்வர்களுக்கும் இதே கதி தான் ஏற்பட்டது. சக்தி இறந்தவிட்டான் என்பதை உணர்ந்த விசுவாமித்திரர் திரும்பத்திரும்ப வசிஷ்டரின் மகன்களுக்கு எதிராக ராட்சசனைத் தூண்டிவிட்டார். அதற்கேற்ப அக்கொடூரமான அரக்கனும் சக்திக்கு இளையவர்களான வசிஷ்டரின் மகன்களை வனத்தில் சிறிய விலங்குகளை ஒரு சிங்கம் விழுங்குவது போன்று கபளீகரம் செய்தான். விசுவாமித்திரனால் தனது புதல்வர்கள் அழிக்கப்பட்டதைக் கேள்வியுற்ற வசிஷ்டர் தனது துன்பத்தை, பெரியமலைகளையும் இந்த பூமி தாங்கிக் கொள்வது போன்று தாங்கிக்கொண்டார். தனது சொந்த அழிவை வேண்டி அவர்

தியானம் செய்தார். ஆனால் கவுஷிகர்களை ஒழித்துக்கட்ட அவர் ஒருபோதும் விரும்பவில்லை. அப்புனித முனிவர் மேருமலையின் உச்சியிலிருந்து குதித்தார். ஆனால் அவர் பாறைகளில் விழுந்தபோது அவரது உடல் பஞ்சு மெத்தையில் விழுந்ததைப் போல் இருந்தது, மலையிலிருந்து விழுந்தும் உயிருடன் தப்பித்த அவர் வனத்தில் கொழுந்துவிட்டு எரிந்துகொண்டிருந்த நெருப்பில் நுழைந்தார்; ஆனால் அந்த நெருப்பு கொழுந்துவிட்டு எரிந்து கொண்டிருந்தாலும் கூட அவரை எரித்துவிடத் தவறியது மட்டுமன்றி, அவருக்குக் குளிர்ச்சியை ஏற்படுத்தும் விதத்தில் தன்மையுடன் இருந்தது. அடுத்தபடியாக அவர் ஒரு பெரிய கல்லைத் தனது கழுத்தில் கட்டிக்கொண்டு கடலில் குதித்தார். ஆனால் அலைகள் அவரை கரையில் கொண்டு தள்ளின. பின்னர் அவர் தனது ஆசிரமத்திற்குத் திரும்பினார்; அது ஆளவரமின்றியும் வெறிச்சோடியும் இருந்ததைக்கண்டு அவரைத் துயரம் ஆட்கொண்டது. திரும்பவும் வெளியே சென்றார்; அண்மையில் பெய்த மழையின் காரணமாக வெள்ளம் பெருக்கெடுத்தோடிய விபாசா நதியையும், கரையிலிருந்த மரங்கள் வேருடன் சாய்ந்து அடித்துச் செல்லப்படுவதையும் கண்ட அவர் நதி நீரில் மூழ்கிடவேண்டுமென்று திட்டமிட்டார்; கயிறுகளால் தமது உடலைப் பிணைத்துக் கொண்ட அவர் ஆற்றுநீரில் குதித்தார்; ஆனால் அந்த நதி அவரது கயிற்றுப்பிணைப்புகளை அறுத்து அவரைக் கரையில் கொண்டு சேர்த்தது. பின்னர் அவர், முதலைகள் நிரம்பிய நதியான சடாத்ரு (சட்லெஜ்) நதியில் குதித்தார். இந்த நதி அக்னியைப் போல் பிரகாசிக்கும் பிராமணனைக் கண்டதும் நூறு பிரிவாகப் பிரிந்து ஓடுவதுபோல் இருந்தது. இதன் காரணமாக அவர் மீண்டும் கரை சேர்க்கப்பட்டார்; தன்னை மாய்த்துக் கொள்ளமுடியாது என்பதைக்கண்ட அவர் மீண்டும் ஆசிரமத்திற்கே திரும்பினார்."

வசிஷ்டரும் விசுவாமித்திரரும் ஒருவரொருவர் மோதிக் கொண்ட சில குறிப்பிட்ட சம்பவங்களும் உள்ளன. ஆனால் இந்த இருவருக்குமிடையில் அவ்வப்போது நடைபெற்ற இந்த மோதல்களைவிடவும் அதிகமான பிரச்சினைகள் இருந்தன. அவர்களுக்கிடையேயான பகைமை உயிருக்கு இடையூறு விளைவிக்கக்கூடிய வகைப்பட்டதாகவும் இருந்தது, விசுவாமித்திரர்

வசிஷ்டரைக் கொலை செய்யக்கூட விரும்பினார் என்பதை மகாபாரதத்தின் சல்லிய பருவத்தில் காணமுடிகிறது. மகாபாரதத்தின் ஆசிரியர் கூறுகிறார்:[5]

> "விசுவாமித்திரருக்கும் பிராமணரிஷியான வசிஷ்டருக்கும் இடையில் தங்களது தவவலிமையில் ஏற்பட்ட போட்டியினால் கடுமையான பகைமை நிலவியது. ஸ்தானு தீர்த்தத்தில் வசிஷ்டர் மிகப் பெரிய ஆசிரமத்தைக் கொண்டிருந்தார். அதற்குக் கிழக்கே விசுவாமித்திரருடைய ஆசிரமம் அமைந்திருந்தது. இந்த இரு தபஸ்விகளும் தத்தமது தபோ வலிமைகளை தீவிரமான போட்டிக்கிடையில் அன்றாடம் வெளிப்படுத்திக் கொண்டிருந்தனர். ஆனால் வசிஷ்டரின் தபோ வலிமையைக் கண்டு விசுவாமித்திரர் ஏமாற்றமடைந்தார்; ஆழ்ந்த சிந்தனை வயப்பட்டவரானார். எப்போதும் கடமையில் கண்ணும் கருத்துமாக இருந்த முனிவரின் எண்ணம் பின்வருமாறு அமைந்திருந்தது: 'வழிபாடுகள் செய்வதில் மிகவும் தலைசிறந்தவரான முற்றும் துறந்த வசிஷ்டரை இந்த சரஸ்வதி நதி என்னிடத்தில் வேகமாகக் கொணர்ந்து ஒப்படைக்கும். அத்தலைசிறந்த பிராமணன் வரும்போது அவனை நான் நிச்சயமாகக் கொல்வேன்.' இவ்வாறு தீர்மானித்துக்கொண்ட தெய்வீக முனிவரான விசுவாமித்திரர் கண்களில் கோபக்கனல் தெறிக்க, நதிகளுக் கெல்லாம் தாயாக இருக்கக் கூடியவளை மனதில் நினைத்துக் கொண்டார். இவ்வாறு அந்த முனிவரின் சிந்தனையை உணர்ந்து கொண்ட அவள் கவலையடைந்தாள். ஏனெனில் அவளுக்கு அவர் மிகவும் சக்தி வாய்ந்தவர் என்பதும் முன்கோபி என்பதும் தெரியும். பின்னர் அங்கமெல்லாம் நடுங்க, பயத்தில் வெளிறிப்போய் கூப்பிய கரங்களுடன் முனிவர்களுக்கெல்லாம் முதன்மையான விசுவாமித்திரர் முன் நின்றாள். பெரும் அச்சம் மேலிட 'நான் என்ன செய்ய வேண்டும்'? என்று அவரிடம் வினவினாள். 'வசிஷ்டரை இங்கு சடுதியில் கொண்டுவா, நான் அவனைக் கொல்லவேண்டும்' என்று ஆத்திரம் மேலிட அந்த முனிவர் கூறினார். தாமரைக் கண்ணினாளான அத்தேவதை பெரும் பயத்துடன் நடுநடுங்கி இருகரம் கூப்பித்தொழுதது, காற்றினால் அலைக்கழிக்கப்படும் ஒரு படரும் தாவரத்தைப் போலிருந்தது. அவளுடைய பரிதாப நிலைமையைக் கண்டபோதிலும் கூட விசுவாமித்திரா

தனது உத்தரவைத் திரும்பவும் கூறினார். அவளுடைய திட்டம் எவ்வளவு பாவகரமானது என்பதையும், வசிஷ்டரின் ஈடுஇணையற்ற வலிமையையும் அறிந்திருந்த சரஸ்வதி, இரு முனிவர்களின் சாபத்துக்கும் ஆளாகிவிடுவோமோ என்ற பெரும் பயத்துடன் நடுநடுங்கிக்கொண்டே வசிஷ்டரிடம் சென்று அவரது வைரியான விசுவாமித்திரர் கூறியதை எடுத்துச் சொன்னாள். மெலிந்து, வெளிறிப்போய் கவலையுடன் இருந்த சரஸ்வதியைப் பார்த்து அவர் இவ்வாறு கூறினார். 'ஓ, நதிகளுக்கெல்லாம் தலைவியானவளே, எந்தவிதத் தயக்கமுமின்றி என்னை விசுவாமித்திரரிடம் எடுத்துச்செல். இல்லாவிடில் அவர் உன்னை சபித்து விடுவார்.' இரக்க குணம் கொண்ட அந்த ரிஷியின் இச்சொற்களை செவிமடுத்த சரஸ்வதி இதில் எப்படி சாதுர்யமாக நடந்துகொள்வது என்று சிந்தித்தாள். 'வசிஷ்டர் என்னிடம் எப்போதும் அன்பு செலுத்தி வந்துள்ளார். அவரைக் காக்க நான் விழையவேண்டும்' என்று அவள் எண்ணினாள். தனது கரையில் அமர்ந்து கவுசிக முனிவர் பிரார்த்தனையும் பலிபூசையும் நடத்தியதைக்கண்டு அதை ஒரு சிறந்த வாய்ப்பாக அவள் கருதினாள். கரையைத் தனது நீரோட்டத்தின் சக்தியைக் கொண்டு அடித்துச் சென்றாள். இவ்வாறு மித்திரனின் மகனும் வருணனும் நீரில் அடித்துச் செல்லப்பட்டனர்; இவ்வாறு தான் நீரோட்டத்தில் அடித்துச் செல்லப்படுகையில் அவர் அந்த நதியை இவ்வாறு போற்றினார்: "ஓ, சரஸ்வதியாகிய நீ பிரம்மாவின் ஏரியிலிருந்து தோன்றி உலகம் முழுவதும் உன்னுடைய அற்புதமான நீரோடைகளினால் வியாபித்திருக்கிறாய். நீ மட்டுமே நீராவாய். உன்னால் நாங்கள் உயிர் வாழ்கிறோம். நீயே உணவாகிறாய், ஒளியாகிறாய், புகழாகிறாய், செம்மையும், அறிவும் வெளிச்சமும் ஆகிறாய். நீயே பேச்சு, நீயே ஸ்வாகா; இந்த உலகமே உனது அடிமை. நீ நான்கு மடங்கு வடிவத்தில் எல்லா ஜீவராசிகளிடமும் இருக்கிறாய்." சரஸ்வதியினால் வசிஷ்டர் அருகாமையில் கொண்டு வரப்படுவதைக் கண்ட விசுவாமித்திரர் அவருக்கு முடிவுகட்டுவதற்குத் தேவையான ஓர் ஆயுதத்தைத் தேடினார். அவருடைய கோபத்தை உணர்ந்ததும் ஒரு பிராமணனின் கொலை நடந்துவிடக்கூடாதே எனப் பயந்தும் அந்த நதி வசிஷ்டரை கிழக்குமுகமாக எடுத்துச்சென்றது. இவ்வாறு விசுவாமித்திரரிடமிருந்து நழுவி இரு முனிவர் களுடைய

உத்தரவுகளும் நிறைவேற்றப்பட்டன. இவ்விதம் வசிஷ்டர் நீரில் கொண்டு செல்லப்படுவதைக்கண்ட விசுவாமித்திரர் பொறுமையிழந்து, கோபாவேசமும் வெறுப்பும் கலந்து அவளிடம் கூறினார்: 'ஓ நதிகளின் தலைவியே, என்னை நீ ஏமாற்றிவிட்டு நீர் வற்றிப்போகச் செய்த காரணத்தினால், ராட்சதர்களின் தலைவனுக்கு ஏற்புடைய விதத்தில் ரத்த அலைகளாக ஓடுவாயாக' (ராட்சதர்கள் ரத்தத்தைக் குடித்து மட்டற்ற மகிழ்ச்சியடைந்ததாகக் கதை கூறுகிறது.) இவ்வாறு சாபமிடப்பட்ட சரஸ்வதி ஓராண்டுக்காலம் ரத்தம் கலந்த நீரோட்டத்துடன் ஓடினாள். வசிஷ்டர் அடித்துச் செல்லப்பட்ட இடத்தை புண்ணியத் தலமாகக் கருதி ராட்சதர்கள் அங்கு வந்து, பாதுகாப்பான விதத்தில் ரத்தம் கலந்த நதி நீரை முடிந்த மட்டும் பருகி மகிழ்ச்சியடைந்தனர். சிரித்தும் ஆடியும் தாங்கள் வானுலகை வெற்றிகொண்டது போல மகிழ்ந்திருந்தனர். சிறிது காலத்திற்குப்பின் அங்கு வந்தடைந்த சில ரிஷிகள் ரத்தம் கலந்த நீரைக் கண்டு அஞ்சி நடுங்கினர். ராட்சதர்கள் அந்நீரை வயிறுமுட்டக் குடித்து மகிழ்ந்தனர். அந்த ரிஷிகள் சரஸ்வதியைக் காப்பாற்றுவதற்காக மிகக் கடுமையான முயற்சிகளை மேற்கொண்டனர்."

வசிஷ்டருக்கும் விஸ்வாமித்திரருக்கும் இடையிலான பகைமை இரு மதகுருக்களுக்குமிடையேயான பகைமை அல்ல. அது ஒரு பிராமண குருவுக்கும் சத்திரிய குலகுருவுக்கும் இடையிலான பகைமையாக இருந்தது. வசிஷ்டர் ஒரு பிராமணர். விசுவாமித்திரர் ஒரு சத்திரியர். அவர் அரச பரம்பரையில் வந்த சத்திரியராவார். ரிக்வேதத்தில் (*iii.33.ii*) விசுவாமித்திரர் கவுசிகரின் மகன் என்று சொல்லப்படுகிறார். விசுவாமித்திரைப் பற்றி விஷ்ணுபுராணம்[6] கூடுதல் விபரங்களைத் தருகிறது. மன்னன் புரூரவசுவின் வழித் தோன்றலான காதியின் மகனே விசுவாமித்திரர் என்று அது கூறுகிறது. ஹரிவம்சமும்[7] இதை உறுதிப்படுத்துகிறது. தலைமுறை தலைமுறையாக[8] விசுவாமித்திரர் பரம்பரையானது 'அக்னி'யைத் தூண்டி விட்டுக்கொண்டிருந்தது என்றும் நாம் ரிக்வேதத்திலிருந்து (*iii:1:21*) அறிகிறோம். ரிக்வேதத்தின் பல பாசுரங்களை எழுதியவர் விஸ்வாமித்திரர் என்றும், அதனால்தான் அவர் ராஜரிஷி என்று ஒப்புக்கொள்ளப்பட்டார் என்றும் அந்த வேதத்திலிருந்து அறிகிறோம். ரிக்வேதத்தில் (*iii.62.10*) காயத்ரி ஜபம் என்ற பெயர் கொண்ட, வேதங்களனைத்திலும் மிகவும்

புனிதமானது என்று கருதப்படும் ஜபத்தைப் படைத்தவரும் அவரே. அவரைப்பற்றி நாம் அறியவரும் மற்றுமொரு முக்கியமான உண்மை என்னவெனில் அவர் ஒரு சத்திரியர் என்பதும், அவரது குடும்பம் பரதர்களின்[9] வம்சத்தைச் சேர்ந்ததாகும் என்பதுதான்.

அக்காலகட்டத்தில் பிராமணர்களுக்கும் சத்திரியர்களுக்கும் இடையில் பின்வரும் விஷயங்கள் குறித்து ஒரு சச்சரவு நிலவியதாகத் தெரிகிறது:

1. முதலாவது சச்சரவு பரிசில்கள் பெறும் உரிமை சம்பந்தப்பட்டது. பரிசில்கள் என்பது வேலை எதுவும் செய்யாமல் பெறும் பணம். வேறு எவரும் பரிசுகள் பெறமுடியாது, அவற்றைப் பெறும் உரிமை பிராமணர்களுக்கு மட்டுமே உண்டு என்பது பிராமணர்களின் வாதம்.[10]

2. இரண்டாவது சச்சரவு வேதங்களைக் கற்றுத் தரும் உரிமை சம்பந்தப்பட்டது. வேதங்களைக் கற்கும் உரிமை மட்டும்தான் சத்திரியர்களுக்கு உண்டு, வேதங்களைக் கற்றுத் தரும் உரிமை அவர்களுக்கு இல்லை. அது பிராமணர்களுக்கு மட்டுமே உரிய தனி உரிமை என்பது பிராமணர்களின் வாதம்.

3. மூன்றாவது சச்சரவு புரோகிதர்களாக இருந்து வேள்விகளை நடத்தித் தரும் உரிமை சம்பந்தப்பட்டது. இது விஷயத்தைப் பொறுத்தவரையில் சத்திரியர்கள் வேள்விகளை நடத்தலாமே தவிர, புரோகிதர்களாக இருந்து அவற்றை நடத்தித் தரும் உரிமை அவர்களுக்கு இல்லை என்பது பிராமணர்களின் வாதம்.

இந்த விஷயங்கள் குறித்த சர்ச்சைகளில் கூட அதிலும் குறிப்பாக மூன்றாவதாக குறிப்பிடப்பட்டிருக்கும் விஷயத்தில் சத்திரியர்களும் சரி, பிராமணர்களும் சரி பரஸ்பரம் ஒருவருக்கு எதிராக ஒருவர் தமது பங்கை ஆற்றத் தவறவில்லை என்பது இங்கு கவனிக்கத்தக்கதாகும். ராமாயணத்தில் வரும் திரிசங்குவின் கதை இதை உறுதி செய்கிறது[11]. அந்தக் கதை வருமாறு:

"இக்ஷ்வாகு பரம்பரையில் வந்த திரிசங்குராஜனுக்கு ஓர் எண்ணம் உதித்தது. உடலோடு சுவர்க்கமடைவதற்கு ஓர் யாகம் செய்ய அவன் எண்ணினான். இதற்கு அவன் முனிவர்

வசிட்டரின் உதவியை நாடினான். ஆனால் இது சாத்தியமல்ல (அசக்கியம்) என்ற அவர் மறுத்துவிட்டார். இதன்பேரில் திரிசங்கு தென் திசையில் பயணமானான். அங்கு முனிவரின் புதல்வர்கள் நூறுபேர் தவம் செய்து கொண்டிருந்தனர். அவர்களுடைய தந்தை செய்ய மறுத்துவிட்ட யாகத்தை நடத்தித் தருமாறு அவர்களை வேண்டிக்கொண்டான். இக்கட்டுகள் வந்துற்றபோதெல்லாம் இக்ஷ்வாகுகள் தங்களுடைய குடும்பப் புரோகிதர்களின் உதவியையே எப்போதும் நாடி வந்திருக்கின்றனர் என்றும், தானும் அவ்வாறே அவர்களைத் தனது குலதெய்வங்களாக மதித்து இப்போது அவர்களது உதவியை நாடி வந்திருப்பதாகவும் திரிசங்கு பெருமதிப்போடும் மிகவும் பணிவோடும் கூறினான். ஆனால் அவனது வேண்டுகோளுக்கு முனிவரின் இறுமாப்பு கொண்ட புதல்வர்களிடமிருந்து பின் கண்ட கடிந்துரைதான் பதிலாக வந்தது: 'முட்டாளே, உண்மை பேசும் குரு மறுத்துவிட்ட பிறகு, அவரது ஆணையை மீறி எப்படி மற்றொரு ஆசானை நாடி வந்தாய்? குடும்ப குருதான் இக்ஷ்வாகுக்களின் மிக உயர்ந்த வழிகாட்டி' அத்தகைய வாய்மைமிக்க உத்தமரின் அருள்வாக்கை யாரும் மீற முடியாது. தெய்வீகப் பெருமகனாரான ரிஷி வசிட்டர் 'இது செய்ய முடியாத காரியம்' என்று கூறிவிட்டார்: 'அப்படியிருக்கும்போது இந்த யாகத்தை நாங்கள் எப்படி நடத்தித் தர முடியும்? முட்டாள் மன்னனே, பேசாமல் உன் தலைநகருக்குத் திரும்பிப் போ.' தெய்வீகத் தன்மை வாய்ந்த வசிட்டர் ஒருவரால்தான் இத்தகைய யாகத்தைச் செய்ய முடியும், அவரே மறுத்துவிட்ட பிறகு எப்படி நாங்கள் அவரது ஆணையை மீறமுடியும்?

தன்னுடைய குலகுருவும் அவருடைய புதல்வர்களும் தனது வேண்டுகோளை நிறைவேற்ற மறுத்துவிட்டதால் திரிசங்கு வேறு முயற்சியில் ஈடுபட முனைந்தான். இதை அறிந்த வசிட்டரின் புதல்வர்கள் அடங்காத ஆத்திரமும் சினமும் கொண்டனர்; அவனை ஒரு சண்டாளனாகும்படி தங்களது தவ வலிமையால் சபித்தனர். இந்த சாபம் உடனே பலித்து, மன்னன் ஒரு சண்டாளனது உருவத்தைப் பெற்றான். இதன்பேரில் திரி சங்கு அப்போது தென்புலத்தில் வாழ்ந்துவந்த விசுவாமித்திரரிடம் சரணடைந்தான்; தனக்கு

ஏற்பட்ட கதியைக் கூறிப் புலம்பினான். விசுவாமித்திரர் அவன் கூறியதை எல்லாம் மிகுந்த பரிவிரக்கத்தோடு செவிமடுத்துக் கேட்டார்; அவ னுக்காக யாகம் நடத்தி, இந்தச் சண்டாள உருவத்துடனேயே அவனை சுவர்க்கலோகத்துக்கு அனுப்புவதாக உறுதி கூறினார். 'மன்னனே, குசிகரது மைந்தனின் உதவியை நாடிவந்து விட்டாய். இப்போதே உனக்கு சுவர்க்கம் கிடைத்துவிட்டதாக திடமாக நம்பலாம்" என்று அவனுக்கு ஆறுதல் அளித்தார். இதன்பிறகு, யாகம் நடத்துவதற்கு வேண்டிய ஏற்பாடுகளைச் செய்யும்படி ஆணையிட்டார்; வசிட்டரது குடும்பத்தினர் உட்பட அனைத்து ரிஷிகளும் இந்த யாகத்துக்கு அழைக்கப்பட வேண்டும் என்று உத்தரவிட்டார்.

விசுவாமித்திரரது சீடர்கள் அவரது செய்தியை எங்கெங்கும் பரப்பிவிட்டுத் திரும்பிவந்து அவரிடம் பின்வருமாறு கூறினர்: "உங்கள் செய்தியைக் கேட்டு எல்லா நாடுகளையும் சேர்ந்த பிராமணர்கள் இங்கு வந்து சேர்ந்துவிட்டனர். மகோதயரும் (வசிட்டர்) அவருடைய புதல்வர்களும் மட்டும் வரவில்லை. அந்த நூறு வசிட்ட புத்திரர்களும் குரலில் கோபம் கொந்தளிக்க எத்தகைய பயங்கரமான, மிக மோசமான வார்த்தைகளைக் கூறினார்கள் என்பதைக் கேளுங்கள்: "ஒரு சண்டாளன் யாகம் நடத்துகிறான், ஒரு சத்திரியன் புரோகிதனாக இருந்து அதை நடத்தித் தருகிறான், அப்படிப்பட்ட யாகத்தில் பரிமாறப்படும் பலி உணவை தெய்வங்களும் ரிஷிகளும் எப்படி உண்ணமுடியும்? விசுவாமித்திரரின் ஆசியோடு ஒரு சண்டாளன் அளிக்கும் உணவை உண்ட பிறகு மேன்மைமிக்க பிராமணர்கள் எவ்வாறு சுவர்க்கத்திற்குச் செல்ல முடியும்? மகோயதரும் எல்லா வசிட்டப் புத்திரர்களும் சேர்ந்து இந்த இரக்கமற்ற, கொடிய வார்த்தைகளைக் கூறியபோது அவர்களது கண்களில் சினத்தீ கொழுந்துவிட்டெரிந்தது" இதைக் கேட்ட விசுவாமித்திரர் கட்டுக்கடங்காது சீற்றமடைந்தார்; வசிட்டரின் நூறு புதல்வரும் எரிந்து சாம்பலாகும்படியும், ஏழுநூறு பிறவிகளில் அவர்கள் மிகவும் இழிந்த குலத்தினராக (மிருதபர்களாக) பிறக்கும்படியும், மகோதயரை ஒரு நிஷாடராகும்படியும் சாபமிட்டார்.

விசுவாமித்திரர் தமது இந்த சாபம் பலித்துவிட்டதைத் தெரிந்து கொண்டதும், திரிசங்குவை வெகுவாகப் பாராட்டி

விட்டு, இனி யாகத்தை நடத்தலாம் என்று கூடியிருந்த ரிஷிகளிடம் கூறினார். விசுவாமித்திரரின் பயங்கர கோபத்துக்கு அஞ்சி அவர்களும் இதற்கு சம்மதம் தெரிவித்தனர். இதன்பேரில் விசுவாமித்திரரே பிரதான புரோகிதராகவும் (யஜாகர்), ஏனைய ரிஷிகள் புரோகிதர்களாகவும் (ரித்விஜர்கள்) இருந்து யாகம் சம்பந்தப்பட்ட அனைத்து சடங்குகளையும் செய்தனர்.[12]

வசிட்டருக்கும் விசுவாமித்திரருக்கும் இடையேயான இந்தச் சர்ச்சையில் சுதாசன் ஒரு முக்கிய பங்கு வகித்ததாகத் தோன்றுகிறது. வசிட்டர்தான் சுதாசனின் குடும்ப புரோகிதர். வசிட்டர்தான் அவனது முடிசூட்டு விழாவை நடத்தியவர். வசிட்டர்தான் பத்து அரசர்களுக்கு எதிராக நடைபெற்ற போரில் அவன் வெற்றிவாகை சூட உதவியவர். இவ்வாறெல்லாமிருந்தும் அவன் வசிட்டரை அரசப் புரோகிதர் பதவியிலிருந்து விலக்கினான்; அந்த இடத்தில் விசுவாமித்திரரைத் தனது புரோகிதராக நியமித்துக் கொண்டான். அவன் புரிந்த இந்தச் செயல்தான் அவனுக்கும் வசிட்டருக்கும் இடையே பகைமைக்கு வித்திட்டது. இந்தப் பகைமையை மேலும் தீவிரமும் கூர்மையும் படுத்தும் மற்றொரு காரியத்தையும் சுதாசன் செய்தான்; வசிட்டரின் புதல்வரான சக்தியை நெருப்பில் எறிந்து உயிரோடு கொன்றுவிட்டான். இந்த விவரம் சத்யாயன பிராமணத்தில் கூறப்பட்டுள்ளது.[13] இத்தகைய கொடுஞ்செயலுக்கான காரணத்தை சத்யாயன பிராமணம் கூறவில்லை. எனினும் ரிக் வேதத்துக்கு காத்தியாயனரின் அநுகிரமணிகைக்கு சத்குரு சிஷ்யர்[14] செய்துள்ள விளக்க உரையில் இதுகுறித்து ஒரு தகவல் காணப்படுகிறது. சத்குருசிஷ்யரின் கூற்றுப்படி சுதாசன் ஒரு யாகம் நடத்தினான்; அந்த யாகத்தின்போது விசுவாமித்திரருக்கும் வசிட்டரின் புதல்வரான சக்திக்கும் இடையே ஒரு கடுமையான வாக்குவாதம் நிகழ்ந்தது. இதுபற்றி சத்குரு சிஷ்யர் கூறுவதாவது:

"வசிட்டரின் புதல்வரான சக்தியின் வாதத்திறமையின் முன்னால் விசுவாமித்திரர் செயலிழந்து போய் பெரிதும் சோர்வடைந்து விட்டார்."

சுதாசன், சக்தியை நெருப்பில் தூக்கியெறிந்து கொன்றதற்கு இதுவே காரணம். விசுவாமித்திரருக்கு ஏற்பட்ட அவமானத்துக்கும் அவமதிப்புக்கும் பழிவாங்கும் பொருட்டே அவன் இவ்வாறு செய்ததாகத் தோன்றுகிறது. சுதாசனுக்கும் வசிட்டருக்கும் இடையே வளர்ந்து வந்த கொடிய பகைமையைத் தவிர்ப்பதற்கோ, தடுப்பதற்கோ முடியவில்லை.

மேலும் இந்தப் பகைமை சுதாசனுடனும் வசிட்டருடனும் நின்றுவிடவில்லை. அவர்களுடைய புதல்வர்களுக்கும் அது பரவிவிட்டதாகவே தோன்றுகிறது. தைத்திரீய சம்ஹிதை இதனை உறுதிப்படுத்திப் பின்வருமாறு கூறுகிறது:[15]

"வசிட்டர் தம்முடைய புதல்வர் கொல்லப்பட்ட பிறகு தமக்குப் புத்திர சந்தானம் வேண்டும் என்றும், சௌதாசர்களை வெற்றி கொள்ள வேண்டும் என்றும் விரும்பினார். இதனை அவர் ஏகமன்னபஞ்சாசத்தை கொண்டு யாகம் செய்தார். இதன் விளைவாக அவருக்குப் புத்திர பாக்கியம் கிட்டிற்று, சௌதாசர்கள் மீது வெற்றியும் பெற்றார்."

கௌசிதாகி பிராமணமும்[16] இதனை உறுதிசெய்து பின்கண்டவாறு கூறுகிறது:

"தம்முடைய புதல்வர் கொல்லப்பட்டதும் தமக்கு சந்ததியும் கால்நடை வளமும் வேண்டும் என்றும், சௌதாசர்களை முறியடிக்க வேண்டும் என்றும் அவாவினார். இதன் பொருட்டு அவர் ஒரு யாகம் செய்து தாம் விரும்பியதையும் பெற்றார், சௌதாசர்களையும் வெற்றி கொண்டார்."[17]

II

சுதாசனுக்கும் வசிட்டருக்கும் இடையே நடைபெற்ற மோதல்தான் மன்னர்களுக்கும் பிராமணர்களுக்கும் இடையே நடைபெற்ற ஒரே மோதல் என்று கருதலாகாது. அரசர்களுக்கும் பிராமணர்களுக்கும் இடையே வேறு பல சர்ச்சைகளும் நடைபெற்ற விவரங்கள் புராணங்களில் காணப்படுகின்றன. அவற்றை எல்லாம் இங்கு தொகுத்துக் கூறுவது உசிதமாக இருக்கும். முதலாவதாக மன்னன் வேணனைப் பற்றிப் பார்ப்போம். அவனுக்கும் பிராமணர்களுக்கும் இடையே ஏற்பட்ட மோதல் குறித்த விவரங்கள் பல நூல்களில் காணப்படுகின்றன. பின்கண்ட விவரம் ஹரிவம்சத்திலிருந்து எடுக்கப்பட்டுள்ளது:

"நேர்மையை நிலைநாட்டும் அங்கன் என்ற பிரஜாபதி முன்னொரு காலத்தில் இருந்தான்; அவன் அத்ரி வம்சத்தில் வந்தவன்; அவனைப் போன்றே ஆற்றல் மிக்கவன் இவனுடைய புதல்வன் பிரஜாபதி வேணன்; கடமை ஆற்றுவதில் அத்தனை அக்கறையில்லாதவன்; மிருத்யுவின் புதல்வியான சுனிதாவுக்குப் பிறந்தவன். காலனது மகளின்

மைந்தனான இவன் தன்னுடைய தாய்வழிப் பாட்டனின் வழிவந்த கறை காரணமாக தனது கடமைகளை மறந்து, படாடோபமிக்க வாழ்க்கை வாழ்ந்து வந்தான். இந்த மன்னன் சமய நெறிகளுக்குப் புறம்பாக நடந்து வந்தான்; வேதத்தின் ஆணைகளை மீறினான்; நீதிநெறிகளிலிருந்து பிறழ்ந்து அராஜக வழியில் செயல்பட்டான். அவனது ஆட்சியில் மக்கள் வேத நூல்கள் படிக்காமல், வஷக்காரமில்லாமல் வாழ்ந்து வந்தனர்; யாகங்களின்போது தெய்வங்கள் அருந்துவதற்கு சோமபானம் படைக்கப்படுவதில்லை. இந்தக் கொடுங்கோலனான பிரஜாபதியின் அழிவுகாலம் நெருங்கிக் கொண்டிருந்தபோது, 'என் அனுமதியின்றி எந்த யாகங்களும் நடத்தப்படக்கூடாது, எத்தகைய நைவேத்தியங்களும் படைக்கப் படக்கூடாது' என்று ஈவு இரக்கமின்றி கட்டளையிட்டான். 'யாகத்துக்குரியவன் நானே, யாகத்தை நடத்துபவன் நானே, யாகமும் நானே' என்று அவன் அகந்தையோடு கொக்கரித்தான். 'எனக்குத்தான் யாகங்கள் செய்ய வேண்டும், திருப்படையல்களை அர்ப்பணிக்க வேண்டும்' என்றும் ஆணவம் மிகுந்து ஆணையிட்டான். தகாத உரிமை கோரி, தனது கடமைகளைச் செய்யத் தவறிய அவனிடம் மரீசி தலைமையில் பெரும் முனிவர்கள் ஒன்றுதிரண்டு வந்து பின்கண்டவாறு அறிவுரை பகர்ந்தனர்: 'பல ஆண்டுகள் நீடிக்கக்கூடிய ஒரு புனிதமான பணியில் நாங்கள் ஈடுபடவிருக்கிறோம். இத்தகைய சந்தர்ப்பத்தில் ஓ, வேணா, நேர்மையற்று முறை தவறி நடந்து கொள்ளாதே. இது நிலைபேறுடைய சாசுவதமான ஆட்சியின் லட்சணமல்ல. நீ அத்ரியின் வம்சத்தில் வந்த ஒரு பிரஜாபதி. குடிமக்களைப் பாதுகாக்க வேண்டிய உயரிய பொறுப்பு உன்னுடையது. நேர்மை, நியாயம்' என்பதை எல்லாம் அறியாத அறிவிலியான வேணன் தனக்குப் புத்திமதி கூறிய முனி புங்கவர்களுக்கு மிகவும் ஏளனமாகச் சிரித்துக் கொண்டே பின்வருமாறு கூறினான்: 'விதிமுறைகளையும் கடமைகளையும் வகுத்தளிப்பவனே நான்தான். அப்படியிருக்கும்போது நான் யாருக்குக் கீழ்ப்படிய வேண்டும்? வீரத்திலும் தீரத்திலும் மதிநுட்பத்திலும் வாய்மையிலும் தன்னொழுக்கத்திலும் எனக்கு இணையானவர்கள் இந்த உலகில் வேறு யார் இருக்கிறார்கள்? நான்தான் அனைத்து உயிர்ராசிகளின், கடமைகளின் பிறப்பிடம் என்பதை அறியாது விவேகமற்றவர்களாக இருக்கிறீர்கள். நான் நினைத்தால்

இந்த உலகையே சுட்டெரித்து விடுவேன், ஊழிவெள்ளத்தில் மூழ்கடித்துவிடுவேன், தேவலோகத்தையும் பூலோகத்தையும் மூடிவிடுவேன் என்பதை மறந்துவிடாதீர்கள்.' இறுமாப்பும் வீண் பெருமையும் கொண்ட வேணனை வழிக்குக் கொண்டுவர முடியாமல் போகவே மகா வல்லமை படைத்த ரிஷிகள் மிகுந்த சீற்றம் கொண்டு அவனைப் பலவந்தமாகப் பிடித்து, அவனது இடது தொடையை மிகப் பலமாக தேய்த்தனர். இவ்வாறு அழுத்தித் தேய்க்கப்பட்ட அந்தத் தொடையிலிருந்து மிகவும் கட்டை குட்டையான ஒரு கறுப்பு மனிதன் தோன்றினான். கலக்கமும் குழப்பமுமடைந்துபோன அவனைப் பார்த்து 'கீழே உட்கார்' (நிஷிதா) என்று அத்ரி கூறினார். இதன் பிறகு அவன் நிஷதர் இனத்தின் நிறுவகனானான்; அவ்வாறே, வேணனது ஒழுக்கக் கேட்டிலிருந்து பிறந்த திவிரார்களின் (மீனவர்கள்) மூதாதையாகவும் ஆனான்.

பிராமணர்களுடன் மோதலில் ஈடுபட்ட அடுத்த மன்னன் புரூரவன். இந்த புரூரவன் இளையின் புதல்வனும் வைவசுவத மனுவின் பேரனுமாவான். பிராமணர்களுடன் அவனுக்கு ஏற்பட்ட சச்சரவு பற்றிய விவரங்கள் மகாபாரதம் ஆதி பருவத்தில் காணப்படுகின்றன:[18]

"பின்னர் இளைக்கு விவேகமிக்க புரூரவன் பிறந்தான்; அவளே அவனுக்குத் தாயும் தந்தையுமாக இருந்து செயல்பட்டு வந்தாள். மாகடலில் பதின்மூன்று தீவுகளை அவன் ஆண்டுவந்தான்; அவனைச் சுற்றிலும் இருந்தவர்கள் அனைவரும் மகத்தான சக்தி படைத்தவர்களாக இருந்தனர். அவர்களிடையே அவன் மாவீரனாகத் திகழ்ந்தான். தனது வலிமை குறித்து அகந்தை கொண்ட அவன் தான்தோன்றித்தனமாக நடந்து கொள்ள ஆரம்பித்தான்; பிராமணர்களுடன் சச்சரவில் ஈடுபட்டான்; அவர்களுடைய நகைகளை எல்லாம் அபகரித்துக் கொண்டான்; அவர்கள் எவ்வளவோ எதிர்த்து வாதாடியும் அவற்றை அவன் கடுகளவும் காதில் போட்டுக் கொள்ளவில்லை. பின்னர் சனத்குமாரர் பிரமலோகத்திலிருந்து வந்தார்; அவரும் அவனுக்கு வெகுவாக அறிவுரை கூறினார்; அதையும் அவன் கண்டுகொள்ளவில்லை. இதன்பேரில், பெரிதும் பொறுமை இழந்த ரிஷிகள் அவனுக்குச் சாபம் தந்தனர்; அதிகாரமமதையால் நிதானத்தையும் நியாயத்தையும்

நேர்மையையும் அறிவாற்றலையும் இழந்த பேராசை பிடித்த மன்னன் இந்த சாபத்தால் அழிந்துபோனான்"

இந்த வரிசையில் வரும் மூன்றாவது மன்னன் நகுஷன். இவன் புரூரவனின் பேரன். பிராமணர்களுடன் புரூரவனுக்கு ஏற்பட்ட மோதல் பற்றி மேலே விவரித்தோம். இதேபோன்று பிராமணர்களுடன் நகுஷனுக்கு ஏற்பட்ட சச்சரவு மகாபாரதத்தில் ஓரிடத்தில் வன பருவத்திலும், இன்னோர் இடத்தில் உத்தியோக பருவத்திலும் விவரிக்கப்பட்டிருக்கிறது. உத்தியோக பருவத்தில் காணப்படும் விவரத்தைக் கீழே தந்திருக்கிறோம்[19]. அது கூறுவதாவது:

> "ஒரு சமயம் இந்திரன் விருத்திரன் என்ற அசுரனைக் கொன்றுவிட்டான். ஒரு பிராமணனை (விருத்திரன் அவ்வாறுதான் கருதப்பட்டான்) கொன்றுவிட்டோமே, எங்கே தன்னை பிரம கத்தி பீடித்துக் கொள்ளுமோ என்று அஞ்சி இந்திரன் நீர்நிலைகளில் போய் ஒளிந்து கொண்டான். இவ்வாறு தேவேந்திரன் மறைந்துவிட்டதால் தேவலோக, பூலோக காரியங்கள் அனைத்தும் ஸ்தம்பித்துப் போய்விட்டன. இதனால் ரிஷிகளும் தேவர்களும் நகுஷனை அணுகி தங்களுடைய அரசனாக இருக்கும்படிக் கேட்டுக்கொண்டனர். அதற்குரிய அதிகாரம் தனக்கு இல்லை என்று கூறி நகுஷன் முதலில் மறுத்துவிட்டான்; பின்னர் அவர்கள் பெரிதும் வலியுறுத்தியதால், அந்தப் பொறுப்பை ஏற்க சம்மதித்தான். இந்த உன்னத இடத்தைப் பெறும்வரை அவன் ஒழுக்கசீலனாக, சிறந்த பண்பாளனாகத்தான் இருந்துவந்தான். ஆனால் அதிகார போதை தலைக்கேறியதும் அறவே மாறிவிட்டான்; கேளிக்கை கூத்துகளுக்கும் சிற்றின்ப சம்பவங்களுக்கும் அடிமையாகிவிட்டான்; ஒரு சமயம் இந்திரனின் மனைவி இந்திராணியைச் சந்திக்க நேர்ந்தபோது அவளிடம் மனத்தைப் பறிகொடுத்துவிட்டான்; அவளை எப்படியும் அடைய வேண்டும் என்று ஆசைப்பட்டான். இதனை அறிந்த இந்திராணி தேவர்களின் குருவான அங்கிரசு பிரகஸ்பதியிடம் சரணடைந்தாள்; அவளைக் காப்பாற்றுவதாக அவர் உறுதியளித்தார். இந்தத் தலையீட்டைக் கேள்விப்பட்டதும் நகுஷன் எல்லையில்லாச் சீற்றமடைந்தான்; ஆனால் தேவர்கள் அவனது கோபத்தைத் தணிவிக்கும் முயற்சியில் ஈடுபட்டனர்; மாற்றான் மனைவியை அபகரிக்க நினைப்பது நெறிகெட்ட செயல் என்று அவனுக்கு எடுத்துரைத்தனர். ஆனால் அவனோ

இந்த உபதேசங்களை எல்லாம் கேட்கத் தயாராக இல்லை. ‘மிகவும் கீழ்த்தரமான செயல்களில் ஈடுபடுவதில் நான் இந்திரனைவிட மோசமானவன் அல்ல. ஒரு ரிஷியின் தர்ம பத்தினியான அகலிகையை அந்த முனிவர் உயிரோடிருந்த காலத்தில் இந்த இந்திரன்தான் கற்பழித்துக் கெடுத்தான். அப்போது நீங்கள் ஏன் அவனைத் தடுக்கவில்லை. அதுமட்டுமல்ல. அந்தப் பழைய இந்திரன் இன்னும் எத்தனை எத்தனையோ காட்டுமிராண்டித்தனமான, நயவஞ்சகமான, நெறியற்ற, நீசத்தனமான செயல்களைப் புரிந்தான். அப்போது நீங்கள் ஏன் அவனைத் தடுத்து நிறுத்தவில்லை?’ என்று நகுஷன் எதிர்ப்பாணம் தொடுத்தான். ரிஷிகளால் இதற்குப் பதில் கூறமுடியவில்லை; செய்வதறியாது திகைத்தனர். இந்தப் பலவீனத்தைப் பயன்படுத்திக் கொண்டு, இந்திராணியை அழைத்து வரும்படி அவர்களை மீண்டும் வற்புறுத்தினான். வேறுவழியின்றி ரிஷிகள் இந்திராணியை அழைத்துவரச் சென்றனர். ஆனால் பிரகஸ்பதி அவளைக் கைவிடத் தயாராக இல்லை. அவர் தெரிவித்த யோசனையின் பேரில், தன்னுடைய கணவர் எங்கிருக்கிறார் என்பதைக் கண்டுபிடிக்கும்வரை பொறுக்கும்படி நகுஷனை இந்திராணி கேட்டுக்கொண்டாள். அவளது வேண்டுகோள் ஏற்கப்பட்டது. இப்போது இந்திராணி தன்னுடைய கணவரைத் தேடிக் கண்டு பிடிக்கக் கிளம்பினாள். முடிவில் அவள் உபசுருதியின் (இராக் காலத் தெய்வம், இரகசியங்களை வெளியிடும் தெய்வம்) உதவியோடு இந்திரன் இருக்கும் இடத்தைக் கண்டுபிடித்தாள். இமாலயத்துக்கு வடக்கே ஒரு மாகடலுக்குள் இருக்கும் ஒரு கண்டத்தின் ஏரியில் வளர்ந்துவரும் தாமரை மலரின் தண்டில் மிகவும் நுட்பமான வடிவத்தில் அவன் ஒளிந்துகொண்டிருந்தான். நகுஷனின் தீய எண்ணத்தை அவனிடம் இந்திராணி கூறினாள்; தனது சக்தியைப் பயன்படுத்தித் தன்னை இந்த அபாயத்திலிருந்து காப்பாற்றும்படியும், மீண்டும் இந்திரப் பதவியைப் பெறும்படியும் அவனை மன்றாடிக் கேட்டுக் கொண்டாள். ஆனால் நகுஷன் மாபெரும் வல்லமை படைத்தவனாதலால் உடனடியாகத் தலையிடுவதற்கில்லை என்று கூறி இந்திரன் மறுத்துவிட்டான். எனினும் நகுஷனை பதவியிலிருந்து இறக்குவதற்கான ஓர் உபாயத்தை இந்திரன் தன்னுடைய மனைவியிடம் கூறினான்; தெய்வீக எழில் கொழிக்கும் ஒரு சிவிகையை ரிஷிகள் தாங்கிவர, அதில் அமர்ந்து வந்தால்

அவனது இச்சைக்கு தான் இணங்குவதாக நகுஷனிடம் கூறும்படி இந்திராணியிடம் அவன் தெரிவித்தான்.'

தேவர்களின் ராணியும் அவ்வாறே நகுஷனிடம் கூறினாள்: 'தேவர்கோனே, விஷ்ணுவோ, ருத்திரனோ, அசுரர்களோ அல்லது ராட்சதர்களோ இதுவரை பயன்படுத்தியிராத ஒரு சிவிகையில் நீங்கள் பவனிவர, அதனை ரிஷிகள் தாங்கிவரும் கண்கொள்ளாக் காட்சியைக் காண விரும்புகிறேன். அதைக் கண்டு என் உள்ளம் களி உவகை கொள்ளும்'. நகுஷன் இதைக் கேட்டு மனம் குளிர்ந்தான்; அவனது வீண் தற்பெருமைக்கு, 'நான்' என்ற அகங்காரத்துக்கு இது தீனிபோடுவது போலிருந்தது. அவன் இவ்வாறு கூறினான்: 'ரிஷிகளைத் தன்னை சுமந்து செல்ல வைக்கும் இந்த நகுஷனது பராக்கிரமம் சாதாரணமானதல்ல. முக்காலத்திலும் வலிமையை ஆராதிப்பவன் நான். போற்றுபவன் நான். இந்த உலகம் என் கோபத்தைத் தாங்க முடியாது; எல்லாம் என்னையே சார்ந்து நிற்கின்றன. ஆதலால், ஓ, தேவதேவி, உன் விருப்பத்தை நிச்சயமாக நிறைவேற்றுவேன். ஏழு முனிவர்களும், அனைத்துப் பிராமண ரிஷிகளும் என்னை சுமந்து கொண்டு வருவார்கள். அப்போது என் அழகு ராணியே, என் பெருமிதத்தை, என் மாண்பை, என் புகழ் ஒளியை, என் வளமையை, என் வெற்றிப் பொழிவைப் பார்த்துத் தெரிந்துகொள்.'

கதை மேலும் தொடர்கிறது:

அவ்வாறே அந்தக் கொடியவன், சமயப் பற்றற்றவன், வன்முறையாளன், தலைக்கனம் பிடித்தவன், கண்டதே காட்சி கொண்டதே கோலம் என்று மனம் போனப் போக்கில் செல்லுபவன் ரிஷிகளை தனது சிவிகையைத் தூக்கி வரும்படி நிர்ப்பந்தித்தான்; அவர்களும் அவனது ஆணைக்குக் கீழ்ப்படிந்து நடந்தனர். அப்போது இந்திராணி மீண்டும் பிரகஸ்பதியின் உதவியை நாடுகிறாள்; நகுஷன் அவனது அடாத செயல்களுக்காக விரைவிலேயே பழிவாங்கப்படுவான் என்று அவர் உறுதி கூறுகிறார்; அந்த அக்கிரமக்காரனின் கொட்டத்தை ஒடுக்குவதற்கும் அவனை அழிப்பதற்கும், இந்திரன் ஒளிந்துள்ள இடத்தைக் கண்டுப்பிடிப்பதற்கும் விரைவிலேயே தாம் ஓர் யாகம் செய்யப்போவதாகவும் கூறுகிறார். பின்னர் இந்திரனைக்

கண்டுபிடித்து பிரகஸ்பதியிடம் அழைத்துவர அக்னி அனுப்பப்படுகிறான். இந்திரன் வந்து சேர்ந்ததும் அவன் இல்லாத சமயத்தில் நடைபெற்ற நிகழ்ச்சிகளை எல்லாம் பிரகஸ்பதி அவனிடம் எடுத்துரைக்கிறார். இதன்பின்னர், நகுஷனை ஒழித்துக்கட்டும் வழிமுறைகளைப் பற்றி குபேரன், யமன், சோமன், வருணன் ஆகியோருடன் இந்திரன் விவாதித்துக் கொண்டிருந்தபோது, அகஸ்திய முனிவர் அங்கு வந்து சேர்ந்தார்; இந்திரனது பகைவன் ஒழிந்த நற்செய்தியைக் கூறி அவனுக்குப் பாராட்டுத் தெரிவித்தார்; இது எவ்வாறு நிகழ்ந்தது என்பதை விவரிக்கலானார்.

கொடியவன் நகுஷனைத் தூக்கிச் சுமந்து அயர்வும் சோர்வுவடைந்துபோன தேவரிஷிகளும் பிராமண ரிஷிகளும் தங்களுக்கு ஏற்பட்டுள்ள ஓர் ஐயப்பாட்டைத் தீர்க்கும்படி நகுஷனைக் கேட்டக்கொண்டனர்; 'ஓ வாசவா, தலைசிறந்த வெற்றி வீரனே, அரசனது யாகத்தின்போது ஓதப்படும் வேத சுலோகங்கள் அதிகாரப்பூர்வமானவையா, இல்லையா' என்பதைத் தெரிந்துகொள்ள விரும்புகிறோம். 'இல்லை' என்று அவனது அறிவாற்றல் இருளடைந்துபோய் பதிலளித்தான். அப்போது ரிஷிகள் பின்வருமாறு கூறினர்: 'நெறியற்ற முறையில் ஈடுபட்டு நீ நேர்மையைப் பெற முடியாது; இதன் முன்னர் தலைசிறந்த முனிவர்கள் திருவாய் மலர்ந்தருளிய இந்த வேத வாக்கியங்களை நாங்கள் அதிகாரப்பூர்வமானவையாகக் கருதுகிறோம்' (அகஸ்தியர் தொடர்கிறார்) பின்னர் ரிஷிகள் கூற்றை மறுத்துரைக்க முற்பட்ட நகுஷன் மிகுந்த கோபமும் ஆத்திரமும் கொண்டபோது அவனது பாதம் என் சிரசின்மீது பட்டுவிட்டது. இதன் விளைவாய் மன்னனின் புகழ், சீர்த்தி, கீர்த்தி எல்லாம் தகர்ந்துபோயின; அவனது வெற்றிப் பொலிவு அஸ்தமித்து விட்டது. அவன் உடனே பதற்றமும் பரபரப்பும் அடைந்தான்; அச்சம் அவனைப் பற்றிக் கொண்டது. அப்போது அவனிடம் இவ்வாறு கூறினேன்: 'பழம்பெரும் ஞானிகளால் இயற்றப்பட்டு, எப்போதுமே மிகுந்த பயபக்தியுடன் போற்றப்பட்டு வந்துள்ள, பிராமண ரிஷிகளால் பயன்படுத்தப்பட்டு வந்துள்ள புனிதமான வேத வாக்குகளை முட்டாளே, நீ அவமதித்து விட்டாய், என் தலைமீது உன்பாதம் பட்டுவிட்டது, பிரம்மாக்கள் போன்ற பிராமண ரிஷிகளை சிவிகையை சுமந்து செல்லுபவர்களாகவும்

ஆக்கிவிட்டாய். ஆதலால் உனது புகழும் தகைமையும் உன்னை விட்டுவிலகிப் போகும்; உனது வலிமையை, வல்லமையை இழப்பாய். பாபாத்மாவே, நீ தரங்கெட்டு, தாழ்ந்து இழிந்து சுவர்க்கலோகத்திலிருந்து பூலோகத்துக்குப் போகக்கடவாய். அங்கு நீ பத்தாயிரம் வருடங்கள் ஒரு மாபெரும் சர்ப்பமாக ஊர்ந்து திரிவாய். அந்தக் காலக்கெடு முடிந்ததும் மீண்டும் சுவர்க்கலோகத்துக்கு வருவாய்' இவ்வாறு அந்த இழிஞன் தேவர்களின் ஆட்சிபீடத்திலிருந்து வீழ்ச்சியடைந்தான். ஓ, இந்திரா, பிராமணர்களின் பகைவன் ஒழிந்துவிட்டதால் இனி நாம் வளம் பெறுவோம், நலமடைவோம். மூவுலகங்களையும் உன் ஆட்சியின் கீழ் கொண்டு வந்து அவற்றின் குடிமக்களைப் பாதுகாப்பாயாக. ஓ, சசியின் (இந்திராணி) மணாளனே, உனது புலன்களை அடக்கி, உன் பகைவர்களை ஒடுக்கி, மாபெரும் ரிஷிகள் பாராட்டும் வகையில் நடந்து கொள்வாயாக.

பிராமணர்களுடன் சர்ச்சையில் ஈடுபட்ட நான்காவது மன்னன் நிமி ஆவான். இந்த மோதல் குறித்த விவரங்கள் விஷ்ணு புராணத்தில் காணப்படுகின்றன. அது கூறுவதாவது:

"ஆயிரம் வருடங்கள் நீடிக்கக்கூடிய ஒரு யாகத்தை நடத்தித் தருமாறு பிராமண ரிஷியான வசிட்டரை ஒருசமயம் நிமி கேட்டுக் கொண்டான். ஆனால் ஐநூறு ஆண்டுகள் நீடிக்கக்கூடிய ஒரு யாகத்தை நடத்தித் தருவதற்கு ஏற்கெனவே இந்திரனுக்கு வாக்களித்துவிட்டதால், அந்தக் காலக்கெடு முடிந்ததும் திரும்பி வருவதாக வசிட்டர் கூறினார். மன்னன் இதற்கு மறுமொழி ஏதும் கூறவில்லை. மன்னன் தனது ஏற்பாட்டுக்கு ஒப்புக்கொண்டதாக நினைத்துக் கொண்டு வசிட்டர் அங்கிருந்து சென்றுவிட்டார். ஆனால் இந்திரனது யாகத்தை நடத்திக் கொடுத்துவிட்டு வசிட்டர் திரும்பிவந்தபோது யாகம் நடத்துவதற்கு கௌதமரையும் (இவரும் வசிட்டரைப் போன்றே ஒரு பிராமண ரிஷிதான்) மற்றவர்களையும் அமர்த்திக் கொண்டிருப்பதைக் கண்டு மிகுந்த சீற்றமடைந்தார்; மன்னன் தூங்கிக் கொண்டிருக்கும்போது அவன் தனது உடல் வடிவத்தை இழக்கும்படி சாபமிட்டார். நிமி விழித்தெழுந்து, முன்னெச்சரிக்கை ஏதுமின்றித் தான் சபிக்கப்பட்டதை அறிந்து, மிகுந்த சீற்றமடைந்தவனாய் தானும் வசிட்டருக்கு ஒரு சாபம் தந்து விட்டு, இறந்து போனான். அவனது உடல் நறுமணமூட்டிப் பேணிவைக்கப்பட்டது.

அவன் தொடங்கிய யாகம் முடிவடையும் தறுவாயில் இருந்தபோது, அர்ச்சகர்களது தலையீட்டின் பேரில், நிமியை உயிர்ப்பிக்க தெய்வங்கள் சித்தமாக இருந்தனர். ஆனால் நிமி இதற்கு மறுத்துவிட்டான்; எனினும் அவனது வேண்டுகோளின் பேரில், எல்லா உயிர்ராசிகளின் கண்களில் அவனை இடம்பெறச் செய்துவிட்டனர். இதன் விளைவாகத்தான் கண்கள் எப்போதும் மூடிமூடித் திறந்தவாறு உள்ளன (நிமிஷ என்றால் 'கண்சிமிட்டும் நேரம்' என்று பொருள்[20].)

மேலே கண்ட மோதல்கள் பற்றிய விவரங்களை மனுவும் தமது ஸ்மிருதியில் குறிப்பிட்டிருக்கிறார்:[21]

"தன்னடக்கம் இல்லாத காரணத்தால் பல மன்னர்கள் தங்கள் உடைமைகளோடு அழிந்தனர்; கானகத்தில் ஒதுங்கிவாழும் துறவிகள் கூட தன்னடக்கத்தின் மூலம் மாபெரும் ராஜ்யங்களைப் பெற்றிருக்கின்றனர். அடக்கம் இல்லாததால் வேணன் அழிந்தான்; மன்னன் நகுஷனுக்கும், பிஜவாணனது புதல்வன் சுதாசனுக்கும், சுமுகனுக்கும், நிமிக்கும் இதே கதிதான் ஏற்பட்டது."

இந்த சம்பவங்களில் சூத்திரர்களின் நிலை குறித்து எந்த அளவுக்குத் தெரிந்து கொள்ளப்பட வேண்டுமோ அந்த அளவுக்குப் பூரணமாகத் தெரிந்து கொள்ளப்படாதது துரதிர்ஷ்டவசமானதாகும். இந்த மோதல் பிராமணர்களுக்கும் சூத்திரர்களுக்கும் இடையேயான ஒரு மோதல் என்பதை எவரும் உணர்ந்துகொள்ளாததே இதற்குக் காரணம். சுதாசன் ஒரு சூத்திரன் என்பதில் எள்ளளவும் ஐயமில்லை. மற்றவர்கள் சூத்திரர்கள் என்று வருணிக்கப்படாவிட்டாலும், இக்ஷ்வாகு பரம்பரையில் வந்தவர்கள் என்று கூறப்பட்டிருக்கின்றனர். சுதாசனும் இக்ஷ்வாகு மரபில் வந்தவன் என்றே விவரிக்கப்பட்டிருக்கிறது. இவர்கள் அனைவரும் சூத்திரர்களே என்று கூறினால் அது வலிந்து கூறப்பட்டதாகாது. மனுவுக்குக் கூட இத்தகைய கருத்து இருப்பதாகத் தெரியவில்லை. இந்த மோதல்களை எல்லாம் பிராமணர்களுக்கும் சத்திரியர்களுக்கும் இடையே நடைபெற்ற மோதல்களாகவே அவர் காண்கிறார். சுதாசன் ஒரு சூத்திரன் என்பதை உணர்ந்துகொள்ள டாக்டர் முய்ர் தவறிவிட்டார். இதனால் இந்த மோதல்களில் சம்பந்தப்பட்டவர்கள் ஒருபுறம் பிராமணர்களும் இன்னொருபுறம் சத்திரியர்களும் என்று படம் பிடித்துக் காட்டுகிறார். ஒரு வகையில், இந்த மோதல்கள் பிராமணர்களுக்கும் சத்திரியர்களுக்கும் இடையேயான மோதல்கள் என்பது உண்மையே; ஏனென்றால்

சூத்திரர்களும் சத்திரியர்களில் ஒரு பிரிவினர்களாக இருந்தவர்களே ஆவர். எனினும் இவற்றை பிராமணர்களுக்கும் சூத்திரர்களுக்கும் இடையே நடைபெற்ற மோதல்கள் என விவரித்திருந்தால் இன்னும் அதிக விளக்கமாக இருந்திருக்கும். இந்தத் தப்பபிப்ராயம் உருவாகி, இந்தோ-ஆரிய சமுதாய வரலாற்றின் ஒரு மிக முக்கியமான பகுதியை அது தொடர்ந்து மூடி மறைத்து வந்திருக்கிறது. இந்தத் தவறான எண்ணத்தைப் போக்கும் பொருட்டே ‘பிராமணர்களுக்கு எதிராக சத்திரியர்கள்’ என்னும் தலைப்பு கொடுப்பதற்குப் பதிலாக ‘பிராமணர்களுக்கு எதிராக சூத்திரர்கள்’ என்னும் தலைப்பினை இந்த இயலுக்குத் தந்துள்ளோம். பிராமணர்களுக்கும் சூத்திரர்களுக்கும் இடையேயான மோதல் வரலாற்றைத் தெரிந்து கொள்வது சூத்திரர்கள் இரண்டாவது வருணத்திலிருந்து நான்காவது வருணமாக ஏன் இறக்கப்பட்டார்கள் என்பதை புரிந்துகொள்ள உதவும்.

அடிக்குறிப்பு

1. முய்ரால் மேற்கோள் காட்டப்பட்டது, தொகுதி I, பக். 377 – 378.
2. ஹரிவம்சத்தில் கூறப்பட்டிருப்பதாவது:

   "புரியப்பட்ட கொடுமையின் விளைவாக 12 ஆண்டுகள் மழை பெய்யாமல் இருக்க இந்திரன் சாபமிட்டான். அச்சமயத்தில் விசுவாமித்திரர் தனது மனைவியையும் குழந் தைகளையும் விட்டுவிட்டு கடற்கரையில் தவம்புரியச் சென்றுவிட்டார். அவரது மனைவி ஏழ்மையின் விளிம்புக்கே சென்று, தனது இதர குழந்தைகளைக் காப்பாற்று வதற்காக தனது இரண்டாவது மகனை நூறு பசுக்களுக்கு விற்றுவிடும் அளவுக்கு சென்றுவிட்டாள்; ஆனால் சத்தியவிரதனின் தலையீட்டினால் இந்த ஏற்பாடு தடுக்கப் பட்டது, அவளது மகனும் விடுவிக்கப்பட்டான். அவர்களுக்கு வனவிலங்குகளின் இறைச்சியைக் கொடுத்து சத்தியவிரதன் காப்பாற்றி வந்தான். தனது தந்தையின் கட்டளையை ஏற்று 12 ஆண்டுக்காலம் மௌனதவம் புரிந்தான்.

ஹரிவம்சத்தின் மற்றொரு இடத்தில் கூறப்பட்டிருப்பது போல், காமவெறிகொண்டு ஒரு பிரஜையின் மனைவியை அபகரித்துச் சென்றதற்காக தனது தந்தையினால் திரிசங்கு வீட்டைவிட்டு விரட்டப்பட்டான், அவன் விரட்டப்பட்டதைத் தடுப்பதற்கு வசிஷ்டர் தலையிடவில்லை.

3. முய்ரினால் மேற்கோள் காட்டப்பட்டது, தொகுதி 1, பக். 405–407.
4. முய்ரால் மேற்கோள் காட்டப்பட்டது, தொகுதி 1, பக். 415–417.
5. முய்ரால் மேற்கோள் காட்டப்பட்டது, தொகுதி 1, பக். 420 – 422.
6. முயிரினால் மேற்கோள் காட்டப்பட்டது, தொகுதி 1, பக்.349.
7. முயிரினால் மேற்கோள் காட்டப்பட்டது, தொகுதி 1, பக். 353.
8. முயிரினால் மேற்கோள் காட்டப்பட்டது, தொகுதி 1, பக். 316.

9. முயிரினால் மேற்கோள் காட்டப்பட்டது, தொகுதி 1, பக். 354

10. "மன்னன் சூத்திரனுக்குப் பரிசளிக்க விரும்பினால் அவனிடம் வேலை வாங்க வேண்டும்" என்று இதனால்தான் மனு கூறுகிறார்.

11. முயிர், தொகுதி 1, பக். 401-404.

12. இதற்கு நேரடியான சான்று ஏதும் இல்லை. எனினும் ரிக் வேதத்தின் III.5.9 அடிப்படையில் சம்பிரதாய முறைமை இதனை உண்மை என ஏற்றுக் கொள்கிறது. யாஸ்கரும் தமது நிருக்தத்தில் இதனை உறுதி செய்கிறார் (II. 24). அவர் இவ்வாறு கூறுகிறார்: "பின்னர் அவர்கள் ஒரு கதையைக் கூறுகின்றனர். அப்போது பிஜவான்னது புதல்வனான சுதாசனுக்கு ரிஷி விசுவாமித்திரர் புரோகிதராக இருந்தார்."

13. அநுகிரமணிகையை ஆதாரமாகக் கொண்டு ரிக் வேதத்துக்கு VII. 32 எழுதியுள்ள தமது முன்னுரையில் சயனரால் இது குறிப்பிடப்பட்டிருக்கிறது. இது முய்ரால் மேற்கோள் காட்டப்பட்டுள்ளது. தொகுதி 1 பக்கம் 328.

14. ரிக் வேதம் மூன்றாவது மண்டலம் சூக்தம் 53ன் 15, 16 ஆவது சுலோகங்களுக்கான தமது முன்னுரையில் சயனர் இதனைக் குறிப்பிட்டிருக்கிறார். இதையே முய்ர் இங்கு மேற்கோள் காட்டியிருக்கிறார், தொகுதி 1, பக்கம் 343.

15. முயர், தொகுதி1, பக்கம் 328.

16. மேற்படி நூல்.

17. வசிட்டரின் இந்தப் பகைமை சுதாசனுக்கு எதிராக ஏற்பட்டதா அல்லது அவனுடைய புதல்வர்களுக்கு எதிராக ஏற்பட்டதா என்பது குறித்து ஐயம் நிலவுகிறது. சத்தியாயன், கௌசிதாகி பிராமணங்கள் சௌதாசர்களைப் பற்றியே குறிப்பிடுகின்றன. எனவே வகிட்டரின் சர்ச்சை சுதாசனுடைய புத்திரர்களுடனே அன்றி சுதாசனுடனல்ல என்பதை இது சுட்டுவதாலேயே இந்த ஐயம் எழுகிறது. ஆனால் மனுவோ சுதாசன்தான் குற்ற வாளி என்று திட்டவட்டமாகக் கூறுகிறார். சத்குருசிஷ்யரும் சுதாசன்னைப் பற்றிப் பேசுகிறாரே அன்றி சௌதாசர்களைப் பற்றிக் குறிப்பிடவில்லை. பிரிஹத்தேவ்தாவும் இதுபோன்றே சுதாசனையும் அவனுடைய புதல்வர்களையும் உள்ளடக்கிய சுதாச துடைய குடும்பத்தை குறிக்கிறது என்று பொருள் கொண்டால் இந்த சிக்கல் தீந்தவிடுகிறது. முய்ர்ரால் மேற்கோள் காட்டப்பட்டது, தொகுதி1, பக். 302.

18. முய்ர்ரால் மேற்கோள் காட்டப்பட்டுள்ளது, தொகுதி 1, பக்கம்.307

19. முய்ர்ரால் மேற்கோள் காட்டப்பட்டுள்ளது, தொகுதி I, பக்கங்கள் 310-313

20. முய்ர்ரால் மேற்கோள் காட்டப்பட்டது, தொகுதி 1, பக்கம் 316.

21. மாக்ஸ்முல்லரின் கீழைநாட்டுப் புனித நூல்கள், தொகுதி XXV, பக்கம் 222.

★

இயல் 10
சூத்திரர்கள் தாழ்நிலைக்குத் தள்ளப்படுதல்

சூத்திரர்களை இரண்டாவது வருண படிநிலையிலிருந்து நான்காவது வருண படிநிலைக்கு இறக்குவதற்கு பிராமணர்கள் கையாண்ட உத்திமுறை என்ன?

இந்த விவாதம் இதுவரை இரண்டு கேள்விகளை மையமாகக் கொண்டு நடைபெற்று வந்தது: சூத்திரர்கள் ஆரம்பத்தில் இரண்டாவது வருணத்தினரான சத்திரியர்களின் ஒரு பகுதியினராக இருந்து வந்தனரா, இல்லையா என்பது முதலாவது கேள்வி. சூத்திரர்களை கீழ்நிலைக்குத் தள்ளும் அளவுக்கு பிராமணர்கள் ஆத்திர மூட்டப்பட்டனரா, இல்லையா என்பது இரண்டாவது கேள்வி. வரிசைமுறைப்படி அடுத்ததாக உள்ள கேள்வியைப் பரிசீலிப்பது இப்போது அவசியம்: சூத்திரர்களை கீழே இறக்குவதற்கு பிராமணர்கள் பின்பற்றிய உபாயம் யாது?

இந்த நோக்கத்தை மனத்திற்கொண்டு பிராமணர்கள் பயன்படுத்திய வழிமுறை சூத்திரர்களுக்கு உபநயனம் செய்துவைக்க மறுத்ததேயாகும் என்பதே இந்தக் கேள்விக்கு எனது சரியான பதிலாக இருக்க முடியும். இந்தத் தந்திரத்தைக் கையாண்டுதான் பிராமணர்கள் தங்கள் குறிக்கோளை நிறைவேற்றிக் கொண்டார்கள் என்பதிலும், இதன் மூலம் சூத்திரர்கள்மீது தங்களுக்குள்ள வஞ்சத்தைத் தீர்த்துக் கொண்டார்கள் என்பதிலும் எனக்கு எள்ளளவும் ஐயமில்லை.

உபநயனம் என்றால் என்ன என்பதையும், இந்தோ - ஆரிய சமுதாயத்தில் அதற்குள்ள முக்கியத்துவம் யாது என்பதையும் பற்றி

இங்கு தெரிந்து கொள்வது அவசியம். உபநயனம் குறித்த ஒரு தெளிவான கருத்தைப் பெறுவதற்கு மிகச்சிறந்த வழி அந்தச்சடங்கு எவ்வாறு நடத்தப்படுகிறது என்பதை விவரிப்பதேயாகும்.

ஒரு சமய வினைமுறை என்ற முறையில் உபநயனம் ஆரம்பத்தில் மிக எளிய ஒரு சடங்காகவே இருந்துவந்தது. ஒரு சிறுவன் கையில் ஒரு சமிதையுடன் குருவிடம் வருவான்; தான் ஒரு பிரமச்சாரியாக (அதாவது மாணாக்கனாக) ஆவதற்கு விரும்புவதாகக் கூறுவான்; கல்வி கற்கும்பொருட்டு அவருடன் தங்குவதற்குத் தன்னை அனுமதிக்குமாறு மன்றாடிக் கேட்டுக்கொள்வான். இவ்வாறு தான் தொடக்கத்தில் நடைபெற்றுவந்தது. பிற்காலத்தில் இது மிக விரிவான சடங்காகி விட்டது. இது எந்த அளவுக்கு விரிந்து பரந்த சமய வினைமுறையாகி விட்டது என்பதை அஷ்வலாயன கிரிஹ்ய சூத்திரத்தில் காணப்படும் பின்கண்ட வருணனையிலிருந்து தெரிந்து கொள்ளலாம்:[1]

தீக்கை பெறவேண்டி சிறுவன் உரிய அலங்காரத்தோடு வருகிறான். அவனது தலை மொட்டையடிக்கப்பட்டிருக்கிறது. அவன் புத்தாடை உடுத்திருக்கிறான் அல்லது பிராமணனாக இருந்தால் மான் தோலும், சத்திரியனாக இருந்தால் ருரு தோலும், வைசியனாக இருந்தால் ஆட்டுத்தோலும் தரித்திருக்கிறான்; ஆடைகள் அணிந்து வருவதானால் பிராமண, சத்திரிய, வைசிய சிறுவன் முறையே சிவப்பு, மஞ்சள்-சிவப்பு மற்றும் மஞ்சள் நிறத்தில் சாயம் தோய்க்கப்பட்டதை அணிகிறான்; கச்சையுடனும் கையில் ஒரு கோலுடனும் காட்சியளிக்கிறான். சிறுவன் குருவின் கையைப் பிடித்துக்கொள்கிறான்; குரு ஓமத்தீயில் நெய்யை சொரிகிறார்; அவர் ஓம குண்டத்தின் வட பகுதியில் முகம் கிழக்கு நோக்கியிருக்க அமர்ந்திருக்கிறார்; சிறுவன் குருவின் எதிரே முகம் மேற்கு நோக்கியவாறு அமர்ந்திருக்கிறான். பின்னர் குரு தனது கையிலும் சிறுவனின் கையிலும் தண்ணீரை நிரப்பிக்கொள்கிறார்; 'சாவித்திரி போற்றி போற்றி' என்று ஓதியவாறு தன் கையிலுள்ள நீரை சிறுவனின் கையிலுள்ள நீரில் ஊற்றுகிறார்; இவ்வாறு நீரை ஊற்றி முடித்ததும் 'சாவித்திரியின் ஆணையின் பேரில் இரு அச்சுவினிகளின் கரங்களுடனும், புஷனின் கைகளுடனும் சேர்த்து உன் கையைப் பிடிக்கிறேன்' என்று கூறியவாறு குரு சிறுவனது கரத்தைக் கட்டை விரலோடு சேர்த்துப் பிடிக்கிறார்; அப்போது 'சாவித்திரி உன் கையைப் பிடித்துவிட்டாள்'

என்று அவர் இரண்டாவது முறையாகக் கூறுகிறார். பிறகு குரு மூன்றாவது முறையாக பையனின் கரத்தைப் பற்றிக் கொண்டு 'அக்னிதான் உன்னுடைய குரு' என்று பகர்கிறார். அடுத்தபடியாக குரு சிறுவன் சூரியனைப் பார்க்கும்படிச் செய்கிறார்; 'தேவி சாவித்திரி, இவன்தான் உன்னுடைய மாணாக்கன், இவனைப் பாதுகாப்பது உன் பொறுப்பு' என்று கூறுகிறார். அவர் மேலும் பின்வருமாறு சொல்லுகிறார்: 'நீ யாருடைய பிரமசாரி? நீ பிராணனுடைய பிரமசாரி. உனக்கு யார் தீட்சை கொடுக்கிறார், எவருக்கு அவர் தீட்சை தருகிறார்? உன்னைக் காவிடம் (பிரஜாபதி) ஒப்படைக்கிறேன்'. ரிக் வேதம் 1.8.4.ன் பாதி சுலோகத்தைக் கூறி 'நேர்த்தியாக உடை உடுத்திய இளைஞனே இங்கே வா' என்றவாறு குரு அவனை வலதுபுறம் திரும்பி நிற்கச் செய்து, அவனது இருதயம் இருக்கும் இடத்தைத்தொட்டு ரிக் வேதம் III.8.4.ன் பிற்பாதியை உச்சரிக்கிறார். ஓமகுண்டத்தைச் சுற்றியுள்ள பகுதியைத் துப்புரவு செய்துவிட்டு பிரமசாரி ஓர் ஓமவிறகை மௌனமாக நெருப்பிலிடுகிறான்; பிரஜாபதிக்கு உரிய எதையும் மௌனமாகச் செய்ய வேண்டும் என்றும், மாபெரும் ஜதவேதங்களுக்கு, பிரமசாரி பிரஜாபதி உரியவன் என்றும் ஸ்மிருதியில் கூறப்பட்டிருப்பதே இதற்குக் காரணம். இதனை நான் ஓமவிறகு, சமிதை கொண்டு வந்திருக்கிறேன்; ஓ அக்னி, இந்த சமிதையின் மூலம் நீ ஓங்கி வளர்வாயாக, பிரார்த்தனை மூலம் நாங்களும் வளம் பெறுவோமாக! ஓம் விறகை நெருப்பிலிட்டு, அதனைத் தொட்ட பிறகு மாணாக்கன் 'இந்த ஒளியால் நான் தூய்மையடைகிறேன்' என்று கூறியவாறு தனது முகத்தை மும்முறை துடைத்துக் கொள்கிறான்; ஸ்மிருதியிலும் இவ்வாறுதான் குறிப்பிடப்பட்டிருக்கிறது. மாணாக்கன் மேலும் பின்வருமாறு பிரார்த்திக்கிறான்: 'அக்னி, எனக்கு நுண்ணறிவுத் திறத்தையும், குழந்தைச் செல்வத்தையும், மேன்மையையும் அருளட்டும்; இந்திரன் எனக்கு நுண்ணறிவுத் திறத்தையும், குழந்தைச் செல்வத்தையும், உள்ளுரத்தையும் அருளட்டும்; சூரியன் எனக்கு நுண்ணறிவுத் திறத்தையும், குழந்தைச் செல்வத்தையும், கதிரொளியையும் அருளட்டும்; ஓ அக்னி, உனது வனப்பின் மூலம் எனக்கு மேலும் வனப்பு கிட்டட்டும்; அக்னி, உனது வலிமை எனக்கு மேலும் வலிமை கூட்டட்டும்; அக்னி, உனது சுட்டெரிக்கும் ஆற்றல் எனக்கு மேலும் அத்தகைய ஆற்றல் அளிக்கட்டும்'.

இவ்வாறு மாணாக்கன் அக்னியை வழிப்பட்ட பின்னர், முழந்தாளிட்டு ஆச்சாரியரின் பாதங்களை முத்தமிட்டு, ஆச்சாரியர் மாணவனின் மேலங்கியோடு அவனது கைகளைத் தன் கரங்களால் பிடித்துக் கொண்டு, சாவித்திரி மந்திரத்தை பதம்பதமாகவும், அடிஅடியாகவும், முடிவில் முழுவதுமாகவும் ஓதுகிறார். இந்த மந்திரத்தை கூடிய மட்டும் மாணவனே ஓதும்படி ஆசிரியர் செய்கிறார். பின்னர் அவர் மாணவனின் நெஞ்சின்மீது விரல்கள் மேல்நோக்கி இருக்கும்படியாகத் தன் கையை வைத்துப் பின்வருமாறு கூறுகிறார்: 'உன் இதயத்தை எனக்கு ஆற்றும் கடமையின்பால் வைக்கிறேன். உன் மனம் என் மனத்தைப் பின்பற்றற்றும்; என் சொற்களை ஏகச்சிந்தனையாளனாகக் கவனிப்பாயாக; பிரகஸ்பதி உன்னை என் இடத்தில் அமர்த்தட்டும்; பின்னர் ஆசிரியர் மாணாக்கனின் இடுப்பில் கச்சையை கட்டிவிட்டு, கோலை அவனிடம் தருகிறான். அடுத்து, ஒரு பிரமசாரி கடைப்பிடிக்க வேண்டிய விதிமுறைகளைப் பின்வருமாறு விவரிக்கிறார்: 'பிரமசாரியாகிய நீ வாய்வைத்து நீரை உறிஞ்சிக் குடிக்க வேண்டும். பல்வேறு பணிவிடைகளைச் செய்யவேண்டும். பகலில் தூங்கலாகாது. ஆசிரியரிடம் முழுநம்பிக்கை வைத்து வேதங்களைக் கற்க வேண்டும். மாணவன் காலையிலும் மாலையிலும் வீடுவீடாகச் சென்று உணவை பிச்சையெடுத்து வரவேண்டும்; காலையிலும் மாலையிலும் நெருப்பில் விறகு போடவேண்டும். பிச்சைமூலம் பெற்ற உணவுவிவரத்தை ஆசிரியரிடம் தெரிவிக்கவேண்டும். அவன் உட்காரக்கூடாது. எஞ்சிய பகல் முழுவதும் நின்றுகொண்டே இருக்க வேண்டும்.'

ஆச்சாரியர் தன்னுடைய மாணவனுக்கு காயத்ரி மந்திரம் என்ற வேத மந்திரத்தைக் கற்பிப்பதுடன் உபநயனம் முடிகிறது. உபநயனச் சடங்கில் காயத்ரி மந்திரம் ஏன் இத்தனை முக்கியத்துவம் பெறுகிறது என்பதைக் கூறுவது கடினம்.

உபநயனம் பற்றிய இந்த வருணனையிலிருந்து இரண்டு விஷயங்கள் தெள்ளத் தெளிவாகின்றன. முதலாவதாக வேதங்களைக் கற்பதற்கு ஒருவருக்குத் தீட்சை அளிப்பதே உபநயனத்தின் நோக்கம்; ஆச்சாரியார் பிரமசாரிக்கு காயத்ரிமந்திரத்தைப் போதிப்பதுடன் இது ஆரம்பமாகிறது. இண்டாவதாக, உபநயனச் சடங்குக்கு சில பொருள்கள் மிக அத்தியாவசியமானவையாகக் கருதப்படுகின்றன. அவை 1. இரண்டு ஆடைகள், இவற்றில் ஒன்று

உடம்பின் மேற்பகுதிகானது. இது வாசா என அழைக்கப்படுகிறது. மற்றொன்று உடம்பின் மேற்பகுதிக்கானது, இது உத்தரியம் எனப்படுகிறது; 2. தண்டம் அல்லது மரத்தாலான கோல்; 3. மேகலை அல்லது இடுப்பைச் சுற்றிக் கட்டுவதற்கு தர்ப்பைப் புல்லைக் கொண்டு தயாரிக்கப்பட்ட கச்சை.

பண்டைக்காலத்தில் கடைப்பிடிக்கப்பட்ட இந்த உபநயன முறையை பிற்காலத்தில் பின்பற்றப்பட்டுவந்த உபநயன முறையுடன் ஒப்பிட்டுப் பார்க்கும் எவரும் உபநயனத்தின் ஒரு பகுதியாக பிரமசாரி அணியும் யக்ஞோபவீதம்[2] எனும் பூணூல் பண்டைய முறையில் குறிப்பிடாதது கண்டு வியப்படையாமல் இருக்க முடியாது. இந்த நூலை அணிவது தற்கால உபநயனச் சடங்கில் மிக முக்கிய பங்கை வகிக்கிறது; இதனாலேயே இந்த நூலைத் தயாரிப்பது குறித்தும், அதனைப் பயன்படுத்துவது குறித்தும் மிக விரிவான விதிமுறைகள் வகுத்துத்தரப்பட்டிருக்கின்றன.

யக்ஞோபவீதம் மூன்று நூல்களைக் கொண்டதாக இருக்க வேண்டும். ஒவ்வொரு நூலிலும் ஒன்பது தந்துகள் அல்லது புரியிழைகள் இடம் பெற்றிருக்கும். ஒவ்வொரு தந்துவும் ஒரு தேவதையை (தெய்வத்தை) குறிக்கும்.

யக்ஞோபவீதம் தொப்புள்வரை[3] எட்டுவதாக இருக்க வேண்டும்; தொப்புளுக்கு அப்பாலோ மார்புக்கு மேலேயோ இருக்கக் கூடாது.

ஒருவன் ஒன்றுக்கு மேற்பட்ட யக்னோபவீதம் அணியலாம். எவ்வாறிருப்பினும் ஒருவன் எப்போதும் யக்னோபவீதம் அணியவேண்டும். யக்னோபவீதத்தை அணியாமல் உணவு உண்டாலோ அல்லது யக்னோபவீதத்தை வலது காதில் சுற்றிக்கொள்ளாமல் மலஜலம் கழிக்கச் சென்றாலோ அவன் குளித்தல், பிரார்த்தனை, உண்ணாநோன்பு போன்ற பிராயச்சித்தங்களை மேற்கொள்ள வேண்டும்.

மற்றவர்களது பாத அணிகள், அணிமணிகள், மலர் மாலை, கமண்டலம் முதலியவற்றுடன் யக்னோபவீதம் அணிவது தடைசெய்யப்பட்டுள்ளது.[4]

யக்னோபவீதத்தை மூன்று விதமாக அணிவது அங்கீகரிக்கப்பட்டுள்ளது. அவை வருமாறு 1. நிவிதம் 2. பிரசிநாவிதம். 3. உப விதம். நூல் கழுத்திலிருந்து

இருதோள்பட்டைகள் மார்பு வழியாகச் சென்று இருதயம் இருக்கும் இடத்துக்குக் கீழேயும், தொப்புளுக்கு மேலேயும் இரண்டு கைகளின் கட்டைவிரல்களாலும் பிடித்துக் கொள்ளும்முறையில் அணிவது நிவிதம் எனக் கூறப்படுகிறது. இடது தோளிலிருந்து வலது பக்கம் தொங்கும் வகையில் நூல் அணிவது உபவிதம் எனப்படுகிறது. இதேபோன்று வலது தோளிலிருந்து இடது பக்கம் தொங்கும் விதத்தில் நூல் அணிவது பிரசிநாவிதம் என்று அழைக்கப்படுகிறது.

இந்த யக்னோபவீதம் எவ்வாறு தோன்றிற்று? இதற்கு திரு. திலகர் ஒரு விளக்கம் தந்திருக்கிறார். அதனை இங்கு மேற்கோள்காட்டுவது உசிதமாக இருக்கும்[5]. திரு திலகர் இது குறித்துப் பின்வருமாறு கூறுகிறார்.

> "வேத நூல்களில் மிருகசீரிடம் பிரஜாபதி அல்லது யக்ஞன் எனக் குறிப்பிடப்பட்டிருக்கிறது. யக்ஞனின் இடுப்பைச் சுற்றியுள்ள மேகலை அல்லது துணிக்கச்சை அவனது பெயரில் யக்னோபவீதம், உபவீதம், அல்லது யக்ஞனின் துகில் என அழைக்கப்படுவது இயல்பே. எனினும் இப்பதம் தற்போது பிராமணர்களின் பூணூலைக் குறிக்கிறது; அப்படியானால் மிருகசீரிடத்தின் அரைக்கச்சையின் இயல்பை அது பெற்றிருக்கிறதா என்று இங்கு கேட்கப்படுவது நியாயமே. அத்தகைய இயல்பை பின்கண்ட அடிப்படையில் அது பெற்றிருக்கிறது என்றே கருதுகிறேன்.
>
> யக்னோபவீதம் என்னும் சொல்லை நம் நாட்டுக் கற்றறிவாளர்கள் அனைவரும் யக்ஞம் + உபவீதம் என்பதிலிருந்தே பெற்றுள்ளனர். ஆனால் இந்தக் கூட்டுச் சொல்லை யக்ஞத்திற்கான ஓர் உபவீதமாகக் கொள்ளவேண்டுமா அல்லது இது 'யக்ஞங்களின் உபவீதத்தை' குறிக்கிறதா என்பது பற்றி கருத்துவேறுபாடு நிலவுகிறது. முந்தையது தவறானதல்ல என்றாலும் பிந்தையது அதிகசான்று வலிமை பெற்றிருக்கிறது. பரமாத்மா வைத்தான் ஹோாட்ரிஸ்கள் யக்ஞன் என்று அழைக்கின்றனர் என ஒரு ஸ்மிருதியிலிருந்து மேற்கோள் காட்டி சில ஆசிரியர்கள் கூறுகின்றனர்; இதுதான் அவரது உபவீதம்; எனவே இது யக்ஞ -உபவீதமாகிறது. பூணூல் அணியும்போது ஓதப் படும் மந்திரம் 'யக்ஞ-உபவீதத்தால் உன்னைப் பிணைக்கிறேன்' என்று பொருள்படுகிறது. ஒரு

பிராமணன் பூணூல் அணியும்போது உச்சரிக்கும் மந்திரத்தின் முதல்பகுதி பின்வருமாறு அமைந்துள்ளது:

यज्ञोपवीतं परमंपवित्रं प्रजापतेर्यत्सहजं पुरस्तात्

இந்த மந்திரத்தை தற்போதுள்ள சம்ஹிதை எதிலும் காண முடியாது. எனினும் பிரமோபநிடதத்திலும் போதாயணத்திலும் இது இடம்பெற்றிருக்கிறது. இந்த சுலோகம் ஹவ்ம யெஸ்திலிருந்து மேற்கோள் காட்டப்பட்டிருக்கும் மேலே கண்ட சுலோகத்துடன் பெரிதும் ஒத்திருக்கிறது." அது பின்வருமாறு கூறுகிறது; 'யக்ஞோபவீதம் மேன்மைமிக்கதும் புனிதமானதுமாகும்; இது ஆதிபிரஜாபதியுடன் பிறந்தது! இதில் உள்ள புரஸ்தாத்தம் எனும் சொல் அவெஸ்தா என்னும் சுலோகத்தில் வரும் பௌர்வாணிம் என்ற சொல்லுடன் ஒத்திருப்பதைக் காணலாம்; இவ்வாறு, டாக்டர் ஹக் எழுப்பிய பிரச்சினைக்கு தீர்வுகாணப்படுகிறது; அதேசமயம் பிரஜாபதியின் கைகால்களுடன் பிறந்த சகஜா என்பது மைனியுதஸ்தம் என்ற பொருளிலேயே பயன்படுத்தப்பட்டிருக்கிறது. இந்த இசைவுப் பொருத்தம் தற்செயலானதாக இருக்கமுடியாது. மிருகசீரிடத்துடன் அரைக்கச்சையிலிருந்தே பூணூல் எனும்சொல் பெறப்பட்டிருக்க வேண்டும் என்று எனக்குத் தோன்றுகிறது. உபவீதம் என்னும் பதம் நெய்யப்பட்ட ஒரு துண்டுத்துணியைக் குறிக்கிறதே அன்றி நூலைக் குறிக்கவில்லை. எனவே, இடுப்பைச் சுற்றிலும் துணியைக் கட்டுவது யக்ஞோபவீதத்தின் ஆரம்பகால வடிவமாக இருந்ததாகத் தோன்றுகிறது. பிரஜாபதியின் அரைக்கச்சையை உருவகமாகப் பிரதிநிதித் துவப்படுத்தியதால் அது புனிதத்தன்மையைப் பெற்றிருக்கக் கூடும்.'

திரு. திலகர் தந்துள்ள இந்த விளக்கம் சுவாராசியமாக இருக்கிறது என்பதில் ஐயமில்லை. ஆனால் சில பிரச்சினைகளுக்கு அது விளக்கம் தரவில்லை. உபநயனம் மேற்கொள்ளப்படும்போது உத்தரீயமும் வாசாவும் அணிந்திருப்பது அவசியம். இந்த இரு ஆடைகளுக்கும் யக்ஞோபவீதத்துக்கும் உள்ள சம்பந்தத்தை திரு.திலகர் விளக்கவில்லை. இந்த இரு ஆடைகளுடன் சேர்த்து யக்ஞோப வீதத்தையும் அணியவேண்டுமா? அவ்வாறு அணியவேண்டுமென்றால், உபநயனத்தைப் பற்றிய ஆரம்பகால வருணனைகளில் அது ஏன் குறிப்பிடப்படவில்லை? இங்கு மற்றொரு

சிக்கலும் எழுகிறது. துணிக்குப் பதிலாகத்தான் பிற்காலத்தில் நூல் பயன்படுத்தப்பட்டது என்றால் உபநயனத்தின்போது இன்னமும் புத்தாடைகள் அணியும் நடைமுறை பின்பற்றப்படுவது ஏன்?

இதற்கு மற்றொரு விளக்கமும் அளிக்கப்படுகிறது. அதனை இங்கு தருகிறேன். இதன்படி, பூணூல் அணிவது கோத்திரத்தை வரித்துக்கொள்வது சம்பந்தப்பட்டதாகும். ஒருவரை ஒரு குறிப்பிட்ட கோத்திரத்துடன் பிணைப்பதே இதன் நோக்கம். இதற்கும் உபநயனத்துக்கும் எந்தச் சம்பந்தமும் இல்லை; ஏனென்றால் உபநயனத்தின் குறிக்கோள் ஒருவருக்கு வேதங்களைப் படிப்பதற்குத் தீட்சை அளிப்பதாகும். பண்டைய ஆரிய விதிமுறைகளின்படி மகன் தந்தையின் கோத்திரத்தை தன்னியல்பாகவே மரபுரிமையாகப் பெற்றுவிடுவதில்லை. தந்தை தனது கோத்திரத்தை மகனுக்கு அளிக்க ஒரு விசேட சடங்கை நடத்தியாக வேண்டும். இந்த சடங்கு செய்யப்பட்டபிறகுதான் மகன் தந்தையின் அதே கோத்திரத்தை சேர்ந்தவனாகிறான். இது விஷயத்தில், இந்தோ-ஆரிய சமுதாயம் கடைப்பிடித்துவந்த இரண்டு விதிமுறைகளை இங்கு குறிப்பிடவேண்டும். ஒன்று தீட்டுகள் சம்பந்தப்பட்ட விதிமுறை; மற்றொன்று தத்து எடுத்துக்கொள்வது சம்பந்தப்பட்ட விதிமுறை; மரணத்தில் ஏற்படும் தீட்டு சம்பந்தப்பட்டவர், தீட்டுப்படும் நாட்கள் இறந்தவருடனான குருதித் தொடர்புடைய உறவைப் பொறுத்து வேறுபடுகின்றன. உறவு மிக நெருக்கமானதாக இருந்தால் தீட்டுநாட்கள் உறவு அத்தனை நெருக்கமில்லாதபோது ஏற்படும் தீட்டுநாட்களைவிட அதிக எண்ணிக்கையில் இருக்கும். பூணூல் அணியாத ஒரு சிறுவனது மரணத்தால் ஏற்படும் தீட்டு மிகவும் குறைவு[6]; இது ஒரு சில தினங்களுக்கு மேல் நீடிக்காது; தத்து எடுத்துக்கொள்ளும் விதியைப் பொறுத்தவரையில்,[7] பூணூல் அணிந்த பையன் தத்து எடுத்துக்கொள்வதற்கு தகுதிபடைத்தவன் அல்ல என்று இந்த விதி கூறுகிறது. இந்த விதிமுறைகள் வலியுறுத்துவது என்ன? அந்தக் கருத்து தெள்ளத்தெளிவானது; அதாவது பூணூல் அணிந்து முறைப்படி தன்னுடைய தகப்பனது கோத்திரத்தில் இணையாத பையன் விஷயத்தில் தீட்டு பெயரளவில்தான் இருக்கும். சுவீகாரம் என்கிற போது சுவீகாரம் எடுத்துக்கொண்ட தந்தையின் கோத்திரத்தில் சேர்ந்து விட்டதைக் குறிக்கும். பூணூல் சடங்கு நடந்து முடிந்ததுமே பையன் மாற்ற முடியாதபடி மற்றொரு கோத்திரத்தில் இணைந்தவனாகி விடுகிறான்.

ஆக, பூணூல் சடங்கு என்பது கோத்திரத்துடன் சம்பந்தப்பட்டதேயன்றி உபநயனத்துடன் சம்பந்தப்பட்டதல்ல என்பதை இந்த இரண்டு விதிகளும் காட்டுகின்றன.

பூணூல் கோத்ரத்துடன் தொடர்புடையது என்ற கருத்தை ஜைன நூல்கள் உறுதி செய்கின்றன. ஆச்சார்ய ரவி சேனாவால் படைக்கப்பட்ட பத்மபுராணம் 4 ஆவது பருவத்தின் 87 ஆவது சுலோகம் பின்வருமாறு கூறுகிறது:[8]

> ‘பகவான்! சத்திரியர், வைசியர், சூத்திரர்களின் மரபுமூலம் பற்றி எங்களுக்கு எடுத்துரைத்தீர்கள். தங்கள் கழுத்தில் பூணூல் அணிந்திருப்பவர்களின் தோற்றமூலம் பற்றித் தெரிந்து கொள்ள நான் ஆவலாக இருக்கிறேன்.’

‘கழுத்தில் பூணூல் அணிந்திருப்பவர்கள்’ என்னும் சொற்கள் இங்கு மிக முக்கியமானவை. இது பிராமணர்களைப் பற்றிய வருணனை என்பதில் ஐயமில்லை. ஒரு காலத்தில் பிராமணர்கள் மட்டுமே பூணூல் அணிந்திருந்தார்கள் என்பதும், மற்றவர்கள் அணியவில்லை என்பதும் இதிலிருந்து தெளிவாகிறது. கோத்திர உறவு என்பது பிராமணர்களுக்கு மட்டுமே பொருந்தக்கூடியது என்பதைக் கருத்திற்கொண்டு பார்க்கும்போது, பூணூல் சடங்கு பையனை அவனுடைய தந்தையின் கோத்திரத்தில் பிணைக்கும் ஒரு சடங்கே தவிர வேதங்கள் பயில்வதில் தீட்சை அளிக்கும் உபநயனத்துடன் இது எவ்வகையிலும் சம்பந்தப்பட்டதல்ல என்பது தெள்ளத் தெளிவு.

இது உண்மையாயின் பூணூல் சடங்கும், உபநயனமும் ஒரு காலத்தில் வெவ்வேறு நோக்கங்களைக் கொண்டவையாக இருந்தன என்பது புலனாகிறது. பிற்காலத்தில் இவை இரண்டும் ஒன்றாக இணைந்திருந்தன. இந்த இணைவுக்கு ஒரு நியாயமான காரணம் இருந்தது. பூணூல் சடங்கில்லாத உபநயனத்தில் பையனை ஆச்சாரியர் தன்னுடைய கோத்திரத்தில் சேர்த்துக்கொள்ளும் அபாயம் இருந்தது. இந்த அபாயத்தைத் தவிர்க்கும்பொருட்டு பையனின் தந்தை அவனை ஆச்சாரியரிடம் ஒப்படைக்கும் முன்னர் பூணூல் சடங்கை செய்து முடித்துவிடும் வழக்கம் நடைமுறைக்கு வந்தது. இந்த இரண்டு சடங்குகளும் ஏன் ஏககாலத்தில் செய்யப்பட்டன என்பதற்கு அநேகமாக இதுதான் காரணமாக இருக்கக்கூடும்.

இது எப்படியிருப்பினும், உபநயனம் என்பது வேதபிராமணர் வேதத்தைப் போதிப்பதையே குறிக்கும்.

III

எனது வாதம் அசைக்க, மறுக்கமுடியாதது என்ற திடநம்பிக்கை எனக்கு இருந்தபோதிலும் இதற்கு எவரும் மறுப்புகள் கூறமாட்டார்கள் என்று நினைப்பது மட்டுமீறிய தன்னம்பிக்கை கொள்வதையே அது குறிக்கும். பின்கண்ட ஆட்சேபங்களை நான் எதிர்பார்க்கிறேன்:

1. உபநயனம் செய்யாமலிருப்பது சூத்திரத்தன்மைக்கு ஓர் அறிகுறியாகும்.

2. உபநயனம் செய்யும் உரிமை சூத்திரர்களுக்கு என்றுமே இருந்ததில்லையா?

3. உபநயனம் செய்யும் உரிமை இல்லாதது சூத்திரர்களின் பொதுவான இழிந்த நிலைக்கு எப்படிக் காரணமாக இருக்க முடியும்?

4. உபநயனம் செய்யும் உரிமையை மறுப்பதற்கு பிராமணர்களுக்கு என்ன அதிகாரம் இருக்கிறது?

எனது வாதம் குறித்த எதிர்வாதங்களைக் கூறிவிட்டேன். அவற்றிற்கான எனது பதிலைக் கூற விரும்புகிறேன்.

IV

முதல் ஆட்சேபத்தை எடுத்துக்கொள்வோம். யார் சூத்திரன் என்பதை நிர்ணயிப்பதற்கு எது நிச்சயமான பிரமாணம் என்பது பற்றி இந்தியாவிலுள்ள நீதிமன்றங்கள் அளித்துள்ள தீர்ப்புகளை இங்கு குறிப்பிடுவது முதல்ஆட்சேபத்துக்குச் சரியான பதிலாக இருக்க முடியும்.

இவ்வகையில் முதல் தீர்ப்பை 7, எம்.ஐ.ஏ. 18ல்[9] காணலாம். 1837ல் பிரிவிக் கவுன்சில் இந்தத் தீர்ப்பை அளித்தது. குறிப்பிட்ட அச்சமயம் இந்தியாவில் சத்திரியர்கள் எவரேனும் இருக்கிறார்களா என்பதுதான் சர்ச்சைக்குரிய பிரச்சினை. சத்திரியர்கள் இருக்கிறார்கள் என்பது ஒரு தரப்பினரது வாதம். அவ்வாறு சத்திரியர்கள் எவரும் இல்லை என்பது இன்னொரு தரப்பினரது வாதம். சத்திரியர்கள் அனைவரையுமே பிராமணரான பரசுராமர் பூண்டோடு அழித்து விட்டார், எஞ்சியிருப்பவர்களையும் சூத்திர மன்னனான மகாபத்மநந்தன் தீர்த்துக் கட்டிவிட்டான், இதன்பின்னர் சத்திரியர்கள்

எவருமே இல்லை, பிராமணர்களும் சூத்திரர்களும் மட்டுமே இருந்தனர் என்ற பிராமணர்களது பிரச்சாரத்தை ஆதாரமாகக் கொண்டது இரண்டாவது வாதம். பிரிவுக் கவுன்சில் இந்த வாதத்தை ஏற்றுக்கொள்ளவில்லை; இது தவறான வாதம் என்றும், பிராமணர்களின் கட்டுக் கதை என்றும், சத்திரியர்கள் இந்தியாவில் இன்னும் இருந்து வருகின்றனர் என்றும் அது தீர்ப்பளித்தது. எனினும் சத்திரியரை சூத்திரரிடமிருந்து பிரித்துக்காணும் நிரூபணம் எதையும் அது வகுத்துத்தரவில்லை. இந்தப் பிரச்சினையை ஒவ்வொரு சந்தர்ப்பத்திலும் அது சம்பந்தப்பட்ட தகவல்களை அடிப்படையாக வைத்துத் தீர்மானிக்க வேண்டும் என்று அது கருத்து தெரிவித்தது.

இந்த விஷயம் குறித்து இரண்டாவது வழக்கை ஐ.எல்.ஆர்.10 கல். 6881ல் காணலாம். பீகாரைச் சேர்ந்த காயஸ்தர்கள் சத்திரியர்களா அல்லது சூத்திரர்களா என்பதே இந்த வழக்கில் எழுப்பப்பட்ட பிரச்சினை. அவர்கள் சூத்திரர்கள்தான் என்று உயர்நீதிமன்றம் தீர்ப் பளித்தது. ஆனால் பீகார் காயஸ்தர்கள் இதனை ஏற்கவில்லை. பீகார் காயஸ்தர்கள் வங்காளம், மேல் மாகாணங்கள், காசி முதலிய பகுதிகளைச் சேர்ந்த காயஸ்தர்களிடமிருந்து முற்றிலும் வேறுபட்டவர்கள் என்றும், மேல் மாகாணங்களையும் காசியையும் சேர்ந்த காயஸ்தர்கள் சூத்திரர்கள் என்றும், ஆனால் பீகார் காயஸ்தர்கள் சத்திரியர்கள் என்றும் அவர்கள் வாதிட்டனர். எனினும் நீதிமன்றம் இந்த வேறுபாட்டை ஏற்க மறுத்துவிட்டது; பீகார் காயஸ்தர்களும் சூத்திரர்கள்தான் என்று அது தீர்ப்பளித்தது.

இந்தத் தீர்ப்பை அலகாபாத் உயர்நீதிமன்றம் ஏற்கவில்லை. ஐ.எல்.ஆர்.12 அல. 328[11]ல் நீதிபதி மகமூத் தமது தீர்ப்பின் 334 ஆவது பக்கத்தில் பின்கண்டவாறு குறிப்பிட்டார்:

> “இந்த வழக்கில் சம்பந்தப்பட்டவர்களான காயஸ்தர்கள் என்பவர்கள் மனுதர்மத்தின்படியோ அல்லது வேறு எந்த இந்து சட்ட விதிமுறைகளின்படியோ மனிதகுலம் பிரிக்கப்பட்டிருக்கும் அடிப்படையில் சூத்திரர்கள் இனத்தைச் சேர்ந்தவர்கள் என்று கீழ் நீதிமன்றங்கள் தெரிவித்திருக்கும் கருத்து சரிதானா என்பது குறித்து எனக்குப் பெருமளவுக்கு ஐயப்பாடு உண்டு. மனித இனவேறுபாட்டியல் அடிப்படையில் மட்டுமன்றி, மக்கட் தொகையில் இந்த முக்கியமான பகுதியினர் விஷயத்தில் இந்து சட்ட விதிமுறைகளைச் செயல்படுத்துவதைப் பொறுத்தவரையிலும்கூட இந்தப்

பிரச்சினை மிகச் சிக்கலான ஒன்றாகும். ஸ்ரீ நாராயண் மித்தருக்கும் ஸ்ரீ மட்டி கிருஷன் சூந்தூரி தாஸ்ஸிக்கும்[12] இடையே நடைபெற்ற வழக்கிலும் அல்லது மகசோவ சோஷிநாத் கோஷுக்கும் ஸ்ரீமதி கிருஷ்ண சூந்தரி தாசிக்கும்[13] இடையே நடைபெற்ற வழக்கிலும் பிரிவுக் கவுன்சில் வழங்கிய தீர்ப்பின் அடிப்படையில் இந்தப் பிரச்சினைக்குத் தீர்வு காணமுடியும் என்று நான் கருதவில்லை. இவ்விரண்டு வழக்குகளுமே வடமேற்கு மாகாணங்கள், அயோத்தி போன்ற இந்தியாவின் மேற்கு மாகாணங்களில், வாழும் பன்னிரண்டு காயஸ்த சாதிகளிடமிருந்து வேறு பட்ட கீழ் வங்காளத்தைச் சேர்ந்த காயஸ்தர்களின் சுவீகாரம் சம்பந்தப்பட்டவையாகும். சௌதரி ஹஸ்ஜாரி லாலுக்கும் விஷ்ணு தயாளுக்கும் இடையே நடைபெற்ற சுவீகார வழக்கில் தலைமை நீதிபதியும் என் சகோதரர் தைரலும் அளித்த பிரசுரிக்கப்படாத தீர்ப்பும் (1886 ஆம் வருட 113 ஆம் எண் முதலாவது மேல் முறையீடு குறித்து 1887 ஜூன் 15 ஆம் தேதி தீர்ப் பளிக்கப்பட்டது) இந்தப் பிரச்சினைக்குத் தீர்வு காணுவதாக நான் கருதவில்லை. இது குறித்து இதற்கு மேலும் எதுவும் கூற நான் விரும்பவில்லை..."

இனி அடுத்து மூன்றாவது வழக்கைப் பற்றிப் பார்ப்போம். இந்த வழக்கு எண் (1916) 20 கல்.டபிள்யூ.என்.9013[14] வங்காள காயஸ்தர்கள் சத்திரியர்களா அல்லது சூத்திரர்களா என்பதே இவ்வழக்கில் எழுப்பப்பட்ட பிரச்சினையாகும். அவர்கள் சூத்திரர்கள்தான் என்று கல்கத்தா நீதிமன்றம் தீர்ப்பளித்தது. கல்கத்தா நீதிமன்றத்தின் இத் தீர்ப்பை எதிர்த்து பிரிவுக் கவுன்சிலுக்கு மேல் முறையீடு செய்யப் பட்டது. பிரிவுக் கவுன்சிலின் முடிவு (1926) 47.ஐ.எ.140 என்ற எண்ணில் வெளியிடப்பட்டது. வங்காளி காயஸ்தர்கள் சூத்திரர்களா அல்லது சத்திரியர்களா என்னும் பிரச்சினைக்கு அது முடிவு ஏதும் கூறவில்லை; இது கருத்து வேற்றுமைக்குரிய விஷயம் என்று கூறிவிட்டது. 1916க்கும் 1926க்கும் இடையே கல்கத்தா நீதிமன்றம் இரண்டு தீர்ப்புகளை வெளியிட்டது. வங்காள காயஸ்தர்களுக்கும் தாந்திகள்[15] மற்றும் தோம்களுக்கும்[16] இடையே நடைபெறும் கலப்புத்திருமணங்கள் சட்டரீதியாக செல்லுபடியாகக் கூடியவை, ஏனென்றால் இந்த இரு கீழ்ச்சாதிகளும் சூத்திரர்களின் உபசாதிகளாகும் என்று அது கருத்து தெரிவித்தது.

இந்த இரண்டு தீர்ப்புகளும் காயஸ்தர்களின் நிலையை மேலும் மோசமாக்கியது; இதனைத் தொடர்ந்து மற்றொரு தீர்ப்பு வெளிவந்தது; ஐ.எல்.ஆர். பாட்னா 506[17] என்ற தீர்ப்பே அது. நீதிபதி திரு. ஜுவாலா பிரசாதின் இந்தத் தீர்ப்பு 47 பக்கங்களைக் கொண்டதாக இருந்தது. காயஸ்தர்களைப் பற்றிய குறிப்புகள் இடம் பெற்றிருந்த ஒவ்வொரு புராணத்தையும், ஒவ்வொரு ஸ்மிருதியையும் நீதிபதி அலசி ஆராய்ந்திருந்தார். அவர் கல்கத்தா நீதிமன்றத் தின் தீர்ப்பிலிருந்து வேறுபட்டு, பீகாரைச் சேர்ந்த காயஸ்தர்கள் சத்திரியர்களே என்று கருத்துத் தெரிவித்திருந்தார்.

அடுத்தபடியாக, மராட்டியர்கள் சத்திரியர்களா அல்லது சூத்திரர்களா என்ற பிரச்சினை சம்பந்தமாக பல வழக்குகள் நடைபெற்றன. இவ்வாறு நடைபெற்ற முதலாவது வழக்கு 48 மெட்.1[18] என்பதாகும். தஞ்சாவூர் மன்னரின சொத்துக்களை நிர்வகிக்க நீதிமன்றத்தில் நியமிக்கப்பட்ட பொறுப்பாளர் (ரிசீவர்) தொடர்ந்த வழக்கு இது. மன்னரின் தந்தைவழி உறவினர்களும் தாய்வழி உறவினர்களும் இந்த வழக்கில் பிரதிவாதிகளாகச் சேர்க்கப்பட்டிருந்தனர். தஞ்சை அரசு வெங்கோஜியால் நிறுவப்பட்டதாகும். இவர் ஏகோஜி எனவும் அழைக்கப்பட்டார். இவர் மராட்டியர்; மராட்டிய சாம்ராஜ்யத்தை நிறுவிய சிவாஜியின் சகோதரர். இந்த வழக்கில் அளிக்கப்பட்ட தீர்ப்பு 229 பக்கங்களைக் கொண்டிருந்தது. மராட்டியர்கள் சத்திரியர்களா என்னும் பிரச்சினை இவ்வழக்கில் மிக விரிவாக ஆராயப்பட்டிருந்தது. பிரதிவாதிகள் வாதாடியது போன்று மராட்டியர்கள் சூத்திரர்களே அன்றி, சத்திரியர்கள் அல்ல என்று சென்னை நீதி மன்றம் தீர்ப்பளித்தது.

மராட்டியர்கள் சம்பந்தப்பட்ட அடுத்த வழக்கு பற்றிய விவரங்கள் ஐ.எல்.ஆர். (1928) 52 பக். 4973[19]ல் காணப்படுகின்றன. இந்த வழக்கில் நீதிமன்றம் பின்வருமாறு தீர்ப்பளித்தது.

> "பம்பாய் ராஜதானியில் மராட்டியர்களிடையே மூன்று வகுப்பினர் உள்ளனர்: (1) ஐந்து குடும்பத்தினர்; (2) தொன்னூற்றாறு குடும்பத்தினர்; (3) ஏனையோர். இவர்களில் முதல் இரண்டு பிரிவினர் சட்டரீதியாக சத்திரியர்களாவர்.

இவ்வகையைச் சேர்ந்த கடைசி வழக்கு குறித்த தகவல்கள் ஐ.எல்.ஆர்.(1927) 52 மெட். 1.[20]ல் காணக்கிடைக்கின்றன. மதுரையைச் சேர்ந்த யாதவர்கள் சத்திரியர்களா என்பதே சர்ச்சைக்குள்ளான பிரச்சினை. யாதவர்கள் தாங்கள் சத்திரியர்கள்தான் என்று உரிமை

கொண்டாடினர். ஆனால் சென்னை நீதிமன்றம் இந்த வாதத்தை ஏற்க மறுத்து, யாதவர்கள் சூத்திரர்களே என்று தீர்ப்பளித்தது.

யார் சத்திரியர், யார் சூத்திரர் என்பதைத் தீர்மானிப்பதில் இவ்வாறு நீதிமன்றங்கள் மாறுபட்ட தீர்ப்புகளை வழங்கின. இத்தீர்ப்புகள் பலதிறப்பட்ட, பலவகைப்பட்ட கதம்பமாக அமைந்தன. இவற்றில் தெளிவு குறைவு, குழப்பம் அதிகம். ஒரு தீர்ப்பின்படி பீகார், மேல் மாகாணங்கள் (தற்போது உத்திரப்பிரதேசம்), காசி ஆகிய பகுதிகளைச் சேர்ந்த காயஸ்தர்கள் சத்திரியர்கள், அதேசமயம் வங்காளக்காயஸ்தர்கள் சூத்திரர்கள்!! சென்னை நீதிமன்றத்தின் தீர்ப்பின் பிரகாரம் எல்லா மராட்டியர்களும் சூத்திரர்கள். ஆனால் பம்பாய் நீதிமன்றத்தின் தீர்ப்பின்படி ஐந்து குடும்பங்களையும் 96 குடும்பங்களையும் சேர்ந்த மராட்டியர்கள் சத்திரியர்கள், மற்ற மராட்டியர்கள் சூத்திரர்கள்!! கிருஷ்ணர் சார்ந்த யாதவ சமூகம் சத்திரியர்கள் என்றே பொதுவாகக் கருதப்படுகிறது. ஆனால் சென்னை நீதிமன்றமோ யாதவர்கள் சூத்திரர்கள் எனத் தீர்ப்பு அளித்துள்ளது!![21]

மேலே குறிப்பிடப்பட்ட தீர்ப்புகளில் நீதிமன்றங்கள் தாம் மேற்கொண்ட முடிவுகளுக்குக் கைக்கொண்ட பிரமாணங்கள் மிக முக்கியமானவை. நீதிமன்றங்கள் கடைப்பிடித்த பிரமாணங்களில் பின்வருபவை குறிப்பிடத்தக்கவை:

1. ஐ.எல்.ஆர்.10 கல்.688ல் பின்கண்ட பிரமாணங்கள் கைக்கொள்ளப்பட்டன: (i) தாஸ் என்னும் பட்டப் பெயரைப் பயன்படுத்தல், (ii) பூணூல் அணிதல், (iii) ஓமம் செய்யும் தகுதி. (iv) தீட்டு நீடிக்கும் காலம், (v) முறைகேடாகப் பிறந்த புதல்வர்களுக்கு வாரிசு உரிமை பெறுவதற்குள்ள தகுதி அல்லது தகுதியின்மை.

2. ஐ.எல்.ஆர்.6 பாட்னா 606ல் பொதுவான புகழ் அளவு கோலாக எடுத்துக்கொள்ளப்பட்டிருப்பதாகத் தோன்றுகிறது. நற்பெயருடன் ஒரு சமூகம் சத்திரியராக இருக்குமாயின் அந்த சமூகம் சத்திரிய சமூகமாகக் கருதப்பட வேண்டும்.

3. 48 மெட்ராஸ் 1ல், பலதரப்பட்ட அளவு கோல்கள் கைக்கொள்ளப்பட்டுள்ளன. இவற்றில் ஒன்று சமூகத்தின் பிரக்ஞை. இரண்டாவது, பூணூல் அணியும் சடங்களிலிருந்து வேறுபட்ட முறையில் உபநயன சடங்கை மேற்கொள்ளுதல். தாங்கள் சத்திரியர்கள் அல்லது வைசியர்கள் என்பதை

தக்க ஆதாரத்துடன் நிலைநாட்டினாலொழிய, எல்லாப் பிராமணரல்லாதோரும் சூத்திரர்களே என்பது மூன்றாவது பிரமாணமாகும்.

4. ஐ.எல்.ஆர். பம். 497ல் *(i)* சமூகத்தின் பிரக்ஞை, *(ii)* அதன் பழக்க வழக்கங்கள், *(iii)* அந்தப் பிரக்ஞையை ஏனைய சமூகங்கள் ஏற்றுக் கொள்ளுதல் எனும் பிரமாணங்கள் கைக்கொள்ளப்பட்டுள்ளன.

இந்த விஷயம் குறித்து எதுவும் தெரியாதவர்கள் பல்வேறு நீதிமன்றங்கள் கைக்கொண்டிருக்கும் அளவுகோல்கள் அதாவது பிரமாணங்கள் சரியானவையே என்று கூறக்கூடும். இது சரியன்று. ஏனென்றால், தீட்டு நீடிக்கும் காலம் போன்ற ஓர் அளவுகோல் பிரச்சினைக்குத் தீர்வு காணுவதில் எவ்வகையிலும் சம்பந்தமற்றது. ஓமம் செய்யும் தகுதி போன்ற ஒரு பிரமாணம் இப்பிரச்சினைக்கு சம்பந்தமுடையது என்றபோதிலும் அதனை ஆதாரமாகக் கொள்ள முடியாது, ஏனென்றால் காரியத்தை காரணமாக அது தவறாக எடுத்துக் கொண்டுள்ளது. அடுத்து, பிரக்ஞை அளவுகோலையும் சரியானதெனக் கூறுவதற்கில்லை. ஏனெனில், ஒரு சமூகம் தனது சக்திக்கு அப்பாற்பட்ட காரணங்களால் அவசியமான சமயவினை முறைகளைக் கைக்கொள்ளும் நடைமுறையைப் பின்பற்றத் தவறியதன் விளைவாக அது தனது பிரக்ஞையை இழந்திருக்கக் கூடும். உபநயன அளவுகோல் வேறுபட்டதொரு அடித்தளத்தின் மீது அமைந்துள்ளது. நீதிமன்றங்கள் அதனை சரியானபடி முன்வைக்கவில்லை. தக்கவாறு புரிந்துகொண்டு, சரியானபடி முன்வைத்தால் இந்த உபநயன அளவுகோல் நல்லாதாரமுடையதாக இருக்கும் என்பதில் ஐயமில்லை. ஆனால் உபநயன விஷயத்தில் சமூகத்தின் சட்டப் படியான நிலையையும் மெய்நடப்பிலுள்ள நிலையையும் நீதிமன்றங்கள் வேறுபடுத்திப் பார்க்கத் தவறிவிட்டன; சட்டப்படி எது உண்மையோ மெய்நடப்பிலும் அது உண்மையாக இருக்கும் என்ற அனுமானத்தின் அடிப்படையிலேயே அவை செயல்பட்டுள்ளன. உபநயனம் என்னும் அளவுகோலைப் பயன்படுத்துவதில் ஏற்படும் இந்தத் தவறுதான் பல அபத்தங்களையும் முரண்பாடுகளையும் தோற்றுவிக்கிறது. ஒரு சமூகத்துக்கு ஒரு பிரதேசத்தில் ஒரு குறிப்பிட்ட அந்தஸ்தை வழங்குவது, அதே சமூகத்திற்கு இன்னொரு பிரதேசத்தில் முற்றிலும் வேறுபட்டதொரு அந்தஸ்தை அளிப்பது, ஒருவர் ஒரு குறிப்பிட்ட காலத்துக்குத்தான் அந்த அந்தஸ்தைப்

பெறமுடியும் என்பது, நடைமுறையில் பூணூல் அணிந்து வருவதை ஆதாரமாகக் கொண்டு ஒரு சமூகம் சட்டரீதியாக அதனை அணிய முடியாது என்று கூறிவிட்டது போன்றவற்றை இவ்வகையில் முக்கியமாகக் குறிப்பிட வேண்டும். ஒருவர் சூத்திரரா அல்லது சத்திரியரா என்பதை நிர்ணயிப்பதற்கான ஒரே உண்மையான, சரியான உரைகல் உபநயனம் செய்து கொள்வதற்கு அவருக்கு உரிமை இருக்கிறதா என்பதே ஆகும் என்று நிச்சயமாகக் கூறலாம்; அதாவது இரத்தினச் சுருக்கமாகக் கூறினால், இது விஷயத்தில் உண்மையான அளவுகோல் பூணூல் அணிவதல்ல, மாறாக பூணூல் அணிவதற்கு ஒருவருக்குள்ள உரிமையே எனலாம்.

V

இரண்டாவது ஆட்சேபமும் முற்றிலும் ஏற்கத்தக்கதன்று. இந்த ஆட்சேபத்தை முன்வைப்பவர்கள் வலியுறுத்துவது போன்று, உபநயனம் விஷயத்தில் ஆரிய சமுதாயம் ஆரம்பத்திலிருந்தே பல்வேறு வகுப்பினரை பல்வேறு விதமாக நடத்திவந்திருக்கிறது என்ற அனுமானம் மிகவும் இயற்கைக்கு மாறான ஊகமாகவே என்மனத்திற்குத் தோன்றுகிறது. பூர்வீக சமுதாயம் வேறுபாட்டுடன் தொடங்கவில்லை. அது ஒற்றுமையில் தொடங்கி வேற்றுமையில் முடிவடைகிறது. உபநயனம் விஷயத்தில் பண்டைய ஆரிய சமுதாயம் தனது சகல வகுப்பினரையும் ஒரே மாதிரியாகப் பாவித்து நடத்திவந்தது என்று அனுமானிப்பதே இயல்பானதாக இருக்க முடியும். எனினும் ஒற்றுமைக்கு ஆதரவான இத்தகைய ஆரம்பிக் காலப்போக்கு ஒரே சீராக இருந்தது என்று ஏற்க அவசியமில்லை, பண்டைய ஆரிய சமுதாயத்தில் உபநயனத்திலிருந்து சூத்திரர்களும் பெண்களும் விலக்கப்பட்டிருக்கலாம் என்று வாதிக்கக் கூடும். தருக்க நியாயம் என் பக்கமே இருந்தபோதிலும், அதிர்ஷ்ட வசமாக அந்த தருக்க நியாயத்தைச் சார்ந்திருக்க வேண்டிய அவசியம்

எனக்கு ஏதும் இல்லை. ஏனென்றால் ஒரு சமயம் சூத்திரர்களும் பெண்களும் பூணூல் அணியும் உரிமையைப் பெற்றிருந்தனர் என்பதை நிலைநாட்டுவதற்கு நேரடிச்சான்றும் சூழ்நிலைச் சான்றும் ஏராளமாக இருக்கின்றன.

உபநயனம் எல்லோருக்கும் இன்றியமையாதது என்று பண்டைய ஆரிய சமுதாயம் கருதிவந்தது என்பதைப் பின்கண்ட விவரங்களிலிருந்து தெரிந்து கொள்ளலாம்:

செவிடர், ஊமை, மூடர் இன்னும் சொல்லப்போனால் முற்றிலும் ஆண்மையற்றவர்களுக்குக்கூட உபநயனம் அனுமதிக்கப்பட்டது. செவிடர், ஊமை, மூடர் போன்றோருக்கு உபநயனம் செய்வதற்கு ஒரு தனி நடைமுறை கைக்கொள்ளப்பட்டது. இவர்களுக்கு உபநயனம் செய்யும் சடங்கு முக்கியமாக பின்கண்ட வகையில் மாறுபட்டது இவர்களுக்கு சமிதை வழங்குவது, கல் மிதிப்பது, ஆடை அணிவிப்பது, மேகலைக்கட்டுவது, மான்தோல், கைத்தண்டம் ஆகியவற்றை அளிப்பது போன்ற சடங்குகள் மௌனமாகவே நடத்தப்படுகின்றன; பையன் தன்னுடைய பெயரைக் கூறுவதில்லை; ஆச்சாரியரே படையல் செய்வது போன்ற காரியங்களைச் செய்கிறார்; அவரே எல்லா மந்திரங்களையும் தாழ்ந்த குரலில் முணுமுணுக்கிறார். ஆண்மை இழந்தவர்கள், கண் பார்வையற்றவர்கள், சித்த சுவாதீனமற்றவர்கள், காக்காய் வலிப்பு, வெண் குஷ்டம், தொழுநோய் போன்ற நோய்களால் பீடிக்கப்பட்டவர்கள் போன்றோர்களுக்கும் இதே நடைமுறையே கடைப்பிடிக்கப்படுகிறது.

உயர்குலத் தந்தைக்கும் இழிகுலத் தாய்க்கும் பிறந்த ஆறு அநுலோம சாதியினரும் உபநயனத்துக்குத் தகுதி உடையவர்களாவர்; சத்திரியர்கள், வைசியர்கள், மற்றும் ரதகாரர், அம்பஸ்தர் போன்ற கலப்பு சாதியினரது உபநயன சடங்குகளின் விதிமுறைகளிலிருந்து[21] இது தெளிவாகத் தெரிகிறது.

பதிதசாவித்ரிகர்களுக்கும் உபநயனம் அனுமதிக்கப்பட்டது. உபநயனம் செய்வதற்குரிய வயது பிராமண சிறுவனுக்கு 8ம், சத்திரியச் சிறுவனுக்கு 11ம், வைசிய சிறுவனுக்கும் 12ம் ஆகும். இந்த விதி ஓரளவு தளர்த்தப்படுவதும் உண்டு. ஆனால் எந்தச் சந்தர்ப்பத்திலும் இந்த வயது வரம்பு பிராமணர்கள், சத்திரியர்கள், வைசியர்கள் விஷயத்தில் முறையே 16, 22, 24 ஐத் தாண்டக்கூடாது. உபநயனம் செய்யாமல் இந்த வயதைக் கடந்துவிடுபவர்கள் சாவித்திரி மந்திரத்தை (புனிதமான காயத்ரி மந்திரத்தை) கற்க அருகதையற்றவர்களாகிவிடுவர். இத்தகையோர் பின்னர் பதிதசாவித்ரிகர் அல்லது சாவித்ரி பதிதர்கள் என அழைக்கப்படுகின்றனர். விதிமுறைகளின்படி இதன்பின்னர் இவர்களுக்கு உபநயனம் செய்யக்கூடாது; அவர்களுக்கு வேதங்கள் கற்பிக்கப்படக்கூடாது; அவர்களுக்கு எவரும் யாகங்களை நடத்தித் தரக்கூடாது; அவர்களுடன் எத்தகைய சமூக உறவும் வைத்துக்கொள்ளக்கூடாது. (அவர் களுடன் திருமணம் ஏதும் செய்து

கொள்ளக்கூடாது.) எனினும் சில பிராயச்சித்தங்கள் செய்தால் இவர்கள் விஷயத்தில்கூட இந்த விதிகள்[22] தளர்த்தப்படுவது உண்டு.

பிரமக்ஞானர்கள் விஷயத்தில் உபநயனம் அனுமதிக்கப்பட்டது. ஒருவனது தந்தையோ, பாட்டனோ உபநயனம் செய்யத் தவறியிருக்கும்போது அவன் பிரமக்ஞானன் என அழைக்கப்பட்டான். ஆதிவிதிமுறையின்படி[23] ஒருவனது தந்தையும் பாட்டனும் உபநயனம் செய்து கொள்ளவில்லை என்றால் அந்த மூன்று தலைமுறையினரும் பிரமத்தைப் பழித்தவர்கள் ஆகிறார்கள். அவர்களுடன் எவரும் எத்தகைய தொடர்பும் வைத்துக் கொள்ளக்கூடாது. அவர்களிடமிருந்து உணவு பெறக்கூடாது, அவர்களுடன் மணஉறவு வைத்துக்கொள்ளக்கூடாது. ஆயினும் இவர்கள் விஷயத்தில்கூட விதி தளர்த்தப்பட்டது; சில குறிப்பிட்ட பிராயச் சித்தங்கள் செய்து, அவர்கள் விரும்பினால் உபநயனம் செய்துகொள்ள அனுமதிக்கப்பட்டனர்.

கொள்ளுப்பாட்டன் தொடங்கி உபநயனம் செய்து கொள்ளாதவர்கள் விஷயத்தில் இந்த விதி மேலும் தளர்த்தப்படுகிறது[24]. இவர்களும்கூட உபநயனம் செய்துகொள்ள அனுமதிக்கப்படுகின்றனர். ஆனால் இவர்கள் சில பிராயச்சித்தங்கள் செய்வது அவசியம். பன்னிரண்டு ஆண்டுக் காலத்துக்கு மாணவர்களாக இருப்பதும், பவமணியுடனும் இதர சுலோகங்களுடனும் நீராடுவதும் இவற்றிலடங்கும். இவ்வாறு உபநயனம் நடந்ததும், அவனுக்கு வேதம் கற்றுக் கொடுக்கப்படுவதில்லை; ஆனால் அவனது மகன் பதிதசாவித்ரிகன் விஷயத்தில் நடைபெறுவதுபோல், வேதம் கற்றுக்கொள்ள உரிமை உண்டு; அப்போது அவன் வேறு எந்த ஆரியனையும் போல் கருதப்படுவான்.

விரத்யர்களுக்கு உபநயனம் அனுமதிக்கப்பட்டது. இந்த விரத்யர்கள் என்பவர்கள் யார் என்பதைத் துல்லியமாகக் கூறுவது கடினம். அவர்கள் மூன்று தலைமுறைகளுக்கும் மேலாக உபநயனம் செய்துகொள்ளத் தவறிய ஆரியர்களா, அல்லது ஆரிய அரவணைப்புக்குள் ஒருபோதும் இல்லாது இருந்து, பிராமணர்கள் அவர்களைத் தங்களது சமயத்துக்கு ஈர்க்க விரும்பிய ஆரியரல்லாதவர்களா என்பதைத் திட்டவட்டமாகக் கூறமுடியவில்லை. இரண்டுவிதமாகவும் இருப்பது சாத்தியமே. இது எப்படியிருந்தபோதிலும், விரத்யஸ் தோமாக்கள் செய்தால் விரத்யர்கள் உபநயனம் செய்து கொள்ளும் உரிமை பெற்றிருந்தனர் என்பதில் ஐயமில்லை. விரத்யர்கள் என்பவர்கள் விரத்ய வாழ்க்கை

வாழ்ந்து வந்தவர்கள்; தாழ்ந்தவர்கள்; மாணவர் வாழ்க்கையே (பிரமசரியத்தை) கடைப்பிடிக்கத் தவறியதால் மேலும் கீழான நிலைக்குத் தள்ளப்பட்டவர்கள். அவர்கள் நிலத்தை உழுது பண்படுத்திப் பயிரிடுவதில்லை. வாணிகம் போன்றவற்றிலும் ஈடுபடுவதில்லை. நான்கு விதமான விரத்யஸ்தோமாக்கள் கைக்கொள்ளப்பட்டன: முதலாவது எல்லா விரத்யர்களுக்கும் உரியது; இரண்டாவது பெரும் பாவங்கள் செய் யும் கொடியவர் களான அபிசஷ்டர்களுக்கானது; இவர்கள் விரத்ய வாழ்க்கை வாழ் பவர்கள்; மூன்றாவது இளம் வயதினராக இருந்து விரத்ய வாழ்க்கை நடத்துபவர்களுக்குரியது; நான்காவது வயது முதிர்ந்தவர்களாக இருப்பினும் விரத்ய வாழ்க்கை ஒவ்வொன்றிலும் எப்போதும் சொதசஸ்தோமா[25] செய்யவேண்டும். சொதசஸ்தோமா மூலம்தான் இந்த உன்னத நிலையை அடையமுடியும். இவர்களது பழிபாவங்களை அகற்றும் சக்தி சொதசஸ்தோமாவுக்கு இருப்பதாகக் கருதப்படுகிறது. விரத்யஸ்தோமா யாகம் செய்தால் தாழ்ந்த விரத்யர்கள் நிலை அவர்களை விட்டொழிகிறது; வைதிக ஆரியர்களுடன் சமூக உறவு வைத்துக்கொள்ளத் தகுதியுடையவர்களாகிவிடுகின்றனர். அவர்கள் உபநயன சடங்கு செய்து கொள்ளலாம்; பின்னர் அவர்கள் வேதத்தைக் கற்றுக் கொள்ளத் தகுதியுடையவர்களாகிவிடுகின்றனர்.

விரத்யத-சுத்தி சம்கிரகத்தில்[26] பன்னிரண்டு தலைமுறைகளுக்குப் பிறகும்கூட விரத்யர்களைத் தூய்மைப்படுத்துவதற்கு வகை செய்யப்பட்டுள்ளது; ஆனால் இதற்கு உரிய பிராயச்சித்தங்களைச் செய்வது அவசியம்.

அசுவத்த மரத்துக்கு உபநயனம் அனுமதிக்கப்பட்டதாக போதாயனம் (*ii.100*) கூறுகிறது.

மேலேகண்ட விவரங்களை எல்லாம் கொண்டு பார்க்கும் பொழுது, ஆரிய சமுதாயம் ஆரம்பத்திலிருந்தே பெண்களையும் சூத்திரர்களையும் உபநயன சடங்கு செய்து கொள்வதிலிருந்து விலக்கி வைத்திருந்தது என்பதை நம்புவது கடினமாக இருக்கிறது. கலாசாரத்திலும் சமயத்துறையிலும் இந்தோ-ஆரியர்களுடன் மிக நெருக்கமாக இந்தோ-ஈரானியர்களிடையே நிலவிவந்த ஒரு வழக்கத்தை இந்தச் சந்தர்ப்பத்தில் குறிப்பிடுவது பொருத்தமாக இருக்கும். இந்தோ-ஈரானியர்களிடையே ஆண்களும் பெண்களும் மட்டுமன்றி, ஏனைய வகுப்புகளைச் சேர்ந்த ஆண்களும் பெண்களும்கூட பூணூல் அணியும் உரிமை பெற்றிருந்தனர்.

இப்படியிருக்கும்போது இந்தோ-ஆரியர்கள் விஷயத்தில் மட்டும் இது வேறுவிதமாக இருந்திருக்கும் என்பதை நிரூபிப்பது என் கருத்தை மறுப்பவர்களின் பொறுப்பாகும்.

எனினும் சூழ்நிலைச் சான்றைச் சார்ந்திருக்க வேண்டிய அவசியம் இங்கில்லை. ஒருகாலத்தில் பெண்களும் சூத்திரர்களும் உபநயனம் செய்து கொள்ளும் உரிமை பெற்றிருந்தனர் என்பதற்கும், அச்சடங்கை அவர்கள் மேற்கொண்டனர் என்பதற்கும் போதிய நேரடிச் சான்றுகள் உள்ளன.

பெண்கள் உபநயனம் செய்துகொண்டனர் என்பதை நிலை நாட்டும் பல விவரங்கள்[27] இந்து சமய நூல்களில் ஆங்காங்கு காணக்கிடக்கின்றன என்பது தெள்ளத் தெளிவு. இந்நூல்களை ஆராயும் எவரும் அக்காலத்தில் உபநயனமும் செய்துகொள்ளப் பெண்கள் அனுமதிக்கப்பட்டனர் என்ற உண்மையைத் தெள்ளத்தெளிவாகக் காண்பர். அந்நாளில் பெண்கள் வேதங்களைக் கற்றுக்கொண்டது மட்டுமன்றி, வேதங்களைப் போதிக்கும் பள்ளிகளையும் அவர்கள் நடத்தி வந்துள்ளனர். அதுமட்டுமன்றி, பூர்வ மீமாம்சை குறித்து விளக்கவுரைகள் எழுதியிருப்பதும் தெரியவருகிறது.

இதேபோன்று சூத்திரர்களும் பூணூல் அணியும் உரிமை பெற்றிருந்தனர் என்பதற்கு ஆணித்தரமான சான்று உள்ளது. உதாரணமாக சுதாசனை எடுத்துக் கொள்வோம். அவன் ஒரு மன்னன்; சூத்திரன். அவனது முடிசூட்டு வைபவத்தை வசிட்டர்தான் நடத்தினார்; அவனது ராஜசூய யாகத்தையும் அவரே முன்னின்று நடத்தினார். இதிலிருந்து சூத்திரர்கள் பூணூல் அணியும் வழக்கத்தை ஒரு சமயம் மேற்கொண்டிருந்தனர் என்பது வெள்ளிடைமலை. சந்தர்ப்ப சான்றுகளையும், மேலே குறிப்பிடப்பட்ட ஆசிரியர்களின் சான்றுகளையும் தவிர, மாக்ஸ்முல்லர்[28] மேற்கோள் காட்டியுள்ள சங்கர கணபதியிலும் ஓர் அசைக்கமுடியாத சான்று இடம்பெற்றுள்ளது; உபநயனம் செய்து கொள்வதற்குச் சூத்திரர்களுக்கு முழு உரிமை உண்டு என்று அதில் தெள்ளத்தெளிவாகக் கூறப்பட்டிருக்கிறது.

இவ்வகையில் பெண்களுக்கும் சூத்திரர்களுக்கும் இடையே ஒரே ஒரு வேறுபாடுதான் உள்ளது. பெண்களைப் பொறுத்தவரையில் அவர்கள் விஷயத்தில் உபநயனம் ஏன் நிறுத்தப்பட்டது என்பதற்கு ஓரளவு நம்பத்தகுந்த விளக்கம் அளிக்கப்படுகிறது. அதாவது உபநயன வயதும் திருமண வயதும் வேறுபட்டதாக இருந்தவரை

பெண்களின் உபநயனச் சடங்கு தொடர்ந்து நடைபெற்று வந்தது என்று வாதிக்கப்படுகிறது. பண்டைக் காலத்தில் உபநயன வயது 8 ஆகவும் திருமண வயது இதற்குப் பெருமளவுக்குப் பிந்தியதாகவும் இருந்ததாகக் கூறப்படுகிறது. ஆனால் பிற்காலத்தில் திருமண வயது 8 ஆக குறைக்கப்பட்டது. இதன் விளைவாக உபநயனம் ஒரு தனிச்சடங்கு என்ற அந்தஸ்தை இழந்து திருமணச் சடங்குடன் இணைந்துவிட்டது. இந்த விளக்கம் சரியானதா, தவறானதா என்பது வேறுவிஷயம். சூத்திரர்கள் விஷயத்தில் உபநயனம் ஒருகாலத்தில் அனுமதிக்கப்பட்டது என்பதும், இந்த மாற்றத்துக்கு எத்தகைய விளக்கமும் அளிக்கப்படவில்லை என்பதும்தான் இங்கு கவனத்திற்கொள்ள வேண்டிய விஷயமாகும்.

நான் மேலே தந்த சான்றுகளுக்குப் பிறகும் தங்களது ஆட்சேபத்தைத் தொடர்ந்து வலியுறுத்துபவர்கள தங்களது தரப்பு பலவீனமாக உள்ளது என்பதைப் புரிந்துகொள்ளவேண்டும். உபநயன உரிமையைச் சூத்திரர்கள் என்றுமே பெற்றிருக்கவில்லை என்று இவர்கள் வாதிப்பார்களேயானால் உபநயன உரிமை அவர்களுக்கு ஏன் வழங்கப்படவில்லை என்ற கேள்விக்கு அவர்கள் பதில் அளித்தாக வேண்டும். சூத்திரர்களுக்கு உபநயன உரிமை இல்லை என்று மட்டுமே வைதிகக் கோட்பாடு கூறுகிறது. சூத்திரன் ஏன் உபநயனம் செய்யக்கூடாது என்பதற்கான காரணத்தை அது கூறவில்லை. சூத்திரன் ஆரியரல்லாதவன் என்பதற்காகத்தான் அவன் உபநயனம் செய்து கொள்ளமுடியாது என்று வாதிக்கப்படுகிறது. இது தற்காலவாதம். இது சற்றும் ஆதாரமற்றது. சூத்திரர்களுக்கு உபநயனம் ஆரம்பத்தில் இருந்திருக்க வேண்டும், பிறகு அது நிறுத்தப்பட்டிருக்க வேண்டும் அல்லது ஆரம்பம் முதலே அது அவர்களுக்கு மறுக்கப்பட்டு வந்திருக்க வேண்டும். இரண்டில் ஏதேனும் ஒன்று உண்மை என்று ஏற்கப்படுமானால் அதற்குக் காரணம் கூறப்பட வேண்டும். காரணம் ஏதும் இல்லை என்றால் எதற்காக சூத்திரர்களுக்கு உபநயனம் செய்யும் உரிமை இருந்துவந்தது, பின்னால் அது பறிக்கப்பட்டுவிட்டது என்று கூறினேன், அதற்கான காரணங்களையும் தெரிவித்தேன்.

VI

மூன்றாவது ஆட்சேபமே அல்ல. உபநயனம் சம்பந்தப்பட்ட எல்லா நிகழ்ச்சிகளையும் முழு அளவுக்கு அறியாதவர்கள்தான் இத்தகைய ஆட்சேபத்தை உடும்புப் பிடியாக வலியுறுத்த முடியும்.

ஆரிய சமுதாயம் சில சடங்குகளை சமஸ்காரங்களாகக் கருதி வந்தது. இத்தகைய சமஸ்காரங்கள் நாற்பது என்று கௌதம தர்ம சூத்திரம் (VII.14-24) கூறுகிறது. அவை வருமாறு:

> கர்ப்பதான பும்சவனம், சீமந்தோனயனம், ஜதகர்மம், நாம கரணம், அன்னபிரசனம், சௌலம், உபநயனம், நான்கு வேத விரதங்கள், ஸ்னானம் (அல்லது சமாவர்த்தனம்), விவாஹம், ஐந்து அன்றாட மகாயக்ஞங்கள் (தேவ, பிதிர், மனுஷ்ய, பூத, பிரம); ஏழு பாகயக்ஞங்கள் (அவை: அஷ்டகம், பரவண ஸ்தாலிபாகம், சிரார்த்தம், ஸ்ராவணி, ஆக்கிரஹாயணி, சைத்ரி, அஸ்வயூஜீ); ஏழு ஹவிர்யக்ஞங்கள் (அவை: அக்னியா தேயம், அக்னிஹோத்ரம், தர்ஸபூர்ணமாசம், ஆக்ரயானம், சாதுர்மாசியம், நிரூடபசுபந்தம், சௌத்ராமணி); ஏழு சோம் சமஸ்தங்கள் (அவை: அக்னிஸ்தோமம், அத்யக்னிஷ்தோமம், உத்தியம், ஷோட்சி, அதிராத்ரம், அப்தோர்யாமம், வாஜபேயம்).

பிந்தைய காலகட்டத்தில் குறுகிய அர்த்தத்தில் சமஸ்காரங்களுக்கும் பரந்த அர்த்தத்தில் சமஸ்காரங்களுக்கும் இடையே வேறுபாடு தோன்றியதாகத் தெரிகிறது. பரந்த அர்த்தத்தில் சமஸ்காரங்கள் என்பவை உண்மையில் யாகங்களாகும், அவை சமஸ்காரங்களில் சேர்க்கப்படாததால் அவை பதினாறாகக் குறைந்தன.

சமஸ்காரங்கள் புதுமையானவை ஒன்றுமல்ல. ஒவ்வொரு சமுதாயம் அவற்றை அங்கீகரிக்கின்றன. எடுத்துக்காட்டாக ஞான ஸ்னானம், தீக்கை, திருமணம், அபிசேகம், ஏசுநாதரின் இறுதிவிருந்து முதலியவற்றைக் கிறித்தவர்கள் புனிதச் சடங்குகளாகக் கருதுகின்றனர். எனினும் சமஸ்காரங்களை பொறுத்தவரையில் இந்தோ-ஆரியரின் கண்ணோட்டங்களுக்கும் கிறித்தவர்களின் கண்ணோட்டங்களுக்கும் இடையே வேறுபாடு இருப்பதாகத் தோன்றுகிறது. கிறித்தவர்களின் கண்ணோட்டத்தின்படி சமஸ்காரம் அல்லது புனிதச் சடங்கு என்பது முற்றிலும் ஆன்மீகம் சம்பந்தப்பட்ட விஷயம்; அதாவது குறிப்பிட்ட சடங்குகளைச் செய்வதன் மூலம் ஆண்டவனின் கருணையைப் பெறுவது சம்பந்தப்பட்ட விஷயம். இதற்கு சமூக முக்கியத்துவம் ஏதும் கிடையாது. இந்தோ-ஆரியர்களிடையே சமஸ்காரங்கள் ஆரம்பத்தில் முற்றிலும் ஆன்மீக முக்கியத்துவத்தையே பெற்றிருந்தன. பூர்வ மீமாம்சையை இயற்றிய ஜைமினி சமஸ்காரங்களைப் பற்றிக் கூறியிருப்பதிலிருந்து

இது தெளிவாகிறது. ஜைமினியின் கருத்துப்படி சமஸ்காரங்கள் ஒருவரிடம் சிறந்த தகுதியைத் தோற்றுவிக்கின்றன. அவை இரண்டு வழிகளில் செயல்படுகின்றன. அவை கறைகளை, அழுக்குகளை, இழுக்குகளை அகற்றி புனிதமான தூய பண்புகளை வளர்க்கின்றன. இத்தகைய சமஸ்காரங்கள் இல்லாமல் ஒருவன் தனது வேள்விக்குரிய பலனை ஈட்டமுடியாது; ஏனென்றால் அந்த வேள்வியைச் செய்வதற்கு அவன் தகுதியற்றவனாக இருக்கிறான். உபநயனம் என்பது இத்தகைய சமஸ்காரங்களில் ஒன்று; இதர சமஸ்காரங்களைப் போன்றே இதுவும் அறவே ஆன்மீகம் சம்பந்தப்பட்டதாவே இருந்து வந்தது. அதன் முக்கியத்துவத்தில் ஒரு மாற்றம் ஏற்பட்டது. ஆன்மீக முக்கியத்துவத்துடன் கூட இதன்முன்னர் பெற்றிராத சமூக முக்கியத்துவத்தையும் அது பெற்றது.

ஆரியர்களோ, ஆரியர்களல்லாதவர்களோ எல்லோருக்கும் உபநயனம் அனுமதிக்கப்பட்டு வந்த காலத்தில் அது சமூக முக்கியத்துவம் வாய்ந்த விஷயமாக இருக்கவில்லை. அது அனைவருக்கும் பொதுவான உரிமையாக இருந்தது. ஒரு சிலருக்கு மட்டுமே உரிய தனிச் சலுகையாக அது இருக்கவில்லை. ஆனால் உபநயனம் செய்யும் உரிமை சூத்திரர்களுக்கு எப்போது மறுக்கப்பட்டதோ அப்போது முதல் அந்த உரிமையைப் பெற்றிருப்பது நன்மதிப்புக்கு அடையாளமாகவும், அந்த உரிமை மறுக்கப்படுவது அடிமைத் தனத்தின் சின்னமாகவும் ஆயிற்று. சூத்திரர்களுக்கு உபநயன உரிமை மறுக்கப்பட்டதானது இந்தோ-ஆரிய சமுதாயத்தில் ஒரு புதிய அம்சத்தைப் புகுத்திற்று. மேல் சாதியினரைத் தங்களுக்கு மேம்பட்டவர்களாகக் கருதவேண்டும் என்று அது சூத்திரர்களை நிர்ப்பந்தித்தது; அதே சமயம் மேல்சாதியினர் சூத்திரர்களைத் தங்களுக்குக் கீழ்ப்பட்டவர்களாக நடத்துவதற்கும் அது வகை செய்தது. சூத்திரர்களை இழிந்த நிலைக்குத் தள்ளுவதற்கு அவர்களுக்கிருந்த உபநயன உரிமை பறிக்கப்பட்டதும் ஒரு காரணமாக இருந்தது என்பதை இதிலிருந்து தெரிந்து கொள்ளலாம்.

உபநயனம் சம்பந்தமாக வேறு சில தகவல்களைத் தருவதும் இங்கு உசிதமாகும். இது குறித்து பூர்வ மீமாம்சையில்[29] சில விதிகள் வகுத்துத் தரப்பட்டிருக்கின்றன. ஒருவர் வேள்வி செய்வதைச் சாத்தியமாக்குவதற்கே பிரதானமாக எல்லாச் சொத்துக்களும் படைக்கப்பட்டுள்ளன என்று இந்த விதிகளில் ஒன்று கூறுகிறது.[30]

வேள்வி செய்வதற்குரிய ஆற்றலைப் பொறுத்தே சொத்துரிமை அமைந்துள்ளது. வேறு விதமாகச் சொன்னால், வேள்வி நடத்துவதற்கு ஆற்றல் இல்லாதவர்களுக்குச் சொத்துரிமை கிடையாது. வேள்வி நடத்தும் ஆற்றல் உபநயனத்தைச் சார்ந்துள்ளது; அதாவது உபநயனம் செய்து கொள்வதற்குத் தகுதியுள்ளவர்களுக்குத்தான் சொத்துரிமை உண்டு என்று இதற்குப் பொருளாகும்.

ஒரு வேள்வி வேதமந்திரங்களுடன் நடத்தப்படவேண்டும் என்று பூர்வ மீமாம்சையின் இரண்டாவது விதி பகர்கிறது. வேள்வி நடத்துபவர் வேதங்களைக் கற்றறிந்தவராக இருக்கவேண்டும் என்பதையே இது குறிக்கிறது. வேதங்களைக் கற்காத ஒருவருக்கு வேள்விகள் நடத்துவதற்கான தகுதி இல்லை. உபநயனச் சடங்கு செய்து கொண்டவர்களுக்குத்தான் வேதங்கள் கற்கும் உரிமை உண்டு. வேறு விதமாகச் சொன்னால், கல்வி அறிவு பெறுவதற்கான தகுதி வேதங்களைக் கற்பது என்பது இதனைத்தான் குறிக்கிறது நயனத்தைப் பொறுத்தே உள்ளது. உபநயனம் இல்லை என்றால் கல்வி அறிவு பெறுவதற்கு இட்டுச் செல்லும் பாதை மூடப்பட்டு விடும். உபநயனம் என்பது ஏதோ பொருளற்ற ஒரு சடங்கு அல்ல என்பது இதிலிருந்து தெரிந்து கொள்ளலாம். சொத்துரிமையும் கல்வி அறிவு பெறும் உரிமையும் உபநயனம் சம்பந்தப்பட்ட இரண்டு மிக முக்கியமான நிகழ்வுப் போக்குகளாகும்.

உபநயனம் செய்து கொள்ளும் உரிமை நிகழ்வு சூத்திரர்களை எவ்வாறு தாழ்ந்த நிலைக்குத் தள்ளமுடியும் என்பதை உணர்ந்துகொள்ள முடியாதவர்கள் மேலே நாம் குறிப்பிட்ட பூர்வ மீமாம்சை விதிகளைக் கருத்தில் கொண்டால் இந்த விஷயத்தைப் புரிந்துகொள்வதில் சிரமம் ஏதும் இருக்காது. உபநயனத்துக்கும் கல்வி அறிவு பெறுவதற்கும் சொத்துரிமை பெறுவதற்குமுள்ள தொடர்பைக் கிரகித்துக்கொள்ளும்போது, உபநயன உரிமை இழப்பே சூத்திரர்களின் தாழ்வுக்கு முழுமுதல் காரணம் என்ற கோட்பாட்டை ஏற்றுக்கொள்வதற்குக் குறுக்கே நிற்கும் இடையூறுகள் யாவும் ஆதவனைக் கண்ட பனித்திவலைகளைப்போல் மறைந்துவிடும்.

உபநயனம் செய்யும் சடங்கு பண்டைய ஆரிய சமுதாயத்தில் எவ்விதம் அடிப்படை முக்கியத்துவம் வாய்ந்ததாக இருந்தது என்பதையும், தனி மனிதர்களின் அந்தஸ்தும் சொத்துரிமைகளும் எவ்வாறு அதனைச் சார்ந்திருந்தன என்பதையும் மேலே கூறியவற்றிலிருந்து தெற்றெனத் தெரிந்துகொள்ளலாம். உபநயன உரிமை இல்லை என்றால் ஒருவனது கதி அதோகதிதான்;

அவன் சமூக இழிநிலை, அறியாமை, இல்லாமை என்னும் அதலபாதாளத்தில் தள்ளப்படுவான். உபநயன உரிமை சூத்திரர்கள் மீது வஞ்சம் தீர்த்துக் கொள்வதற்குப் பிராமணர்கள் கண்டுபிடித்த மிகவும் பயங்கரமான ஆயுதமாகும். ஓர் அணுகுண்டுக்குரிய நாசசக்தி அதற்கு இருந்தது. பிராமணர்களது மொழியிலேயே கூறுவது என்றால் அது சூத்திரர்களின் சவக்குழியாக அமைந்தது எனலாம்.

VII

உபநயனம் நடத்திவைப்பதற்கு மறுக்கும் அதிகாரத்தை பிராமணர்கள் பெற்றிருந்தனர் என்பதில் ஐயமில்லை. எனினும் இத்தகைய அதிகாரம் அவர்களுக்கு வழங்கப்பட்டதாக எங்கும் குறிப்பிடப்படவில்லை என்பதைக் கொண்டுபார்க்கும்போது அநேகமாக இது விஷயத்தில் ஐயம் எழக்கூடும். இது எப்படியிருப்பினும், இந்தோ-ஆரியர்களது சமய அமைப்பு முறை செயல்படும்விதத்தைப் பற்றித் தெரிந்திராதவர்கள் மனத்தில் எழக்கூடிய இத்தகைய எப்படிப்பட்ட ஐயமும் பின்கண்ட இரண்டு விஷயங்களைக் கணக்கிலெடுத்துக் கொண்டால் மறைந்துவிடும்:
1. உபநயனத்தை நடத்தித் தருவதற்குப் பிராமணர்கள் பெற்றிருந்த பிரத்தியேக உரிமை,

2. அதிகாரபூர்வ மற்ற உபநயனங்களை நடத்தித்தரும் பிராமணர் களுக்கு விதிக்கப்படும் தண்டனை அல்லது அபராதம்.

மிகத் தொன்மையான காலத்தில் அநேகமாக தந்தைதான் தனயனுக்கு காயத்ரி மந்திரத்தைக் கற்றுத் தந்திருக்கவேண்டும். இதனுடன்தான் வேதங்களைக் கற்பது ஆரம்பமாகிறது; இதன் பொருட்டு பிற்காலத்தில் உபநயனச் சடங்கு ஏற்பாடு செய்யப்பட்டிருக்க வேண்டும். எனினும் ஒரு விஷயம் ஐயத்துக்கு அப்பாற்பட்டது; அது இதுதான்: உபநயனத்தை நடத்தி வைக்கும் பொறுப்பு மிக ஆதிகாலத்திலிருந்தே ஒரு குருவிடம் அல்லது ஆச்சாரியர் என அழைக்கப்படும் ஆசிரியரிடம் ஒப்படைக்கப்பட்டு வந்தது என்பதில் ஐயமில்லை. உபநயனம் செய்யப்படவேண்டிய சிறுவன் இந்த ஆச்சாரியரிடம் சென்று அவரது இல்லத்தில் தங்கிவந்தான் என்பதிலும் சந்தேகமில்லை.

இத்தகைய ஆச்சாரியராக யார் இருக்கவேண்டும், இதற்கு அவர் எத்தகைய தகுதிகளைப் பெற்றிருக்கவேண்டும் என்னும்

கேள்விகள் பண்டைக்காலம் முதலே விவாதத்திற்குரிய விஷயமாக இருந்து வந்திருக்கின்றன.

ஆச்சாரியர் என்பவர் வேதங்களை நன்கு கசடறக் கற்றவராக இருக்கவேண்டும். "கல்வி அறிவில்லாத ஓர் ஆசிரியரிடம் தீக்கை பெறுபவன் இருளிருந்து இருளுக்குச் செல்லுகிறான்; அதேபோன்று கல்வி அறிவற்ற ஆச்சாரியனும் இருளுக்குள் பிரவேசிக்கிறான்" என்று ஒரு பிராமணம் கூறுகிறது.

இது சம்பந்தமாக ஆபஸ்தம்ப சூத்திரம் *(1.1.1.12-13)*[31] பின் கண்ட விதிகளை வகுத்தளிக்கிறது: உபநயனம் நடத்தித் தருவதற்குத் தேர்ந்தெடுக்கப்படும் ஆச்சாரியர் நன்கு கல்வி கற்றவராக இருக்க வேண்டும்; அவரது குடும்பமும் தொன்றுதொட்டு, வழிவழியாக கல்விஅறிவு பெற்ற குடும்பமாக இருக்கவேண்டும். அவரது மனம் வீறமைதி வாய்ந்ததாக, களங்கமற்றதாக இருக்கவேண்டும்; தர்மத்தின் பாதையிலிருந்து ஆச்சாரியர் விலகிச் செல்லாதவரை மாணாக்கர் பிரமசரியத்தின் இறுதிப் பரியந்தம் அவரிடம் வேதங்களைக் கற்றுக் கொள்ள வேண்டும்.[32]

ஆனால் ஓர் ஆச்சாரியார் பிராமணனாக இருப்பது முதலாவதும் மிக முக்கியமானதுமான தகுதியாகும். ஒரு பிராமண ஆச்சாரியர் கிடைக்காத சந்தர்ப்பத்தில் மட்டும்தான் ஒரு மாணவன் சத்திரிய அல்லது வைசிய ஆசிரியரை வரித்துக் கொள்ள அனுமதிக்கப்படுவான். வேதங்களைக் கற்றுக் கொள்ளும் உரிமைக்கும் கற்பிக்கும் உரிமைக்கும் இடையே வேறுபாடு இல்லாத காலகட்டத்தில் தான் இந்த விதிவிலக்கு அனுமதிக்கப்பட்டது. ஆனால் விரைவிலேயே இந்த வேறுபாடு நடைமுறைக்கு வந்தபோது, ஆச்சாரியனாக இருந்து உபநயனத்தை நடத்தும் உரிமை பிராமணனுக்கு மட்டுமே வழங்கப்பட்டது. வசிட்டருக்கும் விசுவாமித்திரருக்கும் இடையேயான மோதல் இந்தப் பிரச்சினையின் அடிப்படையில்தான் எழுந்தது என்பது இங்கு குறிப்பிடத்தக்கது.

எனவே, பிராமணன் மட்டுமே உபநயனச் சடங்கை நடத்த முடியும் என்பது இதிலிருந்து தெளிவு. மற்றவர்கள் நடத்தும் உபநயனச் சடங்கு முறைப்படி நடத்தப்பட்ட சடங்காக இருக்க முடியாது.

இந்தோ-ஆரிய சமய அமைப்புமுறையின் மற்றொரு முக்கியமான அம்சம் முறையற்ற எத்தகைய ஒரு சமயச்சடங்கையும்

செய்யக்கூடாது என்று பிராமணனுக்கு விதிக்கப்பட்டுள்ள தடையாகும். இந்தத் தடைடையமீறும் குற்றத்தைச் செய்யும் பிராமணன் தண்டனைக்கோ அல்லது பிராயச்சித்தத்துக்கோ உள்ளாவான். பண்டைய சட்டநூல்களில் இத்தகைய பல தண்டனைகள் குறிப்பிடப்பட்டிருப்பதைக் காணலாம். இவ்வகை நூல்களில் மனுதர்மமும், பராசரமும் முக்கியமானவையாகும்.

தெய்வங்களுக்கும் மூதாதையின் ஆவிகளுக்கும் திருப்படையல் செய்யும் சடங்கை நடத்தி வைப்பதற்குத் தகுதியற்ற, அருகதையற்ற பிராமணர்கள் யார் யார் என்பதை மனு (III.156) பட்டியலிட்டுக் கூறியிருக்கிறார். அந்தப் பட்டியல் வருமாறு:[33]

> *III.156.* "நிர்ணயமான கட்டணத்துக்காக கல்வி கற்றுத் தருபவன், அத்தகைய நிபந்தனைக்கு உட்பட்டு கல்வி கற்பவன், ஒரு சூத்திரனை ஆசிரியராக் கொண்டவன், பண்பாடற்று முரட்டுத்தனமாகப் பேசுபவன், ஒழுக்கங்கெட்டவளுக்குப் பிறந்தவன், விதவையின் மகன்."

இது குறித்து பராசரம் பின்வருமாறு கூறுகிறது:[34]

> "தட்சிணை வாங்கிக் கொண்டு ஒரு சூத்திரன் சார்பில் அக்கினியில் ஆகுதி செய்யும் பிராமணன் ஒரு சூத்திரனாவான்; அதே சமயம் திருப்படையலை அளித்த சூத்திரன் பிராமணனாவான்;" மாதவ முனிவரின் கருத்துப்படி இந்தச் சடங்கின் பலன் "சூத்திரனுக்குச் செல்லுகிறது, பிராமணனை பாவம் சூழ்கிறது."

உபநயனம் செய்து கொள்வதற்கு சூத்திரர்களுக்குள்ள உரிமையைப் பறிக்க பிராமணர்களுக்கு என்ன அதிகாரம் இருக்கிறது என்று சிலர் வினவக்கூடும். இவ்வாறு வினவுபவர்கள் பின்கண்ட இரண்டு அம்சங்களின் ஒட்டுமொத்த விளைவைக் கருத்திற்கொள்ள வேண்டும்: 1. உபநயனத்தை முன்னின்று நடத்தித் தருவதற்கு பிராமணனுக்குள்ள பிரத்தியேக உரிமை. 2. அதிகாரப்பூர்வமற்ற முறைமையில் உபயநனத்தை நடத்தித் தரும்போது அவன் ஏற்க வேண்டியுள்ள தண்டனை. இவற்றை இவர்கள் மனத்தில் கொண்டால், இந்த இரண்டு அம்சங்களின் கூட்டுப்பலன் உபநயனத்தை நடத்தும் அதிகாரத்தையும் அதனை மறுக்கும் அதிகாரத்தையும் பிராமணனுக்கு அளித்துள்ளது என்பதைப் புரிந்துகொள்வர் என்பதில் ஐயமில்லை. இத்தகைய அதிகாரம் பிராமணனுக்குத் திட்டவட்டமான முறையில் வழங்கப்படவில்லை

என்பது உண்மையே. இந்த அதிகாரத்தை பிராமணன் மறைமுகமான, ஆனால் மிகவும் உறுதியான முறையில் செயல்படுத்தவரும்போது, அது குறித்து திட்டவட்டமாக கூறவேண்டிய அவசியமில்லாததே இதற்குக் காரணம். உபநயனத்தை மறுக்கும் அதிகாரம் தங்களுக்குள்ளது என்பதை பிராமணர்கள் உணர்ந்திருக்கின்றனர் என்பது ஐயத்துக்கப்பாற்பட்டதாகும். பிராமணர்கள் இந்த உபநயன அதிகாரத்தை பல்வேறு சாதியினருக்கு எதிராகப் பயன்படுத்தி அவர்களை அச்சுறுத்திய 16 சம்பவங்கள் வரலாற்றில் பதிவாகியுள்ளன. ஒன்பது சந்தர்ப்பங்களில் அவர்கள் காயஸ்தர்களுக்கு எதிராக கச்சை கட்டினர்; நான்கு சந்தர்ப்பங்களில் பாஞ்சலர்களை வம்புக்கு இழுத்தனர்; ஒரு சந்தர்ப்பத்தில் பல்சேசர் களுக்கு எதிராகக் கிளம்பினர். இவற்றை எல்லாம் விட முக்கியமானது என்னவென்றால் அவர்கள் இரண்டு மராத்திய மன்னர்களுக்குக் கூட அறைகூவல் விடுத்தனர். கி.பி. 556க்கும் 1904க்கும் இடைப் பட்ட காலத்தில் இந்த நிகழ்ச்சிகள் நடைபெற்றன. இவை பண்டைக் காலத்தில் நடைபெற்ற நிகழ்ச்சிகள் அல்ல என்பது உண்மை தான். எனினும் உபநயன உரிமையை மறுக்கும் அதிகாரத்தை பிராமணர்கள் எவ்வாறு பயன்படுத்துகின்றனர் என்பதற்கு இவை கண் கண்ட சான்றாக உள்ளன. இந்த அதிகாரத்தை பண்டைக் காலத்திலேயே அவர்கள் பெற்றிருக்கவேண்டும் என்பது தெளிவு. இந்த அதிகாரத்தை அவர்கள் முன்காலத்திலேயே பெற்றிருந்தனர் என்பது ஆதாரமற்ற வெறும் கூற்றல்ல. ஒரு மனிதனது வருணம் அவனது குணத்தால் நிர்ணயிக்கப்படுகிறதேயன்றி, அவனது பிறப்பால் நிர்ணயிக்கப்படுவதில்லை என்பதை நிலைநாட்டுவதற்கு மிகத் தொன்மையான காலத்தைச் சேர்ந்த சத்தியகாம ஜாபாலியின் உதாரணம் பொதுவாக எப்போதுமே மேற்கோள் காட்டப்படுவது உண்டு. இது உண்மையே. ஆனால் அதே சமயம் உபநயனம் செய்துவைப்பதற்கு மறுக்கும் உரிமையை பண்டைக் காலத்திலும் பிராமணர்கள் பெற்றிருந்தனர் என்பதை ஜாபாலியின் உதாரணம் காட்டுகிறது என்பதும் கண்கூடு.

இந்த நிகழ்ச்சிகளிலிருந்து நாம் என்ன முடிவுகளைப் பெறுகிறோம் என்பதை நாம் தெரிந்து கொண்டாலொழிய இவற்றைக் கணக்கிடுவது நாம் மேற்கொண்ட நோக்கத்துக்கு எத்தகைய உருப்படியான பலனும் கிட்டாது. இதனைச் செய்வதற்கு ஒவ்வொரு நிகழ்ச்சியைப் பற்றிய முழு விவரங்களையும் நாம் அறிந்திருப்பது அவசியம். துரதிருஷ்டவசமாக, பெரும்பாலான

நிகழ்ச்சிகளில் ஒரு முடிவினைப் பெறுகிறோமே தவிர, அதற்கு அப்பால் சென்று முழு விவரங்களையும் பெறமுடியவில்லை. எனினும் முழு விவரங்களையும் நமக்குத் தரக்கூடிய ஒரு நிகழ்ச்சி நம் கவனத்திற்கு வந்துள்ளது; அதுதான் பிராமணர்களுக்கும் சிவாஜிக்கும் இடையே நடைபெற்ற மோதலாகும். இது மிக முக்கியமான நிகழ்ச்சியாகும். எனவே இதனை இங்கு சவிஸ்தாரமாக ஆராய்வது உசிதமானதாக இருக்கும்

இந்நிகழ்ச்சியிலிருந்து நாம் பெறும் முடிவுகள் நமது ஆர்வத்தைப் பெரிதும் தூண்டக்கூடியவையாகவும் போதனையூட்டுபவையாகவும் இருப்பது மட்டுமன்றி, நாம் விவாதத்துக்கு எடுத்துக் கொண்டுள்ள பிரச்சினைக்கு மிகுந்த தெளிவூட்டுபவையாகவும் அமைந்துள்ளன.

VIII

மகாராஷ்டிரத்தின் மேற்குப் பகுதியில் ஒரு சுதந்திரமான இந்துராஜ்யத்தை நிறுவியபிறகு அந்த ராஜ்யத்தின் மன்னனாக முடிசூட்டிக் கொள்ள சிவாஜி விரும்பினார். அந்த முடிசூட்டு வைபவம் சீரும் சிறப்பும் பெருமதிப்புமிக்கதாக இருக்கவேண்டுமானால் அது வேத சடங்குகளின்படி நடைபெறவேண்டுமென்று சிவாஜியும் அவருடைய நண்பர்களும் விரும்பினர். ஆனால் தன்னுடைய விருப்பம் நிறைவேறுவதற்குக் குறுக்கே பல இடையூறுகள் இருப்பதை சிவாஜி கண்டார். மூடிசூட்டுவிழாவை வேதசடங்குகளுடன் நடத்துவது முற்றிலும் பிராமணர்களைப் பொறுத்திருப்பதை அவர் உணர்ந்தார். சமயக் கண்ணோட்டத்திலிருந்து நோக்கும்போது ஒரு பிராமணனைத் தவிர வேறு எவரும் எந்தச் சமயச் சடங்கையும் செய்ய அருகதை உடையவரல்ல. இரண்டாவதாக தாம் ஒரு சத்திரியர் என்று நிரூபித்தாலொழிய இத்தகைய சடங்கைச் செய்ய முடியாது என்பதையும் அவர் கண்டார். இதுதவிர மூன்றாவதொரு சிக்கலும் குறுக்கிட்டது. அதாவது சிவாஜி ஒரு சத்திரியர் என்று நிரூபணமானாலும்கூட அவர் உபநயன வயதைக் கடந்தவர், உபநயனமின்றி மூடிசூட்டுவிழா நடைபெறமுடியாது. எனினும் இந்த மூன்றாவது சிக்கல் அத்தனை கடுமையானதல்ல; ஏனென்றால் விரதிதய ஸ்தோமச் சடங்கைச் செய்து இந்த இக்கட்டைச் சமாளித்து விடமுடியும். ஆனால் முதலாவது சிக்கல் அப்படிப்பட்டதல்ல; அதுதான் மிகப்பெரிய முட்டுக்கட்டையாகும். அது சிவாஜியின் சமுதாயப் படிநிலை சம்பந்தப்பட்டது.

அவர் ஒரு சத்திரியரா என்பதே இங்கு பிரச்சினை. இந்தத் தடையைக் கடந்துவிட்டால் மற்றவற்றை எல்லாம் எளிதாக சமாளித்துவிடலாம். ஆனால் தாம் ஒரு சத்திரியர் தான் என்று சிவாஜி உரிமை கொண்டாடியதைப் பலர் எதிர்த்தனர். இதில் பிராமணர்கள்தான் அவருடைய பிரதான எதிரிகள். அவருடைய சொந்த பிரதம அமைச்சரான மோரோ பந்த்பிங்களேயே இந்தக் கும்பலுக்குத் தலைமை தாங்கினார். அவருடைய மராத்திய சர்தார்கள்கூட அவருக்கு சமூக முக்கியத்துவம் அளிக்கமறுத்தனர்;[35] அவருக்கெதிராக அவர்கள் கிளர்ந்தெழுந்தனர்; இது சிவாஜிக்கு ஏற்பட்ட துரதிருஷ்டமாகும். அவர்களது அபிப்பிராயத்தில் அவர் ஒரு சூத்திரர். மேலும், கலியுகத்தில் சத்திரியர்கள் என்று எவரும் இல்லை என்று பிராமணர்கள் நீண்டகாலமாக உடும்புப்பிடிவாதமாக வலியுறுத்திவரும் கோட்பாட்டுக்கு சிவாஜியின் உரிமைக் கோரிக்கை முரணானதாகவும் இருந்தது. சிவாஜி கலியுகத்தில் வாழ்ந்து வருகிறார். எனவே அவர் சத்திரியராக இருக்கமுடியாது என்ற குதர்க்கவாதம் முன்வைக்கப்பட்டது. இதுவன்றி, அவர்கள் மேலும் ஒரு விதண்டாவாதத்தையும் முன் வைத்தனர். அதாவது சாஸ்திரங்களின்படி சத்திரியர்கள் பதினோராவது வயதில் உபநயனம் செய்துகொண்டு பூணூல் அணிய வேண்டும்; ஆனால் சிவாஜி இவ்வாறு உரியகாலத்தில் செய்யவில்லை. ஆதலால் சிவாஜி ஒரு சூத்திரரேயன்றி சத்திரியர் அல்ல என்பதற்குப் பிராமணர்கள் இதனையும் ஒரு சான்றாகக் காட்டினர். எனினும் நல்வாய்ப்பாக காசியைச் சேர்ந்த காகபட் என்ற புகழ்பெற்ற பிராமணர் சிவாஜியின் உதவிக்கு வந்தார். வேதங்களிலும் சாஸ்திரங்களிலும் மிகுந்த புலமை வாய்ந்த அவர் அனைத்துச் சிக்கல்களுக்கும் தீர்வு கண்டார்; விரத்ய ஸ்தோமத்தையும் பின் உபநயனத்தையும் முதலில் செய்துமுடித்துவிட்டு ரைகாட்டில் 1674 ஜூன் 6 ஆம் நாளன்று சிவாஜியின் முடிசூட்டு வைபவத்தை மிக வெற்றிகரமாக நடத்தினார்.[36]

சிவாஜி விஷயம் பல காரணங்களுக்காக முக்கியத்துவம் வாய்ந்தது. அது முக்கியமானது. ஏனென்றால், உபநயனத்தை நடத்தித் தருவதற்கு பிராமணனுக்கு தவிர வேறுஎவருக்கும் உரிமையில்லை என்பதையும், இச்சடங்கைச் செய்ய அவன் தயாராக இல்லை என்றால் அவனை எவரும் நிர்ப்பந்திக்க முடியாது என்பதையும் அது காட்டுகிறது. சிவாஜி ஒரு சுதந்திரமான ராஜ்யத்தின் மன்னர், ஏற்கனவே தம்மை மகாராஜா

என்றும், சத்ரபதி என்றும் பிரகடனம் செய்து கொண்டவர். அவருடைய பிரஜைகளாக ஏராளமான பிராமணர்கள் இருந்தனர். அவ்வாறிருந்தும், தமது முடிசூட்டு விழாவை நடத்தித் தரும்படி அவர்களில் எவரையும் அவரால் நிர்ப்பந்திக்க முடியவில்லை.

சிவாஜி விஷயம் மற்றொரு வகையிலும் முக்கியமானது; ஏனென்றால் எந்த ஒரு சடங்கும் முறைப்படியானதாக இருக்க வேண்டுமென்றால் அது ஒரு பிராமணனால் நடத்தப்படுவதாக இருக்க வேண்டும் என்பதை அது எடுத்துக்காட்டிற்று. பிராமணரல்லாதாரால் நடத்தப்படும் ஒரு சடங்கு பயனற்றதாகவே இருக்கும். சிவாஜி நினைத்திருந்தால் தமது மூடிசூட்டு வைபவத்தை ஒரு பிராமணரல்லாதாரைக் கொண்டே நடத்தியிருக்கமுடியும். ஆனால் அவ்வாறு செய்ய அவர் துணியவில்லை. ஏனென்றால் இதற்கு எத்தகைய சமூக, ஆன்மீக பலனும் கிட்டாது என்பதை அவர் நன்கு அறிவார்.[37]

சிவாஜி விஷயம் மூன்றாவதொரு வகையிலும் முக்கியமானது; ஏனென்றால் ஒரு இந்துவின் சமூக படிநிலையை நிர்ணயிக்கும் அதிகாரம் முற்றிலும் பிராமணர்களின் விருப்பத்தையே பொறுத்திருக்கிறது என்பதை அது புலப்படுத்துகிறது. சிவாஜிக்கு ஆதரவாக முடிவெடுக்கும் பொருட்டு அவருடைய நண்பரான பாலாஜி அவாஜி ஒரு காரியம் செய்தார். அதாவது மேவாரிலிருந்து மூதாதை மரபுவழிப்பட்டியல் ஒன்றை அவர் கொண்டுவந்தார்; அந்தப் பட்டியல் சிவாஜியை சத்திரியர்கள் எனக் கருதப்படும் மேவாரின் சிசோதியர்களுடன் பிணைத்தது. இந்தக் குலமரபுப் பட்டியல் அப்போதைய சூழ்நிலையை மனத்தில் வைத்து புனைந்து தயாரிக்கப்பட்ட ஒரு போலி ஆவணம் என்று சிலர் குற்றம் சாட்டினர். இது ஒரு போலி ஆவணம் அல்ல என்று வைத்துக்கொண்டாலும்கூட[38] தாம் சத்திரியர்தாம் என்ற சிவாஜியின் கோரிக்கையை அங்கீகரிப்பதை இது எவ்வாறு நியாயப்படுத்தமுடியும்? இந்தக் குலமரபுப் பிரச்சினை சிசோதியர்கள் இராசபுத்திரர்களா, இவர்கள் பண்டைய இந்தோ-ஆரிய சமுதாயத்தில் வழித்தோன்றல்களா என்பது குறித்துப் பெருமளவுக்கு ஐயப்பாடு நிலவுகிறது. ஒரு கருத்துப்படி அவர்கள் அந்நியர்கள்; இந்தியாவின்மீது படையெடுத்த ஹூணர்களின் எஞ்சிய பிரிவினர்; ராஜபுதனத்தில் அவர்கள் நிலைகொண்டுவிட்டவர்கள்; அச்சமயம் மந்திய இந்தியாவில் வளர்ந்துவந்த பௌத்த சமயத்தை நசுக்கி ஒடுக்குவதற்கு இவர்களை ஒரு கருவியாகப் பயன்படுத்திக்

கொள்ள பிராமணர்கள் விரும்பினர்; இதன் பொருட்டு பிராமணர்கள் அக்னியின் முன்னர் ஒரு விசேட சடங்கு நடத்தி, இவர்களை சத்திரியர் நிலைக்கு உயர்த்தினர்; இதன் காரணமாக இவர்கள் அக்னி குல சத்திரியர்கள் எனப்படுகின்றனர். இந்தவிஷயம் குறித்துப் பேசுவதற்குப் பெரிதும் தகுதிவாய்ந்த துறைபோல, அறிவாழமிக்க, அறிஞர்கள் பலர் இக்கருத்தை ஆதரித்துள்ளனர். இவ்வகையில் வின்செண்ட் ஸ்மித் கூறுவதாவது:[39]

"இந்த இடத்தில் ஒரு விஷயத்தைச் சுட்டிக்காட்ட விரும்புகிறேன். ராஜபுதனத்திலும் மேல் கங்கைப் பள்ளத்தாக்கிலும் வந்து குடியமர்ந்த அந்நிய குடியேற்றக்காரர்கள் ஸ்தல மன்னர்களுடன் நடைபெற்ற போர்களில் முற்றிலுமாக அழிந்துவிடவில்லை என்று ஒரு கருத்து நீண்டகாலமாகவே நிலவி வருகிறது; இந்தக் கருத்து இப்போது வலுமிக்க சான்றுகளால் உறுதிப்படுத்தப்பட்டிருக்கிறது. இந்தப் போர்களில் பல அயல்நாட்டினர் மாண்டு மடிந்தனர் என்பதில் ஐயமில்லை. ஆனால் அதேசமயம் ஏராளமானோர் தப்பிப் பிழைத்து, உள்ளூர் மக்களுடன் இரண்டறக் கலந்துவிட்டனர். இந்த அந்நியர்கள் தங்களுக்கு முன்னர் இந்தியாவின் மீது படையெடுத்த சாகசர்களையும், யூச்சிகளையும் போன்றே இந்து சமயத்தின் அற்புதமான தன்வயப்படுத்தும் சக்தியால் ஈர்க்கப்பட்டு துரிதகதியில் இந்து மதத்தைத் தழுவினர். இவர்களில் தலைமைப் பதவிகளைப் பெறுவதில் வெற்றிபெற்ற குலமரபுக் குழுக்களும் குடும்பங்களும் இந்து சமயக்கட்டுக்கோப்புக்குள் சத்திரியர்களாகவும் இராசபுத்திரர்களாகவும் தங்குதடையின்றி அனுமதிக்கப்பட்டனர்; ஐந்தாவது, ஆறாவது நூற்றாண்டுகளில் இந்தியாவிற்குள் அலைஅலையாகப் படையெடுத்து வந்த முரட்டுத்தனமான நாடோடி இனத்தவர்களிடமிருந்து வட இந்தியாவைச் சேர்ந்த பரிஹார்களும் மற்றும் ஏனைய பல புகழ்பெற்ற இராசபுத்திர குலங்களும் தோன்றின என்பதில் ஐயமில்லை. இந்த அந்நியர்களில் கீழ் மட்டத்தில் இருந்தவர்கள் குஜார்களாயினர்; சமூக படிநிலையில் இவர்கள் இராஜ புத்திரர்களுக்குக் கீழ்நிலையில் இருப்பவர்கள். இன்னும் தெற்கே பல்வேறு பூர்வகுடி மக்களும் இனத்தினரும் இதே போன்று இந்துசமய அரவணைப்பிற்குள் வந்தனர். இதன் விளைவாக கோண்டுகளும், பார்களும், கார்வாஸ்களும்

ஏனைய பலரும் சாண்டல்களாகவும், ரதோர்களாகவும், இதர பல புகழ்பெற்ற இராசபுத்திர குலங்களாகவும் பரிணமித்தனர்; இவர்கள் தங்களை சூரிய வம்சத்தினர் என்றும் சந்திர வம்சத்தினர் என்றும் பெருமிதத்தோடு கூறிக்கொண்டனர்."

வில்லியம் குரூக் பின்வருமாறு கூறுகிறார்:[40]

இராசபுத்திரர்களின் பூர்வீகம் குறித்து அண்மைய ஆராய்ச்சிகளில் புதிய விஷயங்கள் தெரிய வந்துள்ளன. வேதகால சத்திரியர்களுக்கும் மத்தியகால இராசபுத்திரர்களுக்கும் இடையே ஓர் அகன்ற இடைவெளி இருக்கிறது. இந்த இடைவெளியை நிரப்புவது இப்போது சாத்தியமல்ல. பல குலங்களின் தோற்றம் சாகர்கள் அல்லது குஷானர்கள் படையெடுப்புக்களுக்கும், கி.பி.480ல் குப்த பேரரசை அழித்தொழித்த வெள்ளை ஹூணர்களின் படையெடுப்புக்கும் முற்பட்டது என்பது தற்போது நிலைநாட்டப்பட்டுள்ளது. பின்னர் குறிப்பிட்ட மக்களுடன் பிணைப்புகொண்ட குஜார்கள் இந்து மதத்தைத் தழுவினர்; இதனைத் தொடர்ந்து அவர்களிடமிருந்து பல உயர்ந்த இராசபுத்திரக் குடும்பங்கள் உதித்தெழுந்தன. அரசு கௌரவத்துக்கு உரிமை கொண்டாட முற்பட்ட இந்தப் புதியவர்கள் பிராமணீய சமயத்தையும் அமைப்புமுறையையும் ஏற்றுக் கொண்டதும் இராமாயணம், மகாபாரதம் போன்ற இதிகாசங்களின் நாயகர்களுடன் இவர்களை இணைக்க முயற்சி எடுத்துக்கொள்வது முற்றிலும் இயல்பே. இவ்வாறுதான் இந்த இராசபுத்திரக் குடும்பங்கள் சூரிய, சந்திர வம்சத்தில் வந்தவை என்று போற்றிப் புகழும் பல புராணக்கதைகள் உருவாயின. இந்தக் குழுவினர் மரபுவழி அடிப்படையில்விட சமுதாய படிநிலை அடிப்படையில் சத்திரியர்கள் அல்லது இராசபுத்திரர்கள் என்று குறிப்பிடப்பட்டனர். இதன் காரணமாக சாதி உணர்வுகளுக்குப் பங்கம் ஏற்படாதவகையில் அந்நியர்களை இந்தக் குலங்களில் அனுமதிப்பது சாத்தியமாக இருந்தது; அதிலும் அச்சமயம் சாதி உணர்வுகள் ஓரளவே வளர்ந்திருந்தன என்பதும் இங்கு குறிப்பிடத்தக்கது. எனினும் அந்நியர்களை இவ்வாறு அனுமதிப்பதை மூடிமறைப்பதற்கு ஏதேனும் போலியான காரணம் கூறுவது அவசியமாக இருந்தது. இவ் வகையில்தான் பௌத்த மதத்தையும் இந்து மதத்துக்கு முரணான ஏனைய மதங்களையும் ஒடுக்குவதற்குப் பிராமணர்களுக்கு உதவும்

பொருட்டு வேதரிஷிகளின் மேற்பார்வையில் சுத்திகரிப்பு சடங்கின்மூலம் கிளை இனங்கள் தோற்றுவிக்கப்பட்டதாகக் கூறப்பட்டது. இந்தக் கிளை இனங்கள் அக்னியிலிருந்து பிறந்தவை என்றும் சொல்லப்பட்டது. அக்னி குலங்கள் எனப்படும் பார்மர், பரிஹார், சாளுக்கியர், சௌகான் ஆகிய நான்கு இனங்களுக்கு இந்தச் சிறப்புரிமை வழங்கப்பட்டது.

டாக்டர் பண்டர்கரும் இதே கருத்தைழே வெளியிட்டுள்ளார்.1 அவரது கருத்துப்படி இராசபுத்திரர்கள் குஜார்கள் வழிவந்தவர்கள், குஜார்கள் அந்நியர்கள், எனவே இராசபுத்திரர்களும் அந்நியர்களின் வழித்தோன்றல்களே ஆவர்.

சிவாஜியின் முடிசூட்டு வைபவத்துக்கு ஏற்பாடு செய்யப்பட்ட பிராமணர்கள் இராசபுத்திரர்களின் மரபுமூலத்தையும், தாங்கள் சத்திரியர்களின் வழித்தோன்றல்கள்தான் என்ற அவர்களது வாதத்தையும் அறியாமல் இருந்திருக்க முடியாது. இந்த உண்மையை அவர்கள் அறியமாட்டார்கள் என்று ஒருவாதத்துக்கு வைத்துக் கொண்டால்கூட கலியுகத்தில் சத்திரியர்கள் என்று எவருமே இல்லை என்று பிராமணர்கள் எடுத்த முடிவை அவர்கள் அறியாமல் இருக்க முடியாது. இது நெடுங்காலமாக நடப்பிலுள்ள ஒரு பழைய முடிவாகும். இந்த முந்தைய முடிவை பிராமணர்கள் மதிப்பவர்களாக இருந்தால், தாங்கள் சத்திரியர்கள் என்று சிசோதியர்களும் சிவாஜியும் கொண்டாடும் உரிமையை அவர்கள் நிராகரிக்கக் கடமைப்பட்டிருக்கிறார்கள். இவ்வாறு அவர்கள் செய்திருந்தால் அதற்காக அவர்களை எவரும் குறை கூறியிருக்கமாட்டார்கள். ஆனால் முந்தைய முடிவுகள் தம்மைக் கட்டுப்படுத்தும் என்பதை பிராமணர்கள் என்றுமே ஏற்றுக்கொண்டதில்லை. பிராமணர்களைப் பொறுத்த வரையில் நிலையான, நிரந்தரமான முடிவு என்று ஏதுமில்லை.

இதுபோக, சிவாஜி விஷயம் நான்காவதொரு வகையிலும் முக்கியமானது. ஏனென்றால் கத்தோலிக்க குருமார்கள் சலுகைகள் காட்டுவது போன்று பிராமணர்களின் முடிவுகளும் விற்பனைக்குரியவை என்பதை இது காட்டுகிறது. காகபட்டின் முடிவு நியாயமான முடிவு என்று கூறமுடியாது; புரோகிதர்கள் பணியைச் செய்வதற்கு காகபட்டும் ஏனைய பிராமணர்களும் பெற்றுக்கொண்ட பணத்தின் அளவிலிருந்து

இது தெள்ளத்தெளிவாகும். சிவாஜி தம்முடைய முடிசூட்டு விழாவுக்காக எவ்வளவு பணம் செலவழித்தார் என்பதையும், அதில் காகபட்டும் ஏனைய பிராமணர்களுக்கும் எவ்வளவு தொகை கிடைத்தது என்பதையும் குறித்து திரு.வைத்தியா பின்கண்ட விவரங்களைத் தருகிறார்.[41]

டாக்டர். பண்டர்கரும் இதே கருத்தையே வெளியிட்டுள்ளார். அவரது கருத்துப்படி இராசபுத்திரர்கள் குஜார்கள் வழிவந்தவர்கள், குஜார்கள் அந்நியர்கள், எனவே இராசபுத்திரர்களும் அந்நியர்களின் வழித்தோன்றல்களே ஆவர்.

சிவாஜியின் முடிசூட்டு வைபவத்துக்கு ஏற்பாடு செய்யப்பட்ட பிராமணர்கள் இராசபுத்திரர்களின் மரபு மூலத்தையும், தாங்கள் சத்திரியர்களின் வழித்தோன்றல்கள்தான் என்ற அவர்களது வாதத்தையும் அறியாமல் இருந்திருக்க முடியாது. இந்த உண்மையை அவர்கள் அறியமாட்டார்கள் என்று ஒருவாதத்துக்கு வைத்துக் கொண்டால் கூட கலியுகத்தில் சத்திரியர்கள் என்று எவருமே இல்லை என்று பிராமணர்கள் ஏற்கெனவே எடுத்த முடிவை அவர்கள் அறியாமல் இருக்கமுடியாது. இது நெடுங்காலமாக நடப்பிலுள்ள ஒரு பழைய முடிவாகும். இந்த முந்தைய முடிவை பிராமணர்கள் மதிப்பவர்களாக இருந்தால், தாங்கள் சத்திரியர்கள்தான் என்று சிசோதியாக்களும் சிவாஜியும் கொண்டாடும் உரிமையை அவர்கள் நிராகரிக்கக் கடமைப்பட்டிருக்கிறார்கள். இவ்வாறு அவர்கள் செய்திருந்தால் அதற்காக அவர்களை எவரும் குறை கூறியிருக்க மாட்டார்கள். ஆனால் முந்தைய முடிவுகள் தம்மைக் கட்டுப்படுத்தும் என்பதை பிராமணர்கள் என்றுமே ஏற்றுக்கொண்டதில்லை. பிராமணர்களைப் பொறுத்தவரையில் நிலையான, நிரந்தரமான முடிவு என்று ஏதுமில்லை.

இதுபோக, சிவாஜி விஷயம் நான்காவதொரு வகையிலும் முக்கியமானது; ஏனென்றால், கத்தோலிக்க குருமார்கள் சலுகைகள் காட்டுவது போன்று பிராமணர்களின் முடிவுகளும் விற்பனைக்குரியவை என்பதை இது காட்டுகிறது. காகபட்டின் முடிவு நியாயமான முடிவு என்று கூற முடியாது; புரோகிதர்கள் பணியைச் செய்வதற்கு காகபட்டும் ஏனைய பிராமணர்களும் பெற்றுக்கொண்ட பணத்தின் அளவிலிருந்து இது தெள்ளத்தெளிவாகும். சிவாஜி தம்முடைய முடிசூட்டு விழாவுக்காக எவ்வளவு பணம் செலவழித்தார் என்பதையும், அதில் காகபட்டுக்கும் ஏனைய பிராமணர்களுக்கும் எவ்வளவு தொகை

கிடைத்தது என்பதையும் குறித்து திரு. வைத்தியா பின்கண்ட விவரங்களைத் தருகிறார்:[42]

"இந்த அமைச்சர்கள் ஒவ்வொருவரும் ஒரு லட்சம் ஹோனும், ஒரு யானையும், ஒரு குதிரையும், ஆடைகளும் அணிமணிகளும் பெற்றனர். முடிசூட்டு வைபவத்தை நடத்தியமைக்காக காகபட்டுக்கு ஒரு லட்சம் ரூபாய் அளிக்கப்பட்டது. முடிசூட்டு விழாவின்போது பல சந்தர்ப்பங்களில் சிவாஜி நிலைமைக்கேற்ப மிகப் பெருந்தொகை செலவிட்டார். அவர் செலவிட்ட மொத்த தொகை ஒரு கோடி நாற்பத்திரண்டு லட்சம் ஹோன்கள் அல்லது 426 லட்சம் ரூபாய் என்று சபாசத் கூறுகிறார்.

சிவாஜியின் முடிசூட்டு விழாவின்போது அங்கு 50,000 வைதீக பிராமணர்கள் குழுமியிருந்தனர் என்றும் சபாசத் விவரிக்கிறார்[43]. இவர்களையன்றி ஆயிரக்கணக்கான யோகிகளும் சந்நியாசிகளும் வந்திருந்தனர். இவர்களுக்கு உணவு அளிக்கப்பட்டது, அல்லது தானியம் வழங்கப்பட்டது. முடிசூட்டுவதற்கு முன்னர் சிவாஜி தங்கம் மற்றும் இதர பல்வேறு அரிய உலோகங்களைக் கொண்டு எடைக்கு எடை நிறுத்தப்பட்டார் என்று அன்றைய ஆவணங்கள் கூறுகின்றன. 1684 அக்டோபர் 3ஆம் தேதியிட்ட டச்சு ஆவணம் முடிசூட்டு வைபவத்தை விவரிக்கும்போது, சிவாஜி 17, 000 ஹோன்ஸ் அல்லது 160 பவுண்டு எடையிருந்தார் என்றும், அவரது இந்த எடைக்கு நிகராக வெள்ளி, தாமிரம், இரும்பு, சூடம், உப்பு, சர்க்கரை, வெண்ணெய், பல்வேறு பழவகைகள், வெற்றிலை முதலிய பொருள்களைக் கொண்டு நிறுத்தப்பட்டார் என்றும், இவற்றின் மொத்த மதிப்புக்குரிய பணம் பிராமணர்களிடையே விநியோகிக்கப்பட்டது என்றும் கூறுகிறது. ஜூன் 7ஆம் தேதி அதாவது முடிசூட்டு விழாவிற்கு அடுத்த நாள் பொதுவாக எல்லோருக்கும் தட்சிணை வழங்கப்பட்டது. ஒவ்வொரு பிராமணரும் மூன்று முதல் ஐந்து ரூபாயும், ஏனைய ஒவ்வொரு ஆணும் பெண்ணும் குழந்தையும் முறையே தலா இரண்டு ரூபாயும், ஒரு ரூபாயும் பெற்றனர். மொத்தத்தில் இந்தத் தட்சிணையின் மதிப்பு ஒன்றரை லட்சம் ஹோனாக[44] இருந்தது.

மே 18 முதல் ஜூன் 13 வரை சிவாஜி அவரது எடைக்கு நிகராக தங்கமும் 16,000 ஹோன்களும் வைத்து நிறுத்தப்பட்டார்

என்றும், இவற்றுடன் ஒரு லட்சம் ஹோன்கள் சேர்த்து பிராமணர்களுக்கு தட்சிணையாக விநியோகிக்கப்பட்டது என்றும் ஆக்ஸண்டனும் தம்முடைய நாட்குறிப்பில் கூறியிருக்கிறார்.

விரத்தியா சடங்குக்கு காகபட்டுக்கு 7,000 ஹோன்களும் இதர பிராமணர்களுக்கு 17,000 ஹோன்களும் அளிக்கப்பட்டதாக மேலே குறிப்பிடப்பட்ட டச்சு ஆவணம் மேலும் கூறுகிறது. ஜூன் 5 ஆம் தேதி சிவாஜி புனித கங்கை நீரில் குளித்தார்; அப்போது அங்கு வந்திருந்த ஒவ்வொரு பிராமணனுக்கும் 100 ஹோன்கள் தரப்பட்டன.[45]

காகபட்டுக்கு அளிக்கப்பட்ட தொகை ஒரு புரோகிதருக்கு நியாயமாக வழங்கப்பட வேண்டிய கட்டணத்துக்கு அதிகமானதொன்றுமில்லையா? காகபட்டுக்குப் போதிய அளவு பணம் தரப் படவில்லை என்பதைக் காட்டக்கூடிய ஒரு தகவல் இருக்கிறது. சிவாஜியின் அமைச்சர்கள் பெற்ற தொகையுடன் ஒப்பிடும்போது காகபட் பெற்ற தொகை மிகக் குறைவு என்பதுதான் அது. ஆனால் இதுகுறித்து ஒரு முடிவுக்கு வருவதற்கு முன்னர் மறுதரப்பு சம்பந்தப்பட்ட இரண்டு விஷயங்களை இங்கு குறிப்பிட்டாக வேண்டும். அவ்வாறு செய்தால் அவை இந்த வாதத்தை முற்றிலும் செல்லாக் காசாக்கிவிடும். முதலாவதாக சிவாஜிக்கு அவரது முடிசூட்டு விழாவின்போது அமைச்சர்கள் பெருந்தொகையை அன்பளிப்பாகத் தந்துள்ளனர். சிவாஜியின் பேஷ்வா அல்லது பிரதமர் மோரபந்த் பிங்ளே 7,000 ஹோன்களும், இதர இரு அமைச்சர்கள் தலா 5, 000 ஹோன்களும் அன்பளிப்பாகத் தந்துள்ளனர். இவற்றைக் கழித்துவிட்டுப் பார்க்கும்போது அவர்களுக்கு சிவாஜி அளித்த பரிசுகள் வெளிக்குத் தெரிவதை விட மிகக் குறைவானவையே என்பது தெரியவரும்.[46]

இரண்டாவதாக, சிவாஜியின் இந்த அமைச்சர்கள் அவரது முடிசூட்டு விழா விஷயத்தில் அவருடைய மிகப்பெரிய எதிராளிகளாக இருந்தனர் என்பதை இங்கு நினைவில் கொள்ள வேண்டும். சிவாஜி ஒரு சூத்திரர் என்றும், முடிசூட்டு வைபவம் நடத்த அவருக்கு உரிமை இல்லை என்றும், அந்த உரிமை சத்திரியருக்கு மட்டுமே உண்டு என்றும் அவர்கள் உறுதியாக நம்பினர். எனவே அவர்களது வாயை அடைப்பதற்கும், நிரந்தரமாக அவர்களை தம் பக்கம் ஈர்ப்பதற்கும் சிவாஜி அவர்களுக்குப் பரிசாக பெறும் தொகை அளித்ததில் வியப்பேதும் இல்லை.

ஆதலால் சிவாஜி தம்முடைய அமைச்சர்களுக்கு அன்பளிப்பாக அளித்த தொகையை முடிசூட்டு விழாவை நடத்தித் தருவதற்கு காகபட்டுக்கு அளிக்கப்பட்ட தொகை நியாயமானதா என்பதை நிர்ணயிப்பதற்கு ஓர் அளவுகோலாகக் கொள்ள முடியாது. உண்மையில் காகபட் எத்தனையோ திருக்கு மறுக்குகளையும் புரட்டுகளையும் செய்திருக்கிறார். இவற்றை எல்லாம் கருத்திற்கொண்டு பார்க்கும்போது அவருக்கு அளிக்கப்பட்ட தொகை நியாயமான கட்டணத்தை விட அதிகமானதே என்ற முடிவுக்கே யாரும் வரமுடியும். அவரை வசப்படுத்துவதற்கு அளிக்கப்பட்ட கைக்கூலியும் இதிலடங்கும்.

இந்த முடிசூட்டு விழா வெற்றிகரமாக நடைபெறுவதற்கு மிக முக்கிய பங்காற்றியவர் ஒரு காயஸ்தர்; அவர் பெயர் பாலாஜி அவாஜி; சிவாஜியின் அந்தரங்கச் செயலாளர். இவ்வகையில் பாலாஜி மேற்கொண்ட முதல் நடவடிக்கை காசியிலிருந்து காகபட்டை அழைத்து வருவதற்கு சிவாஜியின் அந்தஸ்து முதலிய விவரங்களுடன் மூன்று பிராமணர்களைத் தூதுவர்களாக அனுப்பியதாகும்[47]. இந்தச் சந்தர்ப்பத்தில் காகபட் என்ன செய்தார்? தம்முடைய அபிப்பிராயத்தில் சிவாஜி ஒரு சூத்திரர் என்றும், ஆதலால் முடிசூட்டிக் கொள்ள அவர் தகுதியற்றவர் என்றும், எனவே இந்த அழைப்பை தாம் ஏற்க முடியாது என்றும் ஒரு கடிதம் எழுதி மூன்று தூதுவர்களையும் அவர் திருப்பி அனுப்பிவிட்டார். இந்நிலைமையில் பாலாஜி மேற்கொண்ட அடுத்த நடவடிக்கை சிவாஜி ஒரு சத்திரியர்தான் என்பதை நிலைநாட்டுவதற்கான ஆதாரங்களையும் சான்றுகளையும் திரட்டுவதில் ஈடுபட்டதாகும். இராசபுத்திரர்களும் மேவாரின் மன்னர்களுமான சிசோதியர்களின் வழித்தோன்றல்தான் சிவாஜி என்பதைக் காட்டும் ஒரு குடிவழிப்பட்டியலைப் பெறுவதில் அவர் வெற்றியும் பெற்றார். இந்த ஆதாரத்தை மற்றொரு தூதுவர் மூலம்[48] காகபட்டுக்கு அனுப்பிவைத்தார். இந்த சான்றைக் கண்டு காகபட் திருப்தியடைந்ததாகத் தோன்றிற்று. எனவே முடிசூட்டு விழாவை நடத்தித் தருவதற்கு ரைகாட் வருவதற்கு அவர் ஒப்புக்கொண்டார். அவ்வாறு ரைகாட் வந்ததும் காகபட் என்ன செய்தார்? பாலாஜி அனுப்பிய சான்றை தாம் மறுபரிசீலனை செய்ததாகவும், சிவாஜி ஒரு சூத்திரர்தான் என்ற முடிவுக்கு தாம் வந்திருப்பதாகவும், எனவே முடிசூட்டிக்கொள்ள சிவாஜிக்கு அருகதை இல்லை என்றும் ஒரு பெரிய குண்டைத் தூக்கிப் போட்டார்.

இந்த விவகாரத்தில் காகபட் அடித்த குட்டிக்கரணம் இது மட்டுமல்ல. அவர் மற்றொரு குட்டிக்கரணத்தையும் அடித்தார். அது விந்தையிலும் விந்தையானதாகும். பாலாஜி அவாஜிக்கு வேண்டுமானால் மகுடாபிஷேகம் செய்யத் தாம் தயாராக இருப்பதாகக் கூறினார். ஏனென்றால் அவர் ஒரு காயஸ்தர். ஆதலால் சத்திரியர். ஆனால் சிவாஜி அப்படியல்ல. அவர் ஒரு சூத்திரர் என்று விதண்டாவாதம் செய்தார். காகபட் இத்துடன் நிற்கவில்லை. அவர் மீண்டும் ஒரு குட்டிக்கரணம் அடித்தார்; தில்லுமுல்லுகள் திருகுஜாலங்கள் செய்தார்; சிவாஜி ஒரு சத்திரியர்தான் என்று அபிப்பிராயம் தெரிவித்தார்; அவருடைய முடிசூட்டு வைபவத்தை நடத்தித் தருவதாகவும் கூறினார். அது மட்டுமல்ல, இன்னும் ஒருபடி மேலே சென்று, காகப்பட்டி என்ற பெயரில் ஓர் ஆய்வுரையையும் எழுதினார்; அதில் காயஸ்தர்களை சோரப்பிள்ளைகள் என்று திட்டித்தீர்த்தார்.

இந்தத் தகிடுதத்தங்கள் எல்லாம் எதைக் காட்டுகின்றன? சிவாஜியின் முடிசூட்டு விழாவை நடத்த காகபட் சம்மதமில்லாதவராகவே இருந்தார் என்பதையும், அவரது சம்மதத்தை பணம் கொடுத்து வாங்க வேண்டியிருந்தது என்பதையும் இது காட்டவில்லையா? இந்த வாதம் சரியானதென்றால் சிவாஜி ஒரு சத்திரியர் தான் என்று காகபட் செய்த முடிவு கைக்கூலி பெற்றுக்கொண்டு செய்த முடிவே என்பதில் ஐயமில்லை.[49]

இறுதியாக இன்னொரு வகையிலும் சிவாஜி விஷயம் முக்கியமானதாகும். ஏனென்றால் சமுதாயப் படிநிலை சம்பந்தப்பட்டவரையில், முன்பே தீர்க்கப்பட்ட ஒரு விஷயம் குறித்து மீண்டும் விவாதிக்கத் தேவையில்லை என்ற கோட்பாட்டுக்குத் தாங்கள் கட்டுப்பட்டிருப்பதை பிராமணர்கள் ஏற்பதில்லை என்பதை இது புலப்படுத்துகிறது. தங்களால் ஏற்கெனவே தீர்மானிக்கப்பட்ட ஒரு விஷயத்தை மீண்டும் கிளப்புவதற்குத் தங்களுக்கு உரிமை உண்டு என்று அவர்கள் கருதுகிறார்கள். சரி போகட்டும், சிவாஜி ஒரு சத்திரியர் என்ற தங்களது முடிவை பிராமணர்கள் எவ்வளவு காலம் மதித்து நடந்து வந்தார்கள்?[50]

சிவாஜி தாம் முடிசூட்டிக் கொண்ட நாளிலிருந்து அதாவது 1674 ஜூன் 6 ஆம் தேதியிலிருந்து ஒரு புதிய சகாப்தத்தைத் தொடங்கி வைத்தார்; ராஜ்யாபிஷேக சகாப்தம் என அதனைக் குறிப்பிட்டார். இந்த சகாப்தம் எவ்வளவு காலம் நடப்பில் இருந்தது? சிவாஜியும் அவரது வழித்தோன்றல்களும் வலிமைமிக்க

மன்னர்களாக இருந்த வரைதான் அது நீடித்தது. அதிகாரம் பிராமண பேஷ்வாக்களுக்கு மாறிய உடனேயே நிலைமை மாறிற்று. இந்த சகாப்தத்தை முடிவுக்குக் கொண்டு வரும்படி இந்தப் பேஷ்வாக்கள் கட்டளை பிறப்பித்தனர்.[51] இந்த சகாப்தத்தைப் பயன்படுத்துவதை நிறுத்தியதோடு அவர்கள் நிற்கவில்லை; முஸ்லீம் பேரரசர்களின் பாணியை அதாவது ஃபஸ்லி ஆண்டைப் பின்பற்றத் தொடங்கினர். அது மட்டுமல்ல, சிவாஜியின் வழித்தோன்றல்கள் சத்திரியர்கள்தானா என்ற பிரச்சினையைப் பிராமணர்கள் எழுப்பினர்.[52] சிவாஜியின் இரு புதல்வர்களான சாம்பாஜி, ராஜாராம் ஆகியவர்களுக்கு எதிராக அவர்கள் எதுவும் செய்ய முடியவில்லை;

ஏனென்றால் சிவாஜி தனது ஆயுட்காலத்திலேயே பிராமணர்களைக் கொண்டு வேதசடங்குகளுடன் அவர்களது உபநயனத்தைச் செய்து முடித்துவிட்டார். சிவாஜியின் பேரன் சாஹுவுக்கு எதிராகவும் பிராமணர்களால் எதுவும் செய்ய இயலவில்லை; ஏனென்றால் அப்போது அவர்கள் கையில் அதிகாரம் இல்லை. ஆனால் பின்னர் சாஹு தனது அரசு அதிகாரங்களை பிராமண பேஷ்வாவுக்கு மாற்றிய உடனேயே அவர்களது எதிர்ப்பு மீண்டும் ஆரம்பமாகி விட்டது. சாஹுவுக்குப் பின்னர் அவனுடைய சுவீகாரபுத்திரனாக ராம்ஜி ராஜே ஆட்சிக்கு வந்தான்; ஆனால் அப்போது அவன் வயதுவராதவனாக இருந்ததால் பேஷ்வாக்கள் அவனுடைய பாதுகாவலர்களாக இருந்தனர். அவனுக்கு உபநயனம் செய்யப்பட்டதா, அவ்வாறு செய்யப்பட்டது என்றால் அது வேத சடங்குகளுடன் நடத்தப்பட்டதா என்பதற்குச் சான்று ஏதும் இல்லை. எனினும் அவனது வாரிசாக 1777இல் சுவீகாரம் செய்துகொள்ளப்பட்ட இரண்டாம் சாஹுவுக்கு பேஷ்வாக்களின் ஆணையின்பேரில்[53] பௌராணிக சடங்குகளுடன் உபநயனம் செய்யப்பட்டது என்பதற்குச் சான்று உள்ளது. இவ்வாறு இரண்டாம் சாஹுவுக்கு பௌராணிக சடங்குகளுடன் உபநயனம் செய்யப்பட்டதானது பேஷ்வாக்கள் அவனை ஒரு சூத்திரனாகக் கருதியதையே காட்டுகிறது. ஏனென்றால் சூத்திரன் விஷயத்தில்தான் பௌராணிக சடங்குகளுடன் சமயவினைமுறைகள் செய்யப்படுவது வழக்கம். இரண்டாம் சாஹுவுக்குப் பிறகு 1808இல் ஆட்சிக்கு வந்த மகாராஜா பிரதாபசின்ஹா விஷயத்தில் என்ன நடந்தது, அவருக்கு உபநயனம் செய்யப்பட்டதா, இல்லையா, அவ்வாறு உபநயனம் செய்யப்பட்டது என்றால் அது வேத சடங்குகளுடன் நடைபெற்றதா

அல்லது பௌராணிக சடங்குகளுடன் நடைபெற்றதா என்பதைத் திட்டவட்டமாகக் கூறமுடியவில்லை. எனினும் ஒரு விஷயம் தெள்ளத்தெளிவாகத் தெரிகிறது: அதாவது சுமார் 1827இல் கார்விர் சங்கராச்சாரியர் சங்கிலியைச் சேர்ந்த காயஸ்தர்களின் சமுதாயப் படிநிலை பற்றிய தமது தீர்ப்பில்[54] ‘கலியுகத்தில் சத்திரியர்கள் எவருமில்லை, தம்முடைய தப்தாரிலுள்ள ஆவணங்கள் சிவாஜியோ, சாம்பாஜியோ அல்லது சாஹுவோ சத்திரியர்கள் என்று காட்டவில்லை என்று குறிப்பிட்டார். இந்த வாசகம் மூலத் தீர்ப்பில் இல்லை என்றும், சங்லியின் பிராமண ராஜா அதனை இடைச்செறுகலாக சேர்த்துவிட்டதாகவும் கூறப்படுகிறது. இது எவ்வாறிருந்தபோதிலும் இது சிவாஜியின் வழித்தோன்றலான பிரதாபசின்ஹாவின் அந்தஸ் துக்கு விடப்பட்ட நேரடிச் சவாலாகும். பிரதாபசின்ஹா 1830இல் சத்தாராவில் பிராமணர்களின் மாநாடு ஒன்றைக் கூட்டி இந்தப் பிரச்சினையை அதன் முன்வைத்தார். பெரும்பாலோர் அவனுக்குச் சாதகமான தீர்ப்பினை அளித்தனர்; பிரதாபசின்ஹா சூத்திரனின் நிலைக்குத் தள்ளப்படுவதிலிருந்து இத்தீர்ப்பு அவரைக் காப்பாற்றிற்று.

சிவாஜியின் ஒரு குடும்பக் கால்வழியை சூத்திரர்களின் நிலைக்குத் தள்ளுவதில் தோல்வியடைந்த பிராமணர்கள் கோலாப்பூரில் தன்னை நிலைநாட்டிக் கொண்ட சிவாஜியின் இரண்டாவது குடும்பக் கால்வழிக்கு எதிராகத் தாக்குதல் தொடுக்க ஆரம்பித்தனர். கோலாப்பூரின் மன்னர்களில் ஒருவரான பாபாசாகேப் மகராஜ் என்பவரின் ஆட்சிக் காலத்தில் ரகுநாத் சாஸ்திரி பார்வதே என்ற அரண்மனை சமயகுரு அரண்மனையில் எல்லாச் சடங்குகளையும் பௌராணிக முறைப்படி செய்யமுற்பட்டார். இந்த நடைமுறையை மேற்கொண்டு தொடராதபடி அவர் தடுத்து நிறுத்தப்பட்டதாகக் கூறப்படுகிறது. பாபாசாகேப் 1886இல் காலமானார். 1886 முதல் 1894 வரை எல்லா மன்னர்களும் வயது வராதவர்களாக இருந்தனர்; இதனால் நிர்வாகம் பிரிட்டிஷார் கைகளில் இருந்தது. இந்த ஆண்டுகளில் அரண்மனை புரோகிதர் எத்தகைய சடங்குமுறைகளைக் கையாண்டார் என்பதற்கு நேரடியான சான்று ஏதும் இல்லை. காலஞ்சென்ற சாஹு மகராஜ் எல்லாச் சமயச் சடங்குகளையும் வேத முறையில் நடத்தும்படி 1902இல் அரண்மனை புரோகிதருக்குக் கட்டளையிட்டார். ஆனால் புரோகிதர் அவ்வாறு செய்ய மறுத்தார்; பௌராணிக முறையில்தான் சகல சடங்குகளும் செய்யப்பட வேண்டும் என்று பிடிவாதம் பிடித்தார்;

இதன் மூலம் கோலாப்பூர் மன்னர்கள் சூத்திரர்களேயன்றி சத்திரியர்கள் அல்ல என்பதை நிலைநாட்ட முயன்றார். இந்த விவகாரத்தில் கார்வார் மடத்தின் சங்கராச்சாரியர் ஆற்றிய பங்கு மிகவும் குறிப்பிடத்தக்கதாகும். இந்த சர்ச்சை நடைபெற்று வந்த சமயத்தில் குரு என்றழைக்கப்பட்ட மடத்தின் தலைவர் பிராமணல்கர் என்ற பெயர் கொண்ட ஒரு சீடரை சுவீகாரம் எடுத்துக் கொண்டார். ஆரம்பத்தில் குரு, சீடர் ஆகிய இருவருமே அரண்மனை புரோகிதருக்கு ஆதரவாகவும் மகாராஜாவுக்கு எதிராகவும் இருந்தனர். பின்னர் சீடர் மகாராஜாவின் பக்கம் மாறிச் சென்று, அவரது சத்திரிய அந்தஸ்தை ஏற்றுக்கொண்டார். புரோகிதருக்கு ஆதரவாக இருந்த குருவோ சீடரை சமயப்பிரஷ்டம் செய்துவிட்டார். பிற்காலத்தில் மகாராஜா தம்முடைய சொந்த சங்கராச்சாரியரை[55] உருவாக்கிக் கொள்ள முயன்றார். ஆனால் அந்த நபரும் மகாராஜாவுக்குத் துரோகம் செய்துவிட்டார்.

சிவாஜி ஒரு சத்திரியர் என்று அங்கீகரிக்கப்பட்டார். இந்த அந்தஸ்து அவருக்குத் தனிப்பட்ட முறையில் அளிக்கப்பட்ட ஒரு கௌரவமல்ல. அது அவரது குடும்பத்ினருக்கும் வழித்தோன்றல்களுக்கும் பொருந்தும். யாரும் அதனை ஆட்சேபிக்க முடியாது. ஒரு குறிப்பிட்ட வழித்தோன்றல் இதற்கு முரண்பட்ட முறையில் நடந்து கொண்டால்தான் அந்த அந்தஸ்து பறிபோகும். பொதுவாக இந்த அந்தஸ்து பறிபோகாது. சத்திரியரின் அந்தஸ்துக்கு முரணான எதையும் சிவாஜியின் வழித்தோன்றல்களில் எவரும் செய்யவில்லை. அப்படியிருந்தும் அவர்களது அந்தஸ்து குறித்த முடிவை மறுதலிப்பதில் பிராமணர்கள் மிகுந்த தீவிரம் காட்டினர்.

எந்த ஓர் இந்துவின் அந்தஸ்தையும் எச்சமயத்திலும் நிலை நாட்டவும் அல்லது ரத்துச் செய்யவும் தங்களுக்கு அதிகாரம் உண்டு என பிராமணர்கள் உரிமை கொண்டாடியதாலேயே இது சாத்தியமாயிற்று. அவர்கள் ஒரு சூத்திரனை சத்திரியனின் நிலைக்கு உயர்த்த முடியும், அதேபோன்று ஒரு சத்திரியனை சூத்திரனின் நிலைக்கு இறக்கவும் முடியும். இந்த விஷயத்தில் அவர்களுக்குள்ள அதிகாரம் எல்லையற்றது என்பதையும், அதனை எவரும் எதிர்க்க முடியாது என்பதையும் சிவாஜியின் விஷயம் மெய்ப்பிக்கிறது.

இவையாவும் பம்பாய் ராஜதானியில் மட்டுமே நடைபெற்ற நிகழ்ச்சிகள் என்பதில் ஐயமில்லை.[56] எனினும் இந்த நிகழ்ச்சிகளுக்கு அடிப்படையாக அமைந்த கோட்பாடுகள் தெளிவாகவும் பொதுவான முறையிலும் செயல்படுத்தப்பட்டன.

அவை வருமாறு:

1. உபநயனம் செய்வதற்குப் பிராமணர்கள் பிரத்தியேக உரிமை பெற்றிருக்கிறார்கள். சிவாஜியோ, பிரதாப் சின்ஹாவோ, காயஸ்தர்களோ, பாஞ்சாலர்களோ, பாலஷேக்களோ பிராமணரல்லாதோரால் உபநயனம் நடத்தப்படுவதை விரும்பவில்லை. தங்கள் சமய சடங்குகள் அனைத்தையும் காயஸ்தர்களே செய்ய வேண்டும் என்று ஒரு சமயம் காயஸ்தர்கள் தீர்மானித்தனர். ஆனால் இந்தத் தீர்மானம் வெறும் காகித அளவிலான தீர்மானமாக, ஏட்டுச் சுரைக்காயாகவே இருந்தது.

2. எவருடைய உபநயனத்தைத் தான் செய்ய முடியும், எவரது உபநயனத்தைத் தன்னால் செய்ய முடியாது என்று கூறும் உரிமை பிராமணனுக்கு இருந்தது. வேறுவிதமாகச் சொன்னால், ஒரு குறிப்பிட்ட வகுப்பினர் உபநயனம் செய்து கொள்ளும் உரிமை பெற்றிருக்கிறார்களா என்பதைத் தீர்மானிக்கும் ஏக நீதிபதியாக பிராமணன் இருந்து வந்தான் என்று கூறவேண்டும்.

3. உபநயனம் செய்வதற்கான பிராமணர்களின் ஆதரவு நியாயமான, நேர்மையான அடிப்படையில் அமைந்திருக்க வேண்டும் என்பதில்லை. பணம் கொடுத்து இந்த ஆதரவைப் பெற முடியும். இவ்வாறு பணம் தந்துதான் காகபட்டின் ஆதரவை சிவாஜி பெற்றார்.

4. பிராமணர்கள் உபநயனம் செய்ய மறுப்பதற்கு சட்ட அல்லது சமய ஆதாரங்கள் தேவையில்லை. முற்றிலும் அரசியல் காரணங்களின் அடிப்படையில் இவ்வாறு மறுப்பது சாத்தியமே. காயஸ்தர்களுக்கு உபநயனம் செய்துவைக்க பிராமணர்கள் மறுப்பதற்கு இந்த இரு தரப்பினரிடையே நிலவும் அரசியல் போட்டியே முற்றிலும் காரணமாகும்.

5. உபநயனம் செய்துவைக்க ஒரு பிராமணன் மறுத்தால் அதை எதிர்த்து வித்வத் - பரிஷத்துக்குத்தான் மேல்முறையீடு செய்ய முடியும்; இந்த வித்வத் - பரிஷத் என்பது பிராமணர்கள் மட்டுமே உறுப்பினர்களாகக் கொண்ட ஓர் அவையாகும்.

உபநயனம் செய்து வைப்பதற்கு மறுக்கும் அதிகாரம் பிராமணர்களுக்கு இருக்கிறது என்பது மேலே கண்ட

விவரங்களிலிருந்து தெள்ளத் தெளிவாகும். அவர்களுக்குள்ள இந்த அதிகாரத்தையும் அவர்களது நோக்கங்களையும் கொண்டு பார்க்கும்போது, அந்த அதிகாரத்தை அவர்கள் சூத்திரர்களுக்கு எதிராகப் பயன்படுத்தினால் அதில் ஆச்சரியப்படுவதற்கு எதுவுமில்லை.

அடிக்குறிப்பு

1. கானே, தர்ம சாஸ்திர வரலாறு, தொகுதி |1 (i) பக்கங்கள் 281-283.
2. யாக்ஞவல்கியம் (I. 16, 133) இதனை பிரம சூத்திரம் எனக் குறிப்பிடுகிறது.
3. கானே, டி.எஸ். II (மூ) பக்கம் 292

   தேவஸ்மிருதியின்படி ஒன்பது தந்துகள் குறிக்கும் தெய்வங்கள் வருமாறு: ஓங்காரம், அக்னி, நாகன், சோமன், பித்ரிஸ், பிரஜாபதி, வாயு, சூரியன், விஸ்வதேவன். இந்தக் கண்ணோட்டத்தில் சில மாற்றங்கள் ஏற்பட்டிருப்பதாகத் தோன்றுகிறது. இஸ்திஸ், விலங்குகள் பலி, மற்றும் சில யாகங்களின்போது யக்னேஞாபவீதத்தில் மூன்று தந்துகளைக் கொண்ட ஒரே ஒரு நூல்தான் இருக்க வேண்டும், அஹினா. ஏகஹா, சத்ரா ஆகிய மூன்று வகையான யாகங்களுக்கு மூன்று தீக்குண்டங்கள் தேவைப்படுவதால் அவற்றிற்கு மூன்று நூல்களும், ஏழு சோமசமஸ்த யாகங்களுக்கு ஏழு நூல்களும், மூன்று சவணாக்களுக்கும் இரண்டு சந்தியாக்களுக்கும் ஐந்து நூல்களும் பயன்படுத்தப்பட வேண்டும் என்று மேதாத்தி (கானே பார்க்கவும்) கூறுகிறார்: பிரமசாரி ஒரே ஒரு நூலும், அதேபோல் சந்நியாசிகள் யக்ஞோபவீதத்தைப் பயன்படுத்துபவர்களாக இருந்தால் ஒரே ஒரு நூலும் அணிய வேண் டும். ஸ்நதகனும் (பிரமசரியம் முடிந்து ஆச்சாரியரின் இல்லத்திலிருந்து திரும்பி வருபவன்) இல்லறத்தானும் இரண்டு நூல்களை அணிய வேண்டும். நீண்ட ஆயுளை விரும்புபவர்கள் இரண்டுக்கு அதிகமான நூல்களை அணியலாம். ஒரு ஸ்நதகன் எப்போதும் இரண்டு நூல் களை அணிய வேண்டும். இல்லறத்தான் பத்துவரை எத்தனை நூல்களை வேண்டுமானாலும் அணியலாம்
4. யாக்ஞவல்கியம்.(I.16, 133) இதனை பிரம சூத்திரம் எனக் குறிப்பிடுகிறது.
5. மிருகசீரிடம், பக். 144-146.
6. மனு ஸ்மிருதி அத்தியாயம் V, சுலோகங்கள் 67-70 பார்க்க.
7. வியவஹார மயூகன் மேற்கோள் காட்டிய கலிகபுராணம், கானே பதிப்பித்தது, பக்கம். 114. இது சம்பந்தப்பட்ட பல முறையீடுகள் நீதிமன்றங்களுக்குக் கொண்டு செல்லப் பட்ட விவரங்களை கானே குறிப்பிட்டிருக்கிறார்.
8. நாதுராம் பிரேமி "ஜைன சாகித்யம் நமது இதிகாசங்கள்" எனும் நூலில் (இந்தி) இதனை மேற்கோள் காட்டியிருக்கிறார், பக்கம் 55.
9. சுயோகிர்ய ரான்முர்தான் சின்னுக்கும் சாகப் புர்ஹுலாத் சின்னுக்கும் இடையே நடைபெற்ற வழக்கு.

10. ராஜ்குமார் லாலுக்கும் பிஸ்ஸெஸ்ஸூர் தயாளுக்கும் இடையே நடைபெற்ற வழக்கு.

11. துளசிராமுக்கும் பீகாரி லாலுக்கும் இடையே நடைபெற்ற வழக்கு.

12. எல்.ஆர்.ஐ.ஏ. பிற்சேர்க்கை, தொகுதி 149.

13. எல்.ஆர்.7.ஐ.ஏ.250

14. அசித்தா மோகன் கோஷுக்கும் நிரத் மோகன் கோஷ் மாவ்லிக்கும் இடையே நடைபெற்ற வழக்கு.

15. (1921) 48.கல்.626. விஸ்வநாத் கோஷுக்கும் திருமதி பலாய் தேசாய்க்கும் இடையே நடைபெற்ற வழக்கு.

16. (1924) 51.கல்.788. போலோநாத் மிட்டருக்கும் மன்னர் பிரான் அரசுக்கும் இடையே நடைபெற்ற வழக்கு.

17. (1926) ஈஸ்வரி பிரசாத்துக்கும் ராய் ஹரி பிரசாத் லாலுக்கும் நடைபெற்ற வழக்கு.

18. கோலாப்பூர் மகாராஜாவுக்கும் சுந்தரம் அய்யருக்கும் நடைபெற்ற வழக்கு.

19. சுப்பாராவ் ஹம்பிராவ் பட்டீலுக்கும் ராதா ஹம்பிராவ் பட்டீலுக்கும் நடைபெற்ற வழக்கு.

20. மொக்கா கோனுக்கும் அம்மா குட்டிக்கும் இடையே நடைபெற்ற வழக்கு

21. போதாயநீய கிரகிய சூத்திரம் (II.8), கானே, தர்ம சாஸ்திரங்களின் வரலாறு, II (I) பக்கம். 299.

22. ஆபஸ்தம்ப சூத்திரம் 1.1.1 28 –31, 16 அல்லது 24 வயதைக் கடந்தவனுக்குப் பின்கண்ட விதிகளை நிர்ணயித்துக் கூறுகிறது: உபநயனம் செய்து கொண்டு மூன்று வேதங்களைக் கற்பவர்களைப் போன்றே இவனும் உணவைப் பிச்சையெடுத்தல் போன்ற நடைமுறைகளையும், மாணவருக்கான விதிமுறைகளையும் இரண்டு மாதம் கடைப்பிடிக்க வேண்டும். ஒரு வருடக் காலம் அவன் தினந்தோறும் முடிந்தால் மூன்று முறை குளிக்க வேண்டும், இதன் பேரில் அவனுக்கு வேதம் கற்பிக்கப்பட வேண்டும். இதனை ஓரளவு எளிதான பிராயச்சித்தம் எனலாம். ஆனால் வேறு பல சூத்திரங்கள் மிகக் கடுமையான கழுவாய்களை நிர்ணயித்துத் தந்திருக்கின்றன. ஒரு பதிதசாவித்ரிகன் உத்தலக விரதம் அனுஷ்டிக்க வேண்டும், அல்லது அஸ்வமேத யாகம் செய்பவருடன் சேர்ந்து நிராட வேண்டும் அல்லது விரத்தியஸ்தோம யாகம் செய்ய வேண்டும் என்று இந்த சூத்திரங்கள் கூறுகின்றன. கானே, மேற்படி நூல் பார்க்க, பக்கம். 377.

23. ஆ .ப.த.சூ.1.1.1.1.32.2–4– இதற்கு நிர்ணயிக்கப்பட்ட பிராயச்சித்தம் வருமாறு: ஒவ்வொரு தலைமுறைக்கும் ஓராண்டு வீதம் மாணவருக்கான விதிமுறைகளைக் கடைப்பிடித்து உபயநயனம் செய்து கொள்ள வேண்டும்; பின்னர் ஓராண்டுக் காலம் வரை நாள்தோறும் மூன்று முறை அல்லது ஒரு முறை 'யத் அந்தியத்தாதுரக்கே' என்று தொடங்கும் ஏழு பவமணி சுலோகங்களையும், யஜூஸ் பவித்ரத்தையும், சாமபவித்திரத்தையும் அங்கிரச என்னும் மந்திரங்களையும் செபித்தபடி குளிக்க

வேண்டும். வியகிரதிகளுடன் தலையில் தண்ணீரை ஊற்றிக் கொண்டாலும் போதும். இவையெல்லாம் முடிந்த பிறகு அவனுக்கு வேதம் கற்றுத் தர வேண்டும்;

24. ஆபஸ்தம்ப சூத்திரம், I.1.2.5-10.

25. கானே (மேற்படி நூல், பக்கம். 385) இங்கு தந்தியா பிராமணத்தை 17.1.1 குறிப் பிடுகிறார். இதில் கூறப்பட்டிருக்கும் ஒரு கதையின்படி தேவர்கள் தேவலோகம் சென்ற போது, விரத்ய வாழ்க்கை வாழ்ந்து வந்த தங்களுடைய சார்பாளர்கள் சிலரை பூமி யிலேயே விட்டுச் சென்றனர். பின்னர், தேவர்களின் தயவால் மருத்துக்களிடமிருந்து அச்சுவினி தேவதைகள்) சொதசஸ்தோமாவையும் (16 தோத்திரங்கள் அடங்கியது) அனுஷ் தூபத்தையும் பெற்று இவர்கள் தேவலோகம் சென்றடைந்தனர்.

26. கானே, மேற்படி நூல், பக்கம் 387.

27. 1940 செப்டம்பர் மாத புருஷார்த்த இதழ் காண்க.

28. பண்டைய சமஸ்கிருத இலக்கிய வரலாறு, (1860) பக்கம்.207.

29. பூர்வ மீமாம்சை பற்றி கங்காநாத் ஜா எழுதிய நூலைப் பார்க்க. பக்கங்கள் 368-369 மற்றும் 171-172.

30. சொத்துகள் வைத்துக் கொள்வதற்கும் வேதங்களைக் கற்பதற்குமான உரிமையை மனுஸ்மிருதியும் ஏனைய ஸ்மிருதிகளும் பெண்களுக்கும் சூத்திரர்களுக்கும் ஏன் மறுக்கின்றன என்பதை மிகப் பலர் புரிந்துகொள்ள இயலாதவர்களாக இருக்கின்றனர். ஆனால் இந்தத் தகுதியின்மைகள் யாவும் பூர்வ மீமாம்சை வகுத்துத் தந்திருக்கும் விதியின் விளைவே என்பதையும், பெண்களும் சூத்திரர்களும் சொத்துகள் வைத்துக்கொள்ள முடியாததற்கு அவர்கள் பெண்களாகவும் சூத்திரர்களாகவும் இருப்பது காரணமல்ல என்பதையும், மாறாக வேள்விகள் நடத்தக்கூடாது என்று அவர்கள் தடுக்கப்பட்டிருப்பதே இதற்குக் காரணம் என்பதையும் ஒருவர் மனத்தில் கொள்ளும்போது இந்த சிக்கல் யாவும் மறைந்துவிடும்.

31. ஆபஸ்தம்ப சூத்திரம் 1.i.i.II லிருந்து மேற்கோள், கானே (1) பக். 324.

32. வியாசரின் கருத்துப்படி ஆச்சாரியன் என்பவன் வேதங்களில் ஆழ்ந்த ஈடுபாடு கொண்டவனாக, தர்மத்தை நன்கு அறிந்தவனாக, நற்குடும்பத்தில் பிறந்தவனாக, தூய்மையானவனாக, சோம்பலற்றவனாக, சிரோத்ரியனாக இருக்க வேண்டும். வேதத்தின் ஒரு சாகையைக் கற்றறிந்தவனே சிரோத்ரியன் எனப்படுகிறான்.

33. இத்தகைய சந்தர்ப்பங்களில் ஒரு பிராமண மாணவன் தன்னுடைய சத்திரிய அல்லது வைசிய குருவுக்கு செய்ய வேண்டிய சேவை அவரைப் பின்தொடர்ந்து செல்லுவதுதான்; மற்றபடி ஆசிரியரின் உடம்பைப் பிசைந்துவிடுவது, பாதங்களைக் கழுவுவது போன்ற சரீர பிரயாசை தேவைப்படும் பணிகளை அவன் செய்ய வேண்டியதில்லை, காண்க: ஆபஸ்தம்ப சூத்திரம் II, 2-4, 25-28, கௌதம சூத்திரம் 7, 1-3, போதாயண சூத்திரம் 1, 2, 40-42, மனுதர்மம் II, 241. ஒரு பிராமண மாணவன்

வலியுறுத்திக் கேட்டுக் கொண்டாலன்றி, தன்னிச்சையாக ஒரு சத்திரியன் அல்லது வைசியன் அவனுக்கு கல்வி கற்பிக்கக் கூடாது என்றும் கூறப் பட்டுள்ளது.

34. வியவஹார மயூகத்திலிருந்து மேற்கோள் (பதிப்பாசிரியர் கானே, பக்.115.)

35. இந்த முடிசூட்டுவிழா யோசனை எவ்வாறு தோன்றிற்று என்பது குறித்த சில சுவையான விவரங்களை கின்கைடு தமது நூலில் தந்துள்ளார். அவர் கூறுகிறார்:

"தக்காண உயர்குடியினர் போர்க்களத்தில் சிவாஜியின் தலைமையை ஏற்க சித்த மாக இருப்பினும் தனிப்பட்ட வாழ்க்கையில் அவருக்கு எத்தகைய முன்னிடமும் அளிக்கத் தயாராக இல்லை. அரசு விருந்துகளில் மோஹித்தேக்களுக்கும், நிம்பல் கார்களுக்கும், சாவந்துகளுக்கும், கோர்பதேக்களுக்கும் ஒதுக்கப்படும் ஆசனத்தில் ஒரு போஸ்லே அமர்வதைக் குற்றமாகக் கொண்டு சீற்றம் காட்டினர். இந்த விஷயம் குறித்து சிவாஜி தமது செயலாளரான பாலாஜி அவஜி சிட்னிசுடன் பேசினர். அரச மகுடத்தை முகலாய சக்கரவர்த்தியின் கரங்களிலிருந்து அல்லாமல் சியைச் சேர்ந்த ஒரு புரோகிதரின் கரங்களிலிருந்து வாங்கும்படி அந்தச் செயலாளர் சிவாஜிக்கு ஆலோசனை கூறினார். இதன் பேரில் மன்னர் இந்த விசியம் பற்றி தம்முடைய அன்னை ஜீஜாபாயையும், ஞானி ராமதாசரையும், தம்டய குல தெய்வமான பவானியையும் கலந்தாலோசித்தார்; தம்முடைய செயலாளர் தெரிவித்த யோசனையை அனைவரும் ஆதரிப்பதைத் தெரிந்து கொண்டார். மதாராஷ் டிரத்தின் வரலாறு, பக்கம். 244.

வேத சடங்குகளுடன் முடிசூட்டிக் கொள்வதன் நோக்கம் சமூக முக்கியத்துவத்தைப் பெறுவதேயன்றி சட்ட மற்றும் அரசியல் பிரதானத்தை ஈட்டுவதல்ல என்பதை இதிலிருந்து தெரிந்து கொள்ளலாம்.

36. வேத முறையிலன்றி சூத்திரர்கள் விஷயத்தில் நடைபெறுவது போன்று பௌராணிக முறையில் சிவாஜியின் முடிசூட்டு விழாவை நடத்தித் தர சில பிராமணர்கள் தயாராக இருந்ததாகத் தெரிகிறது. இவ்வாறல்லாமல் வேத சடங்குகளுடன் சிவாஜியின் முடிசூட்டு வைபவம் நடத்தப்படுமாயின் பல்வேறு கொடிய விளைவுகள் ஏற்படும் என்று இவர்கள் ஆரூடம் கூறினர். துரதிர்ஷ்ட வசமாக இந்தத் தீய விளைவுகள் ஏற்படவே செய்தன. ஆரூடங்கள் போன்றவற்றில் மிகுந்த நம்பிக்கை கொண்ட சிவாஜி வேத சடங்குகளில்லாத வேறொரு முடிசூட்டு விழாவை நடத்த வேண்டியதாயிற்று. இந்த இரண்டாவது முடிசூட்டு வைபவம் பற்றி திரு. சி. வி. வைத்யாவின் நூலில் பின்கண்ட சுவையான விவரங்கள் காணப்படுகின்றன:

"எப்போதும் போலவே அப்போதும் முட்டுக்கட்டைப்போடும். அதிருப்தியடைந்த பிராமணர்கள் இருக்கவே செய்தனர். முடிசூட்டு விழாவை மகாராஷ்டிரம் முழுவதுமே பெரிதும் பாராட்டியபோதிலும் இவர்கள் மனநிறைவு தெரிவிக்கவில்லை. அச்சமயம் இயற்றப்பட்ட ராஜ்யாபிஷேக கல்பதரு என்னும் கவிதையின் நகல் வங்க ராயல் ஆசியக் கழகத்தின் நூலகத்தில் இருக்கிறது. இக்கவிதை புனாவைச் சேர்ந்த இதிகாஸ் எஸ். மண்டலால் பிரசுரிக்கப்பட்டிருக்கிறது. (காலாண்டு சஞ்சிகை, தொகுதி X -1). சிவாஜியின் முடிசூட்டு வைபவத்துக்கு

எதிராக எழுப்பப்பட்ட சில ஆட்சேபங்கள் அதில் இடம் பெற்றிருக்கின்றன. இந்தக் கவிதை ராஜாராம் காலத்தியது என்றாலும் அதனை சமகாலத்தியது என்று கூறுவதற்கில்லை; ஏனென்றால் முந்தைய சிவபாரதம் சிவாஜியை விஷ்ணுவின் அவதாரம் என்று வருணித்திருப்பதற்கு மாறாக அவர் சிவனின் அவதாரம் என்ற பிற்காலக் கருத்து அதில் காணப்படுகிறது. காகபட்டின் எதிராளியான காசியைச் சேர்ந்த நிஷ்சால்புரி என்ற பிராமணத் துறவிக்கும் கோவிந்த பட் பார்வேக்கும் இடையே கொங்கணத்தில் நடைபெற்றதாகக் கூறப்படும் ஓர் உரையாடலை அது தருகிறது. முடிசூட்டு விழாவுக்கு முன்னரும் பின்னரும் நடைபெற்ற எல்லா அபசகுனங்களையும் அது நினைவூட்டுகிறது; பிரதாபராவ் குஜார், சிவாஜியின் மனைவியான காசிபாய் முதலியோரின் மரணம், உத்தரம் விழுந்து காகபட்டின் மூக்கில் ஏற்பட்ட காயம் முதலியவை இவற்றில் அடங்கும். காகபட் தம்முடைய சீடர்களான பிராமணர்களை மட்டுமே இந்த விழாவில் பயன்படுத்திக் கொண்டார் என்றும், நிஷ்சல்புரி சிபாரிசு செய்தவர்களை இப்பணியில் ஈடுபடுத்த மறுத்துவிட்டார் என்றும் இக்கவிதை திட்டவட்டமாகக் கூறுகிறது. விழாவின் பல குறைபாடுகள் அடுத்தபடியாக சுட்டிக்காட்டப்படுகின்றன. உதாரணமாக சிம்மாசனத்தில் ஏறி அமரும் நிகழ்ச்சி முடிந்ததும் சிவாஜி இரதத்தில் ஏறி அமரப் போகும்போது காகபட்முதலில் ஏறி அமர்ந்து கொண்டார், பின்னர்தான் சிவாஜி அமர்ந்தார். முடிசூட்டு விழா முழுவதையும் பார்த்து விட்டு நிஷ்சால்புரி கோட்டையிலிருந்து புறப்பட்டுச் சென்றார். ஆனால் அவ்வாறு புறப்படுவதற்கு முன்னர் 13ஆவது, 22ஆவது, 55ஆவது நாட்களில் தீய நிகழ்ச்சிகள் நடைபெறும் என்று சிவாஜியிடம் எச்சரித்துவிட்டுச் சென்றார். அவ்வாறே 13ஆவது நாளன்று சிவாஜியின் அன்னை காலமானார். அடுத்து பிரதாப்கட்டில் ஒரு குதிரைலாயம் தீப்பற்றி எரிந்து அநேக மிகச் சிறந்த குதிரைகள் மாண்டு மடிந்தன; இவ்வாறே சிங்கட் டில் ஓர் யானை இறந்தது. இந்த நிகழ்ச்சிகள் நிஷ்சால்புரியையும் அவரைச் சார்ந்த பிராமணர்களையும் திரும்பவும் அழைக்கும்படி சிவாஜியை நிர்ப்பந்தித்தன; அவர் மூலம் அரசு பீடம் ஏறும் வைபவத்தை சிவாஜி மீண்டும் நடத்தினார். ஆனால் இப்போது வேத சடங்குகளுக்குப் பதிலாக தந்திர சாஸ்திர அல்லது மாயவித்தை சடங்குகள் ஏற்பாடு செய்யப்பட்டன. இந்த சடங்கு பற்றிய விவரங்களும் இக்கவிதையில் இடம்பெற்றிருக்கின்றன. சாமவேதத்திலிருந்து சில மந்திரங்கள் ஓதப்பட்ட போதிலும் இந்த சடங்கு வேத ஆகமப்படி நடைபெறவில்லை. அசுவினி சுத்தம் 5ல் (லலித பஞ்சமி நாள் 5. 1596) இவ்வைபவம் நடைபெற்றதாக கவிதையின் இறுதியில் கூறப்பட் டிருக்கிறது. இந்த சமயச் சடங்கு பற்றி ஜேயும் குறிப்பிட்டிருக்கிறார்; ஒரு முகமதிய ஆவணத்திலும் நிஷ்சல்புரியைப் பற்றிய குறிப்பு காணப்படுகிறது – சிவாஜி, மராத்திய சுயராஜ்யத்தின் நிறுவகர், பக்கங்கள் 252–253.

37. காயஸ்தர்களின் சமுதாய படிநிலை குறித்து பிராமணர்கள் இடையறாது எதிர்ப்பு தெரிவித்து வந்ததால் தாங்களே புரோகிதர்களாக இருந்து தங்களுடைய சமயச் சடங்கு களை நடத்திக் கொள்வதென்று காயஸ்தர்கள் முடிவு செய்தனர். ஆனால் அவர்கள் தங்கள் முடிவை செயல்படுத்தவில்லை. இதற்கான காரணம்

தெளிவானது 38. மேவார் சிசோதியர் குலம் இரண்டு காரணங்களுக்காக முக்கியத்துவம் வாய்ந்ததாகும்: (I) ராமாயணத்தின் இதிகாச நாயகர் ராமரின் மூத்த புதல்வரான லவனின் வழித்தோன்றல் கள் என உரிமை கொண்டாடும் உதய்பூர் சிசோதியர்களின் ஒரு பிரிவினர் இவர்கள், (2) மேவார் சிசோதியர்கள் இனக் கலப்பற்றவர்கள், ஏனெனில் அவர்கள் தங்கள் பெண் களை முகலாயப் பேரரசர்களுக்குத் திருமணம் செய்து கொடுக்க மறுத்துவிட்டனர்; மேலும் ஜெய்ப்பூர், ஜோத்பூர் இராசபுத்திரர்கள் செய்தது போன்று இவர்கள் இதர இராசபுத்திர குடும்பங்களுடன் மண உறவு வைத்துக் கொள்ளவும் இணங்கவில்லை. இந்தக் காரணங் களுக்காகத்தான் சிவாஜி மேவார் சிசோதியர்களின் வழிவந்தவர் என்று கூறப்பட்டது போலும்.

39. சி.வி.வைத்தியா தமது மத்தியகால இந்தியாவின் வரலாறு என்ற நூலில் கையாண் டுள்ள மேற்கோள், தொகுதி II, பக்கம் 8.

40. மேற்படி நூலில் வைத்தியாவின் மேற்கோள், பக்கம் 9.

41. வைத்தியா தந்துள்ள மேற்கோள், மேற்படி நூல், பக்கம் 10. திரு.வைத்தியா இந்தக் கருத்தை ஆட்சேபிக்கிறார்; இராசபுத்திரர்கள் அந்நியர்களல்லவென்றும், மாறாக அவர்கள் ஆதி ஆரிய-சத்திரிய வம்சத்தில் வந்தவர்கள் என்றும் நிலைநாட்ட முயன்றிருக்கிறார். ஆனால் திரு. வைத்தியாவின் கூற்று அத்தனை நம்பத்தக்கதாக இல்லை.

42. மராட்டிய சுயராஜ்யத்தின் நிறுவகர், பக்கங்கள் 248 மற்றும் 252

43. 5,000 என்பதுதான் 50,000 என்பதாக தவறாகக் குறிப்பிடப்பட்டிருக்கிறத என்று வைத்தியா கூறுகிறார். ஆனால் இதற்கான காரணத்தை அவர் தெரிவிக்கவில்லை.

44. ஒரு ஹோன் என்பது 3 ரூபாய்க்குச் சமம்.

45. காகபட் ஒரு லட்சம் ரூபாய்தான் பெற்றார் என்று நினைப்பது தவறு. அவர் இத்தொகைக் கும் மேலாக விரத்திய ஸ்தோமத்துக்காக 7, 000 ஹோன்கள் அல்லது 21, 000 ரூபாய் பெற்றிருக்கிறார். மேலும், சிவாஜியின் எடைக்கு எடை நிறுத்தப்பட்ட தங்கம் மற்றும் இதர சில அரிய பொருள்கள் பிராமணர்களுக்கு விநியோகிக்கப்பட்ட போது அதில் ஒரு பகுதி காகபட்டுக்கு கிடைத்திருக்க வேண்டும்.

46. வைத்தியா, மேற்படி நூல், பக்கம் 247.

47. அவர்கள் (i) கேசவ் பட், (2) பாலச்சந்திர பட் (3) சோமநாத பட்.

48. இந்தத் தூதுவரின் பெயர் நீலோயேசாஜி. இவர் ஒரு காயஸ்தர். காகபட்டை அழைத்து வருவதற்கு முதலில் அனுப்பி வைக்கப்பட்ட மூன்று பிராமணர்களும் தங்களுக்கு அளிக்கப் பட்ட கட்டணங்களை மீறி நயவஞ்சமாக செயல்பட்டு, சிவாஜிக்குத் துரோகம் செய்து விட்டதாகவே தோன்றுகிறது; பிராமணர்கள் என்ற முறையில் சிவாஜி மீது அவர்களுக்கு இருந்த வெறுப்பே இதற்குக் காரணம். அவர்கள் கொண்டுவந்த கடிதத்தில் ஏதோ சூழ்ச்சி இருக்கிறது என்பதை பாலாஜி

புரிந்து கொண்டார். எனவேதான் இம்முறை தமது சொந்த சாதியைச் சேர்ந்த ஒரு காயஸ்தரை தூதுவராக பாலாஜி அனுப்பினார்.

49. காகபட்டின் முன்னுக்குப்பின் முரணான செயல்பாடுகள் குறித்து நான் மேலே தந்துள்ள விவரங்கள் கே.எஸ். தாக்கரேயின் கிராமணியாச்ச இதிகாசம் எனும் மராத்தி நூலை ஆதார மாகக் கொண்டவையாகும். தாக்கரே தம் பங்குக்கு இவற்றை பகார்கள் அல்லது வரலாற்றுப் பதிவேடுகளிலிருந்து எடுத்தாண்டுள்ளார். இந்தத் தகவல்கள் எந்த அளவுக்கு நம்பக மானவை என்று கூறுவது கடினம். எனினும் காகபட்டின் பித்தலாட்டங்கள் உண்மை என்றே தோன்றுகின்றன: ஏனென்றால் சில குறிப்பிட்ட நிகழ்ச்சிகளுக்கு சரியான விளக்கம் இல்லை. தாரணமாக பின்கண்ட கேள்வியை எடுத்துக் கொள்ளுங்கள்: காகபட் ரைகாட் வந்து சேர்ந்ததும் மனம் மாறிவிட்டாரா, அவ்வாறு மாறிவிட்டார் என்றால் அது ஏன்? சிவாஜி தாம் ஒரு சத்திரியர் என்று உரிமை கொண்டாடுவதை மற்றொரு பிராமணரான சிவாஜியின் பிரதம அமைச்சர் மோரபந்த் பிங்ளேயே எதிர்ப்பது கண்டு காகபட மனம் மாறியிருக்கக் கூடும். சிவாஜி முடிசூட்டிக் கொள்வதை ஆரம்பத்தில் கடுமையாக எதிர்த்த மோரபந்த் பின்னர் அவரது உறுதியான ஆதரவாளரானது ஏன்? பாலாஜிதான் மன்னராக வேண்டும் என காகபட் யோசனை கூறியதே மோரபந்தின் மனமாற்றத்துக்குக் காரணமாக இருக்கலாம். ஏனென்றால் பாலாஜி ஒரு காயஸ்தர், காயஸ்தர்களோ பிராமணர்களின் பரம விதோதிகள். எனவே சிவாஜியின் முடிசூட்டு இரண்டு தீமைகளில் குறைந்த தீமை என்று கருதி அதற்கு மோரபந்த் தமது சம்மதத்தை அளித்தார்.

50. சர்தேசாய், மராத்தி ரியாசத், II, பக். 363 மற்றும் வைத்தியா, சிவாஜி, பக். 251.

51. இந்த விவரங்கள் ராவ் பகதூர் டோங்ரே பதிப்பித்து வெளியிட்டுள்ள சித்தாந்த விஜயத்திலிருந்து எடுத்தாளப்பட்டுள்ளன.

52. டோங்ரே சித்தாந்த விஜயம், முன்னுரை பக்கம். 6

53. டோங்ரே, மேற்படி நூல், முன்னுரை, பக்கம்.9

54. அவருடைய பெயர் டாக்டர் குர்தகோட்டி.

55. இவற்றில் ஒவ்வொரு நிகழ்ச்சி பற்றிய விவரங்களையும் 1919ல் வெளியான கே.எஸ். தாக்கரேயின் கிராமணியச்ச இதிகாசம் என்னும் மராத்திப் பிரசுரத்தில் காண்க.

★

இயல் 11

சமரசத்தின் கதை

இதுவரை பின்கண்ட கருத்துகளை நிலைநாட்ட முயன்றுள்ளேன்:

1. பிராமணர்கள்தான் இந்தோ-ஆரிய சமுதாயத்தில் சூத்திரர்களை இரண்டாவது வருணத்திலிருந்து நான்காவது வருணத்துக்குக் கீழிறக்கினார்கள்;

2. சூத்திரர்களை இழிவுபடுத்த பிராமணர்கள் கையாண்ட உபாயம் உபநயனம் செய்துகொள்வதற்கு அவர்களது உரிமையை மறுத்ததாகும்;

3. சூத்திரர்களை இழிவுபடுத்துவதற்குப் பிராமணர்கள் அளவற்ற வெறி கொண்டதற்குக் காரணம் சூத்திர மன்னர்களது கொடுங்கோன்மையின், ஒடுக்குமுறையின்கீழ் அவர்கள் அவதிப்பட்டதும் அவமதிக்கப்பட்டதுமேயாகும்.

இவையாவும் தெள்ளத்தெளிவாக இருந்தாலும் சிலர் பின்வருபவை போன்ற சில கேள்விகளைக் கேட்கக்கூடும்:

i. ஒரு சில மன்னர்களுடனான சச்சரவு பிராமணர்களை சூத்திர சமுதாயம் முழுவதன் பகைவர்களாக ஏன் ஆக்க வேண்டும்?

ii. எல்லையற்ற பகைமை உணர்வையும் பழிதீர்க்க வேண்டும் என்ற வெஞ்சினத்தையும் தோற்றுவிக்கும் அளவுக்கு இந்த ஆத்திரமூட்டல் மிகப் பெரிய அளவுக்கு இருந்ததா?

iii. இவ்விரு தரப்புகளிடையேயும் சமரசம் ஏதும் ஏற்பட வில்லையா? அவ்வாறு சமரசம் ஏற்பட்டிருந்தால்

சூத்திரர்களைப் பிராமணர்கள் இழிவுபடுத்த வேண்டிய அவசியம் ஏற்பட்டிருக்காது அல்லவா?

iv. இந்த இழிநிலையால் சூத்திரர்கள் எந்த அளவுக்கு அவலமும் அவதியுமடைந்தனர்?

இந்தக் கேள்விகள் மிக முக்கியமானவை என்பதையும் அவற்றை ஆழ்ந்து பரிசீலிப்பது, ஆராய்வது அவசியம் என்பதையும் ஒப்புக்கொள்கிறேன். இக்கேள்விகளுக்குப் பதிலளிப்பதுதான் முறை.

ஒருசில மன்னர்களுடனுள்ள தகராறுகள் காரணமாக சூத்திரர்கள் சமுதாயம் முழுவதையுமே இழிவுபடுத்த ஏன் முற்பட வேண்டும் என்று கேள்வி இயல்பானதும் இங்கு முற்றிலும் பொருத்தமானதுமாகும். இரண்டு விஷயங்களை மனத்திற் கொண்டால் இக்கேள்விக்குப் பதிலளிப்பது கடினமல்ல.

முதலாவதாக, பிராமணர்களுக்கும் சூத்திர மன்னர்களுக்கும் இடையே நடைபெற்ற மோதல்களை இயல் 9ல் விவரித்தோம். இவை தனிப்பட்ட மோதல்களாகத் தோன்றினாலும் உண்மையில் அவை தனிப்பட்ட மோதல்கள் அல்ல. பிராமணர்கள் தரப்பில் அவர்களது முழு இனமே ஈடுபட்டிருந்தது என்பதில் ஐயமில்லை. வசிட்டர் சம்பந்தப்பட்ட நிகழ்ச்சி தவிர ஏனைய எல்லா நிகழ்ச்சிகளும் பொதுவாக பிராமணர்கள் சம்பந்தப்பட்டவையாகும். ஆனால் மன்னர்களைப் பொறுத்தவரையில், தனிப்பட்ட மன்னர்கள் பிராமணர்களுடன் மோதும் நிகழ்ச்சிகளாக அமைந்துள்ளன. ஆனால் அதேசமயம் இவர்கள் அனைவரும் சுதாசனுடைய அதே குடும்பகால் வழியைச் சேர்ந்தவர்கள் என்பதை மறந்துவிடக் கூடாது.

சுதாசனைப் பொறுத்தவரையில், மோதல் பிராமணர்களுக்கும் சத்திரியர்களில் சூத்திரக் குலத்தினருக்கும் இடையே நடைபெற்ற மோதலாகவே அமைந்திருந்தது. இதுகுறித்து எவ்வகையிலும் ஐயப்படத் தேவையில்லை. பிராமணர்களுடன் மோதிய ஏனைய மன்னர்களும் சத்திரியர்களில் சூத்திர குலத்தைச் சேர்ந்தவர்களே என்று கூறுவதற்கு நம்மிடம் நேரடியான சான்று ஏதுமில்லை. எனினும் அவர்கள் சுதாசனின் வழிவந்தவர்களே என்ற முடிவுக்கு வருவதற்கு நமக்கு வேறு சில சான்றுகள் உள்ளன.

மகாபாரதம் ஆதி பருவத்திலிருந்து[1] எடுத்து மறுபக்கத்தில் பிரசுரிக்கப்பட்டிருக்கும் குடிவழி விளக்க அட்டவணையை உங்கள் கவனத்திற்குக் கொண்டுவர விரும்புகிறோம்.

பிராமணர்களுடன் மோதலில் ஈடுபட்ட சத்திரிய மன்னர்களிடையேயான பரஸ்பர உறவு சில சுவையான தகவல்களைத் தருகிறது: புரூரவன்[2] இளையின் புதல்வன், மனு வைவசுவதனின் பேரன். நகுஷன்[3] புரூரவனின் பேரன். நிமி[4] மனு வைவசுவதனின் மகனான இக்ஷ்வாகுவின் புதல்வன். திரிசங்கு[5] இக்ஷ்வாகுவின் மரபுக் கொடிவழியில் 28ஆவது இடத்தைப் பெற்றவன். சுதாசன்[6] இக்ஷுவாகு மரபுவழி வந்தவன்; இந்தக் கொடிவழியில் 50 ஆவதாக இருப்பவன். வேணன்[7] மனு வைவசுவதனின் மகன். இவர்கள் அனைவரும் மனுவின் வழிவந்தவர்கள் என உரிமை கொண்டாடுகின்றனர்; சிலர் அவர் வழியிலும் வேறு சிலர் இக்ஷ்வாகு வழியிலும் வந்ததாகக் கூறுகின்றனர். மனு, இக்ஷ்வாகுவின் பரம்பரையினர் என்பதால் இவர்கள் அனைவரும் சுதாசனின் உறவினர்கள் என வாதிட வாய்ப்பு உண்டு. சுதாசன் ஒரு சூத்திரன் என்பதால் இந்த மன்னர்கள் அனைவரும் சூத்திர இனத்தைச் சேர்ந்தவர்கள் என்றாகிறது.

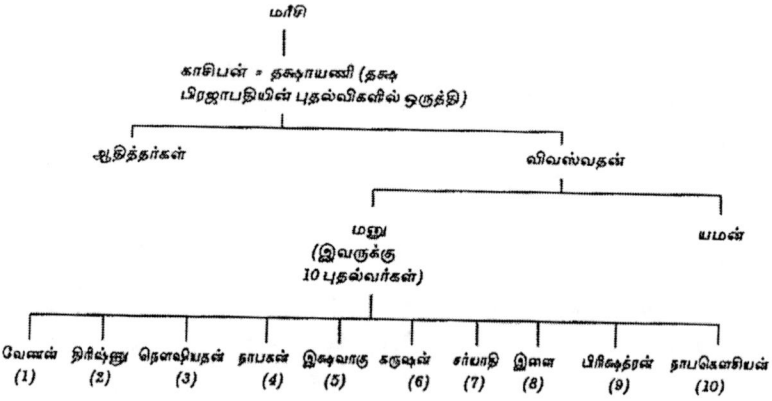

பிராமணர்களுடனான இந்த மோதல்களில் ஒரு சில சூத்திர மன்னர்கள் மட்டுமன்றி சூத்திர சமுதாயம் முழுவதுமே ஈடுபட்டிருந்தது என்பதற்கு நேரடிச் சான்று ஏதுமில்லை என்றாலும், இவ்வாறு அனுமானிப்பது தவறாகாது. வாழ்க்கையானது

சிந்தனையிலும் செயலிலும் குலமரபு நாகரிகத்தின் அடிப்படையில் அமைந்திருந்த பண்டைக்காலத்தில், தனிநபர் ஒருவர் செய்யும் காரியம் அவர் சார்ந்த குலம் முழுவதுமே செய்யும் காரியமாகக் கருதப்படவேண்டும் என்ற விதிமுறை நடைமுறையிலிருந்த காலத்தில் இந்த மோதல் நடைபெற்றிருக்கிறது என்பதை நினைவில் கொள்ள வேண்டும். பண்டைய சமுதாயங்கள் அனைத்திலும் குலமரபுக் குழுவோ அல்லது இனமோ தான் அடிப்படைக் கூறாக இருந்ததேயன்றி தனிநபர்கள் அடிப்படைக் கூறாக இருக்கவில்லை. எனவே தனிநபர் இழைக்கும் குற்றம் இனம் முழுவதுமே இழைக்கும் குற்றமாகவும், அதேபோன்று இனம் இழைக்கும் குற்றம் ஒவ்வொரு தனிநபரும் இழைக்கும் குற்றமாகவும் கருதப்பட்டு வந்தது. இந்த உண்மையை மனத்தில் கொண்டால், தீங்கு செய்யும் மன்னர்களை வெறுப்பதோடு பிராமணர்கள் நிற்காமல், சூத்திர இனம் முழுவதையுமே வெறுத்தனர்; எல்லா சூத்திரர்களுமே உபநயனம் செய்து கொள்ளக்கூடாது என்று தடைவிதித்தனர் என்று கூறுவதில் தவறு எதையும் காணமுடியாது.

II

இத்தகைய மோதல்கள் ஏற்படும் அளவுக்கு ஆத்திரமூட்டல்கள் இருந்தன என்று கூறுவதில் எத்தகைய கருத்து வேற்றுமைக்கும் இடமில்லை. இரு தரப்புகளிலுமே கோபதாபங்கள் ஏற்பட்டிருக்கக்கூடும். எளிதில் உணர்ச்சி கொந்தளிப்புகளைக் கிளர்த்திவிடக்கூடிய பல சூடான பிரச்சினைகள் அவர்கள் மத்தியில் இருந்து வரவே செய்தன.

பிராமணர்களைப் பொறுத்தவரையில் சமூக மேலாதிக்கம் பெறுவதற்கும் தங்களுக்கு விசேஷ சலுகைகள் ஈட்டுவதற்கும் முன் வைத்த கோரிக்கை மிகவும் மட்டுமீறியவையாகவும் சகிக்கவொண்ணாதவையாகவும் இருந்தன என்பது தெள்ளத்தெளிவு.

பிராமணர்கள் முன்வைத்த கோரிக்கைகளின் பட்டியல்[8] வருமாறு:

i. பிராமணனை எல்லாவருணங்களின் குருவாக ஏற்றுக் கொள்ள வேண்டும்.

ii. இதர எல்லா இனங்களின் கடமைகளைத் தீர்மானிப்பதும், அவர்கள் எவ்வாறு நடந்துகொள்ள வேண்டும், அவர்களது வாழ்க்கைத் தொழில் என்னவாக இருக்க

வேண்டும் என்பதை நிர்ணயிப்பதும் பிராமணனது ஏக உரிமையாகும்; இதர எல்லா வகுப்பினரும் அவனது ஆணைகளுக்குக் கட்டுப்பட்டு நடக்க வேண்டும்; இத்தகைய ஆணைகளுக்கு இணங்கவே மன்னர் ஆட்சி செய்ய வேண்டும்;

iii. பிராமணன் மன்னனது அதிகாரத்துக்கு உட்பட்டவன் அல்ல. மன்னன் பிராமணனைத் தவிர ஏனைய எல்லோரையும் ஆள்பவன்.

iv. (1) கசையடி; (2) விலங்கிடுதல்; (3) அபராதங்கள் விதித்தல்; (4) நாடு கடத்தல்; (5) கண்டித்தல்; (6) கைவிடப்படல் முதலிய வற்றிலிருந்து விதிவிலக்குப் பெறுவதற்கு பிராமணன் உரிமையுள்ளவன்.

v. ஒரு சிரோத்ரியன் (வேதங்களைக் கற்றறிந்த பிராமணன்) வரி விதிப்பிலிருந்து விடுபட்டவன்.

vi. ஒரு பிராமணன் புதையலைக் கண்டெடுத்தால் அந்தப் புதையல் முழுவதன் மீதும் பாத்தியதைக் கொண்டாட அவனுக்கு உரிமை உண்டு. புதையலை மன்னன் கண்டெடுத்தால் அதில் பாதியை பிராமணனுக்குத் தந்துவிட வேண்டும்.

vii. வாரிசில்லாமல் ஒரு பிராமணன் இறந்துவிட்டால் அவனது சொத்தை மன்னர் எடுத்துக் கொள்ளக் கூடாது; இதற்கு மாறாக அதனை சிரோத்ரியர்கள் அல்லது பிராமணர்களுக்குப் பங்கிட்டுத் தர வேண்டும்.

viii. மன்னன் சாலையில் செல்லும்போது ஒரு சிரோத்ரியனை அல்லது பிராமணனைக் கண்டால் பிராமணனுக்கு வழிவிட்டு விலகிச் செல்ல வேண்டும்.

ix. பிராமணனுக்குத்தான் முதலில் வணக்கம் தெரிவிக்க வேண்டும்.

x. பிராமணன் புனிதமானவன். கொலை செய்த கொடிய குற்றத்தைச் செய்திருந்தால்கூட அவனுக்கு மரண தண்டனை விதிக்கலாகாது.

xi. பிராமணனைத் தாக்குவதாக அச்சுறுத்தவதோ, அவனை தாக்குவதோ, அவனது உடலிலிருந்து இரத்தம் வரும்படிச் செய்வதோ குற்றமாகும்.

xii. சிலவகை குற்றங்கள் விஷயத்தில் மற்ற வகுப்பினரைவிட பிராமணனுக்குக் குறைந்த தண்டனையே விதிக்க வேண்டும்.

xiii. வழக்கில் சம்பந்தப்பட்டவன் ஒரு பிராமணனாக இல்லாத போது மன்னன் ஒரு பிராமணனை சாட்சியாக அழைத்தல் கூடாது.[9]

xiv. ஒரு பெண்ணுக்கு பிராமணர்களல்லாத பத்து முன்னாள் கணவன்மார்கள் இருந்தாலும்கூட, ஒரு பிராமணன் அவளை மணப்பானாயின் அவன் மட்டுமே அவனுடைய கணவனாக இருப்பான், அவள் ஒரு ராஜன்யனையோ, வைசியனையோ மணந்தாலும் அவர்கள் அவளுடைய கணவன்களாக இருக்க முடியாது.

பிராமணர்கள் கொண்டாடிய இந்த உரிமைகளையும் சலுகை களையும் பற்றி விவாதித்த பிறகு திரு. கானே பின்வருமாறு கூறுகிறார்:[10]

"பிராமணர்களுக்கு மேற்கொண்டு வழங்கப்பட்ட சலுகைகள் வருமாறு: பிச்சை எடுப்பதற்காக எந்த வீட்டிலும் தங்குதடையின்றி நுழையும் சுதந்திரம், விறகு, மலர்கள், தண்ணீர் முதலியவற்றைத் தம் இஷ்டம் போல் சேகரிக்கும் உரிமை, இது திருட்டு என்று கருதப்படமாட்டாது; பிறர் மனைவிமார்களுடன் எவர் குறுக்கீடுமின்றி தாராளமாக உரையாடும் உரிமை, கட்டணம் ஏதுமின்றி படகில் ஆற்றைக் கடக்கும் உரிமை, மற்றவர்களுக்கு முன்னால் மறுகரையில் கொண்டுபோய்ச் சேர்க்கப்படும் உரிமை; வாணிகத்தில் ஈடுபடும்போதும், படகைப் பயன்படுத்தும்போதும் பிராமணர்கள் சுங்கவரி செலுத்த வேண்டியதில்லை. பயணம் செய்து கொண்டிருக்கும் ஒரு பிராமணன் களைத்துப்போய், சாப்பிடுவதற்கு எதுவும் இல்லாதிருக்கும்போது, மற்றவர்களிடமிருந்து அவர்களைக் கேட்காமல் இரண்டு வெல்லக்கட்டிகளையும், இரண்டு கிழங்குகளையும் எடுத்து உண்பது தவறாகாது."

இந்தச் சலுகைகள் காலப்போக்கில் மேன்மேலும் வளர்ந்துவிட்டன என்பதில் ஐயமில்லை. இந்த மோதல்கள் நடைபெற்றுக் கொண்டிருந்தபோது, இவற்றில் எவை மரபு ரீதியாக நிலைநாட்டப்பட்டுவிட்ட உரிமைகளாகிவிட்டன என்று கூறுவது கடினம். எனினும் மிகவும் எரிச்சலூட்டும் (i), (ii), (iii), (viii), (xiv) போன்ற சில சலுகைகளும் உரிமைகளும் ஏற்கெனவே நடைமுறையில் இருந்து வந்தன என்பதில் சந்தேகமில்லை. பண்பும் சுயமரியாதையும் மிக்க எவரையும் கடுஞ்சீற்றம் கொள்ளச் செய்வதற்கு இவையே போதுமானவை.

சத்திரிய மன்னர்களைப் பொறுத்தவரையில் இந்த அவமதிப்புகளை, இழிவுகளை, பழிப்புகளை சகித்துக் கொண்டிருப்பார்கள், பொறுத்துக் கொண்டிருப்பார்கள் என்று எதிர்பார்க்க முடியாது. எப்படி அவர்கள் பொறுத்துக் கொண்டிருப்பார்கள்? பிராமணர்களுடன் மோதல்களில் ஈடுபட்ட சத்திரிய மன்னர்களில் பெரும்பாலோர் சூரிய வம்சத்தைச் சேர்ந்தவர்கள் என்பதை மறந்துவிடக் கூடாது. சந்திரவம்சத்தைச் சேர்ந்த சத்திரியர்களுடன்[11] ஒப்பிடும் போது இவர்கள் கல்வி கேள்வியிலும் பெருமித உணர்விலும், வீரதீரத்திலும் மாறுபட்டவர்கள். சூரிய வம்சத்தைச் சேர்ந்த சத்திரியர்கள் பராக்கிரமிக்கவர்கள். சந்திரவம்சத்தைச் சேர்ந்த சத்திரியர்களோ இயல்பாகவே மனோதிடமற்றவர்கள், தன்மானமில்லாதவர்கள். முதலில் குறிப்பிடப்பட்டவர்கள் பிராமணர்களை எதிர்த்து உறுதியாக நின்றார்கள். பிந்தியவர்களோ பிராமணர்களிடம் சரணடைந்து அவர்களுடைய அடிமைகள் போலாகி விட்டார்கள். இது இவ்வாறு தான் இருக்க முடியும். ஏனென்றால் சந்திர வம்சத்தைச் சேர்ந்த சத்திரியர்கள் கல்வி கற்பதில் அவ்வளவாக நாட்டமில்லாதவர்கள். சூரிய வம்சத்தைச் சேர்ந்தவர்கள் அப்படியல்ல. அவர்கள் அறிவு வளத்தில், கல்வி கேள்விகளில் பிராமணர்களுக்கு சமதையானவர்களாக, இன்னும் சொல்லப்போனால் அவர்களுக்கும் மேம்பட்டவர்களாக இருந்தனர்.

ரிக் வேதத்தில் அடங்கியுள்ள விஷயங்களைச் சுருக்கிச் சொல்லும் அநுகிரமணிகையின்படியும், வழிவழிச் செய்திகளின்படியும் கீழ்வரும் பாசுரங்கள் பின்கண்ட மன்னர்களால் இயற்றப்பட்டதாகக் கூறப்படுகிறது:[12]

"vi. 15 : விதகாவ்யம் (அல்லது பரத்வாஜம்);x.9; சிந்துவிபன், அம்பரீஷனின் புதல்வன் (அல்லது திரிசிராசன்,

திவஸ்தியின் மகன்); X. 75: சிந்துக்ஷித், பிரியமேதனின் புதல்வன்; X.133. சுதாசன், பிஜவானனின் மகன்; X. 134, மந்தாத்ரி, யுவநாஸ்வன் மகன்; X. 179. சிபி, உசீநரனின் மூத்த புதல்வன், பிரதர்த்தன், திவோதாசன் மகன், காசி மன்னன், வசுமனசன், ரோகிதஸ் வனின் புதல்வன், X. 148, பிரிதி வைனியன்".

மச்ச புராணமும் ரிக் வேத பாசுரங்களை இயற்றியவர்களின் பட்டியல்களைத் தந்துள்ளது.[13] அது வருமாறு:

"பிருகு, காசியன், பிரதேசன், ததிசன், ஆத்மவதன், ஔர்வன், ஜமதக்னி, கிரிபன், ஷரத்வதன், அரிஷ்திஷ்சேனன், யுதாஜித், விதஹ்யன், சுவர்சாசன், வைனன், பிரிது, திவோதாசன், பிரம ஸ்வரன், கிரித்சன், சௌநகன் - இவர்கள் பாசுரங்கள் இயற்றிய பத்தொன்பது பிருகுக்கள். ஆங்கீரசன், வேதாசன், பரத்வாஜன், பாலந்தனன், ரிதபாதன், கார்கன், சிதி, சங்கிரிதி, குருதிரன், மந்தாத்ரி, அம்பரீஷன், யுவ நாஸ்வன், புருகுத்சன், பிரத்யும்னன், சிரவனஸ்யன், அஜமிதன், ஹர்யஷ்வன், தக்ஷபன், கவி, பிரிஷ தஷ்வன், விருபன், கன்வன், மூத்கலன், உதத்தியன், சரத்வதன், வஜஸ்ரவசன், அபஸ்யன், சுவிட்டன், வாமதேவன், அஜிதன், பிரிகதுக்தன், திர்கதமசன், காக்சிவதன் ஆகிய இந்த முப்பத்திமூவரும் புகழ்பெற்ற ஆங்கீரசர்கள் ஆவர். இவர்கள் அனைவரும் பாசுரங்கள் இயற்றியவர்கள். இனி அடுத்து காசிபர்களைப் பற்றிப் பார்ப்போம்... காதியின் புதல்வரான விசுவாமித்திரர், தேவராஜன், பாலா மதுசந்தாசன், ரிஷபன், அக்மர்ஷணன், அஷ்தகன், லோகிதன், பிரிதகிலன், வேதஸ்ரவசன், தேவரதன், புரனஷ்வன், தனஞ்சயன், புகழ்பெற்ற மிதிலாவாசியான சலங்கயனன் - இவர்கள் பதின்மூவரும் பக்தி சிரத்தைமிக்க சிறந்த குசிகர்களாவர். மனு வைவசுவதன், இதன், மன்னன் புரூரவன் ஆகிய இவர்கள் சத்திரியர்களிடையே பாசுரங்களைச் சாற்றுவதில் மிகவும் தேர்ந்தவர்கள். பாலந்தன், வந்தியன், சம்ஸ்கிர்த்தி இவர்கள் மூவரும் வைசிகர்களிடையே புகழ்பெற்ற பாசுரகர்த்தாக்களாவர். இவ்வாறு தொண்ணூற்று ஒன்று பேர் பிராமணர்கள், சத்திரியர்கள், வைசியர்களிடையே பாசுரங்கள் இயற்றியவர்கள் என்று பிரபலம் பெற்றவர்கள்.

இவ்வாறு, வேத பாசுரங்களை இயற்றியவர்களின் பட்டியலில் பல சத்திரியர்களின் பெயர்கள் மட்டுமன்றி, பிராமணர்களுடன்

மோதலில் ஈடுபட்ட பல சத்திரியர்களின் பெயர்களும் இடம்பெற்றுள்ளன. வேத பாசுர கர்த்தாக்களில் சத்திரியர்கள் சிறப்புற்றுத் திகழ்கின்றனர். மிகவும் புகழ்பெற்ற வேத பாசுரமான காயத்ரி மந்திரம் சத்திரியரான விசுவாமித்திரர் படைத்தளித்ததே ஆகும். இத்தகைய பண்பாற்றலும் திறமையுமிக்க சத்திரியர்களால் பிராமணர்களின் சவாலை ஏற்காதிருப்பது சாத்தியமல்ல.

தங்களுடைய வீரதீரத்திலும் கல்வி அறிவிலும் மிகுந்த பெருமிதம் கொண்ட சத்திரிய மன்னர்கள் பிராமணர்களின் நியாயமற்ற, அதீதமான கோரிக்கைகளைக் கண்டு பெரிதும் மனம் புண்பட்டனர்; எல்லையற்று கோபாவேசமுற்றனர்; பிராமணர்களின் சவாலை உருக்கு உறுதியோடு எதிர்கொண்டனர்; அவர்களுக்கு ஈவு இரக்கமின்றிப் பாடம் போதித்தனர். வேணன் பிராமணர்களை வேறு எந்தக் கடவுளையும் வணங்காது தன்னையே வணங்கும்படிச் செய்தான்; புரூரவர்கள் அவர்களது செல்வத்தைச் சூறையாடினர். நகுஷன் அவர்களைத் தனது இரதத்தில் பூட்டி நகரெங்கும் இழுத்துச் செல்லும்படிச் செய்தான். குடும்பத்தில் எல்லாச் சமயச் சடங்குகளையும் செய்வதற்கு குடும்பப் புரோகிதருக்கு தலைமுறை தலைமுறையாக இருந்துவந்த பிரத்தியேக உரிமையை நிமி பறித்துக் காற்றில் பறக்கவிட்டான். ஒருசமயம் தன்னுடைய குடும்பப் புரோகிதராக இருந்த வசிஷ்டரின் புதல்வனை உயிரோடு அக்னிக்கு இரையாக்கினான். எனவே சூத்திரர்களைப் பழிக்குப் பழிவாங்க வேண்டும், அவர்களை வஞ்சம் தீர்க்க வேண்டும் என்ற வன்மம், அடக்கமுடியாத வெறி பிராமணர்களுக்கு ஏற்படுவதற்கு இதைவிட வேறு என்ன காரணங்கள் வேண்டும்.

III

பிராமணர்களுக்கும் சூத்திரர்களுக்கும் இடையே சமரசம் ஏற்படும் சாத்தியக்கூறைப் புலப்படுத்தும் சில சான்றுகள் உள்ளன என்பதில் ஐயமில்லை; சிலர் இந்த சான்றுகளின்பால் நம்பிக்கை வைக்கவும் கூடும். இந்த சான்றுகளின் தகைமை குறித்து என் கருத்துக்களைத் தெரிவிப்பதற்கு முன்னர் அவற்றின்மீது கவனம் செலுத்துவது விரும்பத்தக்கதாக இருக்கும். இந்த சமரச முயற்சி குறித்து மகாபாரதத்திலும் புராணங்களிலும் ஆங்காங்கு காணப்படும் கதைகளில்தான் இந்த சான்றுகள் அடங்கியுள்ளன.

சமரசம் பற்றிய முதல் கதை இரண்டு குலத்தவர்கள் சம்பந்தப்பட்டது; இவர்களில் முதல் குலத்தினர் பாரதர்கள், விசுவாமித்திரர் இந்தக் குலத்தைச் சேர்ந்தவர்; இரண்டாவது குலத்தினர் திரித் சூக்கள், வசிஸ்டர் இந்தக் குலத்தைச் சேர்ந்தவர். பாரதர்கள் வசிஷ்டர்களின், திரித்சூக்களின் பகைவர்களாக இருந்தனர் என்பது ரிக் வேதத்திலிருந்தே தெளிவாகத் தெரிகிறது. அது கூறுவதாவது:[14]

> III. 53-24 – "ஓ, இந்திரா, இந்தப் பாரதப்புத்திரர்கள் வசிஷ்டர்களைத் தவிர்க்கும் விருப்பத்தோடு அவர்களை நெருங்கவில்லை."

அவர்கள் சமரசம் செய்து கொண்ட விவரம் மகாபாரதம் ஆதிபருவத்தில் காணப்படுகிறது.[15] அது கூறுவதாவது:

> "அவர்களுடைய பகைவர்களின் பெரும்படைகள் பாரதர்களை அடித்து நொறுக்கின. பாஞ்சால மன்னன் தன்னுடைய நான்கு வகையான சேனைகளுடன் பூமியே அதிரும்படியாக மன்னன் சம்வரனனைத் தாக்கினான்; மண்ணுலகைத் துரிதமாக வென்ற பிறகு, அம்மன்னனை அவனுடைய பத்து சேனைகளுடன் சேர்த்து முறியடித்தான். பின்னர் மன்னன் சம்வரனன் தன்னுடைய மனைவிகள், அமைச்சர்கள், புதல்வர்கள், நண்பர்கள் முதலியோர்களுடன் நாட்டின் எல்லையில் மாபெரும் சிந்து நதி தீரத்திலுள்ள ஒரு புதர்க்காட்டில் போய் அடைக்கலம் அடைந்தான். அங்குள்ள ஒரு கோட்டையில் நீண்டகாலம் வசித்துவந்தான். அங்கு ஆயிரம் ஆண்டுக்காலம் வசித்து வந்த போது தகையார்ந்த வசிஷ்ட முனிவர் அவர்களிடம் வந்தார். பாரதர்கள் அனைவரும் அவரை மிகவும் பயபக்தியோடு வரவேற்றனர். முனிவர் அமர்ந்ததும் மன்னன் அவரிடம் பின்வருமாறு இறைஞ்சி வேண்டினான்: "தாங்கள் எங்கள் குருவாக இருக்க மனமுவந்து ஒப்ப வேண்டும், எங்கள் ராஜ்யம் எங்களுக்குத் திரும்பவும் கிடைக்க அருள்கூர வேண்டும்". வசிஷ்டரும் இதற்கு இணக்கம் தெரிவித்தார். அதுமட்டுமன்றி, மன்னனுக்கு அவனது ராஜ்யம் திரும்பவும் கிடைக்கும்படிச் செய்தார்; உலகம் முழுவதிலும் சத்திரிய இனத்தின்மீது அரசுரிமை செலுத்துவதற்கும் புருவின் வழித்தோன்றலான சம்வரனுக்கு அதிகாரம் அளித்தார். பின்னர் பரதன் முன்னர் ஆண்டுவந்த அந்த அற்புதமான நகருக்கு சம்வரன் திரும்பி வந்தான்;

இதர எல்லா மன்னர்களும் தனக்குக் கப்பம் செலுத்தும்படிச் செய்தான்.''

இரண்டாவது கதை பிருகுகளுக்கும் கிருதவீரியன் என்ற சத்திரிய மன்னனுக்கும் இடையே நடைபெற்ற மோதலையும், பின்னர் அவர்கள் சமரசம் செய்து கொண்டதையும் கூறுகிறது. இந்தக் கதை மகாபாரதம் ஆதிபருவத்தில் காணப்படுகிறது. அது கூறுவதாவது:[16]

"கிருதவீரியன் என்று ஒரு மன்னன் இருந்தான். வேதங்களைக் கற்றறிந்த பிருகுக்கள் அவனுடைய புரோகிதர்களாக இருந்தனர். அவர்களுக்கு மன்னன் தாராளமாக, ஏராளமாக வாரி வழங்கினான். இதனால் அவர்கள் நூற்றுக்கணக்கான பசுக்களையும், மலைமலையாக பணத்தையும் சம்பாதித்துவிட்டனர். கிருதவீரியன் வானுலகு சென்றபிறகு அவனுடைய வழித்தோன்றல்களுக்குப் பணம் தேவைப்பட்டது. பிருகுக்களிடம் ஏராளமாகப் பணம் இருப்பது அவர்களுக்குத் தெரியும். எனவே, இந்த இக்கட்டான சமயத்தில் பணம் உதவும்படி மன்றாடிக் கேட்டுக்கொள்வதற்காக அவர்கள் பிருகக்களிடம் வந்தனர். அவர்கள் வருவதை அறிந்து பிருகுக்களில் சிலர் தங்கள் பணத்தைப் பூமிக்கடியில் புதைத்து வைத்துவிட்டனர்; சிலர் பிராமணர்களிடம் கொடுத்துவைத்தனர்; வேறு சிலர் தங்களிடம் இவ்வளவுதான் இருக்கிறது என்று ஏதோ சிறிது பணத்தைத் தந்தனர். இதற்கிடையே ஒரு சத்திரியன் பூமியைத் தோண்டிக் கொண்டிருந்தபோது, ஒரு பிருகுவின் வீட்டில் பணம் புதைத்து வைக்கப்பட்டிருப்பதைப் பார்த்துவிட்டான். இது கேள்விப்பட்டு சத்திரியர்கள் திரண்டனர்; இந்தப் புதையலைப் பார்த்தனர்; அவர்கள் மிகவும் சீற்றமடைந்து, தாங்கள் விஷமென வெறுத்துவந்த பிருகுக்கள் அனைவரையும் கொன்று குவித்தனர்; கருவில் உள்ள குழந்தைகளைக்கூட விட்டுவைக்கவில்லை. எனினும் கொல்லப்பட்ட பிருகுக்களின் விதவை மனைவிகள் இமாலயத்துக்குத் தப்பிச் சென்றுவிட்டனர். இவர்களில் ஒருத்தி இன்னும் பிறக்காத குழந்தையைத் தனது தொடையில் மறைத்து வைத்துக் கொண்டாள். உளவு பார்க்கும் ஒரு பிராமணத்தி மூலம் இதனைத் தெரிந்து கொண்ட சத்திரியர்கள் அந்தக் குழந்தையையும் கொன்று பழிவாங்குவதற்கு முயன்றனர்.

ஆனால் அக்குழந்தை தனது தாயின் தொடையிலிருந்து, ஆயிரம் சூரியன்கள் பிரகாசிப்பது போல் வெளி வந்து சத்திரியர்களின் கண்களை எல்லாம் குருடாக்கிவிட்டது. அவர்கள் சிந்தை சிதைந்து, மனம் குலைந்து சிறிதுகாலம் மலைகளில் சுற்றித் திரிந்துவிட்டு பிறகு அந்தத் தாயின் கருணையை வேண்டி அவளிடம் திரும்பி வந்தனர்; தங்கள் கண்பார்வை திரும்பக் கிடைக்க அருள்கூர வேண்டுமென்று இறைஞ்சிக் கேட்டுக் கொண்டனர். அந்த அன்னையோ தன்னுடைய அதிசயக் குழந்தை ஔர்வனிடம் செல்லும்படிக் கூறினாள்; வேதம் முழுவதும் ஆறு வேதாந்தங்களும் அவனிடம் அடைக்கலம் புகுந்திருக்கின்றன என்றும், தன்னுடைய உற்றார் உறவினர்கள் படுகொலை செய்யப்பட்டதற்குப் பழி வாங்கவே அவன் அவர்களது கண்பார்வையைப் பறித்துவிட்டான் என்றும், அவன்தான் இதைத் திரும்பத் தரமுடியும் என்றும் சொன்னாள். அவ்வாறே அவர்கள் அவனிடம் சரணடைந்தனர்; அவர்களது கண்பார்வையும் திரும்பிற்று. எனினும் பிருகுக்கள் கொலை செய்யப்பட்டதற்குப் பழிவாங்குவதற்கு எல்லா ஜீவராசிகளையும் அழித்தொழிக்கும் நோக்கத்தோடு ஔர்வன் கடும் தவம் செய்யத் தொடங்கினான். அவனது தவத்தின் உக்கிரம் கண்டு தேவர்களும், அசுரர்களும், மனிதர்களும் நடுநடுங்கினர்; எனினும் அவனது எண்ணத்தை மாற்றும் பொருட்டு அவனுடைய பிதுர்களே அவன் முன்தோன்றினர். சத்திரியர்கள் பழிவாங்கப்படுவதைத் தாங்கள் விரும்பவில்லை என்று தெரிவித்தனர்; கொலைகார சத்திரியர்கள் செய்த படுகொலையைத் தங்களது பலவீனம் காரணமாக பெரிதுபடுத்தாது விட்டுவிடவில்லை என்றும் கூறினர். 'மூப்பினால் கிலேசமடைந்து பெரிதும் துன்புற்று வந்த நாங்களேதான் அவர்களால் படுகொலை செய்யப்பட வேண்டும் என்று விரும்பினோம். சத்திரியர்களிடம் வெறுப்பைக் கிளர்த்திவிட்டு அவர்களை ஆத்திரமூட்ட வேண்டும் என்று விரும்பிய எங்களில் யாரோ ஒருவர்தான் வேண்டுமென்றே ஒரு பிருகுவின் வீட்டில் பணத்தை ஒளித்துவைத்திருக்கிறார். இது தான் நடந்த உண்மை. விண்ணுலகம் செல்ல வேண்டும் என்று துடித்துக் கொண்டிருந்த எங்களுக்குப் பணம் எதற்கு?' என்று அவர்கள் வினவினர். தற்கொலை செய்து கொள்ளும் குற்றத்தைச் செய்ய விரும்பாததால் இந்த உபாயத்தைக் கைக்கொண்டோம் என்றும் சமாதானம்

> கூறினர். முடிவாக கோபத்தை அடக்கும்படியும், செய்ய உத்தேசித்திருக்கும் பாபத்தைச் செய்யாதிருக்கும்படியும் ஔர்வனை வலியுறுத்தினர். 'மகனே, சத்திரியர்களையும் ஏழு உலகங்களையும் அழித்துவிடாதே. உன் கோபத்தை அடக்கிக் கொள். இல்லையேல் அது உன் தவத்தின் வலிமையைக் குன்றச் செய்துவிடும்' என்று அறிவுரை கூறினர். ஆனால் ஔரவன் தான் மேற்கொண்ட சபதத்தை செயல்படுத்தாமல் இருக்க முடியாது என்று பதிலளிக்கிறான். தனது சினத்தை வேறு ஏதேனும் இலக்கின் மீது செலுத்தினாலொழிய அது தன்னையே சுட்டெரித்துவிடும் என்று கூறு கிறான். தன்னுடைய மூதாதையர்கள் பரிந்துரைக்கும் கருணையை விட நீதியும் நியாயமும் கடமையுமே தனக்கு முக்கியம் என்று வாதிடுகிறான். எனினும் அவனுடைய மூதாதையர்கள் எப்படியோ அவனைச் சமாதானப்படுத்தி, அவனது கோபாக்கினியை கடலில் எறிவதற்கு இணங்க வைக்கின்றனர்; அங்கு அது நீர்ப் பூதத்தைத் தாக்குவதில் ஈடுபடும் என்றும், இதன் மூலம் அவனது சபதம் நிறைவேறும் என்றும் கூறுகின்றனர். இவ்வாறு அது வேதங்கள் கற்றவர்களுக்கு மட்டுமே தெரிந்த மாபெரும் ஹயசிராசம் ஆயிற்று; அது அந்த நெருப்பை விழுங்கி நீரைக் குடிக்க வல்லதாகும்.'

மூன்றாவது கதை ஹைகயாசின் மன்னன் கிருதவீரியன் புதல்வன் அர்ஜுனனுக்கும் பரசுராமனுக்கும் இடையே நடைபெற்ற மோதலையும் பின்னர் அவர்களிடையே ஏற்பட்ட சமரசத்தையும் பற்றிக் கூறுகிறது. இந்தக் கதை மகாபாரதம் வன பருவத்தில் காணப்படுகிறது. அது வருமாறு:[17]

> கிருதவீரியனின் மகனும் ஹைகயாசின் மன்னனுமான அர்ச்சுனன் ஆயிரம் புயங்களை உடையவன் என்று கூறப்படுகிறது. அவன் தத்தாத்ரேயனிடமிருந்து தங்கத்தாலான வானூர்தி ஒன்றைப் பெற்றான். அது முன்னேறிச் செல்லும்போது அதனை எதிர்த்து யாரும் நிற்கமுடியாது. இவ்வாறு அவன் தேவர்களையும், யட்சர்களையும், ரிஷிகளையும் அடிபணிய வைத்தான்; எல்லா உயிர் ராசிகளையும் அடக்கி ஒடுக்கினான். தேவர்களும் ரிஷிகளும் விஷ்ணுவிடம் சென்று முறையிட்டனர். அப்போது விஷ்ணுவும் அர்ச்சுனனால் அவமதிக்கப்பட்ட இந்திரனும் சேர்ந்து அவனை ஒழித்துக் கட்டுவதற்கு ஒரு திட்டம் தீட்டினர். அச்சமயத்தில் காதி என்ற ஒரு மன்னன்

கன்யகுப்ஜத்தை ஆண்டு வந்தான். அவனுக்குச் சத்தியவதி என்றொரு மகள் இருந்தாள். இந்த இளவரசி இருஷிகன் என்ற ரிஷிக்குத் திருமணம் செய்து வைக்கப்பட்டாள். அவர்களுக்கு ஜமதக்னி பிறந்தான். ஜம் தக்னிக்கும் அவனுடைய மனைவி ரேணுகைக்கும் ஐந்து புதல்வர்கள். இவர்களில் எல்லோருக்கும் இளையவன்தான் வலிமைக்கும் ஆற்றலுக்கும் புகழ்பெற்ற பரசுராமன். தந்தையின் கட்டளைப்படி அவன் தன் தாயை (பாவகரமான ஆசையில் வீழ்ந்து தனது முந்தைய பத்தினித் தன்மையிலிருந்து வீழ்ச்சியுற்றவள் இவள்) கொன்றான். முன்னதாக மூத்த புதல்வர்கள் நால்வரும் இவ்விதம் தாயைக் கொல்ல மறுத்துவிட்டார்கள். இதனால் தந்தையின் சாபத்துக்கு ஆளாகிப் பகுத்தறிவைப் பறிகொடுத்தார்கள். ஆயினும் பரசுராமனின் விருப்பத்துக்கு இணங்க அவனுடைய தந்தை அவனுடைய தாய்க்கு மீண்டும் உயிர் கொடுத்தார். அவனுடைய சகோதரர்களுக்கு மீண்டும் பகுத்தறிவைத் தந்தார். பரசுராமனையும் கொலைக் குற்றத்திலிருந்து அறவே விடுவித்தார். யாராலும் வெல்லற்கரியவனாகத் திகழ்வதற்கும் நீண்ட ஆயுளுக்கும் தந்தையிடமிருந்து அவன் வரம் பெற்றான். அவனது வரலாறு இப்போது மன்னன் அர்ச்சுனன் (அல்லது கார்த்தவீரியன்) கதையுடன் தொடர்புபடுத்தப்படுகிறது. அர்ச்சுனன் ஒருசமயம் ஜமதக்னியின் ஆசிரமத்திற்கு வர நேரிட்டது. அவருடைய மனைவி அவனை மிகுந்த மரியாதையுடன் வரவேற்று உபசரித்தாள். ஆனால் அவன் முனிவரின் யாகப் பசுவின் கன்றுக்குட்டியைக் கவர்ந்து சென்றதாலும் அவருடைய மேன்மைமிக்க மரங்களை வெட்டிச் சாய்த்ததாலும் இந்த மரியாதையை, மதிப்பை இழந்துவிட்டான். இந்த வன்முறையைப் பற்றி அறிந்த பரசுராமன் கோபம் மிகுந்தவனாய் அர்ச்சுனனைத் தாக்கி அவனுடைய ஆயிரம் கைகளையும் வெட்டி வீழ்த்தி அவனைக் கொன்றுவிட்டான். இதற்குப் பழிக்குப் பழிவாங்கும் பொருட்டு அர்ச்சுனனுடைய புதல்வர்கள் பரசுராமர் இல்லாத நேரத்தில், சாந்த சொரூபியான முனிவர் ஜமதக்னியைப் படுகொலை செய்தனர்.

பரசுராமன் திரும்பிவந்தபோது தன்னுடைய தந்தை படுகொலை செய்யப்பட்டதை அறிந்து அடங்கவொண்ணா சீற்றமும் சினமும் கொண்டான்; இதற்குப் பழிவாங்க

சத்திரியனம் முழுவதையும் அழித்தொழிக்க சபதமேற்றான்; தன்னுடைய ஆயுதங்களை ஏந்தி ஆயிரக்கணக்கான ஹய்ஹயாக்களுடன் சேர்த்து அர்ச்சுனனது எல்லாப் பிள்ளைகளையும் பேரப் பிள்ளைகளையும் வெட்டி வீழ்த்தினான்; பூமியையே குருதிச் சேறாக்கினான். இவ்வாறு பூமியிலிருந்து சத்திரியர்கள் அனைவரையும் கருவறுத்த பிறகு, பரசுராமன் ஆழ்ந்த இரக்க உணர்ச்சி மேலிட, கானகத்துக்குச் சென்றுவிட்டான். சில ஆயிரம் ஆண்டுகள் கழிந்தன. ரைப்யனின் மகனும் விசுவாமித்திரரின் பேரனுமான பராவசு ஒரு பொதுச்சபையில் பரசுராமனைப் பழித்துப் பின்வருமாறு இடித்துப் பேசினான்: 'யயாதியின் நகரில் நடைபெற்ற வேள்விக்கு வந்திருந்த பிரதர்தனும் ஏனையோரும் சத்திரியர்கள் இல்லையா? உன் சபதத்தை நீ நிறைவேற்றவில்லை என்பதையே இது காட்டுகிறது. அப்படியிருக்கும்போது இந்த சபையில் நீ வீணாக ஜம்ப மடித்துக் கொள்கிறாய். அந்த வல்லமைமிக்க சத்திரியர்களுக்குப் பயந்துதான் நீ மலைகளுக்கு ஓடிவிட்டாய். இப்போது பார், சத்திரியர்கள் இனம் நூற்றுக்கணக்கில் பெருகிவிட்டது.' இயல்பாகவே முன்கோபியான பரசுராமன் இந்தச் சொற்களைக் கேட்டதும் ஆவேசமாக வெகுண்டெழுந்தான்; தன் சக்திமிக்க ஆயுதங்களைக் கையிலெடுத்தான். இதற்கு முன்னர் அவனிடமிருந்து தப்பிப் பிழைத்த நூற்றுக்கணக்கான சத்திரியர்கள் இப்போது வல்லமைமிக்க மன்னர்களாக வளர்ந்துவிட்டிருந்தனர். எனினும் பரசுராமன் அவர்களையும் உயிரோடு விட்டு வைக்கவில்லை; அவர்களுடைய குழந்தைகளுடன் சேர்த்து அவர்களை வெட்டித் தீர்த்தான். இந்த உலகை இனிமேல்தான் காணவிருந்த எண்ணற்ற பச்சிளம் சிசுக்களையும் பழிவாங்கினான். சில குழந்தைகள் அவர்களது தாய்மார்களால் காப்பாற்றப்பட்டனர். இவ்வாறு இருபத்தொரு தடவை சத்திரியர்களைப் புவியிலிருந்து துடைத்தெறிந்துவிட்டு, அஸ்வமேத யாகத்தின் இறுதியில் புவியை கசியபருக்கு தட்சிணையாகக் கொடுத்துவிட்டான்.

பரசுராமருக்கும் சத்திரியர்களுக்கும் இடையே நடைபெற்ற மோதலை இவ்வாறு வருணித்த பிறகு மகாபாரத ஆசிரியர் அவர்களிடையே ஏற்பட்ட சமரசத்தைப் பின்வருமாறு விவரிக்கிறார்:[18]

"இருபத்தொரு முறை சத்திரியர்கள் அனைவரையும் புவியிலிருந்து துடைத்தெறிந்த ஜமதக்னியின் மகன் மலைகளிலேயே தலைசிறந்த மலையாகிய மகேந்திரமலைக்குச் சென்று தவம் செய்யலானான். அவன் சத்திரியர்களை உலகிலிருந்து ஒழித்துக்கட்டிய பிறகு, அவர்களின் விதவைகள் பிராமணர்களிடம் வந்து குழந்தை வேண்டினார்கள். சமயப்பற்றுமிக்க பிராமணர்கள் எவ்விதச் சிற்றின்ப ஆசைக்கும் இடம்கொடாதவர்கள். அவர்கள் உரிய பருவங்களில் இந்தப் பெண்களிடம் கூடினார்கள். இதனால் கருவுற்ற அப்பெண்கள் வீரஞ்செறிந்த சத்திரியச் சிறுவர்களையும் சிறுமிகளையும் பெற்று ஆளாக்கி சத்திரிய குலம் தொடரச் செய்தார்கள். இவ்வாறுதான் பிராமணர்கள் சத்திரியப் பெண்களிடமிருந்து ஒழுக்கமான முறையில் சாத்திரிய இனத்தை மீண்டும் உயிர்ப்பித்துத் தந்தார்கள். அப்போதிருந்துதான் பிராமணர்களுக்குக் கீழான நான்கு சாதிகள் உருவாயின."

பிராமணர்களுக்கும் சத்திரியர்களுக்கும் இடையே நடைபெற்ற மோதல்களையும் சமரசங்களையும் விவரிக்கும் மேலே கூறிய நிகழ்ச்சிகள் எல்லாம் பிராமணர்கள் மீது போர்தொடுத்து வரலாற்றில் இடம்பெற்றுள்ள சத்திரிய மன்னர்கள் சம்பந்தப்பட்டவை அன்று பிராமணர்களுடன் சமரசம் செய்துகொண்ட இந்த மன்னர்களில் முதலாவதாகக் குறிப்பிடப்பட வேண்டியவன் கல்மாஷபாதன்[19], இவன் சுதாசனுடைய புதல்வன் என்று கூறப்படுகிறது[20]. இந்தக் கதை மகாபாரதம் ஆதிபருவத்தில் இடம்பெற்றிருக்கிறது. கல்மாஷபாதனுக்கும்[21] வசிஷ்டருக்கும் இடையேயான பகைமை பற்றிய விவரங்களை ஏற்கெனவே தந்துள்ளோம்[22]. அவர்களிடையே ஏற்பட்ட சமரசம் பற்றிய விவரம் வருமாறு:

'அவர் (வசிஷ்டர்) பற்பல மலைகளிலும் நாடுகளிலும் சுற்றித் திரிந்துவிட்டு தம்முடைய மருமகளும் தமது மூத்த மகன் சக்தியின்[23] விதவை மனைவியுமான அத்ரிசெந்தியுடன் வீடுவந்து சேர்ந்தார். சூலுண்டிருந்த அவளுடைய கருப்பையிலிருந்து வேதங்கள் ஓதும் ஒலி அவளுக்குக் கேட்டது. குழந்தை பிறந்ததும் பராசரன் என்று அவனுக்குப் பெயர் சூட்டப்பட்டது. தன்னுடைய மருமகள் கருவுற்றிருப்பதை அவளிடமிருந்து தெரிந்துகொண்டபோது, 'இனி என் கால்வழி நீடிக்கும்' என்று வசிஷ்டர் நிம்மதியடைந்தார்;

தம் உயிரை மாய்த்துக் கொள்ளும் முயற்சியை அத்துடன் கைவிட்டார். எனினும் கானகத்தில் மன்னன் கல்மாஷபாதன் எதிர்ப்பட்டான். அவர்கள் இருவரையும் விழுங்குவதற்கு இருந்தான். ஆனால் அப்போது வசிஷ்டரின் வாயிலிருந்து வலிமைமிக்க அனல் காற்று வெளிப்பட்டு அவனைத் தடுத்து நிறுத்திவிட்டது. வசிஷ்டர் ஒரு மந்திரத்தை ஓதி அவன்மீது நீரைத் தெளித்தார். பன்னிரண்டு ஆண்டுகளாக அவனைப் பீடித்திருந்த சாபத்திலிருந்து அவன் விடுபட்டான். பின்னர் மன்னன் வசிஷ்டரிடம் பின்வருமாறு கூறினான்: "மிக உன்னதமான முனிபுங்கவரே, நான்தான் சௌதாசன். தாங்கள்தான் என்னுடைய குடும்ப குருவாக இருந்தீர்கள். இப்போது நான் என்ன செய்ய வேண்டும் என்று நீங்கள் சொல்லுகிறீர்களோ, அதை மகிழ்வோடு செய்வேன்". இதற்கு வசிஷ்டர் பின்கண்டவாறு பதிலளித்தார்: 'இதுவரை நடந்ததெல்லாம் விதிவசத்தால் நடந்ததாகும்; இப்போது போய் உன் நாட்டை ஆள்வாயாக. ஆனால் மன்னனே, ஒருபோதும் பிராமணர்களைப் பழித்துரைக்காதே.' மன்னன் பின்வருமாறு பதிலளித்தான்: 'பிராமண சிரேஷ்டர்களை இனி ஒருக்காலும் வெறுக்கமாட்டேன்; தங்கள் ஆணைகளுக்குக் கீழ்ப்படிந்து தங்களை எல்லா வகைகளிலும் பெருமைப்படுத்துவேன். இக்ஷுவாகுகளுக்கு நான் செய்ய வேண்டிய கடமைகளை நிறைவேற்ற தாங்கள் அருள்கூர வேண்டும். தாங்கள் எனக்குப் பிள்ளை செல்வத்தை அளித்தருள வேண்டும். அவனது வேண்டுகோளை நிறைவேற்றுவதாக வசிஷ்டர் அவனுக்கு வாக்குறுதி அளித்தார். பிறகு அவர்கள் அயோத்திக்குத் திரும்பினார்கள். அரசுக் கட்டிலுக்கு ஒரு வாரிசை உருவாக்கித் தருவதாக வசிஷ்டர் உறுதிமொழி அளித்தபடி, ராணி அரசனால் கருவுற்று, பன்னிரண்டு ஆண்டுகள் முடிவில் ஓர் ஆண் மகவை ஈன்றெடுத்தாள்.'[24]

இரண்டாவது நிகழ்ச்சி மகாபாரதம் அனுசாசன பருவத்தில் இடம் பெற்றிருக்கிறது[25]. அது வருமாறு:

'இக்ஷுவாகு குலத்தில் உதித்த சௌதாசன் ஒருசமயம் தன்னுடைய குடும்ப குருவும், நிலைபேருடைய ஞானியும், ரிஷிகளிலே தலைசிறந்தவரும், மூவுலகையும் கடந்து செல்லக் கூடியவரும், சமயச்சார்புடைய புனித ஞானத்தின் கருவூலமான வசிஷ்டரை வணங்கி பின்வருமாறு வினவினான்:

'ஒருவன் மூவுலகிலும் மிகப் புனிதமான எதை இடையறாது ஆராதனை செய்து வந்தால் மிக உன்னதமான நிலையை அடையலாம்?' இதற்கு வசிஷ்டர் பதலளிக்கும்போது, எப்படி பசுக்களை மிகவும் அன்பாதரவோடுப் பேணிப் போற்றிப் பராமரித்து வந்தால் ஒருவர் மிக உயரிய நிலையை அடையலாம் என்பதை சவிஸ்தாரமாக விவரித்துக் கூறுகிறார்; இந்தப் பிராணிகளுக்குள்ள சில அற்புதமான உயரிய பண்புகளை எடுத்துரைக்கிறார்; பசுக்களே நிகழ்காலத்திலும் வருங்காலத்திலும் அனைத்து ஜீவராசிகளின் ஆதார அடிப்படையாக இருப்பதை விளக்குகிறார்; பசு பிரபஞ்சம் முழுவதிலும் ஊடுருவிச் சென்று கடந்தகாலம் மற்றும் நிகழ்காலத்தின் அன்னையாகத் திகழ்வதை வருணித்துக் கூறுகிறார். மிகவும் அடங்கிப்போன அந்த மன்னன் இச்சொற்களை மிகச் சிறந்தவையாக, ஒப்புவமையற்றவையாக மதித்து, பிராமணர்களுக்கு ஏராளமான பசுக்களை வாரி வழங்குகிறான். ஆக, இங்கு சௌதாசன் ஒரு ஞானியாக மெச்சிப் பாராட்டப்படுவதைப் பார்க்கிறோம்.'

பிராமணர்களுக்கும் சத்திரியர்களுக்கும் இடையே சமரசம் ஏற்பட்டது சம்பந்தமான மூன்றாவது நிகழ்ச்சியில் சுதாசனின் வழித்தோன்றல்கள் குறிப்பிடப்படுகின்றனர். இந்த நிகழ்ச்சி மகாபாரதம் சாந்தி பருவத்தில் விவரிக்கப்படுகிறது.[26]

"புவியை ஆளும் அதிகாரத்தைப் பெற்றதும் கசியபர் அதனை பிராமணர்களின் இருப்பிடமாக்கிவிட்டுக் கானகத்துக்குச் சென்றுவிட்டார். இதனைத் தொடர்ந்து சூத்திரர்களும் வைசியர்களும் பிராமணர்களின் மனைவிமார்களுடன் முறைகேடாக நடந்து கொள்ள ஆரம்பித்தனர். இதன் விளைவாக அரசாங்கம் என்பதே இல்லாத நிலை ஏற்பட்டுவிட்டது. வலிமையற்றவர்கள் வலிமைமிக்கவர்களால் அடக்கி ஒடுக்கப்பட்டனர். யாரும் எந்த சொத்துக்களின் மீதும் உரிமை கொண்டாட முடியவில்லை. கொடியவர்களின் பாவச்செயல்களால் பூமிதேவி மிகுந்த வேதனையும் வாதனையும் அடைந்தாள்; நீதியின் பாதுகாவலர்களான சத்திரியர்களால் விதிமுறைகளின்படி பாதுகாக்கப்படாததால் அமைதியும் ஒழுங்கும் குலைந்து மேன்மேலும் மோசமாகி வந்தது. இதனால் பூமகள் திகிலும் பேரச்சமும் கொண்டு இடம்விட்டு இடம் பெயர்ந்து

கொண்டிருப்பதைக் கவனித்துவிட்ட கசியபர் அவளைத் தனது தொடையால் (யுரு) தாங்கிக் கொண்டார்; இதனால் அவள் யுருவி எனப் பெயர் பெற்றாள். பின்னர் கசியபரின் சினம் தணிந்ததும் பூமாதேவி அவருடைய பாதுகாப்பை நாடினாள்; தனக்கு ஒரு மன்னனைத் தரவேண்டும் என்று வேண்டினாள். இதுகுறித்து அவள் பின்வருமாறு கூறினாள்: "ஹைஹயாஸ்களின் இனத்தில் பிறந்த பல சத்திரியர்களை பெண்களிடையே வைத்துக் காப்பாற்றி வருகிறேன். அவர்கள் என்னுடைய பாதுகாவலர்களாகஇருக்கட்டும். பௌரவர்களின் வழித்தோன்றலும், விதுரதனது புதல்வனும், ரிக்ஷாவத் மலைப்பகுதிகளில் கரடிகளால் வளர்க்கப்பட்டவனுமான ஒரு சத்திரியன் இருக்கிறான், அவன் என்னைப் பாதுகாக்கட்டும். இதேபோன்று சௌதாசனுடைய வாரிசு அன்புள்ளமும் பெருஞ்சிறப்பும் வாய்ந்த குரு பராசரனால் வளர்க்கப்பட்டு வருகிறான், அவன் என்னைப் பாது காக்கட்டும். பராசரன் ஒரு பிராமணனாக இருந்தபோதிலும் ஒரு சூத்திரனைப் போல் அவனுக்குப் பணிவிடைகள் செய்த காரணத்தால் அந்த இளவரசன் சர்வகர்மன் என அழைக்கப்படுகிறான்.' இவ்வாறு காப்பாற்றப்பட்ட இதர பல மன்னர்களையும் கணக்கிட்டுக் கூறிய பிறகு பூமி மாதா மேலும் கூறலானாள்: 'இந்த சத்திரிய வழித்தோன்றல்கள் யாவரும் பல்வேறு இடங்களில் பாதுகாப்பாக இருந்துவருகின்றனர்; தியோகரர்கள், பொற்கொல்லர்கள் மத்தியில் வாழ்ந்து வருகின்றனர். அவர்கள் என்னைப் பாதுகாப்பார்களேயானால் நான் நிம்மதியாக இருப்பேன். அவர்களுடைய தந்தைமார்களும் பாட்டன்மார்களும் என் பொருட்டு பரசுராமனால் வேட்டையாடிக் கொல்லப்பட்டுவிட்டனர். அவர்களுக்கு நீதி கிடைக்கச் செய்வது என் கடமை. கஸ்யபர் போன்ற ஒரு மாபெரும் மனிதரால் என்றென்றும் பாதுகாக்கப்படுவதை நான் விரும்பவில்லை; ஒரு சாதாரண மன்னன் இருந்தால் போதும், நான் மனநிறைவு அடைவேன். எனது இந்தக் கோரிக்கை துரிதமாக, நிறைவேற்றப்பட வேண்டும் என்று விரும்புகிறேன்.' இதன் பேரில் கஸ்யபர் பூமிதேவி சுட்டிக் காட்டிய சத்திரியர்களைத் தேடிக் கண்டுபிடித்து அவர்களை அரசர்களாக ஆக்கினார்.

இத்தகையதுதான் சான்று. இதனை எவரேனும் ஒப்புக் கொள்ள முடியுமா? இதனை ஏற்கக்கூடாது என்பது மட்டுமல்ல, இப்படிப்பட்ட சான்று குறித்து நாம் எச்சரிக்கையாகவும் இருக்க வேண்டும்.

முதலாவதாக, சமரசம் பற்றிக் கூறும் கதைகள் எல்லாம் சத்திரியர்களின் நன்மதிப்புக்கு, தன்மானத்துக்கு இழுக்கு ஏற்படுத்தும் வகையில்தான் முடிவதைப் பார்க்கலாம். ஒவ்வொரு சந்தர்ப்பத்திலும் சத்திரியர்கள் மிகவும் இழிவான முறையில் சரணடைவதாகவே காட்டப்படுகிறது. பாரதர்கள் வசிஷ்டர்களின் பகைவர்கள். திடீரென்று அவர்களது நாட்டில் கொடிய பஞ்சம் ஏற்படுகிறது. அவர்கள் நாட்டைவிட்டு வெளியேறுகின்றனர்; இதனால் தங்களுடைய ராஜ்யத்தை இழக்கின்றனர். அவர்கள் தங்களது பன்னெடுங்காலப் பரமவைரியான வசிஷ்டரை அணுகி, தங்களுடைய குருவாகி இந்தப் பேரிடரிலிருந்து, இக்கட்டிலிருந்து தங்களைக் காப்பாற்ற வேண்டும் என்று மன்றாடிக் கேட்டுக் கொள்கின்றனர். பிருகுக்கள், சத்திரியர்கள் பற்றிய கதையில் விட்டுக் கொடுக்காமல் தீவிரமாகப் போராடும் பெருமித மனோபாவம் கொண்டவர்களாகச் சித்தரிக்கப்பட்டிருக்கின்றனர். கல்மாஷபாதன் போன்ற ஹைஹய சத்திரியர்கள் பற்றிய கதையில் வெற்றி பெற்ற பிராமணர்களுக்குத் தங்களுடைய பெண்களைத் தந்து சத்திரியர்கள் சமரசம் செய்து கொண்டதாகக் கூறப்படுகிறது. இவையெல்லாம் பிராமணர்களைப் பெருமைப்படுத்தும், சத்திரியர்களைச் சிறுமைப்படுத்தும் நோக்கத்தோடு இட்டுக்கட்டப்பட்ட கட்டுக்கதைகளாகும். கீழ்த்தரமான, மட்டமான, வெறுக்கத்தக்க, அருவருப்பான, கொச்சையான, வீண் புகழ்ச்சி செய்யும் இத்தகைய கதைகளை வரலாற்று உண்மைகளாக யார் ஏற்றுக்கொள்வார்கள்? பிராமணீயத்தின் கடைந்தெடுத்த ஆதரவாளர்தான் இவ்வாறு ஏற்றுக் கொள்ள முடியும்.

இப்படிப்பட்டதுதான் சமரசப் பிரச்சினை குறித்த சான்றின் லட்சணமாகும்! பிராமணர்களுக்கும் சுதாசனின் வழித்தோன்றல்களின் சூத்திரர்களுக்கும் இடையே சமரசம் ஏற்பட்டதாகக் கூறப்படுவது வெறும் புனை கதை. உண்மையில் அப்படிப்பட்ட சமரசம் ஏதும் ஏற்படவில்லை என்பதை மெய்ப்பிப்பதற்கு போதிய சான்று உள்ளது. முதலாவதாக, வசிஷ்டரின் பேரனும் சக்தி அல்லது சக்தி ரியின் புதல்வனுமான பராசரன் தன்னுடைய தந்தை சூத்திர அரசன் சுதாசனால் உயிரோடு சுட்டெரிக்கப்பட்டார்

என்பதைக் கேள்விப்பட்டபோது எல்லா உயிர் ராசிகளையும் முழு மொத்தமாகக் கொல்வதற்கு சபதமேற்றான் என்பதை மறுக்க முடியாது. முழு மொத்தமாகக் கொல்வது என்பது ஓர் உருவகமான கருத்தாகும் என்பதில் ஐயமில்லை. சுதாசனின் வழித்தோன்றல்களை அதாவது சூத்திரர்களைப் பொதுவாக பழிவாங்க வசிஷ்டர் உறுதிகொண்டார் என்பதையே இது அர்த்தப்படுத்துகிறது. பிருகுக்களும் சத்திரியர்களும் எவ்வாறு மோதிக் கொண்டார்கள் என்பதையும், முந்தியவர்கள் பிந்தியவர்கள்மீது வன்முறையற்ற முறையில் எவ்விதம் வெற்றி கொண்டார்கள் என்பதையும் எடுத்துக் கூறி தனது சபதத்தை நிறைவேற்ற வேண்டாமென்று பராசரனை வசிஷ்டர் தடுத்து நிறுத்தி விட்டார் என மகாபாரதத்தில் கூறப்பட்டிருக்கிறது என்பதில் சந்தேகமில்லை. ஆனால் இந்தக் கதை உண்மையாக இருக்க முடியாது; ஏனென்றால் மற்ற கதைகளைப் போலவே பிராமணர்களைப் பெருமைப்படுத்துவதற்காக இதுவும் இட்டுக்கட்டப்பட்ட ஒரு கட்டுக்கதையே ஆகும்.

இரண்டாவதாக, சூத்திரர்களுக்கு எதிராக பிராமணர்கள் இயற்றிய சட்டங்கள் பிராமணர்களுக்கும் சூத்திரர்களுக்கும் இடையே எத்தகைய சமரசமும் ஏற்படவில்லை என்பதை மெய்ப்பிக்கும் மிகவும் வலுவான சான்றாக உள்ளன. சூத்திரர்களுக்கு எதிராக இயற்றப்பட்ட இத்தகைய சட்டங்களை ஏற்கெனவே குறிப்பிட்டிருக்கும் அவற்றின் வளர்ச்சியையும் அசாதாரணமான இயல்புகளையும் பற்றி முன்னமேயே கூறியிருக்கிறோம். இத்தகைய கருப்புச் சட்டங்களின் பின்னணியில் இப்போது எஞ்சியிருக்கும் பணியெல்லாம் இத்தகைய சமரசம் ஏற்பட்டிருக்கும் என்று கூறப்படுவது முற்றிலும் ஏற்கத்தக்கதல்ல என்பதை வலியுறுத்துவதேயாகும். பிராமணர்கள் சூத்திரர்களை மன்னிக்காதது மட்டுமல்ல, சூத்திரர்களது சந்ததியினரின்பால் கூட இதே ஈவு இரக்கமற்ற அரக்கத்தனமான பழிவாங்கும் போக்கையே கடைப்பிடித்தனர். இது குறித்து பலருக்குத் தெளிவான கருத்து ஏதும் இல்லாததால் சண்டாளர்களையும் நிஷாதர்களையும் பற்றிய சில உண்மைகளை இங்கு எடுத்துரைப்பது உசிதமாக இருக்கும்.

சண்டாளர்களும் நிஷாதர்களும் கலப்புத் திருமணங்களால் பிறந்தவர்கள். நிஷாதன் ஓர் அநுலோமன்; சண்டாளனோ பிரதிலோமன். அனுலோமாக்கள்[27] உபநயனத்துக்குத் தகுதியுடையவர்களாகக் கருதப்படுகின்றனர். எனினும் விந்தையான முறையில் இந்த விதிமுறைக்கு ஒரு விதிவிலக்கு

அளிக்கப்பட்டுள்ளது: அதாவது சூத்திரப் பெண்ணிடம் பிராமணனுக்குப் பிறந்த மகன் அநுலோமன் என்ற போதிலும் உபநயனம் செய்து கொள்ள அவனுக்கு உரிமை இல்லை. இந்த விதிவிலக்கு ஏன் செய்யப்பட்டது என்பதைத் தெரிந்து கொள்வது சுவையானதாக இருக்கும். இந்த மனம்போன போக்கான, கொடுமையான செயல் ஒருவரது பகைவனது குழந்தைகளைப் பழிவாங்கும் குரூரமான செயலேயன்றி வேறல்ல என்பதே இதற்கு ஒரே பதிலாக இருக்க முடியும்.

அடுத்து, பிரதிலோமாக்களை[28] எடுத்துக்கொண்டால், இவர்கள் அனைவரையும் மனிதப் பிறவிகளிலேயே மிகமிகக் கீழானவர்கள் என்று மனு குறிப்பிடுகிறார். அதேசமயம் பிரதிலோமாக்களைப் பீடித்திருக்கும் கறை, வடு எல்லோர் விஷயத்திலும் ஒரே மாதிரியானதாக இல்லை. உரிமைகள் சலுகைகள் விஷயத்தில் அயோகவர்களும் க்ஷத்தர்களும் நம்ப முடியாத பரிவோடு நடத்தப்படுகின்றனர்; சண்டாளர்களோ சொல்லொண்ணா பழிப்புக்கு உள்ளாகின்றனர். மனு ஸ்மிருதியிலுள்ள பின்கண்ட விதிகள் இந்த அப்பட்டமான பாரபட்சத்தைத் துலாம்பரமாக எடுத்துக்காட்டுகின்றன:

அயோகவர்களைப் பொறுத்தவரையில் மனு ஸ்மிருதி பின்வருமாறு மட்டுமே கூறுகிறது:

தச்சுத் தொழில் ஓர் அயோகவனின் தொழிலாக இருக்கும்.

X.46. க்ஷத்தரைப் பொறுத்தவரையில் மனுஸ்மிருதி கீழ்க்கண்டவாறு கூறுகிறது:

....வளைகளில் வசிக்கும் பிராணிகளைப் பிடிப்பதும் கொல்லுவதும் க்ஷத்தர்களின் தொழில்.

இவர்களுக்குக் கீழான தொழில்கள் மட்டுமே ஒதுக்கப் பட்டுள்ளன.

சண்டாளர்களைப் பற்றி மனு ஸ்மிருதி கூறியிருப்பதை இத்துடன் ஒப்பிட்டுப் பாருங்கள்:

‘ஒரு சண்டாளனும் பன்றியும், சேவலும் நாயும், மாதவிலக்கான பெண்ணும் அலியும் பிராமணன் உணவு உண்பதைப் பார்க்கலாகாது.’ iii. 239

சாதி நீக்கம் செய்யப்பட்டவர்கள், சண்டாளர்கள், புக்கசர்கள், முழு மூடர்கள், கர்வமுடையவர்கள்,

கீழ்ச்சாதியினர், அந்தியாவசாயிகள் முதலியோர்களுடன் சேர்ந்து வாழக் கூடாது - iv. 79

சண்டாளன், மாதவிலக்கான பெண், சாதிப் பிரஷ்டம் செய்யப்பட்டவன், மகப்பேறுற்ற நிலையிலுள்ள பெண் இவர்களைத் தொட்டாலும் பிணத்தையோ அல்லது பிணத்தைத் தொட்டவனையோ தொட்டாலும் குளித்தால் தீட்டுப் போய்விடும் -V. 85.

நாய்களால் கொல்லப்பட்ட விலங்கின் இறைச்சியும், மாமிசம் உண்ணும் இதர பிராணிகளால் கொல்லப்பட்ட விலங்கின் இறைச்சியும், சண்டாளர்கள் மற்றும் இதர தஸ்யுக்களால் கொல்லப்பட்ட விலங்கின் இறைச்சியும் பரிசுத்தமானவை என்று மனு அறிவித்திருக்கிறார். V. 131

ஓராண்டுக்குள் தண்டிக்கப்பட்ட குற்றவாளிக்கும், விரத்ய பெண்ணுடனோ அல்லது சண்டாளப் பெண்ணுடனோ கணவன் மனைவிபோல் கூடி வாழ்பவனுக்கும் இருமடங்கு அபராதம் விதிக்கப்பட வேண்டும் - viii. 373.

தனது சொந்த சாதியைச் சேர்ந்த மனைவி அருகிலிருக்கும் போது வேறொரு பெண்ணால் இதைச் செய்ய மதிகேடாக அனுமதிப்பவன் இம்மியளவுகூட ஒரு சண்டாளனை விட சிறந்தவனாகமாட்டான்.-ix.87.

சண்டாளர்கள், சுவபகாக்களின் குடியிருப்பு இடங்கள் கிராமத்திற்கு வெளியே இருக்க வேண்டும்; அவர்களுக்கு உண்கலங்கள் ஏதும் இருக்கக்கூடாது; நாய்களும் கழுதைகளும்தான் அவர்களுடைய உடைமைகளாக இருக்க வேண்டும்.-x. 51.

தவிரவும், நன்மை தீமை நன்கு தெரிந்த விசுவாமித்திரன் பசி தாளாமல் ஒரு நாயின் இறைச்சியை உண்ண முற்பட்டது சண்டாளன் கையிலிருந்து உணவு வாங்கி உண்பதற்கு ஒப்பாகும்.-x. 108.

ஒரு பிராமணன் திருப்படையலின் பொருட்டு ஒருபோதும் ஒரு சூத்திரனிடமிருந்து பொருள்களை யாசகம் பெறக்கூடாது; ஏனென்றால் ஒரு சூத்திரனிடமிருந்து இவ்வாறு யாசகம் பெற்று நைவேத்தியம் செய்பவன் மரணத்திற்குப் பின்னர் ஒரு சண்டாளனாகப் பிறப்பான் -vi. 24.

சண்டாளப் பெண்களுடனோ அல்லது கீழ்ச்சாதியைச் சேர்ந்த வேறு பெண்களுடனோ சிற்றின்பத்தில் ஈடுபடுதல்,

அவர்களிடமிருந்து உணவு வாங்கி உண்ணுதல், பரிசுகளைப் பெறுதல் போன்றவற்றை ஒரு பிராமணன் தன்னையறியாமல் செய்யும்போது நிலை தடுமாறுகிறான். ஆனால் இதையே நெஞ்சறிந்து செய்யும்போது அவன் அந்தச் சண்டாளர்களுக்குச் சமமானவனாகி விடுகிறான். xi. 175

பிராமணனைப் படுகொலை செய்பவன் நாய்கள், பன்றிகள், கழுதைகள், ஒட்டகங்கள், பசுக்கள், வெள்ளாடுகள், செம்மறியாடுகள், வன விலங்குகள், பறவைகள், சண்டாளர்கள், புக்கசர்கள் கருப்பையில் பிரவேசிக்கிறான்.-xi.55.

அயோகவர்கள், க்ஷத்தர்கள் ஆகியோர் நடத்தப்படும் முறையுடன் ஒப்பிடும்போது சண்டாளர்கள் ஏன் வேறுபட்ட முறையில் நடத்தப்படுகின்றனர்? அதிலும் இவர்கள் அனைவரும் பிரதிலோமாக்களாக இருக்கும்போது இந்தப் பாகுபாடு ஏன்? பிரதிலோமாக்களிலேயே சண்டாளன் மட்டும் தனிமைப்படுத்தப்பட்டுஏன் மிகவும் இகழார்ந்த முறையில், வெறுக்கத்தக்க முறையில், மோசமான முறையில் நடத்தப்பட வேண்டும்? பெரிதும் வெறுக்கப்படும் சூத்திரனின் வழித்தோன்றலாக அவன் இருப்பதே இதற்குக் காரணம். ஒருவரது பகைவனது குழந்தையை ஈவுஇரக்கமற்றுப் பழிவாங்கும் இழிவினும் இழிவான செயலேயன்றி இது வேறன்று.

இவையாவற்றிலுமிருந்து பிராமணர்களுக்கும் சூத்திரர்களுக்கும் இடையே எத்தகைய சமரசமும் ஏற்படவில்லை என்பது தெள்ளத்தெளிவாகிறது.

IV

இனி அடுத்து கடைசி ஆட்சேபத்துக்கு வருவோம். சூத்திரர்கள் இந்தோ-ஆரிய சமுதாயத்தில் மிகப்பெரிய பகுதியினராக இருக்கக்கூடும் என்ற எண்ணம் இந்த ஆட்சேபத்துக்கு அடிப்படையாக இருப்பதாகத் தோன்றுகிறது. இத்தகைய எண்ணம் இருக்கும் போது, உபநயன மறுப்பு போன்ற கொடுமையை சூத்திரர்கள் அமைதியாக சகித்துக் கொண்டிருப்பது விந்தையாகத் தோன்றுகிறது. ஏனென்றால் சூத்திரர்கள் இந்து சமுதாயத்தில் மிகப் பரந்த மக்கட்தொகையினராக இருக்கையில் இந்தோ-ஆரிய சமுதாயத்திலும் சூத்திரர்கள் மிகப் பெரும் மக்கட்தொகையினராகவே இருப்பார்கள் என்பதே இத்தகைய

எண்ணத்துக்கு அடிப்படையாக அமைந்திருக்கக்கூடும். ஆனால் இத்தகையதோர் அனுமானம் ஆதாரமற்றதாகும். ஏனெனில் இந்தோ-ஆரிய சமுதாயத்தைச் சேர்ந்த சூத்திரர்கள் இந்து சமுதாயத்தைச் சேர்ந்த சூத்திரர்களிடமிருந்து முற்றிலும் வேறுபட்டதொரு இனத்தவர்களாவர். இந்து சமுதாயத்தைச் சேர்ந்த சூத்திரர்கள் இந்தோ-ஆரிய சமுதாயத்தைச் சேர்ந்த சூத்திரர்களின் இனரீதியான வழித்தோன்றல்கள் அல்லர்.

இந்தோ-ஆரிய சமுதாயத்தில் 'சூத்திரர்கள்' என்ற சொல்லுக்குள்ள பொருள் இந்து சமுதாயத்தில் அந்த சொல்லுக்குள்ள பொருளிலிருந்து அறவே வேறுபட்டது என்பதைப் புரிந்துகொள்ளத் தவறியதாலேயே இந்தக் குழப்பம் எழுந்துள்ளது. இந்தோ-ஆரியர்களிடையே சூத்திரர் என்ற சொல் ஒரு குறிப்பிட்ட மக்களைக் குறிக்கும் இடுகுறிபெயராகும். அது ஒரு குறிப்பிட்ட இனத்தைச் சேர்ந்த மக்களைக் குறிக்கும் பெயர். இந்து சமுதாயத்தில் பயன்படுத்தப்படும் சூத்திரர் என்னும் சொல் இடுகுறிபெயரே அல்ல. மாறாக, அது கீழான, நாகரிகமற்ற மக்களைக் குறிக்கும் ஒரு அடைமொழி.

கலாசாரத்தில் கீழ்மட்டத்தில் இருப்பவர்கள் என்பதைத் தவிர வேறு எந்தப் பொது அம்சமும் இல்லாத பலதரப்பட்ட, கதம்பமான இனங்களின், குழுக்களின் ஒரு ஒட்டுமொத்தத் திறளைக் குறிப்பதற்குப் பயன்படுத்தப்படும் ஒரு கேலிப்பெயரே இது. சூத்திரர்கள் என்ற பெயரில் அவர்களை அழைப்பது தவறு. இவர்களுக்கும் ஆரிய சமுதாயத்தில் பிராமணர்களைப் பகைத்துக் கொண்ட சூத்திரர்களுக்கும் எந்தச் சம்பந்தமும் இல்லை. இந்த அப்பாவிகளான, பழிபாவமற்ற, பின்தங்கிய மக்களை ஆதி சூத்திரர்களுடன் இணைத்து, சிறிதும் சம்பந்தா சம்பந்தமின்றி அவர்களைக் கோரக் கொடுமைகளுக்கும் தண்டனைகளுக்கும் உள்ளாக்குவது பரிதாபத்திலும் பரிதாபமாகும்.

இந்தோ-ஆரிய சூத்திரர்களும் இந்து சமுதாயத்தின் சூத்திரர்களும் வேறுபட்டவர்கள், மாறுபட்டவர்கள் என்ற உண்மையை தர்மசூத்திரக் கர்த்தாக்களே ஒருசமயம் உணர்ந்திருந்தனர் என்பது தெள்ளத்தெளிவு. அவர்கள் சற்சூத்திரர்களுக்கும் அசற்சூத்திரர்களுக்கும் அதேபோன்று அனிரவாதித சூத்திரர்களுக்கும் நிரவாசித சூத்திரர்களுக்கும் இடையே வேறுபாடு கண்டதிலிருந்து இதனைத் தெரிந்து கொள்ளலாம். சற்சூத்திரன் என்றால் பண்பாடுள்ள சூத்திரன் என்று பொருள்; அசற்சூத்திரன் என்றால் பண்பாடற்ற சூத்திரன்

என்று அர்த்தம். நிரவாசித சூத்திரன் என்பது கிராம சமூகத்திற்குள் வாழும் சூத்திரனைக் குறிக்கிறது. அனிவாசித சூத்திரன் என்பது கிராம சமூகத்திற்கு வெளியே வாழும் சூத்திரனைக் குறிக்கிறது. சட்டங்கள் இயற்றுபவர்களின் கண்ணோட்டத்தில் சூத்திரர்களின் நிலைமை மேம்பட்டு வருகிறது என்பதையும், சமூகக் கூட்டுறவில் முன்னர் எவரும் அனுமதிக்கப்படாதபோது இப்போது சிலர் அனுமதிக்கப்படுகின்றனர் என்பதையும் இது காட்டுகிறது என்று கூறுவது தவறு[29] சற்சூத்திரர்கள், நிர்வாசித சூத்திரர்கள் என்பது ஆரிய சமுதாயத்தின் சூத்திரர்களையும், அசற்சூத்திரர், அனிரவாசித சூத்திரர்கள் என்பது இந்து சமுதாயத்தின் ஒரு பகுதியாக உருவாகத் தொடங்கிய சூத்திரர்களை கேலிப் பெயரில் அழைப்பதையுமே குறிப்பிடுகிறது என்பதே சரியான பொருள் விளக்கமாக இருக்க முடியும். ஆரிய சமுதாயத்தின் சூத்திரர்களைப் பற்றியே இங்கு நாம் பேசுகிறோம். அவர்களுக்கும் இந்து சமுதாயத்தின் பிற்கால சூத்திரர்களுக்கும் எந்த சம்பந்தமும் இல்லை. எனவே, இவ்வாறிருக்கும்போது, இந்து சமுதாயத்தின் சூத்திரர்கள் இவ்வளவு பெரும் எண்ணிக்கையில் இருப்பதை இந்தோ ஆரிய சமுதாயத்தைச் சேர்ந்த சூத்திரர் களும் இதேபோன்று பெரும் எண்ணிக்கையில் இருந்திருக்கக்கூடும் என்ற கூற்றுக்கு ஆதாரமாகக் கொள்ளக்கூடாது. சூத்திரர்கள் ஓர் இனமா, குலமா, இவற்றின் ஒரு பகுதியா அல்லது குடும்பங்களின் ஒரு குழுவா என்பது நமக்குத் துல்லியமாகத் தெரியாது. எனினும் அவர்கள் ஒரு பெரிய இனமாக இருந்தாலும்கூட அவர்களது எண்ணிக்கை ஒரு சில ஆயிரங்களுக்கு மேல் இருக்க முடியாது. பாரதர்கள் சிறு எண்ணிக்கையிலேயே இருந்தனர் என்பது ரிக் வேதத்தில் *vii. 33.6* திட்டவட்டமாகக் குறிப்பிடப்பட்டிருக்கிறது. சதபத பிராமணம் பாஞ்சால மன்னன் சோன் சத்ரசகன் நடத்திய அசுவமேத யாகம் பற்றிக் குறிப்பிடுகையில் பின்வருமாறு கூறுகிறது:[30]

> "சத்ரசகன் அசுவமேத யாகம் செய்யும்போது கவசமணிந்த ஆறாயிரம் தௌர்வசர்கள் எழுந்து நின்றனர்."

தௌர்வச இனத்தவர் எண்ணிக்கை ஆயிரம் என்பதை இது குறிப்பதாக இருந்தால் சூத்திரர்கள் மிகப்பெரும் எண்ணிக்கையில் இருக்க முடியாது என்பதையே இது காட்டுகிறது.

எண்ணிக்கை பிரச்சினை ஒருபுறமிருக்க, இடரைத் தவிர்க்க சூத்திரர்கள் என்ன செய்திருக்க முடியும்? அவர்கள் பகைத்துக் கொண்ட சில பிராமணர்கள் அவர்களுடைய உபநயனத்தைச்

செய்ய மறுக்கும்போது, அவர்கள் பகைத்துக் கொள்ளாத இதர பிராமணர்களின் சேவையைப் பெற்றிருக்க முடியுமா? இத்தகைய சாத்தியக்கூறு பல்வேறு சந்தர்ப்ப சூழ்நிலைமைகளைப் பொறுத்திருக்கிறது. முதலாவதாக, எல்லாப் பிராமணர்களும் இந்த விஷயத்தில் ஐக்கியமாக இருந்தார்களா, அந்த ஐக்கியத்தை உடைப்பது சாத்தியமாக இருந்திருக்குமா என்பது நமக்குத் தெரியாது. இந்தப் பிரச்சினை சூடான பிரச்சினையாக இருந்தபோது பிராமணர்கள் ஒரு சாதியாக உருவாகி இருந்தனரா என்பதையும் நாம் அறியோம். எனினும் ரிக் வேத காலத்தில்கூட பிராமணர்கள் ஒரு தனி வகுப்பினராக இருந்தனர் என்பதும், வகுப்பு உணர்வை வளர்த்துக் கொண்டனர் என்பதும், தங்களது வகுப்பு நலன்களைப் பாதுகாத்துக் கொள்வதில் குறியாக இருந்தனர் என்பதும் தெளிவாகத் தெரிகிறது.[31] இத்தகைய நிலைமையில் பிராமணர்களின் சதியை உடைப்பது சூத்திரர்களுக்குக் கடினமாக இருந்திருக்கும். இரண்டாவதாக, உபநயனம் செய்து வைப்பது குடும்ப புரோகிதரின் பிரத்தியேக உரிமையாகவும் இருந்திருக்கக்கூடும். வேள்விகள் நடத்துவது அச்சமயம் குடும்பப் புரோகிதரின் தனி உரிமையாக ஆகிவிட்டிருந்ததை நிமி மன்னனின் கதை காட்டுகிறது.[32] இத்தகைய கருத்துக்களுக்கு ஆதாரம் இருக்குமாயின், பிராமணர்கள் தங்களுக்கு எதிராக ஒரு பொது முன்னணி அமைத்துக் கொள்வதைத் தடுப்பதற்கு சூத்திரர்களால் அதிகம் ஒன்றும் செய்திருக்க முடியாது என்பது தெளிவு.

இரண்டாவதொரு சாத்தியக்கூறு எல்லா சத்திரியர்களிடையேயும் ஒரு பொது முன்னணி உருவாகியிருந்தால் பிராமணர்களின் எதிர்ப்பைத் தாக்குப்பிடித்து நின்றிருக்க முடியும். இத்தகைய ஒரு நிலை அச்சமயம் சாத்தியமாக இருந்ததா என்பது ஊகத்துக்குரிய விஷயமே ஆகும். முதலாவதாக, உபநயன உரிமையை இழந்தது தங்களது எதிர்கால அந்தஸ்தை பாதிக்கும் என்பதை சூத்திரர்கள் உணர்ந்திருந்தார்களா? அவ்வாறு அவர்கள் உணர்ந்திருக்கவில்லை என்றே எனக்குத் தோன்றுகிறது. இரண்டாவதாக, சத்திரியர்கள் ஓர் ஒன்றுபட்ட அமைப்பாக இருந்தார்களா? அவ்வாறு இருந்திருப்பார்கள் என்பதில் எனக்கு ஐயமே. மூன்றாவதாக, ஏனைய சத்திரிய மன்னர்கள் சூத்திரர்களிடம் பரிவும் அனுதாபமும் கொண்டிருந்தனரா? ரிக் வேதத்தில் கூறப்படும் தசராஜன யுத்தம் உண்மையாக இருக்குமாயின் சூத்திரர்களுக்கும் இதர சூத்திரரல்லாத

மன்னர்களுக்கும் இடையே பரஸ்பரம் வெறுப்பும் விரோதமும் நிலவியது என்பது தெளிவாகிறது.

இந்த சந்தர்ப்ப சூழ்நிலைகளை எல்லாம் கருத்திற்கொண்டு பார்க்கும்போது, உபநயனம் செய்துகொள்ளும் உரிமை பிராமணர்களால் சூத்திரர்களுக்கு மறுக்கப்பட்டது உண்மையே என்பதில் வியப்பேதும் இருக்க முடியாது.

அடிக்குறிப்பு

1. முயர், தொகுதம் பக். 126
2. முயர், தொகுதி 1, பக். 126
3. முயர், தொகுதி 1, பக்.307
4. முய்ர், தொகுதி 1, பக். 316
5. முய்ர், தொகுதி 1, பக். 362
6. முயர், தொகுதி1, பக்.362
7. சுதாசனின் தந்தையான திவோதாசன் புருஷ்களின் மன்னன் என்று ரிக் வேதத்தில் கூறப்பட்டிருக்கிறது, இந்தப் புருஷ்கள் இக்ஷுவாகுகள் என வருணிக்கப்பட்டிருக்கின்றனர்.
8. கானேயின் தர்மசூத்திரத்தில் இடம்பெற்றுள்ள பட்டியலை அடிப்படையாகக் கொண்டதாகும். தொகுதி II (1) பக்கங்கள் 138–153.
9. எண் (xiv) ஐ கானே குறிப்பிடவில்லை. ஆனால் அதர்வ வேதத்தில் அது குறிப்பிடப்பட்டிருக்கிறது. V.17.8–9; முய்ர், தொகுதி I, பக்கம் 280 பார்க்க.
10. மேற்படி நூல், பக்கங்கள் 153–164.
11. புரூரவனும் நௌஷனும் தான் சந்திரவம்ச சத்திரியர்களைச் சேர்ந்தவர்கள் என்பதை பின்வரும் குடிவழி அட்டவணையிலிருந்து தெரிந்து கொள்ளலாம்:

சோமன் = தாரை
|
புதன் = இளை
|
புரூரவன் = ஊர்வசி
|
ஆயு
|
நகுஷன்

புரூரவனின் தாய் வைவசுவத மனுவின் புத்திரி என்பதை மனத்திற் கொண்டால், இவர்களும் பிராமணர்களுடன் மோதலில் ஈடுபட்ட சூரிய வம்ச சத்திரியர்களின் உற்றார் உறவினர்கள் என்பதைத் தெரிந்து கொள்ளலாம்.

12. முயர், தொகுதி I, பக்கம் 268.
13. முயர், தொகுதி 1 பக்கம் 279.
14. முய்ர், தொகுதி 1, பக்கம் 354
15. முய்ர், தொகுதி 1, பக்கம் 361
16. முயர், தொகுதி, பக்கங்கள் 418-449.
17. முயர், தொகுதி1, பக்கங்கள் 449-454.
18. முயர், தொகுதி1, பக்கங்கள் 451-452.
19. பின்வரும் நிகழ்ச்சிகளில் வரும் மன்னர்கள் 9ஆவது இயலில் குறிப்பிடப்படும் அதே மன்னர்கள்தானா என்பதை என்னால் நிச்சயமாகக் கூறமுடியவில்லை. எனினும் அவர்கள் இக்ஷ்வாகு குலத்தைச் சேர்ந்தவர்கள் என்பதால் இங்கு குறிப்பிட்டிருக்கிறேன்.
20. இந்த சுதாசன் யார் என்று திட்டவட்டமான முறையில் எனக்குத் தெரியவில்லை. இங்கு கூறப்பட்டுள்ள விவரங்களிலிருந்து அவன் பைஜாவன் சுதாசனாக இருக்க வேண்டும் என்று தோன்றுகிறது.
21. முய்ர், தொகுதி I, பக்கங்கள் 415-418.
22. இயல் 9 பார்க்க.
23. சக்தி என்பதுதான் சத்திரி என்று இங்கு தவறாகக் குறிப்பிடப்பட்டிருக்க வேண்டும்.
24. அவளுடைய பெயர் மதயந்தி, அனுசாசன பருவத்தில் மித்திரசகனின் மனைவியாக அவள் குறிப்பிடப்படுகிறாள். மித்திரசகன் என்பது கல்மாஷபாதனின் மற்றொரு பெயர். முயர், தொகுதி1, பக்கங்கள் 418, 423, 514.
25. முய்ர், தொகுதி I, பக்கம். 374.
26. மேற்படி நூல், தொகுதி1, பக்கங்கள் 455-456.
27. பின்கண்ட அட்டவணையில் காட்டியுள்ள ஆறுவிதமான அனுலோமாக்கள் இருக்கின்றனர்;

தந்தை	தாய்	சந்ததியின் பெயர்
பிராமணன்	சத்திரியன்	முர்தவாசிக்தன்
பிராமணன்	வைசியன்	அம்பஷ்தன்
பிராமணன்	சூத்திரன்	நிஷாதன்
சத்திரியன்	வைசியன்	மகிசியன்
சத்திரியன்	சூத்திரன்	உர்கன்
வைசியன்	சூத்திரன்	கரணன்

28. கௌதம தர்மசூத்திரம் V.21 கானேயின் மேற்கோள், 11, பாகம்!, பக்கம் 229.

தந்தை	தாய்	சாதியின் பெயர்
சூத்திரன்	பிராமணன்	சண்டாளன்
சூத்திரன்	சத்திரியன்	க்ஷத்தர்
சூத்திரன்	வைசியன்	அயோகவன்
வைசியன்	பிராமணன்	சூதன்
வைசியன்	சத்திரியன்	வைதேகன்
சத்திரியன்	பிராமணன்	மகதன்

29. பார்க்க: கானே II (1) ப. 123 இந்த வேறுபாடுகள் பற்றிய இவரது கருத்து சூத்திரர்கள் படிப்படியே தமது இழிநிலையிலிருந்து உயர்ந்தனர் என்ற பொருள்படுவது தவறானது.

30. மேற்கோள்: ஆல்டன்பர்க்கின் 'புத்தர் வாழ்க்கை, ப.404.

31. கானே, தொகுதி II (I) ப.29.

32. மேலது, ப. 175.

★

இயல் 12

உரைகல்லில் சோதிக்கப்படும் கோட்பாடு

சூத்திரர்களது தோற்ற மூலத்தைக் கண்டுபிடிப்பதும், அவர்கள் இழிநிலைக்குத் தள்ளப்பட்டதற்கான காரணங்களை ஆராய்வதுமே இந்த ஆய்வுக்கட்டுரையின் நோக்கமாக இருந்தது. வரலாற்று ஆதாரங்களையும், முற்காலத்தையும் தற்காலத்தையும் சேர்ந்த பல்வேறு எழுத்தாளர்கள் முன்வைத்திருக்கும் கோட்பாடுகளையும் பரிசீலித்த பிறகு நான் ஒரு புதிய கோட்பாட்டை முன்வைத்திருக்கிறேன். முந்தைய அத்தியாயங்களில் இந்தக் கோட்பாடு பகுதி பகுதியாக முன்வைக்கப்பட்டிருக்கிறது; ஒவ்வொரு பகுதிக்கும் தனித்தனியாக அடித்தளமிடும் பொருட்டே இவ்வாறு செய்யப்பட்டுள்ளது. இந்தக் கோட்பாடு என்ன என்பதை முற்றிலுமாகவும், பூரணமாகவும் புரிந்துகெள்ளும்பொருட்டு இங்கு இப்பகுதிகள் ஒன்றுகூட்டிச் சேர்க்கப்பட்டுள்ளன. அதனைப் பின்கண்டவாறு சுருக்கமாக் கூறலாம்:

1. சூத்திரர்கள் சூரியவம்சத்தைச் சேர்ந்த ஆரிய இனங்களில் ஓர் இனத்தினராக இருந்தனர்.

2. சூத்திரர்கள் இந்தோ-ஆரிய சமுதாயத்தில் சத்திரியவருணத்தினர் அந்தஸ்தைப் பெற்றிருந்தனர்.

3. பிராமணர்கள், சத்திரியர்கள், வைசியர்கள் ஆகிய மூன்று வருணத்தினரை மட்டும் ஆரிய சமுதாயம் அங்கீகரித்த ஒரு காலம் இருந்தது. அப்போது சூத்திரர்கள் ஒரு தனி வருணமாக இல்லாமல் சத்திரிய வருணத்தின் ஒரு பகுதியாக இருந்து வந்தனர்.

4. சூத்திர மன்னர்களுக்கும் பிராமணர்களுக்கும் இடையே தொடர்ந்து பகைமையும், சச்சரவும், மோதலும் இருந்துவந்தன. இவற்றில் பிராமணர்கள் பல கொடுமைகளுக்கும் அவமதிப்புக்கும் ஆளாயினர்.

5. சூத்திரர்களின் அடக்குமுறைகளாலும் ஒடுக்குமுறைகளாலும் அவர்கள்பால் வெறுப்பும் பகைமையும் கொண்ட பிராமணர்கள் சூத்திரர்களுக்குப் பூணூல் சடங்கு நடத்தித் தரமறுத்துவிட்டனர்.

6. பூணூல் அணியும் உரிமையை இழந்ததன் காரணமாக சூத்திரர்கள் சமூகரீதியில் இழிவுபடுத்தப்பட்டனர்; வைசியர்களுக்குக் கீழ்நிலைக்குத் தள்ளப்பட்டு நான்காவது வருணமாயினர்.

இந்தக் கோட்பாடு எந்த அளவுக்குச் செல்லுபடியாகத்தக்கது என்பதை இப்போது மதிப்பிடவேண்டும். பொதுவாக எப்போதுமே ஆசிரியர்கள் இதனை மற்றவர்கள் செய்யும்படி விட்டுவிடுவார்கள். ஆனால் நான் இந்த நடைமுறையிலிருந்து விலகிச்சென்று, என் கோட்பாட்டை பல்வேறு சோதனைகளுக்கு உட்படுத்த முன் வந்துள்ளேன். இவ்வாறு நான் செல்வதற்கு என் கோட்பாட்டை நிலைநாட்ட அது எனக்கு வாய்பளிப்பதே காரணமாகும்.

II

என் கோட்பாட்டை ஆட்சேபிப்பவர்கள் பின்கண்டவாறு வாதிக்கின்றனர்: மகாபாரதத்தில் பைஜவனன் ஒரு சூத்திரன் என்று வருணிக்கப்பட்டிருக்கிறது; இந்த ஒரே ஒரு சான்றின் அடிப்படையில் தான் உங்கள் கோட்பாடு முழுவதுமே அமைந்துள்ளது; பைஜவனன் சுதாசனின் வம்சத்தில் வந்தவன் என்பது ஐயத்துக்கிட மற்றமுறையில் நிரூபிக்கப்படவில்லை; பைஜவனன் ஒரு சூத்திரன் என்று வருணிக்கப்படுவது மகாபாரதத்தில் ஒரே ஓர் இடத்தில் மட்டும்தான் வருகிறது. வேறு எந்த இடத்திலும் அது இடம்பெறவில்லை. அப்படியிருக்கும்போது இத்தகைய பலவீனமான ஆதாரத்தை அடிப்படையாகக் கொண்ட ஒரு கோட்பாட்டை எப்படி ஏற்க முடியும் என்று கேட்கின்றனர். சங்கிலியின் ஒரு கண்ணி பலவீனமாக இருந்தால் சங்கிலி முழுவதுமே பலவீனமாகத்தானே இருக்கும் என்பது அவர்களது வாதம். இத்தகைய எளிதான வாதங்களின்

மூலம் என் கோட்பாட்டை அலட்சியப்படுத்தவோ, அழித்திடவோ முடியாது என்ற திடநம்பிக்கை எனக்கு உண்டு.

முதலாவதாக, ஒரே ஒரு சான்றை வைத்து மட்டும் ஒரு கோட்பாட்டை ஆதாரப்படுத்த முடியாது, நிலைநாட்டமுடியாது என்பதை நான் ஏற்றுக்கொள்ளவில்லை. சாட்சியம் மதிப்பிடப்படவேண்டுமே தவிர எண்ணப்படக்கூடாது என்பது சான்றுச்சட்டத்தின் பிரசித்தமான சித்தாந்தம். ஒவ்வொரு தனிப்பட்ட சாட்சியத்தின் அல்லது எல்லா சாட்சியங்களது ஒட்டுமொத்த மதிப்பைவிட சாட்சிகளின் எண்ணிக்கை என்பது குறைந்த முக்கியத்துவமுடைய அம்சமேயாகும். ஐயப்படுவதற்குக் காரணம் ஏதுமில்லை. மகாபாரதத்தின் ஆசிரியர் ஒரு தவறான வருணனையை அளிக்க வேண்டிய அவசியமில்லை. இவ்வாறு நீண்டகாலத்திற்கு முன் அவர் எழுதியதற்கு எத்தகைய உள்நோக்கமோ அல்லது பாரபட்சமோ கற்பிக்க வேண்டியதில்லை. ஆசிரியர் உண்மையைத்தான் பதிவு செய்துள்ளார் என்ற ஒரே முடிவுக்குத்தான் எவரும் வரமுடியும்.

ரிக்வேதத்தில் பைஜவனன் சூத்திரன் என்று குறிப்பிடப்படாதது மகாபாரதத்தில் அவன் சூத்திரன் என்று கூறப்பட்டிருப்பதை எவ்வகையிலும் பொய்யாக்கிவிடாது. ரிக்வேதத்தில் பைஜவனன் பற்றிய வருணனையில் சூத்திரன் என்ற சொல் இடம் பெறாததற்குப் பல விளக்கங்கள் அளிக்கமுடியும். முதல் விளக்கம் ரிக்வேதத்தில் இத்தகைய வருணனையை எதிர்பார்ப்பது தவறு என்பதாகும். ரிக்வேதம் ஒரு சமயநூல். சூத்திரன் என்பது போன்ற ஒரு வருணனையை ஒரு சமயநூலில் எதிர்பார்க்கமுடியாது. இந்நூலுக்கு இது சம்பந்தமில்லாதது. ஆனால் அதேசமயம் இத்தகைய வருணனையை மகாபாரதம் போன்ற ஒரு வரலாற்று நூலில் எதிர்பார்க்கலாம்; இதில் தவறு ஏதும் இல்லை;

சுதாசன் சம்பந்தமாக சூத்திரன் என்ற சொல் அடிக்கடி பயன்படுத்தப்படாமலிருப்பதற்கு அவ்வாறு அடிக்கடி பயன்படுத்த வேண்டிய அவசியம் இல்லை என்பதுதான் அதற்குக் காரணம் என்று கருதுகிறேன். குலம், கோத்திரம், இனம் முதலான வருணனைகள் சராசரியான மனிதர்கள் விஷயத்தில்தான் அவசியமானவை; புகழ்பெற்ற மனிதர்கள் விஷயத்தில் அவை அவசியமற்றவை. சுதாசன் தன் காலத்தில் மிகப் பிரபலமானவனாகத் திகழ்ந்தான் என்பதில் ஐயமில்லை. இதனை வெறும் யூகம் என்று தள்ளிவிட முடியாது. இது சம்பந்தமாக எத்தனை எத்தனையோ

வரலாற்று நிகழ்ச்சிகளைக் கூறமுடியும். புத்தர்காலத்தில் வாழ்ந்த பிம்பிசாரன், பாசெனதி ஆகிய இரு மன்னர்களை எடுத்துக்கொள்வோம். அவர்களது காலத்தில் ஆட்சிபுரிந்துவந்த இதர எல்லா மன்னர்களும் அந்நாளைய நூல்களில் அவர்களது கோத்ரப் பெயரால் குறிப்பிடப்பட்டிருக்கின்றனர். ஆனால் இந்த இரு மன்னர்கள் மட்டும் அவர்களது சொந்தப் பெயரால் குறிப்பிடப்பட்டிருக்கின்றனர். இதனைக் கவனித்த ஓல்டன்பர்க் அவர்கள் மிகவும் புகழ்பெற்றவர்கள், எனவே அவர்களது கோத்திரப் பெயர்களால் அவர்களை இனம் காட்டவேண்டிய அவசியம் ஏற்படவில்லை என்று இதற்கு விளக்கம் தந்திருக்கின்றார்.

III

மகாபாரதத்தில் இடம்பெற்றிருக்கும் ஒரே ஒரு வாசகத்தையோ அல்லது சுதாசனுடன் பைஜவனுக்குள்ள உறவையோ அடிப்படையாகக் கொண்டுதான் என் கோட்பாடு அமைந்துள்ளது என்று நினைப்பது தவறாகும். அப்படி ஒன்றுமில்லை. எனது கோட்பாட்டுக்கு ஒரே ஒரு சங்கிலி மட்டும் ஆதாரமாக இல்லை. எனவே பலவீனமான கண்ணிகொண்ட சங்கிலி வலுவாக இருக்காது என்ற வாதம் என் கோட்பாட்டுக்குப் பொருந்தாது. எனது கோட்பாடு பல இணை சங்கிலிகளில் ஒன்றிலுள்ள கண்ணி பலவீனமடைவதால் எனது கோட்பாடு வலுவிழந்துவிடாது. ஒரு சங்கிலியிலுள்ள ஒரு கண்ணி பலவீனமடையும்போது முழுப்பளுவும் சிதைந்துவிட்டது என்று முடிவுக்கு வருவதற்கு முன்னர், மற்ற சங்கிலிகளால் பளுவைத் தாங்க இயலவில்லை என்பதை நிரூபித்தாக வேண்டும்.

பைஜவனன் சூத்திரன் என்று வருணிக்கப்பட்டிருப்பதும், பைஜவன ரிக்வேத சுதாசுடன் இணைக்கப்பட்டிருப்பது மட்டுமே எனது கோட்பாட்டைத் தாங்கி நிற்கும் சங்கிலி அல்ல. வேறுபல சங்கிலிகளும் இருக்கின்றன. ஆதியில் மூன்று வருணங்கள் மட்டுமே இருந்தன என்பதையும், சூத்திரர்கள் ஒரு தனி வருணமாக இருக்கவில்லை என்பதையும் சதபத பிராமணமும்தைத்ரீய பிராமணமும் ஒப்புக்கொண்டிருப்பது இந்த சங்கிலிகளில் ஒன்றாகும். சூத்திரர்கள் மன்னர்களாகவும் அமைச்சர்களாகவும் இருந்தனர் என்பது இரண்டாவது சான்றாகும். மூன்றாவது சான்று உபநயனம் செய்துகொள்ள சூத்திரர்கள் ஒரு சமயம் உரிமை பெற்றிருந்தனர் என்பதாகும். இவை எல்லாம் முதல் சங்கிலி

உடைந்தால் அதனால் ஏற்படக்கூடிய சகல கூடுதல் சுமையையும் தாங்கவல்ல வலுவான சங்கிலிகளாகும்.

சான்றுகளைப் பொறுத்தவரையில், கண்கூடாக மெய்ப்பித்துக் காட்டும் வகையிலான முழு நம்பகத் தன்மையை எதிர்பார்ப்பது கடினம். எனது கோட்பாடு முழு நம்பகத்தன்மை வாய்ந்தது என்று நான் உரிமை கொண்டாடவில்லை. எனினும் என் கோட்பாட்டுக்கு ஆதரவாக நான் முன்வைக்கும் சான்று நேரடியானதும், காலஇடச்சூழல் சம்பந்தப்பட்டதுமாகும் என்பதைக் கூறிக்கொள்ள விரும்புகிறேன்; இதில் முரண்படும் இடங்களில் வலுவான சாத்தியக் கூறுகள் அதற்கு ஆதாரமாக இருக்கும்.

IV

நான் முன்வைத்திருக்கும் கோட்பாடு எத்தகைய வலிமைவாய்ந்தது என்பதைக் காட்டியிருக்கிறேன். இந்தக் கோட்பாடு ஏற்கத்தக்கது என்பதை இப்போது காட்டுகிறேன். ஒரு கோட்பாடு ஏற்கத்தக்கதுதானா என்பதை மதிப்பிடுவதற்கு ஒரு சோதனை இருக்கிறது என்று கருதுகிறேன். ஏற்கத்தக்கது என உரிமை கொண்டாடும் ஒரு கோட்பாடு ஒரு தீர்வை கூறுவதோடு அது முன்வைக்கும் தீர்வு அது சிக்கறுத்துவிட்டதாகக் கூறும் பிரச்சினையைச் சுற்றியுள்ள புதிர்களுக்குப் பதிலிறுப்பதாகவும் இருக்க வேண்டும். இத்தகைய சோதனையைத்தான் என் கோட்பாடு விஷயத்தில் கையாளப்போகிறேன்.

1. சூத்திரர்கள் ஆரியரல்லாதோர் என்றும், ஆரியர்களிடம் பகைமை கொண்டவர்கள் என்றும், ஆரியர்கள் அவர்களை வென்று அடிமைகளாக்கிவிட்டார்கள் என்றும் கூறப்படுகிறது. அப்படியானால் யஜுர்வேத, அதர்வண வேத ரிஷிகள் எவ்விதம் அவர்களை வாழ்த்தினார்கள், அவர்களுக்கு ஆதரவு தெரிவித்தார்கள்?

2. வேதங்களைக் கற்கும் உரிமை சூத்திரர்களுக்கு இல்லை என்று கூறப்படுகிறது. அப்படியானால் சூத்திரனான சுதாசன் எங்ஙனம் ரிக்வேதப் பாசுரங்கள் இயற்றினான்? விடுகிறான். இந்த வகுப்பாரில் எவரும் சூத்திரன் சம்பந்தப்பட்ட பிரச்சினையுடன் பிணைந்த புதிர்களைப் புரிந்து கொள்வதற்கோ, இந்தப் புதிர்களைச் சிக்கறுக்கும் வகையில் சூத்திரர்களின் நிலை குறித்த

> ஒரு கோட்பாட்டை உருவாக்குவதற்கோ எத்தகைய அக்கறையும் எடுத்துக் கொள்ளாதது வருந்தத்தக்கதாகும்.

எனது ஆய்வுக்கட்டுரையைப் பொறுத்தவரையில் இந்தப் புதிர்களுக்கு அது விடை காணுவதைப் பார்க்கலாம்: (1) முதல் (4) ஆவது இனங்கள் சூத்திரர்கள் எவ்வாறு அரசர்களாகவும், அமைச்சர்களாகவும் இருக்க முடியும் என்பதையும், ரிஷிகள் அவர்களை ஏன் போற்றிப் புகழ்கிறார்கள் என்பதையும், அவர்களது நல்லெண்ணத்தைப் பெற எதற்காக விரும்புகிறார்கள் என்பதையும் விளக்குகின்றன. இனங்கள் (5)ம், (6)ம் சூத்திரர்களின் உபநயனம் பற்றி ஏன் சர்ச்சை எழுந்தது என்பதையும், சட்டம் ஏன் இந்த உரிமையை சூத்திரனுக்கு வழங்க மறுத்ததோடு, அவனுக்கு உபநயனம் செய்ய முன்வரும் பிராமணனுக்குத் தண்டனை வழங்கியது என்பதையும் விளக்கிக் கூறுகின்றன. இந்த ஆய்வுக் கட்டுரை சிக்கறுக்காத எந்தப் புதிருமே உண்மையில் இல்லை எனலாம். இதனை ஒரு முழுநிறைவான ஆய்வு எனக் கூறுவேன். எனவே இதனைவிடச் சிறந்த ஆவணங்கள், ஆய்வுக் கட்டுரைகள் மிக மிகக் குறைவாகவே இருக்க முடியும்.

★

பின்இணைப்பு-I

ரிக்வேதத்தில் "அர்ய" என்னும் சொல் காணப்படும் இடங்கள்

I		II		III		IV		V		VI		VII		VIII		IX		X	
H	M	H	M	H	M	H	M	H	M	H	M	H	M	H	M	H	M	H	M
33	3	23	13	43	2	1	7	2	12	14	3	8	1	1	4	23	3	20	4
70	1	23	15			2	12	33	2	15	3	21	5	19	36	61	11	27	8
71	3	35	2			2	18	33	6	16	27	21	9	21	16	79	1	27	19
73	5					4	6	33	9	20	1	31	5	24	221			34	13
81	6					16	19	34	9	24	5	34	18	34	10			42	1
81	9					20	3	54	12	25	7	48	3	39	2			59	3
116	6					24	8			36	5	56	12	48	8			76	2
118	9					29	1			45	33	60	11	49	12			86	1
121	15					38	2			47	9	64	3	52	7			86	3
122	14					48	1			48	16	68	2	54	9			89	3
169	6					50	11			51	2	83	5	55	12			133	3
184	1									59	8	86	7					148	3
185	9											92	4					191	1
												100	5						

பின்இணைப்பு – II

ரிக்வேதத்தில் "தாசன்" என்னும் சொல் காணப்படும் இடங்கள்

(i) ரிக்வேதத்தில்

I		II		III		IV		V		VI		VII		VIII		IX		X	
H	M	H	M	H	M	H	M	H	M	H	M	H	M	H	M	H	M	H	M
51	*8*	*11*	*18*	*34*	*9*	*26*	*2*	*34*	*6*	*18*	*3*	*5*	*6*	*24*	*27*	*63*	*6*	*38*	*3*
59	*2*	*11*	*19*			*30*	*18*			*20*	*10*	*18*	*7*	*103*	*1*	*63*	*14*	*43*	*4*
117	*21*									*25*	*2*	*83*	*1*					*49*	*3*
130	*8*									*33*	*3*							*65*	*11*
156	*5*									*60*	*6*							*69*	*6*
																		83	*1*
																		86	*19*
																		102	*3*
																		103	*3*
																		138	*3*
																		91	*1*

(ii) யஜுர்வேதத்தில்

IV		V		VI		XVIII		XIX		XX	
H	M	H	M	H	M	H	M	H	M	H	M
20	*4*	*11*	*3*	*63*	*4*	*1*	*21*	*32*	*8*	*18*	*5*
20	*8*							*62*	*1*	*85*	*4*

(iii) அதர்வணவேதத்தில்

IV		XX		XXII	
H	M	H	M	H	M
32	*1*	*11*	*9*	*63*	*4*
		17	*4*		
		18	*5*		
		36	*10*		
		85	*4*		
		89	*1*		
		95	*4*		

பின்இணைப்பு – III

ரிக்வேதத்தில் "அர்ய" என்னும் சொல்லுக்கு உள்ள பல்வேறு பொருள்கள்

பொருள்	I		II		III		IV		V		VI		VII		VIII		IX		X	
	H	M	H	M	H	M	H	M	H	M	H	M	H	M	H	M	H	M	H	M
பகைவன்	*70*	*1*					*16*	*19*	*33*	*2*	*14*	*3*	*21*	*9*	*48*	*8*	*79*	*1*	*42*	*1*
	73	*5*									*15*	*3*	*34*	*18*	*49*	*12*			*59*	*3*
	118	*9*									*20*	*1*	*48*	*3*					*76*	*2*
	121	*15*									*36*	*5*	*56*	*22*					*89*	*3*
	169	*6*											*68*	*2*						
மதிப்பிற் குரிய உயர் குடிமகன்	*33*	*3*	*23*	*15*	*43*	*2*	*1*	*7*	*33*	*6*	*24*	*5*	*92*	*4*						
	81	*6*	*35*	*2*			*2*	*12*	*33*	*9*	*25*	*7*	*8*	*1*	*19*	*36*			*20*	*4*
	81	*9*	*43*	*2*			*4*	*6*	*34*	*9*	*47*	*9*	*21*	*5*	*21*	*16*			*27*	*8*
	121	*14*					*20*	*3*					*31*	*5*	*24*	*22*			*27*	*19*
	184	*1*					*24*	*8*					*86*	*7*	*34*	*10*			*34*	*13*
							29	*1*					*100*	*5*	*55*	*12*			*86*	*1*
							38	*2*											*86*	*3*
							48	*1*											*116*	*6*
குடிமகன்							*2*	*18*											*148*	*3*
							20	*3*											*191*	*1*

பின்இணைப்பு – IV

ரிக்வேதத்தில் “தாசன்” என்னும் சொல் காணப்படும் இடங்கள்

I		II		III		IV		V		VI		VII		VIII		IX		X	
H	M	H	M	H	M	H	M	H	M	H	M	H	M	H	M	H	M	H	M
92	8	11	2	34	1	18	9	30	7	20	6	19	2	5	31			22	8
103	3	11	4			28	4	30	8	20	10	83	1	24	27			23	2
104	2	12	4			30	14	30	9	22	10	86	7	32	2			38	3
158	5	20	6			30	15	33	4	25	2	99	4	40	6			49	6
174	7	20	7			30	21	34	6	26	5			51	9			49	7
						32	10			33	3			56	3			54	1
										47	21			70	10			62	10
										60	6							73	7
																		83	1
																		86	19
																		99	6
																		102	3
																		120	2
																		138	3

பின்இணைப்பு – V

ரிக்வேதத்தில் “தசியு” என்னும் சொல் காணப்படும் இடங்கள்

I		II		III		IV		V		VI		VII		VIII		IX		X	
H	M	H	M	H	M	H	M	H	M	H	M	H	M	H	M	H	M	H	M
33	4	11	18	29	9	16	9	4	6	14	3	5	6	6	14	41	2	22	8
33	7	11	19	34	6	16	10	7	10	16	15	6	2	14	14	47	2	47	4
33	9	12	10	34	9	16	12	14	14	18	3	19	4	39	8	88	4	48	2
36	18	13	9	49	2	28	3	29	10	23	2			50	8	92	5	49	3
51	5	15	9			28	4	30	9	24	8			51	2			55	8
51	6	20	9			38	4	31	5	29	6			56	2			73	5
53	4							31	7	31	4			70	11			83	3
59	6							70	3	45	24			98	6			95	7
78	4																	99	7
100	18																	105	11
101	5																		
103	3																		
103	4																	170	2
108	12																		
117	3																		
117	21																		

பின்இணைப்பு – VI

ரிக்வேதத்தில் "வருணம்" என்னும் சொல் காணப்படும் இடங்கள்

I		II		III		IV		V		VI		VII		VIII		IX		X	
H	M	H	M	H	M	H	M	H	M	H	M	H	M	H	M	H	M	H	M
73	*7*	*1*	*12*	*34*	*5*	*5*	*13*									*65*	*8*	*3*	*3*
92	*10*	*3*	*5*													*71*	*2*	*124*	*7*
96	*5*	*4*	*5*													*71*	*8*		
104	*2*	*5*	*5*													*97*	*15*		
113	*2*	*12*	*4*													*104*	*4*		
179	*6*	*34*	*13*													*105*	*40*		